TẠP CHÍ VIÊN GIÁC

SỐ 262 - THÁNG 8/2024

VIÊN GIÁC

TẠP CHÍ CỦA NGƯỜI VIỆT TỴ NẠN VÀ PHẬT TỬ VIỆT NAM TẠI CỘNG HÒA LIÊN BANG ĐỨC
Zeitschrift der vietnamesischen Flüchtlinge und Buddhisten in der Bundesrepublik Deutschland

CHỦ TRƯƠNG (HERAUSGEBER)
Congregation d. Vereinigten Vietn. Buddh. Kirche (gem.) e. V.
Karlsruher Str.6 - 30519
Hannover - Deutschland

QUẢN LÝ TÒA SOẠN
Thị Tâm Ngô Văn Phát

CHỦ NHIỆM SÁNG LẬP
Hòa Thượng Thích Như Điển

CHỦ BÚT
Nguyên Đạo

KỸ THUẬT
Nguyên Đạo – Quảng Hạnh Tuệ

BAN BIÊN TẬP & CỘNG TÁC VIÊN
* **Đức:** HT. Thích Như Điển - Tích Cốc Ngô Văn Phát - Nguyên Đạo - Từ Hùng Trần Phong Lưu - Dr. Trương Ngọc Thanh - Trần Đan Hà - Đỗ Trường - Lương Nguyên Hiền - Nguyễn Quý Đại - Nguyên Hạnh HTD – Hương Cau – Hoa Lan Thiện Giới - Thi Thi Hồng Ngọc – Phương Quỳnh - Tịnh Ý - Quỳnh Hoa – Trần Thế Thi – Hoàng Quân – Đại Nguyên Nguyễn Quý Đại.
* **Pháp:** Dr. Hoang Phong Nguyễn Đức Tiến – Chúc Thanh
* **Thụy Sĩ:** TT. Thích Như Tú - Trần Thị Nhật Hưng - Song Thư LTH – Lưu An Vũ Ngọc Ruẫn.
* **Bỉ:** Nguyên Trí Hồ Thanh Trước.
* **Ý:** Huỳnh Ngọc Nga - TS. Elena Pucillo Trương & Trương Văn Dân.
* **Hoa Kỳ:** Tuệ Nga – Họa Sĩ ViVi Võ Hùng Kiệt & Cát Đơn Sa – Diễm Châu – Lâm Minh Anh – thylanthao – Nguyên Minh Nguyễn Minh Tiến – Dr. Bạch Xuân Phẻ.
* **Canada:** Dr. Thái Công Tụng – GS. Trần Gia Phụng – DVM Nguyễn Thượng Chánh.
* **Úc Châu:** TT. Thích Nguyên Tạng – Dr. Lâm Như Tạng – Quảng Trực Trần Viết Dung.
* **Và chư Tôn đức Tăng Ni, Cư sĩ Phật tử cũng như văn, thi, họa sĩ... tán đồng chủ trương của Viên Giác.**

CÙNG SỰ CỘNG TÁC CỦA (Mitwirkung von)
Hội Phật Tử VNTN tại Cộng Hòa Liên Bang Đức
Vereinigung der Buddhistische-Vietnamflüchtlinge i. d. BRD

TÒA SOẠN
Chùa/Pagode Viên Giác
Karlsruher Str. 6 - 30519 Hannover
Tel. 0511 - 87 96 30 . Fax : 0511 - 87 941 200
Website: https://www.viengiac.info
Email Chùa: todinh@viengiac.info
Email văn phòng: pagodevg2020@gmail.com
Email kỹ thuật: baoviengiac@yahoo.de
Email bài vở: chubut.viengiac@gmail.com

- Tạp chí Viên Giác phát hành mỗi hai tháng vào những tháng chẵn. Viên Giác bảo tồn và phát huy truyền thống Văn Hóa Phật Giáo và Dân Tộc Việt Nam ở hải ngoại, không có tính thương mại. Mọi hỷ cúng và ủng hộ để phụ giúp trang trải các chi phí ấn loát, điều hành, bưu phí... chúng tôi xin đón nhận và chân thành cảm tạ.
- Ngoài số ấn bản in trên giấy mỗi kỳ, Tạp chí Viên Giác còn phát hành trên mạng toàn cầu Amazon và phổ biến rộng rãi trên các trang mạng Phật Giáo lớn trên thế giới.
- Ủng hộ hiện kim cho Tạp chí Viên Giác, khi có yêu cầu chúng tôi sẽ gởi đến quý vị biên nhận để làm đơn xin quân bình thuế lương bổng, lợi tức hằng năm ở sở thuế.
- Nội dung bài viết hay quảng cáo thuê đăng trên Tạp chí Viên Giác không nhất thiết là quan điểm hay chủ trương của Ban Biên Tập. Các tác giả hay những cơ sở thuê đăng quảng cáo chịu trách nhiệm về nội dung hay bản quyền trích dẫn theo quy định tác quyền (copyright).

Trương mục ngân hàng:
Congr. d. Verein Vietn. Buddh. Kirche Abteilung i.d. Sparkasse Hannover Konto Nr. 910 4030 66
BIC: SPKHDE2HXXX. IBAN: DE40 2505 0180 0910 4030 66

MỤC LỤC số 262

Bìa: Họa sĩ Đình Khải
Hình minh họa: Cát Đơn Sa, Lương Nguyên Hiền, U. Ostlaender
Ấn loát: Gutenberg Beuys Feindruckerei GmbH

** VG số 263 kỳ tới, chủ đề „Hạnh Nguyện Quán Thế Âm & Tưởng Nhớ HT. Tuệ Sỹ" sẽ phát hành vào 10/24. Hạn chót nhận bài là 10.09.24*

* Vì số trang báo có giới hạn nên một số bài viết cũng như Phương danh Cúng dường... không thể đăng hết trong một kỳ. Chúng tôi sẽ lần lượt đăng trong các số báo tới. Xin quý vị thông cảm.

Thư Tòa Soạn

Báo Viên Giác số 262 (tháng 8 năm 2024)

Mỗi năm gần đến Rằm tháng bảy nhiều người Phật Tử chuẩn bị đi tham dự lễ Vu Lan tại các chùa; tư gia cũng chuẩn bị đầy đủ hoa, đăng, trà, quả để dâng lễ lên bàn thờ Phật và bàn thờ Tổ Tiên Ông Bà Cha Mẹ đời này cũng như đã quá vãng trong nhiều đời nhiều kiếp về trước. Đó là đạo nghĩa làm con, làm người Phật Tử chân chánh vốn có truyền thống từ lâu đời rồi.

Truyền thống này được ảnh hưởng sâu đậm bởi văn hóa của Trung Hoa; nên Nhật Bản, Đại Hàn, Việt Nam hay những nước có liên hệ với ngôn ngữ và văn hóa của Trung Hoa thường hay tổ chức ngày lễ Vu Lan rất trọng đại. Trong khi đó các nước Phật Giáo Đại Thừa khác như Tây Tạng, Bhutan khi hỏi đến ngày Vu Lan thì đa phần họ đều không biết; hoặc có biết cũng chỉ qua sách vở; chứ không kỷ niệm nhân ngày rằm tháng bảy như các dân tộc đông phương khác. Đúng là họ đã ứng dụng tinh thần Phật Giáo triệt để vào trong cuộc sống hằng ngày trải qua bởi 4 giai đoạn sanh, lão, bệnh, tử; nên họ không thờ cốt, không thờ hình vong như chúng ta. Bởi vì câu "sống gửi thác về" nên họ không quan trọng với tử thi khi chết. Chết xong mang xác vào rừng cho kênh kênh xé thịt ăn hay thiêu xong rải tro xuống sông Hằng là hết mọi việc.

Trong khi đó các nước Nam Tông Phật Giáo cũng như vậy. Chết xong rồi thiêu, thiêu xong rồi rải tro cốt ở đâu đó; chứ tuyệt nhiên ở các xứ như Tích Lan, Miến Điện không thấy có những nghĩa địa chôn xác chết nhiều như các nước Đại Hàn, Nhật Bản và Việt Nam. Ở Việt Nam có lẽ người ta không quên câu "ẩm thủy tư nguyên" (uống nước nhớ nguồn) nên khi con cái làm ăn giàu có rồi, thường hay báo ân báo hiếu cho Cha Mẹ Ông Bà bằng cách xây những nhà mồ thật là vĩ đại, nhiều khi lớn hơn cả nhà ở của người sống nữa. Điều này cũng đúng với câu tục ngữ của Việt Nam là: "sống cái nhà, già cái mồ"; nhưng không biết là người sống có hưởng được lợi lạc gì không, khi xây dựng những ngôi mộ to lớn sang trọng như vậy?

Trong Kinh Nam Truyền, Đức Phật đã dạy về chữ Hiếu là: nên khuyến khích Cha Mẹ khi còn sống, nếu chưa quy y Tam Bảo thì nên quy y và giữ gìn năm giới cấm của Phật chế. Việc này thể hiện chữ Hiếu to lớn hơn là việc báo ân Cha Mẹ bằng cách khi về già vai trái cõng Cha, vai phải cõng Mẹ, đi quanh hòn núi Tu Di để đền đáp công ơn sanh thành dưỡng dục, đó cũng chưa phải là chữ Hiếu trọn vẹn đối với hai đấng sinh thành. Từ đó Phật Giáo Bắc Truyền như Trung Hoa có thêm Kinh Vu Lan, Kinh Báo Ân Phụ Mẫu, Kinh Lương Hoàng Sám, Kinh Thủy Sám v.v... thiết nghĩ những kinh này không do chính kim khẩu của Đức Phật thuyết ra; nhưng các vị Tổ Sư Trung Hoa đã nương vào những bản kinh căn bản trong tạng Nam Truyền, kể cả kinh Đại Bảo Tích để nhắc nhở con cháu báo ân, báo hiếu bằng nhiều hình thức khác nhau như vậy; nhưng cũng không xa rời ý nghĩa đền ơn đáp nghĩa là mấy. Cho đến bao giờ con người không còn nhớ đến công ơn dưỡng dục cù lao nữa, thì lúc ấy đạo đức của con người đã đi xuống hố sâu vực thẳm rồi.

Trong *Kinh Đại Tập*, quyển thứ 55, phần Nguyệt Tạng, phẩm Diêm Phù Đề có đề cập phần ý như sau: "Sau khi Thế Tôn tịch diệt, sự tu tập và hành trì của các chúng đệ tử được chia ra làm 5 thời kỳ; mỗi thời kỳ 500 năm. Đó là: 500 năm của lần thứ nhất gọi là giải thoát kiên cố; 500 năm của lần thứ 2 gọi là Thiền Định kiên cố; 500 năm của lần thứ 3 gọi là Trì Giới kiên cố; 500 năm của lần thứ 4 gọi là Đa Văn kiên cố và 500 năm của lần thứ 5 gọi là Đấu Tranh kiên cố. Phần cuối này thuộc vào thời của chúng ta trong hiện tại; nhưng cũng có kinh cho rằng thời Chánh Pháp gồm 500 năm; thời Tượng Pháp gồm 1.000 năm và thời kỳ Mạt Pháp gồm 10.000 năm. Dầu thế nào đi chăng nữa, chúng ta theo Nam hay Bắc Truyền cũng đều không được phép quên lời Phật dạy theo pháp Duyên Sanh và Duyên Khởi được. Cái này có cho nên cái kia có; cái này không cho nên cái kia không. Nếu không có Ông Bà, Cha Mẹ mang ta vào đời thì chúng ta sẽ không có cơ hội để hiện hữu trên thế gian này. Do vậy báo ân, báo hiếu là điều chúng ta không được phép quên.

Tháng 8 năm 2024 này kỷ niệm ngày Đạo Hữu Cựu Chủ Bút báo Viên Giác Nguyễn Hòa Pháp Danh Nguyên Trí bút hiệu Phù Vân tròn một năm ra đi về cõi Phật, để lại bao nhiêu mến tiếc của độc giả khắp nơi. Bởi lẽ khi Anh còn sanh tiền đã có mối giao hảo rất rộng rãi đối với nhiều người. Do vậy Ban Biên Tập đã quyết định là nhân lễ Vu Lan báo hiếu năm nay Tòa Soạn sẽ cho đi số đặc biệt nhiều trang hơn những số báo bình thường trong năm và khi Quý độc giả tìm đọc từng trang báo bên trong thì sẽ rõ hết được tâm sự của những người cài hoa trắng và những thâm tình mà độc giả đã nhớ nghĩ về Chủ Bút lâu năm nhất của Báo Viên Giác.

Xin cầu nguyện Tam Bảo gia hộ cho thế giới bớt đao binh, bớt thiên tai hạn hán để thiên hạ khắp nơi được thái bình an lạc. Bên cạnh đó, chúng ta cũng nhắc nhở nhau không quên ơn nghĩa nghìn trùng của Ông bà Cha Mẹ của chúng ta đã mang ta vào cuộc đời này và mong rằng lời Phật dạy sẽ được thấm nhuần vào từng con tim, từng lời nói, từng sự sinh hoạt ở mọi nơi và mọi chốn để cho chính chúng ta được bình an trong cuộc sống và những người chung quanh ta cũng sẽ được hưởng lây.

Nam Mô Đại Hiếu Mục Kiền Liên Bồ Tát Ma Ha Tát tác đại chứng minh. ■

Ban Biên Tập

---

thơ thylanthảo

vẫn còn có Mẹ

Bước về dấu cỏ ăn năn
Úa màu chung thủy thở than điệu buồn
Nắng chiều có chút mù sương
Nhìn trên lối bước con đường vắng hoe

Một mình trên lối trở về
Cảnh thay đổi cảnh tình tê tái tình
Vẫn còn khắc rõ dáng hình
Niềm thương nỗi nhớ còn in đậm lòng

Lưu đày trả nợ núi sông
Đòn thù tàn nhẫn còn không tính người
Thân tù rách nát tả tơi
Côi âm chịu đựng cảnh đời khổ sai

Làm sao ngờ có hôm nay
Bước về nhẹ bước còn ai bạn cùng
Đời là sắc sắc không không
Chữ tình chữ nghĩa giữ lòng khó quên

Tuổi xuân mất biết ai đền
Có ai còn nhớ đến tên một thời
Mẹ ôm con giọt lệ cười
Nỗi lòng của Mẹ đôi môi ngập ngừng.

Tình mẫu tử nắng mùa xuân
Lỡ đời cung kiếm ân cần bên nhau...

thylanthảo
6-1-24

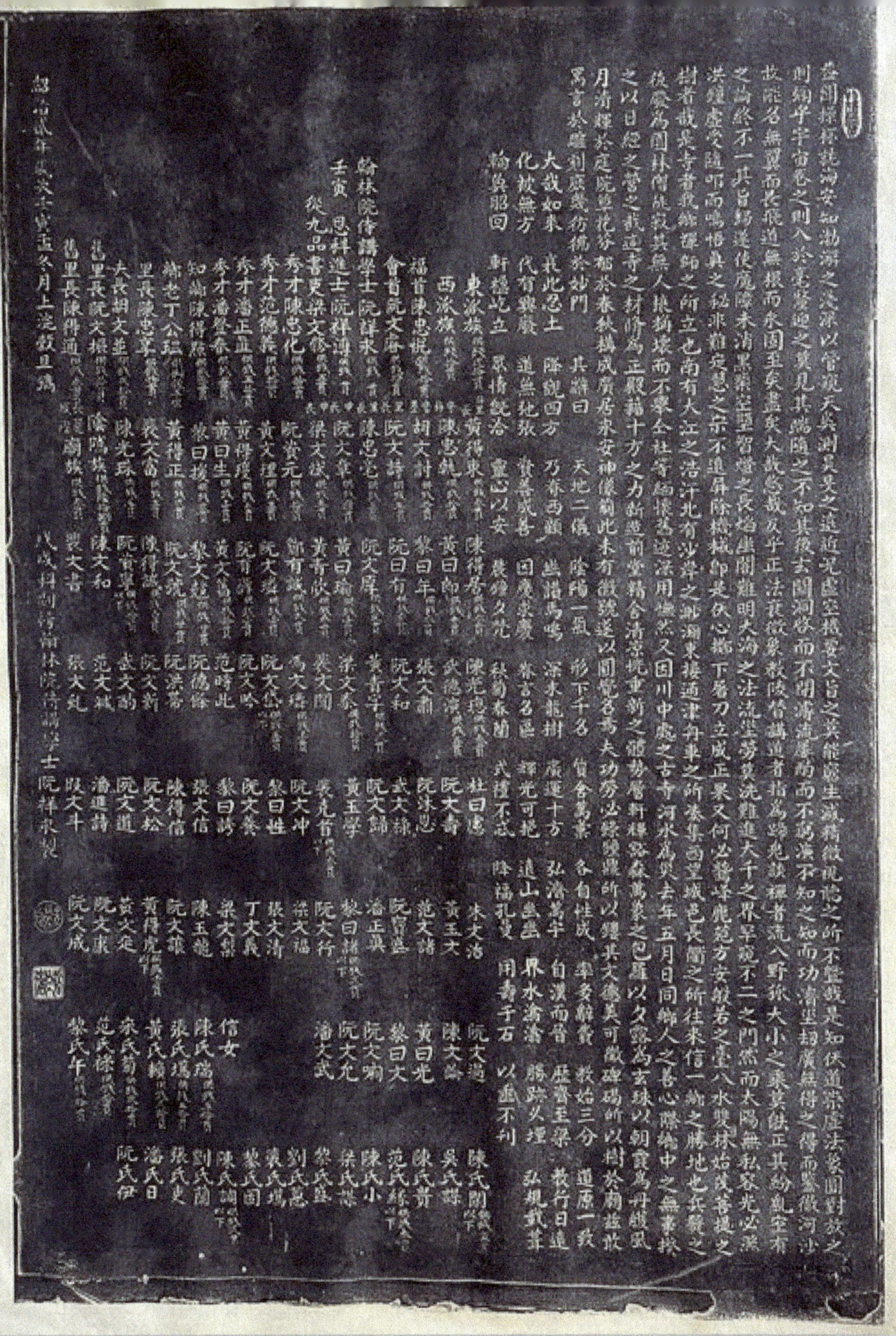

Hình: VĂN BIA TRÙNG TU CHÙA VIÊN GIÁC HỘI AN NĂM 1841
Phó Bảng Nguyễn Tường Vĩnh Cẩn Soạn 1842

TÀI LIỆU SỬ HỌC PHẬT GIÁO

VĂN BIA TRÙNG TU **CHÙA VIÊN GIÁC HỘI AN** *NĂM 1841*

VĂN BIA TRÙNG TU CHÙA VIÊN GIÁC

do Phó Bảng Nguyễn Tường Vĩnh Cẩn Soạn 1842, Tỳ Kheo Thích Nguyên Hiền chuyển dịch Việt ngữ.

DẪN NHẬP:

Chùa Viên Giác là một trong những ngôi cổ tự tại thành phố Hội An, tỉnh Quảng Nam. Cho đến nay vẫn chưa xác định được niên đại ra đời, tuy nhiên chúng ta biết được lần tái thiết đầu tiên của chùa vào năm Tân Sửu (1841) Thiệu Trị nguyên niên, với đầy đủ những sử liệu, di chỉ còn lưu lại. Đặc biệt, qua văn bia trùng tu của Phó bảng Nguyễn Tường Vĩnh soạn năm Nhâm Dần (1842) phần nào nói rõ quá trình hình thành của ngôi cổ tự Viên Giác.

Phó bảng Nguyễn Tường Vĩnh (1799-1860) tự Tử Tu, hiệu Cẩm Giang, con Binh bộ Thượng thư Nguyễn Tường Vân, và bà Phạm Thị Thục. Ông sinh năm Kỷ Mùi (1799), quê làng Cẩm Phô, huyện Diên Phước, tỉnh Quảng Nam (nay thuộc phường Cẩm Phô, thành phố Hội An, tỉnh Quảng Nam). Ông xuất thân trong một gia đình thế phiệt, thân phụ (Nguyễn Tường Vân) từng phò tá Nguyễn Ánh, được Nguyễn Ánh ban cho họ Nguyễn Tường.

Sau thân phụ ông nghĩ đến "ân tứ" ấy bèn đổi họ Nguyễn Văn sang họ Nguyễn Tường và chọn Cẩm Phô làm nơi "phát tường địa" cho chi họ, gia tộc ông.

Năm Minh Mạng thứ 18 (1837), ông đậu cử nhân thứ 2 khoa Đinh Dậu tại Trường thi Thừa Thiên, năm sau (1838) đỗ Phó bảng thứ nhất khoa Mậu Tuất. Sơ bổ chức Kiểm thảo biên tu, rồi sang chức Phụ đạo tại phủ Tường Khánh ông dạy hoàng tử Hồng Bảo, rồi chuyển sang Toà Thị thư. Thiệu Trị nguyên niên Ông được phong làm Hàn lâm viện thị giảng học sĩ. Sau đó ông được thăng Án sát Định Tường (nay là tỉnh Tiền Giang), một thời gian rồi chuyển về Khánh Hoà. Cuối cùng thăng Tuần vũ Định Tường, rồi mất tại chức ngày 13 tháng 8 năm Canh Thân (1860), hưởng thọ 62 tuổi.

Năm Tân Sửu (1841), hương chức cùng dân làng Cẩm Phô trùng tu chùa cũ đặt tên Viên Giác. Dân làng đã mời Ông chấp bút viết bài văn bia ghi lại việc này và khắc tên những tín chủ hiến cúng. Đây là một bài văn bia rất có giá trị về văn học, được danh thần Nguyễn Tường Vĩnh đề ghi tại quê hương của mình. Đồng thời, qua nội dung văn bia, hậu thế có thể thấy được sự uyên thâm Phật học của một danh Nho xuất thân nơi cửa Khổng sân Trình.

Dịch Nghĩa Văn Bia:

Từng nghe!

Vốc chung nước nhỏ mà lường biển khơi, làm sao biết được đáy biển cạn sâu. Đưa ống trúc mành mà ngó trời cao, không thể thấy hết bầu trời cao rộng. Huống hồ, sự ẩn mật của then máy biển trời, ngôn ngữ văn tự làm sao diễn đạt; sự tinh tế của nút ấn hóa sanh, mắt tục tai phàm làm sao thấy biết. Mới hay, Phật Đạo hư huyền, pháp giới tuyệt đối. Bủa ra thì choáng đầy khắp càn khôn vũ trụ, thâu lại thì cô đọng nơi mảy bụi đầu lông. Tìm chỗ bắt đầu thì chẳng có manh mối nào, dõi theo phía sau lại không thấy chút dấu vết. Cửa huyền rộng mở chẳng ai ngăn, dòng thiêng chảy mãi không cùng cạn. Trí thể nhập bao sái cả kiếp trần, cái biết đó làm sao nói hết; sự chứng đắc soi rọi đến hà sa, sự thể này không thể nắm bắt được.

Quả là, Danh không có cánh mà bay xa, Đạo chẳng gốc rễ mà kiên cố. Thấu đáo tận cùng, lớn lao diệu vợi. Thế mà! Đến thời chánh pháp chớm suy vi, tượng giáo bị lấn át, kẻ giảng đạo tỏ ra lời nhút nhát, người hành thiền sa vào chốn hồ nghi, tiểu giáo phân vân, đại thừa rối loạn. Không chẳng luận ra Không, Hữu không định được Hữu, lạc thẳng đường ma, rơi vào nghiệp dữ. Đèn trí tuệ gió thổi lu mờ, biển giáo pháp bụi trần nhiễm nặng. Làm sao thể nhập thế giới ba ngàn, lấy gì tỏ ngộ pháp môn Bất Nhị. Tuy nhiên, mặt trời sáng sớm hằng soi, ánh nắng chiều hôm vẫn chiếu. Như hồi chuông triêu mộ dóng giữa hư không, bí quyết ngộ chân như đâu xa, tông chỉ đắc định huệ không khó. Dẹp bỏ cơ tâm là Phật, buông dao đồ tể là thành. Hà tất đi đến Linh Sơn Lộc Uyển mới yên định đài Bát nhã, nào cần vận tới Bát thủy Song lâm mới tươi tốt cội bồ đề.

Ngôi chùa này do vị Thiền sư ở làng ta dựng lập. Phía Nam sông nước êm đềm, hướng Bắc bờ dài cát mịn. Bên mạn Đông thuyền ghe tấp nập, trông về Tây phố xá lô nhô, cảnh đẹp ngôi làng thật là thơ mộng. Sau thời binh lửa, vườn tược hoang tàn, Tăng đồ vắng bóng, mái thềm đổ nát, tường cột vẹo xiêu, không người chống đỡ. Dân làng tiếc thương cảnh cũ, lòng dạ bùi ngùi. Nhân có một ngôi Chùa cũ ở Xuyên Trung bị nước sông làm hư hoại, nên vào tháng 5 năm ngoái, lúc mùa màng rảnh rỗi, thiện nam tín nữ trong làng mới đến cắt lại những cây gỗ của Chùa này đem về trùng tu Chánh điện, quyên góp tài lực của thập phương xây mới lại Tiền đường. Điện đường nhờ vậy phong quang, cảnh trí càng thêm mới mẽ. Mái tầng khoảng khoát, thâu nạp cả vạn tượng sum la. Sương khuya đậu mái lương đình, ráng chiều chiếu trên ngạch cửa, gió trăng nha nhẩn chốn viên đình, cỏ hoa xum xuê cùng tuế nguyệt, trở thành chỗ tôn trí thánh tượng lâu dài nơi bổn xã.

Trước đây chùa chưa có biển hiệu, nay được đặt tên là VIÊN GIÁC.

Công ơn của thập phương hiến cúng được chép lại thành văn, khắc lên chung đỉnh; phước đức của bá tánh dựng xây được ghi lại rõ ràng, tạc lên bia đá. Nay tôi mạo muội đôi dòng, ngõ hầu tán dương nơi cửa Phật.

Tán rằng:

Trời đất hai đường
Âm dương một lẽ
Hình thể ngàn tên
Chất tượng một thể.
Tự tánh viên thành
Nhiều lời đặt để
Giáo trước chia ba
Đạo vốn một thể.
Như lai quảng đại
Thương xót cõi này
Giáng hiện bốn phương
Hướng tây đảnh lễ.
Tán thán Mã Minh
Cần cầu Long Thọ

Chùa Viên Giác Hội An hiện nay

Vận khắp mười phương
Độ không ngằn mé.
Hán Tấn trải qua
Tề Lương chẳng kể
Giáo hạnh xa vời
Hóa độ khôn xuể.
Lịch đại hưng vong
Đạo chưa từng phế
Nhân lành quả lành
Niềm vui khích lệ.
Lời chẳng phân biệt
Ánh sáng không trệ
Núi non mịt mờ
Nước tràn mạnh mẽ.
Thắng tích lâu dài
Quy mô tráng lệ
Đắp đổi tới lui
Cột rường tô vẽ.
Chúng lý hanh thông
Tâm hồn thoáng nhẹ.
Mõ sớm chuông chiều
Xuân lan Thu huệ.
Lễ tiết không sai
Phước tràn vô kể
Thọ mạng vô cương
Lưu truyền hậu thế...

Niên hiệu Thiệu Trị thứ 2, sáng sớm tháng Mạnh Đông năm Nhâm Dần (1842).

Phó bảng khoa Mậu Tuất, Hàn lâm viện Thị giảng học sĩ Nguyễn Tường Vĩnh cẩn soạn.

Mùa xuân năm Kỷ Hợi (2019), trụ trì Vĩnh Minh Tự Viện, hậu học Thích Nguyên Hiền chuyển ngữ.■

Mẹ Trăm Năm Mẹ Ngàn Năm

Xòe tay thấy mẹ trăm năm
Con tròn hơi thở mẹ nằm đơn côi
Đong đưa sinh mệnh dưới trời
Lời ru mẹ gửi từ thời xa xăm

Mẹ trăm năm mẹ ngàn năm
U mê vỡ vụn mỏi khăm phận người
Con rồng tiên giữa cõi đời
Cơn đau mẹ trải còn nơi tim này

Gió mùa thả tóc mẹ bay
Làn hơi mẹ thở đã dài trăm năm
Trăm năm về với ngàn năm
Lá vàng về đất cho mầm lá xanh

Mẹ trăm năm ngủ giấc lành
Mẹ ngàn năm giữa ngã quanh muôn trùng
Trăng tròn trăng khuyết thủy chung
Sông dài biển rộng mẹ cùng lênh đênh

Nước mây bạc trắng đầu ghềnh
Mẹ ngàn năm đứng trên đền miếu xưa
Vai oằn gánh nặng chưa vừa
Dắt con về núi từ xưa lắm rồi

Gậy thiêng chống một góc trời
Tiếng ru từ ái vang lời của Tiên
Mẹ xinh tươi nét sơ nguyên
Dịu dàng mẹ mở một miền quê hương

Nguyễn Hoàn Nguyên

HT. Thích Thanh Từ

SANH TỬ SỰ ĐẠI

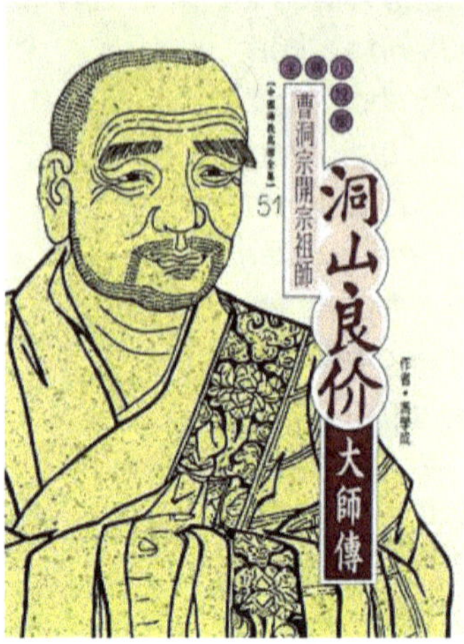

Thiền sư Động Sơn Lương Giới

Thiền sư Lương Giới, Tổ của tông Tào Động ở Trung Hoa. Khi đi tu Ngài có viết mấy lá thư cho cha mẹ. Đọc thư Ngài ta mới thấy ý chí người xưa.

Lá thư thứ nhất:

"Được nghe, chư Phật ra đời đều do cha mẹ mà có thân, muôn loài sanh trưởng thảy nhờ trời đất che chở. Cho nên, không có cha mẹ thì chẳng sanh, không có trời đất thì chẳng trưởng, thảy nhờ ân dưỡng dục, đều thọ đức chở che.

Song, tất cả hàm thức, vạn tượng hình nghi đều thuộc vô thường chưa lìa sanh diệt. Ân bú sú nặng nề, công nuôi dưỡng sâu thẳm, dù đem của cải thế gian phụng dưỡng trọn khó đáp đền, dùng máu thịt dâng hiến cũng không được bền lâu. Trong *Hiếu kinh* nói: "Dù một ngày giết đôi ba con vật để cung hiến cha mẹ vẫn là bất hiếu, vì sẽ lôi nhau vào vòng trầm luân chịu muôn kiếp luân hồi". Muốn đền ân sâu dày của cha mẹ đâu bằng công đức xuất gia, cắt đứt dòng sông ái sanh tử, vượt qua khỏi biển khổ phiền não, đáp ân cha mẹ ngàn đời, đền công từ thân muôn kiếp, bốn ân ba cõi thảy đều đền đáp. Kinh nói: "Một đứa con xuất gia, chín họ đều sanh lên cõi trời". Con thệ bỏ thân mạng đời này, chẳng trở về nhà, đem căn trần muôn kiếp chóng tỏ sáng Bát-nhã. Xin cha mẹ lòng chớ nhớ mong".

Tụng rằng:

Vị liễu tâm nguyên độ sổ xuân
Phiên ta tịnh thế mạn thuân tuần
Kỷ nhân đắc đạo không môn lý
Độc ngã yêm lưu tại thế trần
Cẩn cụ xích thư từ quyến ái
Nguyện minh đại pháp báo từ thân
Bất tu sái lệ tần tương ức
Thí tợ đương sơ vô ngã thân.

Dịch:

Chưa rõ nguồn tâm quá mấy năm
Thương thay mê mải luống trì trầm
Cửa Không đã lắm người đắc đạo
Riêng ta trì trệ ở trong trần
Xin viết lá thư từ quyến thuộc
Nguyện thông đại pháp đáp từ thân
Không nên rơi lệ thường thương nhớ
Xem tợ buổi đầu con không thân.

Qua lá thư này chúng ta thấy Ngài cố tình nhắc cha mẹ đừng buồn, đừng khóc, coi như buổi đầu không có thân Ngài.

Sau đây là trích đoạn lá thư của bà mẹ gởi cho Ngài:

"Mẹ không dám mong con như Vương Tường nằm giá, Đinh Lan khắc cây, chỉ mong con như Tôn giả Mục Liên độ mẹ thoát khỏi trầm luân tiến lên Phật quả. Nếu mẹ không như vậy e phải có tội. Con cần phải giải quyết cho xong".

Trọng trách người tu là làm sao đạt đạo để giải quyết vấn đề sanh tử cho mình, cho cha mẹ và cho tất cả chúng sanh, chớ không phải muốn bỏ cha mẹ để tìm chỗ an ổn vui chơi qua ngày hết tháng. Chí cương quyết của người tu không phải là ý bất hiếu, bỏ cha mẹ phiêu bạt để tìm chỗ an ổn cho chính mình. Vì vậy, khi thực hiện bản hoài cao cả đó chúng ta phải gan dạ ngay từ buổi đầu, không thể chần chờ nửa tiến nửa lùi, nay thì quả quyết mai thì do dự, như vậy không thể nào tiến xa được. Dù biết rằng việc làm đó là bất hiếu trong hiện tại nhưng có thể cứu cha mẹ và mọi người ở ngày mai. Ngài Động Sơn nhờ lòng cương quyết mà được thành đạo.

Nếu người xưa chần chờ hay yếu đuối thì không bao giờ có đạo hạnh để chúng ta bắt chước theo. Vì vậy tôi mong rằng người xuất gia hay tại gia, đã quyết chí tu thì phải có lập trường vững chắc. Việc làm này không phải là việc tầm thường đơn giản, mà là việc làm cả một đời người. Nếu không bền vững, chúng ta đang tu tiến, gặp chuyện gì bận bịu của gia đình thì chúng ta bị lùi, đã không cứu được mình, huống nữa là cứu được ai. Sự tu hành chánh yếu là để thoát ly sanh tử. Muốn thoát ly sanh tử phải bền chí mới được.

Người mẹ như bà thân của ngài Động Sơn rất hiếm. Dù thương con tràn trề nhưng không nỡ ngăn ý chí xuất gia của con nên bà tùy thuận và hy vọng con mình thành tựu đạo quả. Lời nói đó chính là một sức mạnh giúp người con nỗ lực sao cho đạt đạo mới thôi. Nhờ vậy ngài Động Sơn đã làm tròn bổn phận của mình, tức quyết tâm đạt đạo để đền ơn cha mẹ. Do đó chúng ta khi đã phát tâm học đạo đều phải cố gắng nỗ lực và quyết chí tiến lên, chứ không tu với tánh cách lưng chừng được.

Gần đây tôi thấy người phát tâm xuất gia thì đông, mà người giữ được ý chí xuất gia thì ít. Nghĩa là tuy thân ở chùa, nhưng tâm cứ nghĩ việc nhà, không buông được. Như vậy tuy có tinh thần phát tâm xuất gia, nhưng chí người xuất gia đạt đạo thì quá ít. Vì vậy tôi mong những vị đã được có phúc duyên sâu dày, xuất gia học đạo nên nhớ ý chí của người xuất gia, phải làm được việc mình đã nguyện làm.

Không nên rơi lệ thương thương nhớ
Xem tợ buổi đầu con không thân.

Chúng ta khi đã xuất gia, đối với gia đình phải xem như mình đã chết. Có như thế mình mới thật sống. Đó là điều hết sức quan trọng đối với người tu.

Phiền não tận thời sầu hỏa diệt
Ân tình đoạn xứ ái hà khô.

Phiền não hết rồi lửa sầu tắt, ân tình dứt bặt sông ái khô. Khi chúng ta hết phiền não thì lửa sầu mới tắt. Khi ân tình bặt thì sông ái mới khô. Người tu nếu để tình cảm gia đình ràng buộc mãi, thì sông ái không biết chừng nào mới khô. Trái lại, sông ái tràn đầy thì chúng ta sẽ bị cuốn trôi, không thể dừng nổi.

Thế nên người tu có hai điều kiện hệ trọng, thứ nhất là tinh thần dứt khoát của mình, thứ hai là sự giúp đỡ của cha mẹ bằng cách hiểu đạo khuyên con. Có nhiều người thương con mà không hiểu đạo, cho xuất gia nhưng không dạy ý chí xuất gia. Cần phải tập cho con ý chí xuất gia nữa, đó là điều cao cả của bậc làm cha mẹ. Cho nên bà mẹ chỉ nói rằng mẹ không mong con như Vương Tường nằm giá, Đinh Lan khắc cây mà chỉ mong con như Tôn giả Mục Liên độ mẹ thoát khỏi trầm luân tiến lên Phật quả. Đó là điều mẹ Ngài mong mỏi và cũng là điều rất quan trọng cho tinh thần tu tiến của hàng xuất gia.

Quý Phật tử học Phật pháp kỹ, lại cần có thêm ý chí thực hành nữa mới đưa chúng ta đến giải thoát sanh tử. Vì vậy tôi mong muốn tất cả đều lập chí vững chắc trên đường đạo. Nếu là người tại gia khi biết đạo rồi chúng ta phải nỗ lực dùng mọi phương tiện để sống hợp với đạo.

Còn người xuất gia thì phải ứng dụng sự hiểu biết của mình cho đúng và tự tháo gỡ hết những ràng buộc do bản ngã, do tình lưu luyến gia đình để mạnh dạn tiến tu. Làm sao cho đời tu chúng ta xứng đáng, không hổ thẹn khi nhắm mắt, tiếc một đời không đi tới đâu. Ngày nào còn sống thì xứng đáng là người xuất gia, đến khi nhắm mắt chỉ nở một nụ cười, thanh thản ra đi. Có như thế sự tu hành mới có ý nghĩa. Đó là điều chúng tôi mong mỏi nhất. ■

Thi Thi Hồng Ngọc

Chỉ một Chữ HÒA

Để nghĩ lại xem một chữ HOÀ
Chỉ một chữ thôi trong một nhà,
Vợ chồng HÒA THUẬN, cùng tương kính,
Anh em HOÀ ÁI, vui mẹ cha.

Ra ngoài xã hội, học HOÀ NHÃ.
Làm việc cùng nhau học HOÀ ĐỒNG.
DĨ HOÀ VI QUÝ, đừng tranh chấp .
HOÀ BÌNH yên ấm cả non sông.

Thật đáng yêu thay một chữ HÒA!
Biết người mà cũng tự biết ta.
HOÀ HIẾU làm nên nhân cách lớn.
LỤC HOÀ lợi lạc cõi Ta-bà

Tuệ Sỹ

LỄ THÁNG BẢY CHO NHỮNG OAN HỒN PHIÊU BẠT

Tục truyền tháng bảy mưa ngâu.

Trong các sinh hoạt nhân gian của truyền thống ta, tháng bảy là tháng đượm nhiều sắc thái văn chương nhất.

Tháng bảy, mưa ngâu, nhịp cầu Ô Thước bắc qua dải Ngân Hà; hai tâm hồn lẻ loi cô độc, hằng đêm tư lự trong nỗi sầu ly biệt thiên thu giữa bầu trời cao rộng, chọn mùa mưa sụt sùi để gặp nhau, chỉ trong một thoáng chốc, rồi đời cũng như con nước trôi xuôi... Đây đó, giữa những cụm rừng khuya u tịch, vẫn còn có những Oan Hồn cô độc, lần mò tìm lại nẻo sống của một thời xa xưa. Kẻ chết và người sống, khéo hẹn nhau để chu tất những món nợ ân tình đã từng chôn sâu dưới lòng đất. Khi đêm càng về khuya, âm hưởng trầm buồn của người sống phảng phất trong lễ Cúng Thí Cô Hồn chen lẫn với tiếng trùng nỉ non, thì tình tự của kẻ sống và người chết càng nghe ra khúc điệu tha thiết vô cùng:

Dấu người thập loại biết là đâu
Hồn phách mơ màng trải mấy thu
Còn biển nghinh ngang bầu thế giới
Những mò vô chủ thấy mà đau![1]

Trong các lễ cúng thí cô hồn, Trai Đàn Chẩn Tế được tổ chức quy mô nhất. Nó bao hàm cả hai khía cạnh văn chương và triết lý, gần như tất cả tinh hoa của tư tưởng và văn học Phật Giáo Đại Thừa Mật Tông được gói trọn vào đây.

I.

Về hình thức, trai đàn này dựa trên nền tảng của triết học Mật giáo. Tức bố trí theo một hình thức đơn giản của mạn-đà-la (*maṇḍala*)[2]. Đó là một vòng tròn, được tượng trưng như một đóa hoa sen nở trọn, và vòng tròn này là căn bản vũ trụ luận của Mật giáo. Thông thường, có hai bộ mạn-đà-la. Kim Cang Giới Mạn-đà-la (*vajradhātu-maṇḍala*) biểu tượng cho trí tuệ sở chứng của Phật. Thai Tạng Giới Mạn-đà-la (*garbhadhātu-maṇḍala*) biểu tượng cho phương tiện độ sinh của Ngài[3]. Mỗi mạn-đà-la đều dựa trên một số chủ điểm tư tưởng của Đại Thừa giáo. Chủ điểm đáng ghi nhớ nhất, đại lược như sau.

Trước hết, chúng ta nên biết rằng theo quan điểm truyền thống của Phật Giáo, vũ trụ gồm hai thành phần. Một đằng là nhân cách, tức lấy con người hay các loài hữu tình làm bản vị, mà trên hết, lấy nhân cách của Phật làm biểu hiệu cho bản thể tuyệt đối. Đằng khác nữa, là thế giới của nhân cách, là những pháp sở chứng và thọ dụng bất khả tư nghị của Phật. Nhân cách có năm yếu tố, gọi là năm uẩn: sắc, thọ, tưởng, hành, thức. Chúng tập họp thành một bản ngã giả tưởng nên được gọi là uẩn. Thế giới của nhân cách được cấu tạo bởi năm yếu tố, gọi là năm đại[4]: địa, thủy, hỏa, phong và không.

Trên cơ sở giáo nghĩa này, trước hết mạn-đà-la của Kim Cang Giới được thiết lập để biểu hiện trí tuệ sở chứng của Phật. Kim cang là loại chất rắn không bị bất cứ gì hủy hoại được. Do đó kim cang được vận dụng như một khái niệm cụ thể hóa yếu tính tồn tại của Phật thân, gọi là Kim Cang Bất Hoại Thân (*vajrasaṃhatanakāya*). Thân ấy, cũng như thân của tất cả mọi loài chúng sinh, đều do năm uẩn, và năm đại cấu thành. Nhưng tồn tại của Phật thân không khác biệt với hoạt dụng của Phật trí. Do đó, năm đại tương ứng với năm trí (*pañca jñānāni*). Và nhân cách của Phật, như là chỉnh thể thống nhất của tồn tại và nhận thức, được biểu hiện thành năm đức Như Lai tương ứng, tức là Ngũ Trí Như Lai, hay năm vị Thiền Phật (*pañca dhyānibuddhāḥ).*

Kim Cang Giới Mạn-đà-la thuyết minh hoạt dụng của trí tuệ sai biệt trong lý tính không sai biệt, do đó Ngũ Trí Như Lai là trọng tâm của mạn-đà-la này. Hình dạng cơ bản là một hình tròn, gọi là *nguyệt luân* (*candra-maṇḍala*). Bên trong hình tròn này thiết lập các biểu tượng của năm vị Như Lai. Chính giữa là vị trí đức Đại Tỳ-lô-giá-na, hay Đại Nhật Như Lai (*MahāVairocana-Tathāgata*). Đó là Pháp Thân Phật (*DharmakāyaBuddha*), như mặt trời bủa rộng ánh sáng bình đẳng và bao dung cùng khắp cả vũ trụ. Trong năm đại, Ngài biểu

---

1 Nghi thức cúng cô hồn bằng văn Nôm, HT Bích Liên, bản chép tay của Thích Nguyên Trạch, Bình định.

2 Xem phụ chú I. về Mạn-đà-la.

3 Xem phụ chú II. về Mạn-đà-la.

4 Trong Hiển giáo, sắc pháp dược phân tích thành 4 yếu tố cơ bản gọi là 4 đại chủng (mahābhūta). Trong Mật giáo, một yếu tố thứ năm được thêm vào, là không đại (ākāsadhātu), do tương đối với ngũ trí.

tượng cho Không Đại (*ākāśadhātu*), và bản chất của hư không là bao dung. Trong năm uẩn, Ngài là biểu tượng của Thức Uẩn (*vijñāna-skandha*). Trong năm loại trí, Ngài biểu tượng cho Pháp Giới Thể Tánh Trí (*dharma-dhātu-svabhāva-jñāna*).

Bốn phương chung quanh Đại Nhật Như Lai là vị trí của bốn đức Như Lai, theo thứ tự từ Đông qua Nam cho đến Bắc như sau:

A-Súc-Bệ Phật (*Akṣobhya*), hay Bất Động Như Lai với các biểu tượng: Phong Đại (*vāyu-dhātu*), nhờ đó mà vũ trụ có vận động; Hành Uẩn (*saṃskāra-skandha*), động cơ tạo tác của các loại hữu tình; Đại Viên Cảnh Trí (*ādarśa-jñāna*), như tấm gương tròn bao la và ngời sáng phản chiếu mọi hiện tượng sinh thành và hủy diệt của thế giới.

Bảo Sinh Phật (*Ratnasambhava*) với các biểu tượng: Hỏa Đại (*tejo-dhātu*), khả năng làm chín muồi để đưa đến chỗ thành tựu các vận động của chúng sinh và thế giới; Tưởng Uẩn (*saujñā-skandha*), khả năng truy ức quá khứ và ước vọng tương lai để thúc đẩy sự tiến hành sinh hóa; Bình Đẳng Tánh Trí (*samatā-jñāna*), khả năng quan sát bình đẳng các pháp không bị ràng buộc ngã và pháp.

A-di-đà Phật (*Amitabhā*): Thủy Đại (*ab-dhātu*), khả năng kết hợp các pháp để tác thành duyên sinh hay duyên khởi; Thọ Uẩn (*vedana-skandha*), khả năng hưởng thụ thành quả của các vận động; Diệu Quán Sát Trí (*pratyavekśaṇā-jñāna*), nhìn thấy rõ chân tướng của vạn hữu của tác dụng sinh khởi, tồn tại và hủy diệt.

Bất Không Thành Tựu Như Lai (*Amoghasiddhi*): Địa Đại (*pṛthivī-dhātu*), khả năng duy trì sự tồn tại của vũ trụ; Sắc Uẩn (*rūpa-skandha*), tác thành thế giới hữu tình; Thành Sở Tác Trí (*kṛtyānuṣṭhāna-jñāna*), thể hiện các phương tiện giáo hóa chúng sinh.

Mỗi đức Như Lai đều có bốn Bồ-tát thân cận. Tất cả là mười sáu Đại Bồ-tát. Ngoài ra, nội đàn có bốn cúng và ngoại đàn bốn cúng; tất cả tám cúng dường Bồ-tát. Cùng với bốn Nhiếp Bồ-tát nữa. Cơ bản, Kim Cang Giới Mạn-đà-la có tất cả ba mươi bảy tôn vị.

Thai Tạng Giới biểu hiện Đại Bi Tâm của Phật, từ đó lưu xuất tất cả các phương tiện độ sinh. Từ Thai Tạng Giới, vạn pháp được thai nghén và dưỡng dục, cho đến thành tựu các phẩm chất siêu việt của Đại Trí và Đại Bi. Do đó, đàn tràng của Thai Tạng Giới được hình dung là một đóa sen có tám cánh. Đóa sen tám cánh này chính là hình ảnh trái tim bằng thịt của chúng sinh. Đại Bi Tâm không phải là một khái niệm trừu tượng, nhưng là sự rung động của trái tim bằng thịt ấy. Hoa sen, theo ý nghĩa nhân quả đồng thời, nghĩa là khi chúng sinh vừa phát tâm Bồ-đề, ngay lúc ấy Phật quả đã được thành tựu. Bởi vì, trong thể tính tuyệt đối, ý niệm về thời gian và không gian không tồn tại. Từ ý nghĩa đó, tám cánh sen gồm bốn Đại Bồ-tát, và bốn đức Như Lai, biểu hiện nhân cách của nhân và quả; tất cả đều phát xuất từ thể tính của Đại Nhật Như Lai vốn là đài sen, ở trung tâm của mạn-đà-la.

Bốn đức Như Lai, theo thứ tự từ Đông qua Bắc như sau:

Phương Đông, Bảo Tràng Phật (Ratnaketu). Ngài là hình ảnh của Bồ-đề Tâm (*bodhicitta*). Bảo tràng làm tiêu xí cho sự phát Bồ-đề tâm. Dưới cội bồ-đề, Như Lai đã giương cao tiêu xí này mà đánh bại binh chúng Ma, thành tựu Vô Thượng Chánh Giác.

Phương Nam, Khai Phu Hoa Vương Như Lai (*Kusumita-rāja*), an trụ trong Ly Cấu Tam-muội (*vimala-samādhi*), bằng hạt giống Bồ-đề tâm mà vun trồng và phát triển thành vô số hành động của đại bi, như đóa hoa nở rộ.

Phương Tây, Vô Lượng Thọ Như Lai (*Amitayus*), biểu hiện Báo Thân hay Thọ Dụng Thân của Phật (*Sambhoga-kāya*), kết quả của vô số công đức tu tập, với hình ảnh hoa sen hàm tiếu.

Phương Bắc, Thiên Cổ Lôi Âm Phật (*Divyadundubhi*), biểu hiệu phẩm tính của Niết-bàn; được ví dụ như chiếc trống trời, vốn không hình tướng nhưng âm vang rền xa. Đó là pháp âm của Như Lai được công bố.

Ở bốn phương góc là bốn Đại Bồ-tát. Phương Đông Nam, Phổ Hiền Bồ-tát (*Samantabhadra*). Đông Bắc, Quán Tự Tại Bồ-tát (*Avalokiteśvara*). Tây Nam, Diệu Cát Tường Đồng Tử (*Mañjuśrì-kumàra*). Tây Bắc, Từ Thị Bồ-tát (*Maitreya*).

Chung quanh trung đài bát diệp viện gồm bốn lớp, mỗi lớp có bốn viện. Mỗi viện biểu thị một phương diện độ sinh của Phật.

Cả hai bộ mạn-đà-la cũng có thể tượng trưng như hai bàn tay. Bàn tay mặt là Kim Cang Giới. Từ ngón út cho tới ngón cái, theo thứ tự: Về năm uẩn, ngón út là sắc uẩn, và lần lượt là thọ uẩn, tưởng uẩn, hành uẩn và thức uẩn. Về năm đại, năm loại trí, và năm vị Như Lai cũng theo thứ tự tương xứng đó. Về các ba-la-mật, tính từ ngón út: bố thí, trì giới, nhẫn nhục, tinh tấn cho đến ngón cái là thiền định ba-la-mật.

Bàn tay trái là Thai Tạng Giới; cũng tính từ ngón út cho đến ngón cái theo thứ tự, với năm đại, năm uẩn, v.v… như bàn tay mặt. Về các ba-la-mật: huệ, phương tiện, nguyện, lực và trí.

Như vậy, khi hai bàn tay hiệp lại, trọn vẹn cả Bi và Trí của Phật. Đàn tràng chẩn tế được bố trí dựa trên căn bản vũ trụ luận khái lược, với một ít thay đổi. Đơn giản mà nói, đàn tràng được bố trí như là thâu gọn thế giới vũ trụ thành một thực tế hiện hữu cụ thể trước mắt. Lời chú trong *Du Già Tập Yếu* của Bất Không Tam Tạng[5], dưới đoạn nói về kết ấn hiện đàn (ấn kết theo thế Kim Cang Quyền, mười ngón tay móc tréo vào) có ghi; "Đặt ấn này trước mình, tức khắc cả hư không giới đều trở thành đại mạn-đà-la." [6].

Mục đích của sự bố trí này là cốt khai triển năng lực gia trì hỗ trợ của Phật (*adhiṣṭhānādhiṣṭhita*). Mật giáo nói: Phật thể hiện phương tiện độ sinh của Ngài bằng vào uy lực gia trì. Gia trì về ba phương diện, mà thuật ngữ gọi là "Tam Mật Du-già", tương xứng theo ba hành nghiệp của một chúng sinh: thân, miệng và ý. Sự gia trì, tức uy lực hỗ trợ của Phật, được thể hiện nơi thân của một chúng sinh qua các tư thế ngồi và các thủ ấn, nghĩa là các ngón tay của hai bàn tay giao nhau trong một tư thế nào đó đã quy định. Gia trì nơi miệng được thể hiện qua sự tụng niệm các chân ngôn. Ý mật gia trì nhờ sự quán tưởng về hình tướng Phật hay các văn tự theo lối viết Brahmī mà trong Phật Giáo gọi là tự mẫu Tất-đàm (*siddhaṃ*).

II.

Sau khi thiết trí đúng pháp Đàn Tràng Mạn-đà-la, và thể hiện đầy đủ Tam Mật Du-già, người chủ trì, gọi là Gia Trì Sư, được coi như hóa thân của Phật, thay Ngài thuyết giới cho chúng hữu tình. Bài thỉnh sư do sư thị giả hay người trợ lễ đọc trước khi đăng đàn chẩn tế, nói:

寶座高高無礙 *Bảo tọa cao cao vô ngại*
上有天垂寶蓋 *Thượng hữu thiên thùy bảo cái*
請師那步登亶 *Thỉnh sư na bộ đăng đàn*
代為 孤 魂 說 戒 *Đại vị cô hồn thuyết giới.*

(Bảo tọa cao vời không ngại, trên có trời giăng lọng báu. Thỉnh Sư dời bước lên đài, vì cô hồn mà thuyết giới).

Sư Gia Trì đứng dưới đàn đáp:

圓明一點本非空 *Viên minh nhất điểm bổn phi không*
了證無為向上宗 *Liễu chứng vô vi hướng thượng tông*
三世諸佛哪一步 *Tam thế chư Phật na nhất bộ*
權留寶座即吾登 *Quyền lưu bảo tọa tức ngô đăng.*

(Một điểm ngời sáng, tròn đầy, vốn không phải là không hư. Từ đó mà hoàn toàn chứng nhập vô vi, là tông chỉ siêu việt. Ba đời chư Phật không hề đến hay đi. Nhưng tôi sẽ bước lên bảo tọa được lưu lại nơi đây bằng phương tiện quyền xảo).

Đó là xác nhận bản thân và bản nguyện của Phật, rồi xác nhận sự tin tưởng về Tam Mật Gia Trì nơi mình. Sự xác nhận này là một phát biểu về tư tưởng triết lý của Đại Thừa, không phải riêng của Mật giáo. Bản tánh của các pháp là Tánh Không, vì do tương quan mà hiện khởi. Nhưng có hiện khởi tức không thuần là không hư. Cho nên hiệu là Như Lai, đúng như bản tánh của Pháp mà đến và cũng như các pháp mà đi. Trong tuyệt đối, Như Lai không đi cũng không đến. Vậy, bảo tòa cao vọi kia phía trên có chư thiên trương dù lọng ra che, là sự hóa hiện từ phương tiện đại bi tâm, Phật của Phật, cũng bằng vào đại bi tâm đó, Gia Trì Sư sẽ bước lên bảo tọa vốn thiết trí dành cho ngài.

Sau khi bước lên bảo tọa, phần nghi lễ mở đầu có bài tán khởi, nói:

會起蒙山最勝緣 *Hội khởi Mông Sơn tối thắng duyên*
覺皇垂範利人天 *Giác Hoàng thùy phạm lợi nhân thiên*
經宣祕典超塗炭 *Kinh tuyên bí điển siêu đồ thán*
教演真乘救倒懸 *Giáo diễn chân thừa cứu đảo huyền*
難陀尊者因習定 *Nan-đà Tôn Giả nhân tập định*
救苦觀音示面燃 *Cứu khổ Quan Âm thị Diện Nhiên*
興慈濟物真三昧 *Hưng từ tế vật chân tam muội*
感果叨恩萬古傳 *Cảm quả thao ân vạn cổ truyền.*

(Do nhân duyên đặc biệt mà Hội Mông Sơn được tổ chức. Đức Giác hoàng đã chỉ dạy một nghi thức làm lợi ích cho cả chư thiên và loài người. Lời kinh nêu rõ pháp điển bí mật có khả năng siêu hóa từ chốn lầm than. Giáo thuyết diễn rộng ba thừa để cứu vớt khổ đau bị treo ngược. Tôn Giả Nan-đà nhân bởi lúc tập định; lúc đó Bồ-tát Quan Âm, vì để cứu khổ, nên hiện thân làm Quỷ Diện Nhiên (quỷ mặt lửa). Từ đó, nêu cao đức từ bi, cứu tế vật loại, là tam-muội chân thật. Quả được chiêu cảm, ân được ban cho, lưu truyền vạn cổ).

Hội khởi mông sơn chỉ cho khoa nghi chẩn tế được tập thành bởi ngài Mông Sơn. Nhưng khởi thủy vốn là do bi nguyện của đức Giác Hoàng, tức Phật. Ngài đã phương tiện thiết lập nghi thức này

5 Du-già tập yếu cứu A-nan đà-la-ni Diệm khẩu quỹ nghi kinh, Đường Bất Không dịch; Đại XXI, No. 1318.

6 Về đại mạn-đà-la, xem phụ chú I.

là làm lợi ích cho các cõi trời và người.

Khoa nghi thí thực này được truyền sang Trung Hoa từ đời Đường do Bất Không Tam Tạng, một truyền nhân của Mật giáo. Gọi đủ là Bất Không Kim Cang, tên dịch từ tiếng Phạn là Amoghavajra, người Bắc Ấn, thuộc dòng dõi Bà-la-môn. Trong số những kinh điển và khoa nghi của Mật giáo do ngài dịch, các tác phẩm liên hệ khoa thí thực cô hồn gồm có: *Phật thuyết cứu bạt diệm khẩu ngạ quỷ đà-la-ni kinh*[7], *Thí ngạ quỷ ẩm thực cập thủy pháp*[8], *Du-già tập yếu cứu A-nan đà-la-ni Diệm khẩu quỷ nghi kinh*[9] và *Du-già tập yếu diệm khẩu thí thực nghi*[10].

Trong hai tác phẩm, *Diệm khẩu kinh* nói về nguyên nhân Phật dạy phép thí thực cô hồn. Bởi vì, vào một lúc nọ, giữa đêm khuya, ngài A-nan trong khi đang ngồi tu tịnh tại chỗ vắng, bỗng thấy một con quỷ gọi là Diệm Khẩu, miệng đỏ rực như lửa, thân hình quái dị ghê gớm, bảo A-nan ba ngày nữa ngài sẽ chết. A-nan nghe nói hoảng hồn, sáng hôm sau chạy tìm Phật hỏi phương tiện. Phật mới dạy phương pháp thí ngạ quỷ. Trước hết, phải theo một bậc thầy, mà Mật giáo gọi là A-xà-lê (*ācāriya*), đã chứng đến chỗ Du-già Thậm Thâm Tam Muội mà thọ pháp, học pháp Vô Thượng Đại Bồ-đề Tâm, thọ Tam Muội Giới, nhập Đại Mạn-đà-la, chịu phép Quán Đảnh (tức phép truyền đạo bằng cách rưới nước lên đầu). Đàn tràng thì thiết trí theo Tam-muội-da Mạn-đa-la (*samaya-maṇḍala*). Ở đây, Đại Mạn-đa-la là tổng thể của các mạn-đà-la khác, an trí hình vẽ các Bổn Tôn Du-già với các biểu hiệu cầm tay và thủ ấn, mỗi vị theo một dấu hiệu riêng nói lên bản thệ độ sinh của Ngài; chữ tam-muội-da (*samaya*) nơi đây có nghĩa là bản thệ.

Về quyển *Du già Tập yếu Diệm khẩu thí thực nghi*, đoạn đầu có phần giới thiệu gốc tích, đại khái giống như *Diệm khẩu kinh*. Trong khoa nghi này, không nói cách bố trí đàn tràng nữa, mà chỉ trình bày các thủ ấn... các mật chú và các nghi thức tụng niệm. Đầu tiên là nghi thức sái tịnh đàn tràng, mặc niệm chú Đại luân minh vương và thủ ấn. Kế đó, thỉnh thập phương vô tận Tam bảo, Kim cang mật tích, Vệ pháp thần vương, vân vân, với thủ ấn "hiện đàn". Mỗi phần về sau cũng đều có thủ ấn và mật chú như vậy. Phần cuối hết là văn tế thập loại cô hồn[11], phần này không có thủ ấn.

Trong một bài tựa cho *Du già diệm khẩu thí thực yếu tập*, Bảo Hoa viết dưới thời vua Khang Hy, có dẫn sự lưu hành của khoa nghi này, nói rằng, nghi quỹ mà A-xà-lê Bất Không truyền, ngài Hải Thượng cho là quá đơn giản, nên soạn thêm. Về sau, ngài Thiên Cơ lại bớt đi những chỗ rườm rà, cho đến ngài Vân Thê hiệu đính lại lần nữa. Như vậy, sở dĩ không để quá đơn giản là muốn cho sự thực hành có vẻ long trọng. Nhưng cũng không quá rườm rà, bởi vì thời gian cúng thí không được kéo dài quá giờ hợi; vào giờ này, quỷ thần không ăn uống gì được nữa.

Tại Việt Nam, không rõ khoa nghi này được truyền vào lúc nào và do ai[12]. Nhưng gần đây cũng

---

7 Đại XXI. No. 1313. Tham chiếu, Phật thuyết cứu Diện nhiên ngạ quỷ đà-la-ni thần chú kinh, Đường Thật-xoa-nan-đà dịch; Đại XXI, No. 1314. Đại XXI. No. 1313. Tham chiếu, Phật thuyết cứu Diện nhiên ngạ quỷ đà-la-ni thần chú kinh, Đường Thật-xoa-nan-đà dịch; Đại XXI, No. 1314.

8 Sđd, Đại XXI, No. 1317.

9 Đại XXI, No.1318. Tham chiếu, Du-già tập yếu Diệm khẩu thí thực khởi giáo A-nan-đà tự do, Đường Bất Không dịch, Đại XXI, No.1319.

10 Vô danh dịch, Đại XXI, No.1320. Tham chiếu, Phật thuyết thí ngạ quỷ cam lộ vị đại đà-la-ni kinh, Đường Bạt-đà-mộc-a dịch, Đại XXI, No.1321.

11 Về thập loại cô hồn, theo liệt kê của Du-già tập yếu Diệm khẩu thí thực nghi, Đại XXI, tr. 483b: 1. Thủ hộ quốc giới:những oan hồn "vị quốc vong thân." 2. Phụ tài khiếm mạng: chết vì oan gia trái chủ, nợ nần, trụy thai. 3. Khinh bạc Tam bảo: bất hiếu, bội nghịch vô đạo. 4. Giang hà thủy nịch: thương khách chết sông chết biển. 5. Biên địa tà kiến: những người sống tại biên ải hẻo lánh. 6. Ly hương khách địa: cô khổ phiêu bạt, chết đường chết sá. 7. Phó hỏa đầu nhai: tự tử, nhảy sông, nhảy núi, chết đâm, chết cháy. 8. Ngục tù trí mạng: chết trong ngục tù. 9. Nô tì kết sứ: nô lệ cùng khổ, chết vì đày đọa lao dịch. 10. Manh lung ám á: đui, què, câm, điếc, không người chiếu cố. Thập loại theo khoa nghi Mông sơn, và thập loại trong văn tế Nguyễn Du có vài chỗ không đồng nhất.

12 Đại Việt sử ký toàn thư, quyển 4: triều Lý Anh tông, niên hiệu Đại định 11 (1150), Đỗ Anh Vũ bị tội. Để cứu tình nhân của mình, Lê Thái hậu tổ chức nhiều pháp hội, và vua ban hành lệnh đại xá thiên hạ. Nhờ vậy, Anh Vũ được hưởng lây, và lần lần phục chức. Không hiểu các pháp hội này có lập trai đàn hay không. Thiền uyển tập anh: Tăng thống Huệ Sinh, tịch năm Gia khánh thứ 6 (1064), đời vua Lý Thánh tông, có để lại tác phẩm Pháp sự trai nghi, rất có thể có nói đến nghi thức chẩn tế. Nhà Nguyễn, các Chúa thường hay tổ chức các pháp sự hay trai đàn tại chùa Linh mụ. Theo tiểu sử chùa, năm giáp ngọ, dưới thời có ít nhất ba diễn Nôm về phần văn thỉnh thập loại, dịch từ nguyên văn chữ Hán. Bản diễn Nôm được lưu hành nhất là của Hòa Thượng Bích Liên, suốt từ Nha Trang cho tới Bình Định, ai cũng coi bản Nôm này là hay nhất.

III.

Đường bạch dương bóng chiều man mác
Ngọn đường đê lác đác mưa sa
Lòng nào lòng chẳng thiết tha
Cõi dương còn thế nữa là cõi âm

(Nguyễn Du, *Văn tế thập loại chúng sinh*)

Vào những năm đầu thập niên 70, do chiến tranh gây ra nhiều cảnh chết chóc hãi hùng, khoa nghi chẩn tế được thực hiện rất nhiều, nhất là tại Huế. Hầu như tháng nào ở đây cũng có ít nhất một đàn.

Sống lưng chừng giữa cái sống và cái chết, người sống đã không thể nói được những uất hận chính mình, thì mượn ẩn tình tha thiết của người chết mà nói thay:

Thương thay thập loại chúng sinh
Phách đơn hồn chiếc lênh đênh quê người
Hương khói đã không nơi nương tựa
Phận mồ côi lần lữa đêm đêm
Còn chi ai khá ai hèn
Còn chi mà nói ai hiền ai ngu.

(Nguyễn Du, sđd.)

Nếu gác qua tính chất tôn giáo, cùng nền tảng triết lý của nó, khoa nghi chẩn tế được đem ra thực hiện ở nhân gian, một cách nào đó, là những tiếng than ai oán, và uất ức, của những con người cô khổ, sống kiếp lưu linh đày đọa. Tác dụng văn chương của nó có thể thấy rõ qua kiệt tác *Văn tế thập loại chúng sinh* của Nguyễn Du.

Nghi thức thực hành vẫn y nguyên chữ Hán[13], người không học chữ Hán tất nhiên không thưởng thức được khí vị văn chương trong đó. Tuy nhiên, khi đến đoạn thỉnh thập loại chúng sinh, bấy giờ thường gần khoảng giữa khuya tĩnh mịch, điệu thỉnh theo giọng *ai* của các kinh sư, mỗi người thay nhau đọc một đoạn, thì dù không hiểu lời văn, nhưng giọng văn vẫn có tác dụng truyền cảm đặc biệt. Cho nên, khi thiết lễ Chẩn Tế, không những người ta chỉ thỏa mãn một khía cạnh tín ngưỡng tôn giáo nào đó, mà còn là bị lôi cuốn bởi sức tác dụng văn chương và nghệ thuật qua giọng điệu thành khẩn thiết tha của nó.

Người nghe mà hiểu, thì có thể thấy cái đặc vị văn chương của nó là không lấy người sống làm đối tượng. Tình tự nồng nàn được phát tiết như là những tiếng ngậm hờn thiên cổ, sống không nói được, chết chôn vùi theo cát bụi. Văn chương điêu luyện và tao nhã[14], ý tứ thì thâm trầm mà nhiều ray rức. Người sống mà nghe được thì cũng có thể nghe ra một nỗi đời hư huyễn nào đó. Giấc mộng công hầu khanh tướng hay khát vọng trường sanh muốn đem sắc thân tứ đại giả hợp này mà vượt thoát ra ngoài cõi trần hoàn, tất cả rốt cuộc đều trở thành những nỗi oan khuất bị nhận chìm xuống đáy biển.

Dưới đây trích đoạn thỉnh:

Nào những kẻ tính đường kiêu hãnh
Chí những làm cất gánh non sông

(Nguyễn Du, sđd.)

Đó là lời thỉnh những oan hồn lúc sống lăm le giấc mộng bá vương. Văn thỉnh chữ Hán nói:

(Sư Gia Trì đọc, giọng *ai*):

Lụy triều đế chúa, lịch đại hầu vương; cửu trùng điện khuyết cao cư, vạn lý sơn hà độc cứ.

累朝帝主歷代侯王九重殿闕高居萬里山河獨踞

(Một Kinh Sư bạch, cũng giọng *ai*):

Tây lai chiến hạm, thiên niên vượng khí nga thâu; bắc khứ loan dư, ngũ quốc oan thanh vị đoạn.

西來戰艦千年王氣俄收北去鸞輿五國冤聲未斷

(Tất cả cùng xướng):

Ô hô!

(Vị Kinh Sư tiếp):

Đỗ quyên khiếu lạc đào hoa nguyệt
Huyết nhiễm chi đầu hận chánh trường
杜鵑嘯落桃花月
血染枝頭恨正長

Diễn Nôm của Hòa Thượng Bích Liên:

Trước thỉnh kẻ hoàng vương đế bá
Triều đại xưa trải qua biết bao
Đền đài chín lớp ở cao
Non sông muôn dặm chén vào một tay
Thuyền chiến phút đổi dời vượng khí

Chúa Nguyễn Phúc Chu, chùa được trùng tu, nhân đó, Chúa cho tổ chức đại trai đàn. Gia long năm thứ 2 (1803), Vua tổ chức trai đàn bạt độ cho các quan linh tử trận. Ngoài ra còn nhiều tư liệu khác để có thể viết được sự phát triển và phổ biến trai đàn chẩn tế. Nhưng việc ấy dành cho các nhà viết sử. Ở đây chỉ đề cập đại khái.

13 Cũng có bản dịch nôm, như của HT Bích Liên. Nhưng các thầy vì sính chữ Hán nên ít ai chịu làm theo khoa nghi tiếng Việt.

14 Thực tế thì văn thỉnh thập loại chữ Hán không phải là áng văn chương nổi tiếng của Trung hoa. Văn từ phần nhiều sáo rỗng, nhiều điển tích vô hồn. Nhưng được cho là hay, vì thói quen. Và cũng do trình độ thưởng thức văn chương của người nghe.

Xe loan còn rủ rỉ oan thanh
Hỡi ôi!
Đỗ quyên kêu suốt tàn canh
Máu hờn nhuộm mãi trên cành đào hoa.

Mộng tranh hùng tranh bá, làm chúa làm vua, nay chinh Nam mai tảo Bắc. Nhưng rồi từng đêm suốt những canh dài, từng tiếng quốc kêu rủ rỉ, màu sương trăng lạnh phủ trên cánh hoa đào, dòng máu oan thiên hận sự bất thành nhuộm đỏ đầu cây ngọn cỏ. Vậy thì, giang sơn như họa còn đó, mà anh hùng hào kiệt một thời ở đâu, và đâu là ảo vọng của đời người?

Nói chi đương thuở thị hùng
Tưởng khi thế khuất vận cùng mà đau
Bỗng phút đâu lò bay ngói lở
Khôn đem mình làm đứa thất phu
Giàu sang càng nặng oán thù
Máu tươi lai láng xương khô rã rời
Đoàn vô tự lạc loài nheo nhóc
Quỷ không đầu van khóc đêm mưa
Đã hay thành bại là cơ
Mà u hồn biết bao giờ cho tan

(Nguyễn Du, *sđd.*)

Nhưng cũng có kẻ lúc sống đành cho thân và danh của mình cùng mục nát với cỏ cây, tìm những chỗ Đào Nguyên hay Lãng Uyển để tu chơn dưỡng tánh. Nhưng:

Tam hoa cửu luyện, thiên tào vị hứa tiêu danh,
Tứ đại vô thường, địa phủ nan dung chuyển hạn.
三花九煉天曹未許標名
四大無常地府難容轉限

Thuốc trường sinh đã mấy lần luyện, nhưng cung trời chưa ghi vào sổ trường sinh, mà cõi đời nông nổi thì không khứng diên trì thời hạn:

Ô hô!
Lâm quán yên hàn đơn[15] tảo lãnh
Tiếu đàn phong thảm hạnh hoa hi!
呜呼
臨觀煙寒蟬噪冷
焦壇風慘杏花希
Lò đơn lâm quán[16] lạnh sương
Tiếu đàn[17] gió thảm thổi tàn hạnh hoa.

(HT. Bích Liên *dịch*)

Giấc mộng trường sinh bất tử, chẳng lẽ trong thoáng chốc chỉ còn ký thác cho ngọn gió gào thét hồn oan?

Chỗ khác là những bậc nuôi chí xuất trần, chống tích trượng phất phơ trên đỉnh núi cao vòi vọi. Nhưng rồi, "chuỗi hạt lần không mòn vách đá", thì than ôi:

Hoàng hoa thúy trúc, không đàm bí mật chân thuyên,
Bạch cổ lê nô, đồ diễn khổ không diệu kệ.
Ô hô!
Kinh song lãnh tẩm tam canh nguyệt
Thiền thất hư minh bán dạ đăng
黃花翠竹空談祕密真詮
白牯黎奴徒演苦空妙偈
嗚呼
經窗冷寢三更月
禪屋虛冥半夜燈
Làng hoa trúc nào câu mật đế
Nhà cổ nô[18] vấn kệ khổ không
Hỡi ôi!
Kinh song trăng thảm lạnh lùng
Nhà thiền leo lét đèn chong canh dài.

(HT. Bích Liên *dịch)*

Cuối cùng, người ta tự hỏi: ước mong muôn thuở của nhân sinh là gì? Mối hận mà lúc sống đã không xong, bấy giờ chôn vùi dưới đất nghìn năm, biết bao giờ mối hận mới đông thành một viên ngọc bích long lanh? Nhưng cũng có thể:

Nhờ phép Phật siêu sinh tịnh độ
Phóng hào quang cứu khổ độ u
Rắp hòa tứ hải quần chu
Não phiền trút sạch, oán thù rửa không.

(Nguyễn Du, *Văn tế thập loại chúng sinh).*

Phụ chú về MANDALA

I. Ý NGHĨA

Tiếng Phạn, *maṇḍala*, Hán phiên âm thông dụng là *mạn-đà-la* 曼陀羅.Các phiên âm khác: *mạn-tra-la* 曼吒羅, *mạn-đồ-la* 曼荼, *mạn-noa-la* 曼 拏 羅, … chỉ đàn tràng tác pháp, hay hành trì bí pháp của Mật giáo. Đó là khu vực cấm chế các quỷ thần xâm nhập. Bên trong thiết trí các hình tượng hay biểu tượng, hay các ký tự tượng trưng một ý nghĩa nào đó. Đàn tràng có thể là hình vuông hay hình tròn. Nhưng thông thường được vẽ bằng hình tròn, nên Hán dịch nghĩa là *luân viên* 輪 圓, hay *luân viên cụ túc* 輪圓具足. *Đại nhật kinh sớ,* quyển 4 giải thích:

"Mạn-đồ-la, có nghĩa là *phát sinh*. Tức là điều mà ở đây Kinh gọi là *Phát sinh Chư Phật mạn-*

---

15 Nguyên âm Hán là thiền (con ve), nhưng quen đọc là đơn.

16 Đền hay miếu, nơi thờ tự của đạo sĩ.

17 Chỉ đàn cúng tế của đạo sĩ.

18 Bạch cổ lê nô: con bò trắng và nô lệ đen; chỉ chuông mõ nhà chùa.

*đồ-la*發生諸佛曼荼 羅 (*Sarvabuddhasambhava-maṇḍala*). Gieo hạt giống Bồ đề (*bodhibīja*) vào trong mảnh đất tâm của Nhất thiết trí(*sarvajñāna-cittabhāmi*), rồi tưới nhuần bằng nước đại bi (*mahākaruịavāri*), soi rọi bằng mặt trời đại tuệ (*mahāprajñāsūrya*), cổ động bằng ngọn gió đại phương tiện (*mahopāyavāyu*), che bằng bầu trời đại không (*mahāśūnyākāsa)* bao la vô ngại, nuôi lớn dần chồi non của pháp tánh bất tư nghị (*acintyadharmatākura*) cho đến khi thành cây Phật cao lớn che phủ cả Pháp giới. Vì vậy, nói là *phát sinh.* (…) Mạn-đồ-la còn có nghĩa là *tô lạc* 酥酪, tức là chất béo tinh thuần của sữa đông lại và nổi lên mặt sữa. (…) Do đó, Kinh nói mạn-đồ-la là hương vị vi diệu tối thượng.(…) Bằng phương tiện của ba bí mật (*trayāni guhyāni*), khuấy đều sữa Phật tính của chúng sinh, cho đến trải qua năm vị mà thành chất đề hồ của diệu giác, hòa tan một cách thuần tịnh và vi diệu, nhưng không hề thêm bớt tự bản chất. Tập hội tất cả Kim cang trí ấn (*Vajrajñānamudra*) mà thành hương vị tối thượng đệ nhất trong các vị cam lộ (*amṛtarasa*) chân tịnh bất biến."

Tổng quát, theo giải thích trên, mạn-đà-la hay mạn-đồ-la có ba ý nghĩa: *luân viên*, hình tròn của bánh xe. Đây là từ dịch nghĩa tương đương chính xác với từ Phạn *maṇḍala*. Thứ hai, *phát sinh,* dịch nghĩa của từ Phạn *udbhava* hay *sambhava*. Thứ ba, *đề hồ*, coi *maṇḍala* như là từ phái sinh của *maṇḍa*. Từ ý nghĩa thứ ba này, về sau được chuyển thành ý nghĩa *tập hội.* Theo nghĩa này, mạn-đà-la là chỗ tập hội của Phật, Bồ-tát và Thánh chúng.

Phân loại theo hình thức, có bốn loại mạn-đà-la: Đại mạn-đà la, Tam-muội-da mạn-đà-la, Pháp mạn-đà-la và Kiết-ma mạn-đà-la.

Đại mạn-đà-la? 大曼荼羅 (*Mahā-maṇḍala*): đàn tràng trong đó an trí hình tượng các Bổn tôn.

Tam-muội-da mạn-đà-la 三昧耶曼荼羅 (*Samayamaṇḍala*); tam-muội-da, tiếng Phạn, dịch là *bản thệ* ? 本誓. Đây là đàn tràn bố trí các biểu tượng của các Bổn tôn. Các biểu tượng này tượng trưng cho bản thệ và phương tiện độ sinh của các Ngài.

Pháp mạn-đà-la 法曼荼羅 (*Dharmamaṇḍala*) tức đàn tràng hay đồ hình trong đó bố trí các chủng tử tự (*bījākṣara*), tức các ký tự, hoặc nguyên âm hoặc mẫu âm. Mỗi ký tự ký hiệu tự tính của mỗi bổn tôn. *Kiết-ma mạn-đà-la* 羯摩曼荼羅 (*Karmamaṇḍala*), biểu tượng cho sự nghiệp

Đọc tiếp tại trang 52.

Nhất Thanh

ÚP MẶT VÀO VỚI *TRANG KINH*

Câu đúng văn phạm phải là "úp mặt vào trang kinh", sao vẫn nghe thiếu thiếu gì đó! Thêm chữ "với" có vẻ thừa, thôi kệ. Cần gì đúng văn phạm. Đúng cho người, nhưng lại chẳng đúng với ta, thế thì tại sao không viết đúng cái điều mình nghĩ: *Úp mặt vào với trang kinh!*

Chợt nhớ một giai thoại Thiền, lâu rồi, tra mãi chẳng ra, đại loại:

Tăng hỏi Hoà Thượng:

- Hòa Thượng sao vẫn còn tụng kinh để làm gì?

Hòa Thượng đáp:

– Ta tụng kinh để che mắt.

Tăng hỏi:

– Con bắt chước Hòa Thượng được chăng?

Hòa Thượng đáp:

– Ta tụng kinh để che mắt. Còn mắt ông giùi vào kinh thì đến da trâu cũng lủng!

Trong Đại Huệ Phổ Giác Thiền Sư Ngữ Lục quyển 27 *(Đại 47, 928 trung)* ghi: "Đóng cửa ngồi nhìn vách, đây chính là thuốc hay để dừng tâm; nếu chỉ giùi giấy cũ (toản cố chỉ) thì nhất định sinh ra mầm mống sinh tử từ vô thủy đến nay trong tạng thức".

Ôi! Tụng đọc kinh sách mà không tỏ ngộ thì chỉ là "giùi giấy cũ". Đúng là với con mắt phàm phu đầy tư biện của chúng ta mà tụng đọc kinh sách thì da trâu cũng lủng chứ nói gì đến giấy mỏng của trang kinh!

Nhưng không! "Giùi giấy cũ" chỉ là sự phê phán của mấy ông Thiền sư, chỉ trích những kẻ chỉ biết

tầm chương trích cú. Trong thiền lâm chẳng đã từng dạy: "Y kinh giải nghĩa tam thế Phật oan. Ly kinh nhất tự tức đồng ma thuyết". Làm sao để chẳng đồng với thuyết của tà ma ngoại đạo? Chỉ còn biết quay về úp mặt vào với trang kinh!

Ngoài kia người ta ác quá, lôi cả ông Phật của 26 thế kỷ trước ra ngụy biện để phê phán cuộc đời thói hư tật xấu, nhân danh lý trí, trí thức, nhân danh cao thượng, khôn ngoan, cưỡng từ đoạt lý, phán không chừa chút sỉ diện tối thiểu còn sót lại, kiêu căng, đắc thắng, trong khi một chút hơi thở chánh niệm để bảo toàn nhân cách còn không có, thì nói chi đến hay dở đúng sai. Điều quý báu nhất của người con Phật, nhất là trong mùa An cư Kiết hạ của chư Tăng, chẳng cần phân bua tranh biện, lặng lẽ quay về úp mặt vào với trang kinh.

Úp mặt vào với *Hoa Nghiêm,* thấy mười cánh huyền môn mở ra phơi phới, cùng Thiện Tài Đồng Tử đi vào pháp giới, gặp Đức Mạn Thù Thất Lợi dắt đi gặp Phổ Hiền, lạy từng hạt bụi trong mười phương cõi nước để thâm tạ duyên sanh trùng trùng vô tận, để thương mình, để yêu người, nào có còn kẻ oán với người thân.

Úp mặt vào với *Tứ A-hàm*, thấy cùng với ngàn vị Tỳ-kheo theo chân Phật, ôm bình bát đi vào tụ lạc khất thực. Thấy mỗi nhánh lá, cành hoa, vầng nhật nguyệt đầu non, ánh tinh cầu đáy nước, tất cả đều thơ mộng, hiền hòa, và nhiệm mầu như thể, như thế, như nhiên.

Úp mặt vào với *Bát-nhã,* thấy ta với người là một, thấy ta và cảnh không hai. Thấy nỗi tức giận đêm qua thành chất liệu thanh lương sáng sớm. Nghe những lời mắng chửi bữa nọ như bản giao hưởng tuyệt vời. Giọt lệ của ngày hôm qua biến thành mưa của ngày hôm nay. Ai còn lưỡng lự đâu nơi, nhờ gươm báu chặt đứt rời sắc không. Bao nhiêu phiền muộn viển vông, chợt rơi rụng hết như không một chiều.

Úp mặt vào với *Pháp Hoa*, thấy giọt sương mai chiếu diệu lung linh nghìn pháp giới. Thấy mình bỗng dưng giàu sang cao cả, trí thức lên nhiều. Thấy lại tuổi thơ cùng bạn bè nắn viên đất sét thành ông Phật rồi sụp lạy nam-mô, rồi được Phật cho lên ngắm tòa Đa Bảo, hạnh phúc khi biết mình rồi cũng sẽ được dự hội A-nậu-đa-la.

Úp mặt vào với *Niết-bàn*, thấy mỗi phút giây đều hàm tàng bí mật, mỗi sự việc đều tổng nhiếp an nhiên. Từ bữa nọ tới bữa nay, từ mỗi phút giây hay từ vô lượng kiếp giữa thiên thu vời vợi, có gì để nói, có gì để bàn. Cố gắng lập bày chân ngụy để tranh biện hơn thua, chẳng bằng hớp một ngụm trà thơm nơi đầu lưỡi rồi hít thở an nhiên.

Vâng! Úp mặt vào với trang kinh, để về thương mẹ kính cha, thờ thầy mến bạn. Úp mặt vào với trang kinh, để thương quý người hành khất bên đường giống như thương kẻ rong rêu đầu đường xó chợ, bãi rác gầm cầu. Bạn đang bị mắc nợ ư? Bạn đang bị tấn công ư? Bạn đang được xưng tụng ư? Bạn đang bị tình phụ ư? Bạn ơi! Tôi chẳng thể trả nợ giùm cho bạn. Tôi chẳng thể bảo hộ được cho bạn. Tôi chẳng dìm bạn xuống, tôi cũng chẳng kéo được bạn lên. Nhưng tôi muốn nói, bạn hãy tin tôi đi, quay về úp mặt vào với trang kinh, ngay trong mùa hè này nhé. Bạn nhìn thấy không? Quý thầy, Tăng Ni khắp chốn, với chiếc y vàng, khuôn mặt an nhiên và nụ cười ý nhị, đang phủ phục dưới chân Phật, và nhẹ nhàng tụng đọc Tôn kinh.

Tôi xin mượn một câu thơ của Phạm Thiên Thư trong *Đưa Em Tìm Động Hoa Vàng*, bối cảnh có thể khác nhau, nhưng lối về chỉ một, để kết thúc bài viết vu vơ này bạn nhé:

"Tiếng em hát giữa giáo đường
Chúa về trong những thánh chương bàng hoàng". ■

Thùy Ngữ thất,
Bồ lụu nguyệt năm Giáp Thìn
(Từ: phatviet.info)

Nguyên Giác

Hãy thiền như một kẻ khờ

Hãy thiền như một kẻ khờ? Vâng, cần phải tế nhị chữ nghĩa, khi nói về chuyện nên thiền như một kẻ khờ. Bởi vì Phật Giáo là con đường trí tuệ, không thể nào có chuyện tu hành theo một kiểu khờ khạo, ngu ngơ. Hẳn nhiên phải là có ý nghĩa ẩn mật, khi nhiều Thiền sư tự nhận là kẻ ngu, kẻ khờ, mặc dù quý ngài rất là uyên bác kinh điển. Và, ngay cả trong thời Đức Phật sinh tiền, vẫn có những kẻ ngu khờ chứng quả A la hán để giải thoát.

Chỗ này chúng ta cần phân minh chữ nghĩa. Đúng là, căn cơ cũng có người nhanh kẻ chậm. Nói người nào ngu hay khờ là bất nhã. Nhưng nói thế, vì sách cổ từng nói như thế. Điều kiện để có hy vọng giải thoát, bất kể ở căn cơ nhanh hay chậm thế nào, là phải có niềm tin kiên cố vào Tam Bảo, biết thâm tín luật nhân quả, có chánh kiến. Còn chuyện tu nhanh hay chậm, hiểu kinh nhanh hay chậm… lại là chuyện khác. Bởi vì, thiếu chánh kiến là sẽ hỏng, là dễ rơi vào tà kiến để rồi cho rằng có một cái tiểu ngã nào đó cần được đại ngã cứu vớt, hay sẽ tin vào chuyện hồn xác ngày sau sống lại.

Hình minh họa: Ryōkan and Teishin by Yasuda. Nguồn: Internet

Trong lịch sử Thiền Tông Nhật Bản có một Thiền sư nổi tiếng, trong pháp danh có nghĩa "Kẻ rất mực là ngu" nhưng ngài thực sự là một nhà thơ lớn, một nhà thư pháp nổi tiếng: (1758-1831), tên phiên âm là Lương Khoan Đại Ngu. Ngài là một Thiền sư thi sĩ dòng Tào Động ở Nhật Bản. Ryōkan được nhớ đến nhờ thơ ca và thư pháp, thể hiện tinh hoa của đời sống Thiền. Thơ của Ryōkan đa dạng, từ thơ chữ Hán theo thể Đường luật, đến các thể thơ riêng của Nhật Bản như waka và haiku. Cuộc đời và những dòng thơ của ngài gắn liền nhau trong khung lịch sử thơ mộng của Thiền Tông Nhật Bản.

Một chuyện kể rằng, một đêm, một tên trộm đến thăm túp lều của Ryōkan dưới chân núi và thấy không có gì để trộm. Ryōkan quay lại và thấy anh này. Nhà sư nói, "Bạn đã đi một chặng đường dài để đến thăm tôi, và bạn không nên trở về tay không. Hãy lấy quần áo của tôi làm quà". Tên trộm bối rối. Anh ta lấy quần áo và lẻn đi. Ryokan ngồi trần trụi ngắm trăng, trầm tư, "Tội nghiệp anh bạn. Ước gì tôi có thể tặng anh ta mặt trăng xinh đẹp này". Câu chuyện này có thể là sự diễn giải một bài thơ haiku của Ryōkan:

Tên trộm để lại phía sau:
mặt trăng
nơi cửa sổ của tôi.

Như thế, ngài rất mực trí thức và từ bi. Sao gọi là ngu hay khờ được. Trong Thiền sử Trung Hoa thế kỷ thứ 9 cũng có ngài Đại Ngu (nối pháp Quy Tông Trí Thường). Cũng chính ngài Hoàng Bá khuyên ngài Lâm Tế Nghĩa Huyền tới tham học với ngài Đại Ngu. Hiển nhiên, rất mực bí ẩn, khi một số Thiền sư tự nhận là ngu, là khờ, là ít chữ, là nhà quê, thậm chí có khi còn tự nhận là chỉ đọc Kinh vô tự (Kinh không chữ), hay chỉ là kẻ không dùng lời nói (như ngài Vô Ngôn Thông), và có lúc còn nói là tự thấy là nghèo (chữ nghĩa) thê thảm, tới mức không còn có mảnh đất (tâm) nào để cày ruộng nữa…

Trong đời sống bình thường, đã từng bao giờ chúng ta sống trong một tâm thức của kẻ khờ? Nghĩa là, một kẻ tự biết là kiến thức của mình chưa đủ, cần khiêm tốn học nhiều nữa, sẵn lòng chú tâm tới những gì có lợi cho đường học của mình, nơi chúng ta lắng nghe kỹ hơn, nhìn kỹ hơn, tự thấy chung quanh đều là thầy của mình, kể cả cây lá hai bên đường cũng làm chúng ta tò mò? Có lẽ, đó là khi chúng ta vào năm thứ nhất đại học, khi thấy chung quanh mình đều là các giáo sư, các anh chị ở lớp lớn hơn. Thậm chí, chúng ta cũng tự khiêm tốn khi nhìn vào bạn cùng năm thứ nhất, biết đâu chừng bạn này, bạn kia vẫn điểm cao hơn mình.

Chính trong tâm thức tự nhận là kẻ khờ nhất trong thế gian như thế, chúng ta không dám nghịch, chúng ta chỉ mở mắt nhìn kỹ hơn, nghe kỹ, đọc kỹ hơn từng dòng trong các sách giáo khoa mới nhận được. Khi lên năm thứ hai đại học, tự thấy bớt là kẻ khờ, thế là sức học sẽ giảm, không đọc hay nghe kỹ nữa. Bởi vậy, tâm thức của kẻ tự thấy ngu khờ là tâm thức của kẻ toàn lực tu học.

Có một truyện về một nhà sư rất khờ trong Pháp Cú để Đức Phật đọc lên bài kệ 25. Bản Việt dịch của Thầy Thích Minh Châu là:

25. "*Nỗ lực, không phóng dật,*
Tự điều, khéo chế ngự.
Bậc trí xây hòn đảo,
Nước lụt khó ngập tràn".

Nội dung bài kệ 25, đối chiếu với các bản Anh dịch, có nội dung là: "Tinh tấn, không lười biếng, giữ giới luật, phòng hộ các căn, người trí biến thân tâm mình thành một hòn đảo, để không cho nước lụt nào vào được".

Đó là câu chuyện về nhà sư Culapanthaka. Khi đang cư trú tại Tu viện Veluvana, Đức Phật đã đọc Bài kệ 25 và kể chuyện nhà sư Culapanthaka, cháu trai của một chủ ngân hàng ở Rajagaha. Ông chủ ngân hàng có hai người cháu trai tên là Mahapanthaka và Culapanthaka. Anh cả là Mahapanthaka, thường cùng ông nội đi nghe thuyết pháp. Sau đó, Mahapanthaka gia nhập Tăng đoàn và rồi trở thành một vị A la hán. Culapanthaka theo anh mình và trở thành một tỳ kheo. Nhưng vì trong kiếp trước vào thời Đức Phật Kassapa, Culapanthaka đã chế nhạo một vị tỳ khưu rất đần độn, nên sư Culapanthaka sinh ra là một kẻ đần độn trong kiếp hiện tại. Thậm chí học trong 4 tháng mà không thuộc nổi một bài kệ. Mahapanthaka rất thất vọng về em trai và còn nói với em rằng em không xứng đáng với Tăng đoàn.

Lúc đó, cư sĩ Jivaka đến Tu viện mời Đức Phật và các vị Tỳ kheo thường trú đến nhà dùng bữa. Mahapanthaka, người lúc đó chịu trách nhiệm phân công việc mời các tỳ khưu dùng bữa, đã loại Culapanthaka ra khỏi danh sách. Khi Culapanthaka biết được điều này, nên thấy thất vọng và quyết định sẽ quay trở lại cuộc sống của một cư sĩ. Biết ý định đó, Đức Phật đã dẫn Culapanthaka theo và bắt sư này ngồi trước điện Gandhakuti. Sau đó Đức Phật đưa một mảnh vải sạch cho Culapanthaka và bảo vị sư chậm trí này ngồi đó, quay mặt về hướng đông và chà xát mảnh vải. Đồng thời, anh ta phải lặp lại lặp lại chữ "Rajoharanam," có nghĩa là "tẩy sạch bất tịnh". Sau đó Đức Phật đi đến nơi ở của Jivaka cùng với các vị tỳ khưu.

Trong khi đó, Culapanthaka tiếp tục chà xát mảnh vải, miệng lẩm bẩm chữ "Rajoharanam." Rất nhanh, tấm vải trở nên dơ bẩn. Nhìn thấy sự thay đổi của tấm vải, Culapanthaka nhận ra bản chất vô thường của tất cả các pháp hữu vi. Từ nhà Jivaka, Đức Phật nhờ thần thông biết được sự tiến triển của Culapanthaka. Phóng hào quang tới Culapanthaka, Đức Phật xuất hiện, ngồi trước mặt vị sư và nói:

"*Không phải chỉ mảnh vải bị bụi làm bẩn; trong mỗi người cũng có bụi của tham đắm, bụi của sân hận, và bụi của vô minh, tức là, thiếu hiểu biết về Tứ Diệu Đế. Chỉ bằng cách loại bỏ các bụi, người ta mới có thể đạt được mục tiêu của mình và đạt được quả vị A-la-hán*". Culapanthaka nhận được ý chỉ và tiếp tục hành thiền và chẳng bao lâu sau đã đạt được quả vị A-la-hán cùng với Trí Tuệ Phân Tích (Analytical Insight). Vì thế Culapanthaka không còn là một kẻ khờ nữa.

Tại nhà của cư sĩ Jivaka, người ta chuẩn bị rót nước cúng dường, nhưng Đức Phật lấy tay che bình bát lại và hỏi xem còn vị tỳ khưu nào ở lại tu viện không. Khi được trả lời là không có, Đức Phật trả lời rằng còn một vị sư, và yêu cầu họ đi tìm Culapanthaka từ tu viện. Khi một người từ nhà cư sĩ Jivaka đến tu viện, ông không chỉ gặp một vị tỳ khưu mà còn thấy hàng ngàn vị tỳ khưu giống hệt nhau. Tất cả đều được tạo ra bởi Culapanthaka, người hiện đã có thần thông. Người này bối rối và quay lại báo cáo với Jivaka. Người này được cử đến tu viện lần thứ hai và được lệnh nói rằng Đức Phật đã triệu tập vị tỳ khưu tên là Culapanthaka. Nhưng khi truyền đi thông điệp, hàng ngàn giọng nói đã đáp lại: "Tôi là Culapanthaka". Người này lại bối rối, anh quay về lần thứ hai. Sau đó, ông được gửi đến tu viện lần thứ ba.

Lần này, người kia được lệnh phải gặp vị tỳ khưu đầu tiên nào nói rằng sư là Culapanthaka. Ngay khi anh tóm được vị sư đó, tất cả những người còn lại đều biến mất, và Culapanthaka đi cùng sứ giả đến nhà cư sĩ Jivaka. Sau bữa ăn, theo sự hướng dẫn của Đức Phật, Culapanthaka thuyết pháp một cách tự tin và can đảm. Sau này, khi chủ đề Culapanthaka được các vị tỳ khưu đề cập đến, Đức Phật nói rằng người nào tinh tấn và kiên định trong nỗ lực của mình chắc chắn sẽ đạt được quả vị A-la-hán. Rồi Đức Phật nói bài kệ trên.

Chúng ta thấy rằng, nhà sư trong truyện rất khờ, nhưng đã có cơ duyên nhiều đời, nên không lạc vào những nơi có tà kiến. Lại có cơ duyên theo anh đi tu trực tiếp với Đức Phật. Khi đọc đi đọc lại một chữ, đó là tập định, để có sự chú tâm. Nhưng Đức Phật không nói rõ rằng đó là định gì. Chúng ta có thể suy đoán rằng đó là sơ thiền, chuyển sang quán vô thường để có tuệ giải thoát (đoạn tận tham sân si), nên gọi là Trí Tuệ Phân Tích (Analytical Insight). Tiến trình giải thoát rất nhanh (vì chưa tới lúc rót nước nơi bữa tiệc). Và khi đắc quả là có thần thông liền. Nơi đây, xin nêu ra câu hỏi: có thể chuyện đốn ngộ, đốn chứng này là cho thấy không hề có chuyện mài giũa tâm cho sạch bụi, nghĩa là nền tảng cho lý luận đời sau trong Thiền Tông: Thấy Tánh Thành Phật?

Như vậy, thái độ tu của kẻ khờ là gì? Trọn lòng tin Tam Bảo, tin sâu nhân quả (kiếp này khờ vì nhiều nghiệp từ kiếp trước), có chánh kiến (tin lời Đức Phật dạy), tinh tấn (tập định, như nơi đây là tụng một chữ có nghĩa là “lau bụi”), chuyển sang quán vô thường để trực nhận pháp ấn Vô thường và đoạn tận tham sân si. Nói ngắn gọn: vị này không dám làm gì ngoài lời Đức Phật dạy.

Nói cách khác, thái độ tu của kẻ khờ là luôn luôn cẩn trọng với thế giới trong và ngoài của thân tâm. Nghĩa là, thường trực nhìn thấy thân tâm của mình là đi đứng nằm ngồi trong lời Phật dạy. Bởi vì, tự thân tâm mình là một hòn đảo, không nước lụt nào bên ngoài ngấm vào được. Có thể hình dung về sức tinh tấn này như người bưng bát dầu đầy, hễ đổ ra một giọt dầu là bị chém đầu liền. Phải tinh tấn như thế, đó là sức tinh tấn của kẻ tự khiêm tốn ngồi trong một hòn đảo và không dám ngó hay nghe cái gì khác.

Kinh SN 47.20 ghi lời Đức Phật dạy về cách giữ tâm trong hòn đảo này là, trích: “*Ví như một số đông quần chúng, này các Tỳ-kheo, tụ họp lại và nói: “Cô gái hoa hậu của quốc độ. Cô gái hoa hậu của quốc độ!”. Và người con gái hoa hậu quốc độ ấy với tất cả sự quyến rũ của mình, múa cho họ xem, với tất cả sự quyến rũ của mình, hát cho họ nghe. Và một số quần chúng còn đông hơn tụ họp lại và nói: “Cô gái hoa hậu của quốc độ múa và hát”. Rồi một người đến, muốn sống, không muốn chết, muốn lạc, ghét khổ, họ nói với người ấy như sau: “Này Ông, hãy xem đây. Đây là cái bát đầy dầu. Ông hãy mang bát dầu ấy và đi vòng quanh đám quần chúng lớn và người con gái hoa hậu của quốc độ. Và một người với cây kiếm giơ cao sẽ đi theo sau lưng Ông. Tại chỗ nào làm đổ một ít dầu, tại chỗ ấy, đầu Ông bị rơi xuống”. Các Ông nghĩ thế nào, này các Tỳ-kheo, người ấy có thể không tác ý đến bát dầu, phóng tâm hướng ngoại không?*”.

Rồi Đức Phật giải thích rõ hơn: “*Và đây là ý nghĩa của nó. Này các Tỳ-kheo, cái bát đầy dầu là đồng nghĩa với thân hành niệm*”.

Hình ảnh bưng bát dầu, đi đứng cẩn trọng, cũng tương tự như cậu sinh viên năm thứ nhất, khi thấy cái gì cũng là rất mới, cần để thấy, để nghe, để học. Nơi đây, hành giả bưng bát dầu tự thấy từng bước sơ sẩy là một thế giới của đầu rơi, máu chảy. Đó là tinh tấn trong từng chuyển động của thân tâm.

Tự ý thức mình là một hòn đảo, cũng là hình ảnh một con rùa trong Kinh SN 35.240. Đức Phật kể rằng một con rùa đang đi kiếm mồi dọc theo bờ sông, thì gặp một con giả can, một loại chồn. Khi con rùa thấy con giả can thì liền rụt bốn chân và rụt cổ vào trong mai rùa, nằm bất động, im lặng. Vì rằng con rùa không thò ra một thân phần nào, nên con giả can lật con rùa tới, lui, rồi bỏ đi, không làm gì được.

Kinh SN 35.240 ghi lời Đức Phật dạy về môn võ rùa này: “*Do vậy, này các Tỳ-kheo, hãy sống hộ trì các căn. Khi mắt thấy sắc, không nắm giữ tướng chung, không nắm giữ tướng riêng. Những nguyên nhân gì khiến nhãn căn không được chế ngự, khiến tham ái, ưu bi, các ác bất thiện pháp khởi lên, hãy tự chế ngự những nguyên nhân ấy, hộ trì nhãn căn, thực hành hộ trì nhãn căn. Khi tai nghe tiếng … mũi ngửi mùi … lưỡi nếm vị … thân cảm xúc … ý nhận thức các pháp, không nắm giữ tướng chung, không nắm giữ tướng riêng. Những nguyên nhân gì khiến ý căn không được chế ngự, khiến tham ái, ưu bi, các ác bất thiện pháp khởi lên, hãy tự chế ngự những nguyên nhân ấy, hộ trì ý căn, thực hành hộ trì ý căn. Này các Tỳ-kheo, khi nào các Ông sống hộ trì các căn, thời Ác ma nhàm chán các Ông và sẽ bỏ đi, không nắm giữ được cơ hội, như con giả can đối với con rùa*”.

Hình ảnh kẻ khờ cũng có thể hiểu như là có mắt như mù, có tai như điếc, và có trí tuệ cũng giả khờ. Lời dạy đó có ghi trong Trưởng Lão Tăng Kệ Thag 8.1, nơi phần cuối trong bài thơ của Ngài Maha-Kaccana là: “*Tất cả được nghe với tai, tất cả được thấy với mắt. Người trí hãy [kham nhẫn], đừng xua đẩy tất cả những gì được thấy và nghe. Cho dù ngươi có mắt, hãy cứ như mù; cho dù ngươi có tai, hãy cứ như điếc; cho dù ngươi có trí tuệ, hãy cứ như ngu khờ; cho dù ngươi có sức mạnh, hãy cứ như yếu đuối. Và khi có chuyện sinh khởi, hãy cứ nằm im như xác chết*”.

Thiền sư Bankei (1622-1693) là một bậc long tượng của Thiền Tông Nhật Bản. Có một số sách viết về ngài Bankei (Bàn Khuê), trong đó Ni sư Trí

Hải đã dịch một cuốn có nhan đề là "Tâm Bất Sinh". Hiện thời có một bản Anh dịch của Peter Haskel, có thể đọc miễn phí trên mạng, đó là cuốn "Bankei Zen: Translations from the Record of Bankei".

Trong bản Anh dịch của Peter Haskel, nơi trang 101 bản PDF, có một đoạn, xin trích dịch lời dạy của ngài Bankei như sau:

"*Tôi nói với các học trò của tôi và những người thường đến chùa này: 'Hãy ngu khờ đi!' Bởi vì quý vị có chức năng năng động của Tâm Phật chiếu sáng kỳ diệu, ngay cả khi quý vị buông bỏ những hiểu biết phân biệt, quý vị sẽ không ngu tí nào. Do vậy, tất cả quý vị, từ đây trở đi, hãy ngu khờ đi!*".

Như thế, hãy thiền như một kẻ ngu khờ, như một em bé mới chào đời, như một sinh viên năm thứ nhất, như một kẻ buông bỏ hết mọi hiểu biết phân biệt, như một con rùa thu mình chịu trận, như một người bưng bát dầu đầy không dám sơ xuất từng cử chỉ, như một hành giả đang cầm miếng vải lau bụi và chỉ nghĩ tới chữ "lau bụi" và hãy như một kẻ có mắt mà hãy cứ như mù, có tai mà hãy cứ như điếc, có trí tuệ mà hãy cứ như ngu khờ. Chỉ có an lạc, hạnh phúc, trên một hòn đảo xa lìa các trận lũ lụt. ■

California, ngày 7 tháng 2/1024.

ĐỨC ĐẠT LAI LẠT MA
SOFIA STRIL-REVER

HOANG PHONG chuyển ngữ

HÃY LÀM MỘT CUỘC CÁCH MẠNG!
LỜI KÊU GỌI TUỔI TRẺ CỦA ĐỨC ĐẠT LAI LẠT MA

(Tiếp theo VG261)

Ananda Viet Foundation
2018

Chương 1: Tôi đặt hết lòng tin nơi các bạn.
Chương 2: Hãy biến mình thành những con người bất khuất vì hòa bình.
Chương 3: Cuộc cách mạng từ bi.
Chương 4: Các bạn có thể làm được gì cho thế giới.
Chương 5: Thế giới từ bi là có thật.

Tuyên Ngôn Về Trách Nhiệm Toàn Cầu.

LỜI GIỚI THIỆU CỦA NGƯỜI CHUYỂN NGỮ

Phật giáo không phải là chỉ để dành riêng cho những người lớn tuổi chuẩn bị cho cái chết của mình, mà còn mở ra một chân trời mới cho tuổi trẻ. Giáo Huấn của Đức Phật không phải là những lời cầu khẩn và van xin mà là lý tưởng, bổn phận và hành động, giúp con người và nhất là tuổi trẻ biến cải cuộc đời mình, bảo vệ sự sống và sự tồn vong của cả hành tinh này.

Bà Sofia Stril-Rever, văn sĩ, chuyên gia tiếng Phạn, Tây Tạng học..., là đệ tử của Đức Đạt-lai Lạt-ma, đã góp nhặt những lời ghi chép trong một cuộc phỏng vấn mà Ngài đã dành riêng cho mình, thành một quyển sách nhỏ mang tựa: „HÃY LÀM MỘT CUỘC CÁCH MẠNG! Lời kêu gọi tuổi trẻ của Đức Đạt-lai Lạt-ma". Quyển sách bắt đầu thành hình ngay sau buổi phỏng vấn diễn ra tại Bodhgaya (Bồ-đề Đạo tràng) ngày 3 tháng giêng năm 2017, hoàn tất ngày 2 tháng 10 tại Dharamsala trên miền Bắc Ấn Độ, nơi lưu vong của Đức Đạt-lai Lạt-ma và sau cùng đã được xuất bản tại Pháp ngày 26 tháng 1 năm 2017 vừa qua.

Quyển sách thật trong sáng, ngập tràn lòng từ bi này của một người tu hành lớn tuổi viết là để dành riêng cho thế hệ trẻ, thế nhưng cũng có thể làm xúc động cả những con tim chai đá và khô cằn của những người kém trẻ trung hơn. Quyển sách gồm năm chương, và trong mỗi chương bà Sofia Stril-Rever trích ra một đoạn ngắn để đưa lên trang mạng của bà.

Bures-Sur-Yvette, 24.12.17
Hoang Phong

Chương 3:
CUỘC CÁCH MẠNG TỪ BI

Tháng 6 năm 2017, tôi được Đại học California tại San Diego mời đọc diễn văn vào dịp lễ phát bằng tốt nghiệp. Trong số này có nhiều sinh viên là người Trung Quốc và cả cha mẹ họ cùng thân hành đến đây tham dự. Tôi nói với họ rằng: "Hãy cứ làm một cuộc Cách mạng Văn hóa vì lòng từ bi đi!" *(một lời nhắn gửi khéo léo và ý nhị)*, sau đó tôi cũng nói thêm là ngày nay trong tâm trí mọi người thì điều đó đã chín muồi. Kể từ năm 2017 này, cuộc Cách mạng từ bi không còn là một ảo tưởng nữa. Vì thế nên tôi đưa ra lời kêu gọi sau đây: "Hỡi các bạn trẻ của thế kỷ XXI, hãy làm một cuộc Cách mạng từ bi!". Những lời kêu gọi đó không phải là những lời an ủi, cũng không phải là một khẩu hiệu rỗng tuếch. Cũng không phải là một giấc mơ ngây thơ của một nhà sư Phật giáo già nua, đã rơi ra ngoài hiện thực. Sở dĩ tôi cổ vũ các bạn hãy làm một cuộc Cách mạng từ bi chẳng qua cũng vì đấy là một cuộc Cách mạng của tất cả các cuộc cách mạng khác! Có rất nhiều nhân vật nổi tiếng kêu gọi thực hiện các cuộc cách mạng thuộc nhiều lãnh vực khác nhau: kinh tế, kỹ thuật, năng lượng, giáo dục, tâm linh, đạo đức, nội tâm, lương tri, kể cả đối với con tim của chính mình... Tôi hoàn toàn tán đồng các đề nghị đó, bởi vì đấy là những gì thật cấp bách hầu mang lại một thế giới tốt đẹp hơn. Thế nhưng đối với tôi thì cuộc Cách mạng từ bi mới chính là linh hồn, nền tảng và động cơ thúc đẩy tất cả các cuộc cách mạng khác.

Thời điểm của lòng từ bi đã đến

Tại sao? Bởi vì lòng từ bi là cốt lõi của tất cả. Người ta thường xem nó là một lý tưởng cao quý hay một cảm tính tuyệt đẹp, điều này là một sự sai lầm. Các bạn lớn lên trong một xã hội tôn thờ vật chất và chủ nghĩa cá nhân, do đó lòng từ bi có thể đối với các bạn cũng chỉ là dấu hiệu của sự yếu đuối. Đấy là vì không ý thức được lòng từ bi giữ một vai trò trội hơn tất cả các thứ khác, đó chính là năng lượng chuyển tải sự sống. Thật vậy trong khi tôi đưa ra các lời kêu gọi này thì sự sống cũng đang ngã gục trên Địa cầu. Hai phần ba các loài sinh vật có xương sống đã bị tuyệt chủng. Khắp nơi, từ đồng ruộng, đại dương, không trung cho đến rừng rậm, sinh vật ngày càng thưa hiếm dần. Sau sự diệt chủng của các giống khủng long cách nay 66 triệu năm thì sự tận diệt hàng loạt lần này đang cho thấy những hậu quả vô cùng trầm trọng đối với hệ thống môi sinh và cả các xã hội con người của chúng ta. Nguyên nhân trực tiếp của sự tuyệt chủng đó là sự sinh hoạt của con người, mà chính sự sinh hoạt này lại còn được gia tăng thêm bởi kỹ nghệ. Quả đã đến lúc mà lòng từ bi phải giúp chúng ta xét lại cung cách hiện hữu của mình trên Địa cầu này hầu tái lập lại sự sống.

Ngày nay người ta đã bắt đầu nhận thấy các tác động sinh học gây ra bởi lòng từ bi, tất cả là nhờ vào sự phát triển của các ngành thần kinh học trong các lãnh vực xúc cảm và [các sinh hoạt] xã hội, bằng cách trắc nghiệm các thể loại xúc cảm, các cảm tính cũng như khả năng giao cảm giữa con người với nhau. Các ngành khoa học này đã chứng minh cho thấy tác động tích cực của lòng từ bi đối với sự sinh sản các tế bào thần kinh (neurogenesis) *(lòng từ bi giúp các tế bào thần kinh/neurones sinh sản nhiều và tốt hơn - ghi chú trong sách)*, không những [các tế bào thần kinh nhân lên] trong lúc còn là bào thai mà cả sau này trong suốt thời gian hiện hữu của một cá thể *(trước kia người ta cho rằng tế bào thần kinh chỉ nhân lên trong thời gian còn là thai nhi, thế nhưng khoa học ngày nay chứng minh cho thấy não bộ tiếp tục phát triển dù đã trưởng thành và nhất là liên hệ mật thiết đến tình trạng xúc cảm và cả việc hành thiền)*. Ngược lại, sự hung hăng sẽ giới hạn sự phát triển các hệ thống kết nối giữa các tế bào thần kinh, và hủy hoại các tế bào thuộc các cấu trúc của não bộ bằng cách ngăn chặn tác động của một số gien.

Thật rõ ràng lòng từ bi giữ một vai trò chủ yếu đối với sự nảy nở và sự uyển chuyển (malleability, plasticity) của não bộ. Lòng từ bi cũng dự phần vào sự phát triển hài hòa và tốt đẹp nhất cho trẻ em và cả vị thành niên. Đối với những người đã trưởng thành thì lòng từ bi là một yếu tố quan trọng mang lại sức khỏe và một cuộc sống sung mãn hơn. Thật vậy, khi nào tâm thần thấm đượm lòng từ bi thì các gen gây ra chứng căng thẳng thần kinh sẽ bị ngăn chận, các tác động sinh hóa (biochemistry) trong não bộ theo đó cũng sẽ biến cải, tiết ra các kích thích tố hạnh phúc *(xin lưu ý từ bi không phải chỉ là cách nghĩ đến các chuyện "thương người" hay "tội nghiệp" người khác, hoặc là lo toan các chuyện "bố thí". Từ bi là một "xúc cảm", xúc cảm đó có thể rất mạnh làm rung chuyển tâm hồn mình, khiến con tim phải se thắt lại. Các chuyển động thật sâu xa đó bên trong tâm thức mình mới có thể gây ra các tác động ảnh hưởng đến sự chuyển hóa sinh học trong não bộ và thân xác mình).*

Bậc cha mẹ, các nhà giáo, các bác sĩ thiếu nhi cũng như các nhà tâm lý học đều cảm nhận được điều đó một cách thật tự nhiên qua trực giác của mình. Thế nhưng cũng thật hết sức quan trọng là phải nhận thấy được thật khách quan là tình thương yêu, sự che chở, trìu mến và chăm sóc là bản chất đặc thù của giống người và đấy cũng là điều kiện tất yếu đối với sự sống còn. Các thái độ hung hăng, tàn phá, hung dữ, tức giận và độc ác không những phản lại sự hài hòa của xã hội (antisocial) mà còn đi ngược với thiên nhiên.

Giấc mơ của tôi là người phụ nữ sẽ giữ chức nguyên thủ quốc gia

Người mẹ giữ một vai trò chủ yếu trong sự sinh thành và dạy dỗ lúc còn ấu thơ mà tất cả chúng ta, gồm 7 tỷ người trên hành tinh này, đều được thừa hưởng. Các bạn thấy đó, nếu không có sự chăm sóc của mẹ thì các bạn có còn sống đến ngày hôm nay không? Quy luật thiên nhiên là như vậy. Người cha cũng thế cũng giữ một vai trò quan trọng không kém, thế nhưng vào tuổi ấu thời thì vai trò của người mẹ không thể thiếu sót được. Người mẹ luôn buộc chặt mình với thân xác, trái tim và cả tâm hồn của con mình. Chính người mẹ mang nặng các bạn trong lòng và sinh ra các bạn. Các cảm nhận về mối dây liên hệ tiên khởi đó thật chủ yếu. Sở dĩ chúng ta lớn lên được đấy là nhờ không biết bao nhiêu sữa mẹ và tình thương yêu của mẹ. Thật vậy những người kém thích ứng với xã hội thường là những người có tuổi ấu thơ thiếu tình thương của mẹ.

Đối với trường hợp của tôi thì tôi sinh ra trong một gia đình nghèo khó, sống trong một ngôi làng bé xíu tại một vùng rất lạc hậu nơi miền đông xứ Tây Tạng. Thế nhưng lúc nào tôi cũng cảm thấy mình giàu có, ngập tràn tình thương bao la của một người mẹ. Tôi chưa bao giờ trông thấy một nét giận dữ trên gương mặt mẹ, hơn thế nữa mẹ tôi còn chăm lo cho tất cả những người chung quanh. Tôi xem mẹ tôi như là người thầy đầu tiên dạy tôi bài học vô giá về lòng từ bi.

Hỡi những người phụ nữ trẻ, tôi mong các bạn hãy trở thành những người mẹ của cuộc Cách mạng từ bi mà thế kỷ này rất cần đến. Các bạn giữ một vai trò thật đặc biệt tạo ra một thế giới tốt đẹp hơn. Trên phương diện sinh học, người phụ nữ được công nhận là những người nhiều thương cảm, bén nhạy, và tiếp nhận xúc cảm của kẻ khác một cách dễ dàng hơn. Đấy là các phẩm tính hiện thân cho người phụ nữ nhất là khi được trở thành một người mẹ. Qua góc nhìn đó người phụ nữ quả là tấm gương cho nhân loại. Nhìn vào lịch sử tất các bạn sẽ phải nhận thấy rằng trên khắp năm miền lục địa, và trong bất cứ thời đại nào, các cuộc tàn sát và phá hoại là do người đàn ông gây ra. Thay vì phải kết tội họ là những kẻ sát nhân thì người ta lại tôn thờ họ như những vị anh hùng!

Trong thời tiền sử, luật lệ được căn cứ vào sức mạnh của bắp thịt người đàn ông so với [sự yếu đuối của] người đàn bà, và đã xác định sự trên trước của họ. Đấy chính là nguyên nhân đưa đến sự thống trị của nam giới. Thế nhưng với thời gian sự tương quan giữa hai sức mạnh đó đã thay đổi. Giáo dục, sự hiểu biết, khả năng là các điều kiện tiên quyết hơn. Tôi nhất định đứng về phe nữ giới, và tôi rất vui mừng khi trông thấy những người phụ nữ ngày càng trẻ và càng đông đứng ra cáng đáng các trọng trách quan trọng. Tôi từng được vinh dự tiếp xúc với các nguyên thủ quốc gia là phụ nữ, vì thế tôi khuyên các bạn phụ nữ trẻ tuổi của tôi không nên ngần ngại nắm giữ các vai trò tích cực hơn trong đời sống chính trị và kinh tế của xứ sở mình. Đây là cách giúp các bạn đảm trách các chức vụ then chốt hơn hầu góp phần vào sự thăng tiến của cuộc Cách mạng từ bi. Hãy trở thành một người *leadership (trong nguyên bản là tiếng Anh, có nghĩa là người lãnh đạo)* bởi vì tất cả chúng tôi *(là những người đàn ông)* đều cần đến các bạn để nêu cao tình thương yêu và lòng từ bi! Hãy thực hiện giấc mơ của tôi là tất cả 200 quốc gia trên thế giới đều được lãnh đạo bởi những người phụ nữ! Chiến tranh, hung bạo cũng như các bất công kinh tế và xã hội sẽ giảm bớt. Thế nhưng cũng phải hiểu rằng nâng các bạn lên tột đỉnh của quyền hành không phải là để các bạn bám víu vào đó để rồi tái lập lại thái độ hành xử không xứng đáng của người đàn ông đấy nhé! Sức mạnh đích thật chỉ có thể phát sinh từ cội nguồn là tình thương yêu và lòng từ bi. Nếu các bạn đứng ra nắm giữ quyền hành ngày càng đông thì tất sự hung bạo cũng sẽ ngày càng giảm xuống. Hỡi những người phụ nữ của thiên niên kỷ này, hãy trở thành những người tiên phong trong cuộc Cách mạng từ bi!

Tôi hoàn toàn ý thức về sự phá sản của tôn giáo

Nếu tôi kêu gọi các bạn hãy thực hiện một cuộc Cách mạng từ bi thì các bạn cũng nên hiểu rằng những lời kêu gọi ấy không hề nhân danh một ý thức hệ nào cả. Chẳng qua vì tôi không tin vào bất cứ một ý thức hệ nào, đấy chỉ là các hệ thống tư tưởng rập khuôn mà người ta áp đặt cho hiện thực và các đảng phái chính trị đang nắm giữ quyền bính thì mượn uy quyền của mình để áp đặt cho kẻ khác mà thôi. Ý thức hệ càng trở nên nguy hiểm hơn nữa khi nó được mang ra áp dụng vào tất cả mọi lãnh vực sinh hoạt xã hội, khiến các bạn chẳng những không còn phân biệt được nó nữa mà nó còn chi phối cả sự hiểu biết của các bạn về thế giới ngay cả từ bên trong tiềm thức các bạn.

Tôi cũng không nêu lên với các bạn về cuộc Cách mạng từ bi này với tư cách một người Phật giáo, một Đạt-lai Lạt-ma hay một người Tây Tạng nào cả. Tôi nói với các bạn với tư cách một con người, và tôi cũng mong các bạn không bao giờ quên mình cũng chỉ là một con người [như tất cả các người khác] trước khi trở thành một người Mỹ, một người Tây Phương, một người Phi châu, thuộc thành phần của một nhóm tôn giáo này hay của một sắc tộc kia. Các đặc tính đó chỉ mang tính cách phụ thuộc. Không nên để cho chúng chiếm giữ một vị thế trên trước nào cả. Nếu tôi nói lên: “Tôi là một nhà sư”, “Tôi là một người Phật giáo”, “Tôi là một người Tây Tạng”, thì đấy cũng chỉ là các hiện thực thứ yếu trước bản chất con người của tôi.

Hãy luôn trở về với thực tế. Hãy ý thức là tất cả chúng ta đều là thành phần chung trong một gia đình nhân loại. Những chuyện cãi vã đều phát sinh từ các nguyên nhân thứ yếu. Hãy tạo ra những mối thân thiện chung quanh mình, mang lại sự tin tưởng và hiểu biết qua sự giúp đỡ lẫn nhau, không nên nề hà trước các sự khác biệt về văn hóa, triết học, tôn giáo hay tín ngưỡng. Được làm người là điều quan trọng hơn cả. Sự kiện sinh ra làm người không bao giờ thay đổi cho đến khi nhắm mắt. Các đặc tính khác đều là thứ yếu, tùy vào ngọn gió bất định của sự đổi thay.

Sau các cuộc khủng bố tại Paris vào tháng 11 năm 2015, tôi ý thức được sự phá sản của tôn giáo. Mỗi người đều cố tình bám chặt vào những gì chia rẻ giữa chúng ta thay vì kết hợp với những gì mang chúng ta đến gần với nhau. Không bất cứ ai có thể tạo ra một con người tốt hơn kẻ khác hay một thế giới khác hoàn hảo hơn *(chỉ có mình mới có thể biến cải mình khác hơn và chỉ có con người mới có thể tạo ra một thế giới tốt đẹp hơn)*. Chính vì thế mà tôi không một chút ngần ngại khẳng định rằng từ năm 2017 này thật hết sức quan trọng là phải vượt xa hơn tôn giáo. Không cần đến tôn giáo để sống là một điều có thể thực hiện được. Thế nhưng các bạn hãy tự suy nghĩ xem là mình có thể bất cần đến tình thương yêu và lòng từ bi hay không? Câu trả lời nhất định là không. Bởi vì khoa học ngày nay đã chứng minh rõ ràng lòng từ bi là một hiện thực sinh học và là nền tảng của con người.

Trí thông minh tập thể và lòng từ bi

Các bạn là những người trưởng thành còn trẻ, đang đương đầu với các sự xung đột về ý thức hệ và tín ngưỡng. Các bạn phải chịu đựng những bất công của một hệ thống kinh tế khai thác quá độ tài nguyên thiên nhiên, không để cho chiếc tử cung mong manh của sự sống kịp lành. Nếu muốn bắt kịp cuộc sống của những kẻ phung phí trên Địa cầu này *(theo thống kê của Global Footprint Network, 2017/Mạng lưới Dấu chân Toàn cầu thì trong năm 2017 họ là những người Úc châu,- ghi chú trong sách. Mạng lưới Dấu chân Toàn cầu là một phong trào tư tưởng thành lập năm 2003 với mục đích ước tính và quản lý tài nguyên thiên nhiên và bảo vệ môi trường - ghi chú thêm của người chuyển ngữ)* thì phải cần thêm năm hành tinh như thế này nữa thì mới đủ. 67 tỷ phú trên hành tinh này chiếm giữ một nửa tài nguyên của cả nhân loại. Quả ngoài sức tưởng tượng! Hoàn toàn không thể nào chấp nhận được! Các bạn nghĩ sao trước tình trạng phi lý đó, một tình trạng tạo ra bởi chủ nghĩa cá nhân bệnh hoạn? Lối thoát duy nhất là phải tạo ra một cuộc Cách mạng từ bi mang lại một nguồn sinh lực mới hầu giúp cho nền dân chủ hồi sinh. Hãy đặt lòng từ bi vào đời sống xã hội bằng cách thiết lập các mô hình hợp tác mới mẻ hơn, nối kết giữa các cộng đồng địa phương và các cộng đồng thế giới tạo ra một hệ thống chung! Hãy vận dụng trí thông minh tập thể để ý thức được sự chia sẻ! Nhất là phải chứng tỏ thế hệ của mình là một thế hệ hành động! Nếu các bạn là thế hệ đầu tiên trong lịch sử phải đương đầu với sự diệt vong của sự sống trên hành tinh này, thì các bạn cũng sẽ là thế hệ cuối cùng có thể biến cải được tình trạng đó. Sau các bạn, mọi sự sẽ quá muộn.

Nếu muốn thực hiện cuộc Cách mạng từ bi thì

phải đạt được một sự ý thức thật minh bạch. Trước ngưỡng cửa của thiên niên kỷ thứ ba này, các bạn là những đứa con sinh ra từ hệ thống môi sinh của Địa cầu. Thế giới là quê hương của các bạn. Nhân loại là gia đình của các bạn. Do đó phải chọn cho mình một mô hình lương tri mang kính thước của cả hành tinh này vả hãy đẩy tính cách hợp lý ấy đến chỗ tột cùng của nó. Phải tập nhìn một cách thật cảnh giác và bao quát hơn hầu ước tính xem từng hành động tiêu dùng của mình tác động như thế nào đối với sự tiêu thụ năng lượng, hầu biết chọn cho mình các vật dụng nào trong cuộc sống thường nhật có thể tái xử dụng (recycling) hoặc được sản xuất ít tốn kém năng lượng hơn, bởi vì các thứ nảy sẽ tạo ra các tác động ảnh hưởng đến toàn thể hành tinh.

Chẳng hạn như vứt bỏ các muỗng nĩa bằng plastic sau khi dùng, thay đổi liên tục điện thoại cầm tay, ăn một miếng bít-tết hay các miếng thịt gà chiên (chicken nuggets) có thể đối với các bạn là vô hại. Một cái chai bằng plastic nặng chưa đầy vài gam. Đúng vậy, thế nhưng nếu cộng lại vài gam ấy của số chai mà 7 tỷ người tiêu dùng, thì kết quả sẽ như thế nào? Cứ mỗi giây thì lại có 209 kg plastic đổ vào các đại dương. Một phần lớn các vật bằng plastic này chui vào bụng các loài chim và các loài có vú sống ở biển, chúng trôi giạt và hấp hối hàng ngàn trên bãi biển. Chúng chết vì đói, bụng đầy chai lọ, ly cốc, bàn chải đánh răng, bật lửa... mà chúng ta vứt bỏ.

Hãy nêu lên một thí dụ khác. Nếu muốn sản xuất một ký lô thịt bò thì phải cần đến 15 ký lô ngũ cốc và 50 lít nước. Một phần ba đất đai canh tác trên địa cầu được sử dụng để sản xuất thức ăn nuôi gia súc để cung cấp thực phẩm cho các nước giàu có. Việc sản xuất này gây ra nạn đói kém, chẳng khác gì như tội sát nhân, nếu tất cả chúng ta ăn rau trái thì nạn đói sẽ phải chấm dứt ngay. Một ngày không ăn thịt ở Mỹ có thể nuôi được 25 triệu người trong một năm. Vậy các bạn hãy mở rộng tầm nhìn của mình và suy nghĩ, có nghĩa là phải luôn nhìn vào các yếu tố qua tổng thể phức tạp của chúng! Các thông tin trên đây cũng như rất nhiều các thông tin khác đều có thể tìm thấy trong nháy mắt trên các trang mạng mà các bạn ưa thích, các trang mạng đó có thể mang lại cho các bạn một trình độ hiểu biết thật kỳ diệu của trí thông minh tập thể. Một biến cố xảy ra trong một nước sẽ tác động đến tất cả các nước khác, đó là một hiện thực mới trong thời đại chúng ta. Thật hết sức quan trọng là phải ý thức được rằng chúng ta sở dĩ sống còn là nhờ vào sự tương kết giữa mình với 7 tỷ người khác và toàn thể hệ thống môi sinh. Các thái độ tôn thờ chủ nghĩa cá nhân và sự ích kỷ thật vô cùng nguy hiểm vì chúng không thực tế. Tôi khuyên các bạn nên tạo cho mình một quá trình biến cải bên trong nội tâm mình, giúp mình nhận thức được hiện thực tương liên và tương kết của sự sống. Các bạn là thành phần của thế giới và thế giới cũng là thành phần của các bạn. Biến cải mình cũng có nghĩa là biến cải thế giới. Biết ý thức về sự tương liên và tương kết đó sẽ sớm làm giảm

bớt sự hung bạo, chẳng qua là vì quyền lợi của kẻ khác cũng là quyền lợi của chính mình.

Tính ích kỷ đi ngược lại với thiên nhiên

Biết ý thức cũng có nghĩa là không trở thành nô lệ cho xúc cảm và các ảo tưởng (fantasies) của mình. Các cảnh hung bạo được dàn cảnh thật ngoạn mục trong các phim ảnh làm cho các bạn phải say mê. Mỗi năm trung bình có khoảng 2.600 cảnh sát nhân như thế được trình chiếu trên các màn ảnh truyền hình, thế nhưng trong cuộc sống thật của mình, thì các bạn có thể là chưa có dịp chứng kiến một vụ nào cả, ít nhất thì tôi cũng hy vọng như thế. Nếu các bạn được chứng kiến tận mắt các cuộc khủng bố gây ra chết người thì các bạn sẽ thấy rằng sự hung bạo kinh tởm đến mức độ nào. Các bạn nên hiểu rằng sự hung bạo trong các phim video giải trí chỉ là các sự tưởng tượng (fantasies), và đấy chỉ là cách mà kỹ nghệ phim ảnh lợi dụng để làm giàu trên sự sợ hãi của các bạn *(tôn giáo đơn thuần dưới một góc nhìn nào đó cũng là một thứ kỹ nghệ khai thác và lợi dụng bản năng sợ chết của con người. Tôn giáo lại bị các thế lực khác ở phía sau nó lợi dụng nó. Nếu các sự lợi dụng trong xã hội chưa chấm dứt thì sự hung bạo cũng sẽ còn tiếp diễn)*. Do đó thật hết sức quan trọng là phải nhận định mọi sự vật qua tất cả các khía cạnh của nó.

Tôi mong rằng các bạn sẽ là thế hệ đầu tiên biết mang ra thực hành những gì mà tôi gọi là "phép vệ sinh đối với các xúc cảm". Người ta thường dạy bảo các bạn phải ý thức về những gì mình ăn, có nghĩa là tránh các thức ăn và thái độ hành xử có hại đến sức khỏe. Điều đó thật tốt. Thế nhưng theo tôi thì cũng nên dạy thêm cho trẻ em cách ý thức về các xúc cảm của mình và không nên chỉ biết [dạy dỗ bằng cách] đàn áp chúng. Các thí điểm đầu tiên chủ trương đường hướng giáo dục này đã được thực hiện tại Mỹ, Gia Nã Đại và Ấn Độ với trẻ em từ các lớp mẫu giáo trở lên. Nếu suy nghĩ cặn kẽ thì các bạn tất sẽ nhận thấy hầu hết các vấn đề khó khăn mà mình gặp phải trong cuộc sống của mình là do chính mình tạo ra cho mình. Tại sao? Tại vì các bạn cứ để cho các cấu trúc xúc cảm tha hồ tàn phá và lôi cuốn mình. Ý thức được điều đó theo tôi thật hết sức quan trọng, chính vì thế nên tháng 5, 2016 tôi đã đưa ra một biểu đồ về các thể loại xúc cảm *(www.atlasofemotions.org - ghi chú trong sách)*. Biểu đồ phác họa toàn diện và chi tiết các thể dạng xúc cảm này đã được một người bạn của tôi là Paul Ekman, Giáo sư Tâm lý học và cũng là đầu đàn của một nhóm chuyên gia gồm 149 người, cùng hợp tác thực hiện một cách thật khoa học. Vậy các bạn có thể xem biểu đồ trên đây về sự tương tác giữa các xúc cảm trên mạng Internet, nó có thể giúp các bạn vượt thoát các ngõ ngách lắt léo giăng ra bởi các xúc cảm của các bạn, và sau đó thì các bạn cũng nên cho tôi biết ý kiến của các bạn ra sao. Theo tôi thì biểu đồ này có thể giúp các bạn xác định được ảnh hưởng của các sự lôi kéo và các biến cố bên ngoài đối với các thể dạng nội tâm của các bạn, chẳng hạn như cãi vã sẽ đưa đến sự hung hăng. Khi cảm thấy sự bực dọc càng lúc càng gia tăng thì các bạn hãy tập quan sát các dấu hiệu sau đây: các bạn bắt đầu lớn tiếng, trở nên giận dữ và đôi khi có thể đưa đến sự hung bạo trước khi chấm dứt. Nhờ biểu đồ trên đây trước hết các bạn có thể vô hiệu hóa các xúc cảm tiêu cực và tàn phá, và sau đó là loại bỏ chúng hầu phát huy các xúc cảm tích cực hơn *(độc giả có thể xem biểu đồ này bằng tiếng Anh trên trang mạng đã được nêu lên trên đây: www.atlasofemotions.org, ngoài ra biểu đồ này cũng đã được trình bày với nhiều ngôn ngữ khác - ghi chú của người chuyển ngữ)*.

Tôi được thừa hưởng một nền giáo dục cổ điển dựa vào tinh thần Phật giáo, nền giáo dục đó giúp tôi biết ý thức về quy luật tương liên (interdependence) và tiềm năng con người hầu phát động một lòng từ bi vô biên. Những lời nguyện cầu trong Phật giáo gồm chung bốn thể dạng vô biên là: tình thương yêu, lòng từ bi, niềm hân hoan và sự bình thản (equanimity). Thế nhưng ngành Vật lý học hiện đại còn vượt xa hơn cả truyền thống tín ngưỡng ấy của tôi, bằng cách hé mở cho tôi một góc nhìn mới [về bốn thể dạng trên đây], đó là phẩm tính vô biên của tri thức *(có nghĩa là tri thức gồm chung bên trong nó cả bốn thể dạng trên đây. Thực hiện được bản chất vô biên của tri thức sẽ bao hàm cả bốn thể dạng vô biên khác. Đức Phật dạy chúng ta hãy trở về với chính mình không phải là một sự khép kín hay đóng cửa với chính mình mà là để tìm thấy cái vô biên đó của tri thức bên trong chính mình)*. Tôi hiểu được điều đó qua các cuộc đàm thoại với Abdul Kalam *(cựu Tổng Thống Ấn Độ, từ năm 2002 đến năm 2007, và cũng là chuyên gia về ngành Vật lý hạt nhân - ghi chú trong sách)* được mệnh danh là "Sakharov Ấn Độ". Ông thú nhận với tôi rằng chính là nhờ vào tư tưởng của một vị thánh nhân Phật giáo là Nagarjuna *(Long Thụ, thế kỷ thứ II)* mà đã khám phá ra cốt lõi của nguyên tắc bất định trong vật lý lượng tử (incertitude quantique/quantum uncertainty), qua các sự giải thích của ông dưới góc nhìn triết học về sự tạo tác do điều kiện mà có *(tức là nguyên lý tương liên/ interdependence hay conditioned co-production).* Thật vậy quan điểm của Vật lý lượng tử ngày nay đã xác nhận là đúng các sự hiểu biết trực cảm từ ngàn xưa về nguyên lý tương liên, dù là dưới các hình thức tinh tế tột cùng của nó. Qua các cấu trúc vi tế nhất trong con người mình, các bạn luôn ở trong thể dạng hòa nhịp và cộng hưởng với sự chuyển động của Thái Dương Hệ, Ngân Hà và vũ trụ, và cả những gì xa hơn cả sức tưởng tượng của các bạn. Trước khi các bạn sinh ra đời, trong suốt cuộc sống của mình và cả sau cái chết của thân xác vật chất của mình, từng tế bào của các bạn cùng rung động với toàn thể vũ trụ mà biên giới của nó không ai biết được là ở đâu *(thế nhưng biết đâu các biên giới ấy cũng có thể là rất gần, ở một nơi thật sâu kín bên trong tâm thức và con tim của chính mình).* Tư duy, xúc cảm của các bạn trải rộng từ những gì có thể hình dung được *(con tim của mình chẳng hạn)* cho đến vô tận.

> Không nên hiểu rằng thực thi lòng vị tha là một cách đánh mất hay quên đi chính mình. Trái lại, mỗi khi mang lại sự tốt đẹp cho người khác thì các bạn sẽ nhận thấy qua nguyên lý tương liên, mình cũng sẽ tạo ra sự tốt đẹp cho cả chính mình. Nhờ đó các bạn sẽ phát huy được các xúc cảm trong sáng và vô tư hơn. Và rồi các bạn cũng sẽ hiểu được sự ích kỷ chỉ biết đến mình sẽ trái ngược với thiên nhiên đến mức độ nào, bởi vì nó đi ngược lại với hiện thực thật căn bản của nguyên lý tương liên. Tôi cam đoan với các bạn là nếu nhìn vào cuộc sống của mình thì các bạn tất sẽ nhận thấy sự ích kỷ sẽ khép kín các cánh cửa của đời mình, và ngược lại thì lòng vị tha sẽ mở toang các cánh cửa ấy ra.

Triết học, các hệ tư tưởng, chính trị và các chủ thuyết kinh tế Tây Phương luôn quảng bá niềm tin cho rằng sự ganh đua, thúc đẩy bởi sự tranh giành, thèm muốn, ganh ghét và hận thù sẽ mang lại sự sáng tạo và tính năng động cho xã hội. Thế

kỷ XX đã đẩy sự cạnh tranh tàn phá đó đến chỗ tột đỉnh dưới hình thức một sự sống gọi là chung đụng với nhau, nhưng thật ra là bàng bạc một sự dửng dưng và sự thu mình tập thể. Nếu tôi từng ngưỡng mộ sự bùng dậy thật ngoạn mục của các xã hội Tây Phương, thì tôi cũng hết sức đau buồn trước ý thức hệ của các xã hội ấy, đã từng khiến thế hệ cha mẹ các bạn hoàn toàn mù tịt về quy luật tương liên, nguyên nhân tất yếu mang lại lòng từ bi. Tôi nhận thấy điều đó trong các nước giàu có, dù hầu hết mọi người đều có một mức sống rất cao, thế nhưng họ sống trong một khung cảnh cô lập thật khủng khiếp. Các bạn chẳng cảm thấy phi lý hay sao khi trông thấy vô số những người xưa *(một cách nói tránh chữ người già)* tuy sống giữa hàng ngàn những người láng giềng, nhưng chỉ biết biểu lộ tình thương của mình với các con mèo và con chó của mình mà thôi? Tôi khuyên các bạn nên chuyển hướng sự vận hành của xã hội và các mối tương giao giữa con người theo chiều hướng biết quý trọng nhau và thân thiện với nhau hơn. ■

(hết chương 3 - xem tiếp chương 4 vào số sau)

Thích Phước Sơn

Thế Tôn báo hiếu Phụ vương

Đức vua nước Xá Di là Tịnh Phạn, từng dùng chính pháp làm phương châm cai trị, lấy nhân nghĩa đạo đức để cảm hóa nhân dân, mở lòng từ bi đối với muôn loài. Bấy giờ Ngài đang lâm trọng bệnh, các quan thái y hết lòng điều trị, nhưng bệnh mỗi ngày một nặng, đức vua cảm thấy ưu phiền.

Thấy thế, các vua Bạch Phạn, Hộc Phạn và Đại Xưng (các em vua Tịnh Phạn) đồng tâu: "Đại vương bình sinh không thích làm điều ác, thường vun bồi đức hạnh trong từng giây phút, chăm sóc thần dân tận tụy, khiến mọi người đều được an lạc, thanh danh vang khắp bốn phương, thế thì ngày nay có gì phải ưu sầu?"

Vua Tịnh Phạn bảo các vương đệ: "Dù ta có mệnh chung cũng chẳng phải là điều đáng khổ tâm, ta chỉ ân hận là không thấy mặt các con ta là Tất Đạt và Nan Đà, hiện đã đoạn trừ xong những tham dục ở cõi đời này. Ta cũng ân hận là không gặp được con của Độc Phạn Vương là A Nan Đà, người gìn giữ tạng pháp của Phật không mất một lời. Ta lại hận vì không thấy mặt cháu ta là La Vân, tuổi tuy còn trẻ mà thần túc hoàn bị, giới hạnh đầy đủ. Ví mà ta gặp được các con cháu ta, thì dù bệnh có nguy kịch cũng chẳng có chi là đau khổ."

Bấy giờ Thế Tôn đang ngự tại núi Linh Thứu, bằng thiên nhãn thanh tịnh, thấy phụ vương đang lâm trọng bệnh bèn báo tin cho Nan Đà, La Vân và A Nan. Hay tin ấy, các vị này đều xin phép Thế Tôn về triều để thăm viếng đức vua. Nan Đà nói: "Đức vua Tịnh Phạn vốn là phụ vương của chúng ta, từng sinh con Thánh lợi ích thế gian, nay chúng ta phải về thăm để báo ân sinh thành dưỡng dục".

A Nan thưa: "Đức Vua Tịnh Phạn là bá phụ của tôi, đã cho phép tôi xuất gia theo Phật, thế nên tôi cũng xin phép về thăm. La Vân bùi ngùi bạch Phật: Thế Tôn tuy là cha của con nhưng bỏ nước ra đi tìm đạo, con nhờ Tổ phụ nuôi dưỡng mà trưởng thành, mới được xuất gia; thế nên con cũng muốn trở về hầu thăm Tổ phụ."

Thế Tôn bèn hoan hỷ chấp nhận những lời cầu xin ấy, rồi hướng dẫn mọi người trở lại hoàng cung. Trên đường đi, Thế Tôn thấy dân chúng đang buồn thảm than khóc, vì họ được tin vị lãnh đạo đầy nhân từ của dân tộc đang lâm trọng bệnh sắp từ trần. Phật thấy tình cảnh ấy an ủi họ: "Vô thường ly biệt là lẽ tất nhiên xưa nay, các người hãy suy nghĩ về những nỗi khổ sinh tử mà cầu đạo, để tìm con đường thoát khổ."

Đức vua hay tin Thế Tôn đưa Nan Đà, La Vân về thăm, tinh thần bỗng nhiên phấn chấn khác thường, thân thể trở nên nhẹ nhõm, Ngài đã gượng ngồi dậy trong chốc lát.

Khi ấy Thế Tôn từ từ tiến vào hoàng cung, đức vua trông thấy chắp tay vái chào và nói: "Xin Như Lai hãy đặt tay lên mình tôi cho đỡ bớt cơn đau. Tôi đang đau đớn dữ dội không thể chịu nổi, có lẽ sắp lìa bỏ cõi đời. Lần này chắc chắn là lần cuối cùng mà tôi gặp lại Thế Tôn, tôi không còn ân hận gì nữa."

Phật thấy phụ vương bệnh nặng thân thể gầy yếu, sắc mặt biến đổi, tinh thần uể oải bèn nói với Nan Đà: "Nghĩ lại phụ vương xưa kia thân thể tráng kiện, dung mạo đoan trang, danh tiếng vang lừng mà nay lâm trọng bệnh đến nỗi tinh thần không còn tỉnh táo. Thế thì các nét đoan trang tráng kiện xưa kia ngày nay đâu rồi?"

Đoạn Thế Tôn thưa phụ vương: "Kính xin phụ vương chớ có ưu sầu, vì đạo đức của phụ vương trong sáng, hoàn hảo chẳng khiếm khuyết điều gì".

Rồi Phật đưa bàn tay vàng ánh như đóa sen nở đặt trên trán vua và tiếp: "Phụ vương là người giữ giới thanh tịnh, tâm cấu nhiễm đã xa lìa, nay không còn nên sầu não mà hãy suy nghĩ về nghĩa lý của kinh giáo, vì mọi vật không có gì bền chắc hết, vậy phụ vương hãy hoan hỷ, dù mạng sống có kết thúc vẫn giữ tâm hồn bình thản."

Bây giờ Đại Xưng vương cung kính thưa với đức vua: "Phật là con của đại vương, thần lực siêu việt, không một ai bằng. Nan Đà cũng là con của đại vương đã qua khỏi biển ái dục sinh tử, được đạo quả vô ngại, còn A Nan Đà, con của Hộc Phạn Vương, cũng đã uống được pháp vị cam lồ; pháp của Phật thuyết giảng mênh mông như biển cả, A Nan ghi nhớ trọn vẹn, không quên một câu, cháu của đại vương là La Vân, đạo đức tinh thần, chỉ chờ công phu thiền định nữa là thành tựu 4 đạo quả. Tất cả 4 người ấy ngày nay đều đã chọc thủng lưới ma."

Tịnh Phạn vương nghe những lời an ủi ấy vui mừng khôn xiết, không còn kiềm chế được, liền đưa tay ra cầm tay Thế Tôn đặt lên trái tim

Hình Internet (A-lưới): Đức Thế Tôn đưa tang Phụ vương

cũng tề tựu về đây để tham dự lễ tang. Lúc quan tài được đặt lên giàn hỏa, Phật và đại chúng bắt đầu châm lửa. Khi ngọn lửa cháy mạnh, nhiều người đắc đạo thì xem đó như một việc tốt lành. Còn những người chưa đắc đạo thì bàng hoàng xúc động, lông tóc dựng ngược.

Phật nói với 4 chúng, thế gian vô thường, khổ không vô ngã, tất cả đều như huyễn hóa, chẳng có gì kiên cố hết. Thân giả tạm

mình, chắp tay tỏ ý cảm tạ Thế Tôn. Ngay khi ấy vô thường vụt đến khí hết mệnh tuyệt, thần thức chuyển sang đời khác.

Thế rồi con cháu trong hoàng tộc, chuẩn bị làm lễ nhập quan rồi tôn trí kim quan trên toà sư tử, rắc hoa, đốt hương cúng dường. Phật cùng Nan Đà cung kính đứng hầu phía trước kim quan, A Nan và La Vân đứng hầu dưới chân kim quan…

Lúc sắp làm lễ động quan, Nan Đà, A Nan và La Vân đều xin phép Thế Tôn được khiêng một góc quan tài. Khi ấy, Thế Tôn nghĩ đến những kẻ hung bạo, bất hiếu trong đời vị lai, không biết báo đáp công ơn sinh thành của cha mẹ, thật đáng xót thương. Nhằm cảnh tỉnh những hạng người ấy, Thế Tôn cũng muốn đích thân khiêng quan tài của phụ vương đến nơi an nghỉ cuối cùng. Bỗng nhiên đại thiên thế giới chấn động, bốn vị Thiên vương cùng lúc quỳ xuống, đồng thanh bạch Phật: “Chúng tôi là đệ tử Phật, nhờ nghe Phật thuyết pháp mà đắc quả Tu đà hoàn, vì thế nên để cho chúng tôi khiêng quan tài của Tôn vương.”

Phật hoan hỷ chấp nhận lời thỉnh cầu của họ. Tức thì bốn vị thiên vương biến thành hình người, dùng tay nâng quan tài đặt lên vai mình. Dân chúng cả nước, bất luận lớn nhỏ, không ai là không tiếc thương than khóc. Trong giờ phút long trọng ấy, Thế Tôn uy quang rực sáng, tướng hảo đoan nghiêm, tự mình bưng lư hương đi trước, đến nơi hỏa táng. Bấy giờ hàng nghìn vị A La Hán ở núi Linh Thứu

này như làn hơi bốc lên khi trời nắng, như mặt trăng dưới nước, mạng sống không thể tồn tại mãi mãi. Các người chỉ biết nóng của ngọn lửa thiêu này mà không biết rằng ngọn lửa tham dục còn nóng hơn gấp bội. Thế nên các ngươi cần phải nỗ lực, mong cầu thoát ly sinh tử, đạt đến an lạc vĩnh viễn.

Bấy giờ các vua dùng sữa rưới cho lửa tắt, rồi nhặt lấy hài cốt đựng vào những chiếc hộp vàng, chuẩn bị xây tháp để cúng dường. Đại chúng khi ấy đồng thanh thưa hỏi Phật: “Đức vua Tịnh Phạn giờ đã mệnh chung, chẳng hay thần thức sinh về nơi nào, kính xin Thế Tôn chỉ bảo cho mọi người được rõ”. Đức Phật nói với đại chúng: “Phụ vương Ta là người giới hạnh thanh tịnh, đạo đức trong sáng, nên được sinh về cảnh giới Tịnh Cư Thiên.”

Kỳ thay! Sự chuyển biến của định luật vô thường là thế đó! Những gì có hình tướng đều không thoát khỏi tình trạng hủy hoại. Thế nên, dù có bậc Thiên tôn (Phật) hộ mệnh mà tính mệnh cũng không thể kéo dài. Đặt tay mình lên chỗ quả tim mà không thể cứu sống. Báo thân hết thì vô thường vụt đến, mạng sống sẽ kết thúc. Vì vậy các bậc Thánh hiền xưa nay chỉ chú trọng việc tu tập để được quả giải thoát mà ít quan tâm đến cái thân phù du bèo bọt này. ■

(Lược dịch theo Thích-ca Phổ, Đ.50, tr.53a - 54b)

Nguồn hình thư pháp: Internet

Huỳnh Kim Quang

VU LAN, NGHĨ VỀ TÌNH **MẪU TỬ**

Trên thế gian này, dường như không ai và không một ngôi trường nào dạy làm sao để người ta có tình yêu thương cha mẹ và con cái. Giống như không ai dạy con người làm sao biết hít thở không khí để sống, tình yêu thương cha mẹ và con cái có trong bản chất con người, mà đạo Phật gọi là "câu sinh", tức sinh ra cùng một lần với sự có mặt của con người.

Người mẹ khi mang thai con là một chọn lựa quan trọng nhất trong đời. Người mẹ ấy biết rằng từ nay trong cuộc đời bà lại có thêm một mảnh đời khác, nhưng thực sự không khác tí nào cả, gắn bó keo sơn đến hơi thở cuối cùng của bà. Khi ý thức điều đó, cũng có nghĩa là người mẹ chấp nhận một thứ bản ngã, một thân xác thứ hai ngay trong chính con người mình. Đứa con là sự sống của người mẹ trong cả hai bình diện tinh thần và thể chất.

Như vậy người mẹ có phải chia bớt phần bản ngã và thể chất của bà cho đứa con? Nếu có thì người mẹ đã mất mát một phần bản ngã và thể chất. Nếu không thì đứa con không là một phần trong đời sống của người mẹ. Về mặt thể chất, vật chất thì dễ thấy cho nên, ai nấy đều biết rõ là người mẹ từ lúc mang thai cho đến khi sanh con và nuôi dưỡng con khôn lớn nên người đã tiêu hao thân xác rất nhiều. Về mặt tinh thần thì khó thấy, nhưng tất nhiên không phải là hoàn toàn không thấy được. Xem đứa con như một phần đời của mình, tức là người mẹ dành một chỗ đứng quan trọng trong tinh thần cho con. Hay nói cách khác, đứa con là một phần bản ngã của người mẹ, người mẹ chia một phần bản ngã cho con. Cái phần bản ngã của đứa con trong người mẹ đó thật sự không thể lấy thước để đo được là bao lớn. Bởi vì chỗ đứng tinh thần không hình tướng, cho nên, nó cũng là tất cả cái bản ngã của người mẹ.

Cũng từ đó, người ta mới hiểu được phần nào lý do tại sao tục ngữ Việt Nam có câu rằng: "Nuôi con trăm tuổi, mẹ lo hết chín mươi chín năm". Và cũng vì lẽ đó, người ta mới thấy rằng tại sao trong đời sống hằng ngày lúc nào người mẹ cũng nghĩ tới, cũng lo cho con trước, rồi mới nghĩ, mới lo cho mình sau, mà có khi còn quên cả lo cho mình nữa.

Cái cảm giác kỳ diệu khi mang thai con nơi người mẹ không một người nào khác trên thế gian này, kể cả người cha, có thể cảm nhận được một cách trọn vẹn và thấu đáo. Trong cơ thể, trong tinh thần, trong tâm thức, trong cảm quan của người mẹ mỗi ngày mỗi hiển lộ dần hình ảnh của đứa con trong đời mình, mà bào thai càng lớn thì cảm thức đó càng lớn theo, càng thâm thiết hơn, càng nồng nàn hơn. Cho đến khi đứa con chào đời, cái cảm thức rằng đó là mảnh đời thịt da máu huyết của mình, không những không thay đổi mà còn tăng trưởng hơn, vì cái mảnh đời đó đang sờ sờ trước mặt, có thể bồng bế, nâng niu, hôn hít cả ngày. Đó cũng là lý do tại sao, những người làm cha mẹ hay có cái cảm nghĩ con mình vẫn còn bé bỏng, dù nó đã khôn lớn trưởng thành. Và đó cũng là lý do tại sao cha mẹ nghĩ rằng mình có quyền trong những quyết định trọng đại đối với cuộc đời của con cái.

Những người con chỉ ý thức và cảm nhận được tình yêu thương của cha mẹ, đặc biệt đối với mẹ, khi đã sinh ra đời, đã đến tuổi ý thức và hiểu biết. Khi đứa con cảm nhận được tình yêu thương của mẹ thì lúc nó đã là một mảnh đời riêng biệt đối với người mẹ. Cho nên, tình thương yêu của con cái đối với mẹ không thâm thiết, không mặn nồng, không sâu sắc như người mẹ thương yêu con. Và cũng vì vậy, thường là khi con cái thành gia thất, rồi trải qua kinh nghiệm làm mẹ, làm cha mới thâm cảm được thế nào là tình yêu thương ruột thịt, máu huyết không phân ly của người mẹ, người cha. Nhưng, có khi biết được thì đã muộn, bởi vì có thể lúc đó cha mẹ đã khuất núi!

Các loài chúng sinh khác, mà dễ thấy như loài thú vật, cũng có những cảm nhận về mối yêu thương gắn bó bất khả phân giữa mẹ con, nhưng vì chúng không có một nền văn hóa, đạo đức và luân lý phát triển đến cao độ như loài người nên chỉ nằm ở bình diện bản năng. Thể hiện tình yêu thương của cha mẹ và con cái, vì vậy, là bản sắc văn hóa, đạo đức và luân lý đặc thù của loài người từ ngàn xưa đến ngày nay.

Đạo Phật khi nêu cao tinh thần hiếu hạnh cũng tức là bảo vệ và phát huy nếp sống văn hóa, đạo đức và luân lý cao đẹp của con người. Có điều đặc biệt nơi tinh thần hiếu hạnh của Đạo Phật là ngoài việc thể hiện hiếu hạnh đối với cha mẹ về mặt vật chất trong đời này còn nhắm đến một đời sống cao thượng hơn ở thế giới tâm linh và trong nhiều đời nhiều kiếp chứ không chỉ quanh quẩn trong lãnh vực vật chất, thể xác và ở đời này. Những báo đáp thâm ân cha mẹ của con cái về mặt vật chất không phải là hành trang mà cha mẹ có thể mang theo lâu dài trên lộ trình luân hồi sinh tử. Khi nhắm mắt xuôi tay, tất cả những tiền tài, của cải, giàu sang, danh vọng đều bỏ lại, duy chỉ có nghiệp lực là mang theo. Dĩ nhiên, nói như vậy, không có nghĩa là con cái không cần phải báo đáp thâm ân cha mẹ về mặt vật chất trong đời này, nhưng chừng ấy không, chưa đủ. Đó là ý nghĩa tích cực của tinh thần hiếu hạnh trong Đạo Phật. Tình thương yêu của cha mẹ và con cái dù thiêng liêng và cao cả đến đâu cũng chỉ xây dựng trên nền tảng tình cảm thế gian, có nghĩa là vẫn còn bị trói buộc trong vòng xoáy của vô minh điên đảo để rồi cuối cùng vẫn phải chịu trôi lăn trong sinh tử luân hồi. Thực hiện hiếu hạnh theo tinh thần Đạo Phật là hướng về con đường giải thoát tận gốc những triền phược và khổ lụy. Đây chính là mục tiêu cao nhất mà tinh thần hiếu hạnh trong Đạo Phật muốn nhắm đến.

Mối quan hệ giữa cha mẹ và con cái là mối nhân duyên vừa vi tế, vừa phức tạp đến khó hiểu đối với con mắt của người bình phàm. Nhiều bậc cha mẹ ăn ở hiền đức mà sanh con ngỗ nghịch, bất hiếu. Ngược lại, nhiều cha mẹ ăn ở bất nhân, thất đức mà có con hiền lương, hiếu thảo. Vì vậy, nhân duyên làm cha mẹ và con cái với nhau không thể tính trong một đời này mà phải kết nối từ nhiều đời trước. Có khi đó là thiện duyên, phước báo. Có khi đó là ác nghiệp, oan gia. Cứ xem cái gương lịch sử của Ngài Đại Mục Kiền Liên, là một trong mười vị đại đệ tử xuất sắc nhất của đức Phật, thì biết. Mẹ Ngài Mục Kiền Liên có tâm lượng hẹp hòi, bủn xỉn, keo kiệt, mà còn ác nữa, nên khi chết mới đọa làm loài ngạ quỷ đói khát khổ sở vô cùng, vậy mà có người con tu hành chứng đắc Thánh quả A-la-hán với thần thông đệ nhất. Còn hàng cư sĩ tại gia thời đức Phật thì có Vua Tần-bà-sa-la và Hoàng hậu Vi-đề-hy là vị minh quân nhân từ đức độ trị vì nước Ma-kiệt-đà. Ấy vậy mà nhà vua và hoàng hậu lại sanh ra người con là A-xà-thế ngỗ nghịch giết cha để soán ngôi. Oan nghiệt biết chừng nào!

Tuy nhiên, nếu xét trên bình diện nhân quả và nghiệp báo mà đức Phật đã dạy thì phước hay họa, thiện hay ác mà chúng ta thọ nhận trong đời này đều là những gì do chính chúng ta tạo ra trong quá khứ, một hay nhiều đời. Cũng vậy, lấy đó làm gương để thấy rằng tương lai đời sau của chúng ta khổ hay lạc, phước hay họa là tùy thuộc hoàn toàn vào những gì mà chúng ta tạo ra trong đời này. Nếu hiểu và đem cái hiểu đó áp dụng triệt để vào đời sống hằng ngày thì người học Phật sẽ bớt đi, hay không còn cảm thấy khổ sở, đau đớn, bi quan, tuyệt vọng nữa khi con cái mình đối xử tệ bạc. Cho nên, các bậc cổ đức có nói rằng: *"Bồ Tát sợ nhân, chúng sinh sợ quả"*. Người học Phật đúng ra phải là người sợ ngay lúc tạo nhân chứ không ngồi đó mà sợ khi quả báo tới.

Nếu đã biết sợ nhân thì phải rất thận trọng khi lập gia đình và có con. Phải suy nghĩ một cách thấu đáo rằng có con không phải là việc đơn giản và tầm thường. Cái không đơn giản và không tầm thường không chỉ ở chỗ hoàn cảnh tài chánh và sinh hoạt gia đình, mà còn ở giá trị đích thực và cao quý khi sanh ra đời một đứa con, một con người, một chúng sinh, hay cao xa hơn chính là một vị Phật đương lai. Nuôi dưỡng một đứa con từ lúc còn trong bào thai đến khi khôn lớn nên người là một công việc trọng đại và vô cùng khó khăn, mà bậc cha mẹ phải để tâm từng ly từng tí, từng ngày từng giờ, từng miếng ăn thức uống đến cách giáo dục bằng lời nói, bằng cử chỉ sao cho phù hợp theo từng tuổi tác lớn khôn của con cái. Một người Phật tử với tư cách là cha là mẹ mà có thể dạy được con mình trở thành một người con hiếu thảo, một người công dân hữu ích cho đất nước, cho xã hội đã là điều vô cùng quý giá. Huống chi, cha mẹ có thể dạy con phát tâm Bồ-đề hướng đến con đường cao rộng của chư Phật đi, không phải là đang tạo phước cho muôn loài chúng sinh đó sao?

Với lòng thương yêu con mênh mông không bờ bến thì cha mẹ nào mà không cầu mong được như vậy! Nhưng được hay không lại là một chuyện khác. Được hay không là tùy thuộc vào phước báo của cha mẹ và chính con cái, vào bối cảnh gia đình, trường học và xã hội, vào phương pháp và sức nỗ lực tới đâu của những bậc làm cha mẹ trong việc giáo dục con, v.v...

Tình yêu thương của cha mẹ một khi đã trang trải cho con thì không nghĩ đến chuyện con cái trả ơn, giống như nước trên nguồn chảy xuống thì không bao giờ chảy ngược về nguồn. Người làm cha mẹ vui nhất là thấy và biết rõ rằng mình đã làm tròn phận sự, đã rót hết tình yêu thương cho con cái không giữ lại điều gì, là chứng kiến sự trưởng thành thực sự của con cái. Nhưng, khổ nỗi, trong mắt của cha mẹ, con cái lúc nào cũng bé bỏng, thơ dại, cho nên, phải lo lắng cho nó suốt đời. Hết lo cho con rồi lại lo cho cháu, chắt. Dĩ nhiên, ở một khía cạnh nhận định nào đó, sự lo lắng của cha mẹ sau khi con cái thành gia thất cho thấy ba nhược điểm:

- Một là, cha mẹ chưa tin tưởng thật sự vào sự trưởng thành độc lập của con.

- Hai là, cha mẹ chưa tin tưởng thật sự vào sự nuôi dưỡng và giáo dục của chính mình đối với con cái, để cứ luôn luôn nghĩ rằng nó chưa thể tự lập, chưa thể tự quyết định, chưa tự đứng vững, chưa tự xây dựng cuộc sống cho riêng nó.

- Ba là, khiến cho con cái có tâm ỷ lại và lệ thuộc vào cha mẹ, trong khi đã đến lúc nó phải tự đứng lên gánh lấy trách nhiệm để kiến lập cuộc đời riêng tư.

Điều hiển nhiên là nói như vậy không có nghĩa cho rằng tới lúc nào đó, trong đời, cha mẹ và con cái phải vạch rõ lằn ranh, phải đoạn tuyệt tương quan, phải xoay lưng nhau mà sống, không còn liên hệ gì, giống như chim rừng, cá biển. Tuyệt đối không phải thế! Tình yêu thương của cha mẹ và con cái nằm trong máu huyết, trong tim óc, trong hơi thở, trong sự sống của nhau, làm sao có thể cắt đứt? Cắt đứt thì không thể, nhưng cách thể hiện lòng yêu thương của cha mẹ và con cái trong đời sống của thời đại ngày nay không giống như ngày xưa, ngay cả tại những nước có truyền thống bảo vệ hiếu hạnh rất nghiêm túc tại Á Châu như Việt Nam, Trung Quốc, Nhật Bản, v.v...

Ngày nay, cha mẹ không muốn để cho con cái phải bận tâm lo lắng quá nhiều hay phải chịu gánh nặng trách nhiệm chăm sóc lúc phụ mẫu về già, nên đã có kế hoạch từ những năm tháng còn làm việc để tiết kiệm tiền bạc, mua bảo hiểm, lập trương mục hưu trí, v.v... Cho đến khi về già thì cha mẹ có thể dùng số tiền đó để tự nuôi thân, hoặc có vào Viện dưỡng lão thì cũng không phải nhờ vả quá nhiều đến con cái. Các chính phủ đã từ lâu giúp đỡ và khuyến khích người lao động thực hiện các chương trình phúc lợi xã hội và hưu trí như vậy. Con cái dù có hiếu cũng không thể cưỡng lại những ràng buộc, chi phối, giới hạn của cuộc sống hằng ngày và sinh hoạt vốn có của xã hội để có thể thực hiện hiếu hạnh một cách đầy đủ giống như ngày xưa. Một ngày làm việc từ tám tiếng đồng hồ trở lên, suốt năm hoặc sáu ngày một tuần, cuối tuần thì phải lo cho gia đình vợ chồng con cái, còn thì giờ đâu để chăm sóc cho cha mẹ già, đặc biệt là cha mẹ già bệnh tật? Cho nên, đưa cha mẹ già vào Viện dưỡng lão là điều khó tránh khỏi. Nếu thật sự vì hoàn cảnh không thể xoay xở của con cái thì cha mẹ nào cũng vui vẻ và thông cảm. Nhưng điều quan trọng là tấm lòng, là tình thương yêu kính trọng cha mẹ của con cái có còn nguyên vẹn hay không. Không có thì giờ để trực tiếp chăm sóc cho cha mẹ là một chuyện, có để tâm lo lắng, suy nghĩ, quan tâm, tới lui thăm viếng và an ủi cha mẹ hay không là chuyện khác. Điều cha mẹ già cần nơi con cái chính là chuyện sau này đó, tức là sự quan tâm, thăm viếng, an ủi và có mặt thường xuyên của con cái. Có vào Viện dưỡng lão rồi mới thấy điều đó nó quan trọng, nó cần thiết đối với những người già như thế nào! Tội nghiệp biết bao!

Nói đi rồi cũng nên nói lại, rằng là người con Phật thì phải sớm biết điều đó ắt xảy ra, vì đó là quy luật sinh, già, bệnh và chết. Người con Phật cần học cách và tự tu tập như thế nào để đến khi mình ở tuổi già, sống trong Viện dưỡng lão một mình, nằm trên giường bệnh, hoặc trước lúc lâm chung vẫn có thể giữ được tâm bình khí hòa, hay cao hơn nữa là an nhiên tự tại. Làm được như vậy thì đúng là không uổng công đức Phật suốt gần năm mươi năm một mình với ba y và bình bát vân du khắp lưu vực sông Hằng để đem giáo pháp cứu khổ mà cảm hóa chúng sinh.

Mùa Vu Lan xin chúc lành cho những bà mẹ còn hiện tiền và cầu nguyện những bà mẹ quá vãng được sinh về cõi an lành. ■

Nguyên Minh

Hiện thân
của lòng thương yêu

Vào khoảng năm mười ba tuổi, tôi đã có một giấc mơ tuyệt đẹp mà ấn tượng mãi đến giờ vẫn chưa phai nhạt.

Thuở ấy, tuy còn nhỏ nhưng tôi vẫn thường theo mẹ lên chùa tụng kinh Phổ môn vào mỗi buổi tối. Tuy chưa hiểu gì nhiều về ý nghĩa của những câu kinh, nhưng tôi đã có một sự kính ngưỡng rất sâu sắc về hình tượng của vị Bồ Tát Quán Thế Âm với lòng đại từ đại bi, luôn sẵn sàng cứu khổ cứu nạn cho hết thảy những ai xưng danh hiệu ngài.

Trong những lần theo mẹ lên chùa như thế, có nhiều khi tôi đứng lặng rất lâu trước pho tượng của ngài để chiêm ngưỡng, cảm nhận vẻ đẹp từ hòa trong màu áo trắng ngần tinh khiết. Trong đầu óc non nớt của tôi ngày ấy, nhành dương liễu mà ngài cầm trên tay hẳn phải vô cùng mầu nhiệm mới có thể ngày đêm tuôn xuống những giọt nước mát cam lộ làm vơi đi vô vàn những khổ đau của người trần thế.

Rồi một đêm kia, tôi đã có một giấc mơ thật đẹp. Trong mơ tôi gặp rất nhiều điều kỳ thú, nhưng kỳ diệu nhất là tôi đã nhìn thấy Bồ Tát Quán Thế Âm với tất cả vẻ sinh động tuyệt vời mà từ lâu tôi hằng kính ngưỡng. Từ xa, tôi nhìn thấy rất rõ ngài đứng trên một tòa sen trắng, giữa một đám mây trên cao cũng trắng ngần như màu áo của ngài, tay cầm nhành dương liễu với tịnh bình và đôi mắt nhìn xuống tôi đầy vẻ từ hòa, trìu mến. Lạ thay, tôi bỗng thấy thân thể mình chợt như nhẹ bổng đi, rồi bồng bềnh bay lên cao dần, cao dần, đến gần sát dưới chân ngài. Tôi cúi đầu quỳ dưới chân ngài một lát, rồi từ từ ngẩng lên để nhìn cho rõ mặt ngài. Ô hay, tôi nhận ra khuôn mặt ngài sao mà quen thuộc quá, quen thuộc quá... Rồi tôi chợt cảm thấy vừa ngạc nhiên vừa sung sướng đến tột độ khi nhìn rõ khuôn mặt Bồ Tát: Ngài chính là mẹ tôi chứ không phải ai khác!

Kể từ sau giấc mơ ấy, tôi ngày càng cảm thấy rằng mẹ tôi đúng là hiện thân của Bồ Tát Quán Thế Âm. Thật vậy, đối với tôi thì không ai có thể dịu hiền hơn mẹ, không ai có thể bao dung hơn mẹ, càng không ai có thể thương yêu tôi hơn mẹ! Vậy thì mẹ đúng là hiện thân của Bồ Tát Quán Thế Âm rồi, không còn nghi ngờ gì nữa. Trong kinh chẳng đã nói rất rõ đó sao, vì muốn cứu độ chúng sinh nên Bồ Tát Quán Thế Âm có thể hóa thân ở khắp mọi nơi, với mọi hình dáng khác nhau. Hơn nữa, nếu người không hóa thân làm mẹ tôi thì sao tôi lại có thể mơ thấy như thế kia chứ? Từ đó tôi càng thương yêu và kính trọng mẹ, càng thấy mẹ rất tuyệt vời đến nỗi không một ai khác có thể so sánh được!

Nhưng có một lần, tôi sang chơi với hai đứa trẻ con của cô Tư bên hàng xóm. Sau một hồi đùa nghịch dưới ánh nắng trên sân, mặt mũi bọn tôi đứa nào cũng nhễ nhại mồ hôi và dính đầy bụi đất. Vừa lúc cô Tư đi chợ về, hai đứa bạn tôi chạy a tới, giành nhau cái giỏ để xem cô mua gì cho chúng. Cô Tư đứng nhìn chúng tranh nhau cái giỏ với ánh mắt hiền hòa, rồi cô lặng lẽ vào nhà lấy ra một cái khăn thấm nước, vắt ráo và dịu dàng lau mặt sạch sẽ cho từng đứa.

Đứng nhìn cảnh ấy, bất chợt tôi cảm thấy cô Tư cũng giống hệt như mẹ tôi, cũng dịu hiền, cũng bao dung và hết lòng thương yêu con cái. Một ý nghĩ thoáng qua trong đầu tôi: Phải chăng cô Tư cũng là Bồ Tát Quán Thế Âm hiện thân?

Sau lần ấy tôi mới nghĩ rằng, có lẽ đối với con cái thì hết thảy những người mẹ đều là hóa thân của Bồ Tát Quán Thế Âm. Bởi không có người con nào lại không thấy là mẹ mình rất dịu hiền, rất bao dung và luôn thương yêu che chở cho mình.

Rồi tuổi thơ dần qua đi. Bước vào tuổi trưởng thành, những hiểu biết thực tiễn khiến cho tôi không còn giữ được những ý nghĩ mơ mộng như xưa. Thật ra, với tôi thì mẹ vẫn là tuyệt vời, nhưng không phải cái tuyệt vời trong ánh hào quang mầu nhiệm như thuở nhỏ, mà là cái tuyệt vời rất thật của một người mẹ buôn tảo bán tần khó nhọc nuôi con. Anh chị em tôi cả thảy bảy người đều do một tay mẹ khổ cực chăm sóc từ thuở nhỏ cho đến lớn khôn, chẳng phải đã là tuyệt vời lắm sao?

Nhưng ý nghĩa sâu sắc của giấc mơ ngày ấy thì mãi về sau tôi mới đủ sức hiểu được. Ngày nay, tôi đã hiểu biết nhiều hơn về Bồ Tát Quán Thế Âm và những hạnh nguyện của ngài. Những ý nghĩa sâu xa của phẩm kinh Phổ môn cũng đã trở thành kim chỉ nam trong cuộc sống của tôi, giúp tôi vững vàng vượt qua biết bao nhiêu sóng gió của cuộc đời. Nhưng có một điều thú vị nhất mà chính tôi cũng không ngờ đến. Đó là, sau rất nhiều sự nghiền ngẫm và trải nghiệm tôi mới hiểu ra được rằng ý nghĩa sâu xa nhất của phẩm kinh này lại nằm ngay trong giấc mơ của tôi từ thuở nhỏ!

Sự thật là, bằng vào trực giác mà tôi đã có được một giấc mơ nói lên những ý nghĩa sâu xa nhất về sự hóa thân của Bồ Tát Quán Thế Âm.

Photo: Ulf Ostlaender. Tượng Quan Âm lộ thiên Chùa Viên Giác Hannover

Đây có thể nói là một trong những kinh nghiệm quý giá nhất mà bản thân tôi đã từng có được. Trong khi việc bằng vào tri thức để đạt đến ý nghĩa sâu xa nhất về sự hóa thân của Bồ Tát Quán Thế Âm đòi hỏi phải đọc hiểu một số lượng rất nhiều kinh luận, thì sự cảm nhận ý nghĩa đó bằng trực giác đã có thể xuất hiện ngay nơi một đứa trẻ chỉ mới tuổi mười ba!

Toàn phẩm kinh Phổ môn mô tả Bồ Tát Quán Thế Âm là vị Bồ Tát hiện thân của lòng thương yêu. Với nguyện lực vô biên, ngài trải lòng thương yêu hết thảy chúng sinh mà không đòi hỏi phải có bất cứ một điều kiện gì. Khi có sự đau khổ, dù là ở bất cứ nơi đâu, chỉ cần có người xưng niệm đến danh hiệu của ngài là sẽ được chở che, cứu độ. Và vì muốn cứu độ chúng sinh, ngài đã dùng nguyện lực để hóa thân trong vô số những hình thức khác nhau, từ thân Phật, Bồ Tát cho đến Phạm vương, Đế thích, cho đến cả các loài rồng, dạ-xoa, càn-thát-bà, a-tu-la... Chỉ cần có thể sử dụng một hình tướng nào đó để cứu thoát khổ nạn cho chúng sinh, ngài liền lập tức hóa hiện trong hình tướng đó.

Một anh bạn tôi vốn cũng thuộc hạng người "học nhiều biết rộng", có một hôm đã tâm sự cùng tôi: "Quả thật, tuy là người tin Phật nhưng tôi chỉ có thể lấy đức tin để tin nhận kinh Phổ môn chứ không thể hiểu nổi những ý nghĩa trong đó. Lẽ nào những điều trong kinh nói lại có thể là có thật?"

Tôi rất cảm thông với suy nghĩ của bạn, và biết chắc là còn có rất nhiều trí thức trẻ hiện nay cũng không tránh khỏi sự băn khoăn như thế. Cách đây hơn 50 năm, học giả Đoàn Trung Còn khi dịch phẩm kinh Phổ môn này đến câu "bỉ sở chấp đao trượng tầm đoạn đoạn hoại " (những dao gậy của kẻ kia liền tự hư hoại) đã tham khảo bản tiếng Pháp để sửa câu này lại là "liền giật lấy đao trượng của bọn ấy, đánh đuổi được chúng nó", bởi vì ông cho là như vậy mới "hợp lý" hơn.

Thật ra, khi đọc hiểu kinh Phổ môn theo cách phân tích ngữ nghĩa như thế, chúng ta sẽ chẳng bao giờ có thể hiểu thấu được ý nghĩa của kinh. Toàn bộ phẩm kinh không nhằm mục đích nào khác hơn là chỉ rõ lòng thương yêu hay tâm đại bi của Bồ Tát Quán Thế Âm. Và nếu như chúng ta chỉ có thể cảm nhận chứ chưa bao giờ có thể "sờ mó" được lòng thương yêu, thì cũng không thể đòi hỏi những điều mô tả trong kinh phải là những chi tiết có thể "sờ mó" được.

Khi hiểu được như thế, chúng ta mới có thể thấy rằng tất cả những gì được mô tả trong phẩm kinh đều là những biểu tượng vô cùng sinh động và cụ thể nhằm nêu rõ được lòng thương yêu vô bờ bến của Bồ Tát đối với tất cả chúng sinh, một lòng thương yêu chân thật luôn cứu khổ, ban vui cho mọi chúng sinh và cũng luôn thể hiện sự sáng suốt, bình đẳng không phân biệt.

Nếu nhớ lại tất cả những gì đã bàn đến về lòng thương yêu chân thật, chúng ta sẽ có thể thấy rõ rằng mỗi câu kinh, mỗi hình tượng trong phẩm kinh Phổ môn đều là những phương thức miêu tả rất tuyệt vời, có thể giúp chúng ta cảm nhận được ý nghĩa thực sự của lòng thương yêu mà không cần phải trải qua những sự phân tích, suy luận phức tạp. Chính ý nghĩa trực nhận này là những gì mà tôi đã có được ngay từ khi còn là một đứa trẻ mười ba tuổi, chỉ có thể tiếp cận với kinh Phổ môn qua những hình tượng mà không phải là sự phân tích ngữ nghĩa.

Bằng vào sự cảm nhận của trực giác, trong tiềm thức của tôi khi ấy đã hình thành một sự tương đồng giữa lòng thương yêu của vị Bồ Tát trong kinh với lòng thương yêu của người mẹ. Và vì thế, trong giấc mơ của tôi Bồ Tát Quán Thế Âm đã có khuôn mặt của chính mẹ tôi chứ không phải là ai khác.

Thật ra, ý nghĩa của giấc mơ này là phổ quát đối với mọi chúng ta. Nếu đã hiểu được rằng Bồ Tát Quán Thế Âm là hiện thân của lòng thương yêu, chúng ta cũng sẽ hiểu được rằng ngài không chỉ hóa thân thành những người mẹ dịu hiền mà còn có thể là những người cha, người anh, người chị, người thầy... cho đến tất cả những ai có thể mở lòng thương yêu trong cuộc sống.

Lần đầu tiên khi tôi đọc những bài giảng bằng Anh ngữ của đức Đạt-lai Lạt-ma thứ 14 cũng là lần đầu tiên tôi được biết rằng theo truyền thống Tây Tạng, ngài chính là hiện thân của Bồ Tát Quán Thế Âm (Avalokiteśvara). Hơn thế nữa, tôi còn được biết rằng cả 14 vị Đạt-lai Lạt-ma nối tiếp nhau đều là hóa thân của Bồ Tát Quán Thế Âm. Rất nhiều người phương Tây cảm thấy khó chấp nhận niềm tin truyền thống này, nhưng bản thân tôi khi đọc thấy điều này lại cảm thấy như tìm gặp được một điểm tương đồng với những gì mình đã hiểu. Không chỉ là đức Đạt-lai Lạt-ma, trong cuộc sống này tôi đã rất nhiều lần được nhìn thấy những hóa thân của Bồ Tát Quán Thế Âm. Và những lần như thế bao giờ cũng giúp tôi có thêm niềm tin và nghị lực.

Một hôm, trong khi chờ đến lượt mình, tôi ngồi nhìn một nữ bác sĩ khám bệnh cho một em bé gái. Trước khi mang ống nghe vào, cô dịu dàng vuốt mái tóc rối bời của em, nhẹ nhàng gỡ từng sợi tóc rối, rồi lấy một sợi dây nhỏ buộc lại cho gọn gàng. Sau đó, cô mới bắt đầu khám bệnh cho bé. Ngồi nhìn sự chăm sóc dịu dàng với ánh mắt hiền hòa của cô, tôi bất chợt nhận ra sự hiện thân của Bồ Tát Quán Thế Âm!

Mỗi người chúng ta đều có thể thường xuyên bắt gặp những hiện thân khác nhau của Bồ Tát Quán Thế Âm trong cuộc sống. Vì ngài là hiện thân của lòng thương yêu, nên bất cứ ở đâu có sự thương yêu chân thật là ở đó nhất định có sự hiện thân của ngài. Chính vì ngài có thể hóa hiện ở khắp mọi nơi, nên phẩm kinh dạy về lòng thương yêu của ngài mới có tên là Phổ môn (khắp cả mọi nhà). Chỉ cần hiểu được ý nghĩa này, chúng ta sẽ thấy rằng chính bản thân ta cũng có những lúc trở thành hóa thân của Bồ Tát Quán Thế Âm. Đó là những lúc ta thật lòng thương yêu người khác.

Khi được nghe danh hiệu của Bồ Tát Quán Thế Âm là lúc ta được tiếp cận với lòng thương yêu. Khi tin nhận danh hiệu của ngài là lúc ta mở lòng đón nhận sự thương yêu. Và khi thành tâm xưng niệm danh hiệu ngài chính là khi ta mở lòng ra thương yêu người khác. Lòng thương yêu đó không có giới hạn, nên khi thường xuyên xưng niệm danh hiệu của ngài, chúng ta sẽ có thể mở rộng lòng thương yêu đến khắp cả muôn loài. Đây chính là lý do giải thích vì sao trong suốt phẩm kinh này đức Phật luôn khen ngợi và khuyến khích tất cả mọi người nên thường xuyên xưng niệm danh hiệu Bồ Tát Quán Thế Âm. Bởi vì việc nghe biết, tin nhận và xưng niệm danh hiệu ngài có ý nghĩa là thực hành lòng thương yêu chân thật. Và điều đó tất yếu sẽ mang đến những lợi lạc tinh thần to lớn, hay nói theo văn kinh thì đó chính là "vô lượng vô biên phước đức chi lợi" Vì thế, tu tập và hành trì kinh Phổ môn chính là phải thực hành lòng thương yêu. Khi chúng ta xưng niệm danh hiệu Bồ Tát Quán Thế Âm bằng cách thực hành lòng thương yêu, chúng ta chắc chắn sẽ có thể bình an vững chãi trước mọi biến cố hay nạn khổ trong đời sống. Ngay cả khi rơi vào những hoàn cảnh bi đát, khốn cùng nhất, người thực hành lòng thương yêu cũng sẽ có đủ niềm tin và nghị lực để đứng vững và vượt qua mà không bao giờ gục ngã. Đây chính là lý do giải thích vì sao chư Tổ xưa kia đã chọn phẩm kinh này để sử dụng trong nghi thức cầu an. ■

Thơ NGUYỄN AN BÌNH

MẸ LẠI VỀ DƯỚI MÁI NHÀ XƯA

Mẹ về theo gió – gió ru sau hè
Bên góc tường xiêu bờ ao giếng nước
Cá lìm kìm bơi tìm chi mải miết
Giấc ngủ muộn màng nhuốm cả rong rêu.

Mẹ về theo mây – mây bay viễn xứ
Khói bếp thơm rơm gốc rạ quê nghèo
Dõi bước con đi bao lần vấp ngã
Ngả núi nghiêng đèo đá dựng cheo leo.

Mẹ về theo trăng – trăng sáng quê nhà
Dưới ngọn dầu hao mẹ ngồi vá áo
Bóng tối vây quanh nhốt đời dông bão
Khóe mắt ngập ngừng từng vết chân chim.

Mẹ về theo sông – sông dài biển rộng
Con nước lớn ròng trôi cả giấc mơ
Cánh bèo trôi cô đơn trong vô vọng
Con ngày xưa đâu qua hết dại khờ.

Mẹ về theo nắng – nắng trôi phương nào
Để lại lời chim buồn rơi cánh lá
Khúc hát đồng dao ngỡ thành xa lạ
Để bóng chiều qua nền cũ hắt hiu.

Ngày mùa xuân mẹ may cho áo mới
Con mặc một lần mẹ trốn trong mưa
Đóa hồng thơm con xin cài trước ngực
Lại thấy mẹ về dưới mái nhà xưa.

NGUYỄN AN BÌNH

Thị Tâm Ngô Văn Phát

NGHĨA MẸ... CÔNG CHA...

Đi khắp thế gian không thấy ai tốt bằng Mẹ
Gánh nặng cuộc đời không ai khổ bằng Cha

Đúng vậy quý vị ơi, trên đời này không ai tốt hơn Mẹ, không ai khổ hơn Cha. Cho nên người ta mới sáng tác ra những bài thơ sau đây để nói lên cái bổn phận của người con phải luôn lo tròn Báo Hiếu:

Công Cha như núi Thái Sơn
Nghĩa Mẹ như nước trong nguồn chảy ra
Một lòng thờ Mẹ kính Cha
Cho tròn chữ hiếu mới là đạo con

Núi Thái Sơn cao 1505m, là một trong những ngọn núi cao nhứt ở bên Tàu, ý nói tình Cha cao như ngọn núi vượt cả trời xanh. Còn nước trong nguồn chảy ra, ý nói tình Mẹ bao la vô bờ bến đến nỗi không thể đong đầy, đo đếm được.

Còn nghĩa Mẹ công Cha

Nghĩa Mẹ như biển rộng
Công Cha như trời cao
Ơn sinh thành dưỡng dục
Vời vợi tựa trăng sao

Ơn trời biển tấm lòng muôn trượng
Mẹ cùng Cha sinh dưỡng chúng con
Năm khắc khoải, tháng mỏi mòn
Sớm khuya tần tảo héo hon một đời

Ơn Cha bóng núi âm thầm
Nghĩa Mẹ lặng lẽ nước sông đầu nguồn
Một đời dãi nắng dầm sương
Nuôi con khôn lớn tình thương dạt dào

(Ẩn Danh)

Theo truyền thống Phật Giáo, hằng năm tháng bảy ngày rằm, chùa nào cũng tổ chức lễ Hội Vu Lan còn được gọi là Mùa Báo Hiếu để người con Phật vâng lời Phật dạy, noi gương Đức Mục Kiền Liên chí thành cung kính cúng dường Tam Bảo, thỉnh cầu chư Tăng Ni hộ niệm cho bảy kiếp Cha Mẹ chúng con, đượm nhuần mưa Pháp, còn tại thế, thân tâm an ổn, phát nguyện tu trì, đã qua đời ác đạo xa lìa, chóng thành Phật quả.

Trong buổi Lễ này còn có thêm **„Bông Hồng Cài Áo“** vinh danh người Mẹ. Nếu ai còn Mẹ thì được cài một Bông Hồng màu **Đỏ** trên áo, và họ vui mừng tự hào được còn Mẹ. Còn ai mất Mẹ thì buồn và tủi thân khi được cài trên áo một Bông Hồng màu **Trắng.** Còn người Cha thì không được hưởng cái danh dự này.

Nếu so với Mẹ, phần nhiều người con đã và đang rất ít khi cảm nhận được sự chăm sóc, quan tâm từ Cha. Nhưng điều đó không có nghĩa là Cha không thương, không lo lắng đến con cái. Vì cách thể hiện tình yêu của Cha không giống Mẹ, nên đã có rất nhiều người cho rằng Cha ít thương con? Thế nhưng, quý vị hãy đọc vài câu ca dao, hay thơ dưới đây nói và viết về Cha, quý vị sẽ hiểu được tình cảm của Cha dành cho các con cũng không thua gì Mẹ

Bàn Tay Của Cha

Bàn tay Cha, nắm tay con
Dìu qua tất cả những cơn bão đời
Khi con mái tóc xanh ngời
Tóc Cha bạc trắng mây trời kém xa

Bàn tay nhỏ, trong tay Cha
Con bình yên, cả trong mơ vẫn cười
Nuôi con khôn lớn nên người
Tay Cha run rẩy, trở trời lại đau

Con như chim lạc phương nào
Đủ lông cứng cáp bay vào trời xanh
Nhớ, quên công đức sinh thành
Bởi con toan tính lợi danh cho mình

Chiều nay ngơ ngẩn đứng nhìn
Trên con phố nhỏ có hình bóng ai
Nắm tay con trẻ bước dài
Trong làn mưa mỏng trên vai ướt nhèm

Tuy nhiên con bỗng dưng thèm
Bàn tay bé xíu nhỏ mềm năm xưa
Để Cha nắm lại cho vừa
Dắt con qua những lọc lừa thế gian.

(QP)

Còn Cha gót đỏ như son
Đến khi Cha thác, gót con đen sì

Hai câu này đã khẳng định vai trò của người Cha đối với con cái khi Cha còn sống khỏe mạnh, con cái được bảo vệ và che chở từ tinh thần đến vật chất nên gót con cái đỏ như son. Nhưng lúc Cha không còn nữa, khi các con bị vấp ngã, các con phải tự đứng dậy và đi tiếp bằng đôi chân của mình bởi không có Cha nâng đỡ, che chở, phải vất vả nên gót con đen sì…

Thương Cha

Thắp hương khấn Phật con mong
Cha luôn mạnh khỏe như Rồng đại dương
Dắt con đi khắp nẻo đường
Cha là thần tượng làm gương soi đường

Con mãi ước không ngày biệt cách
Thời gian ơi, đừng tách thâm tình
Cha đi về cõi siêu hình
Bỏ con ở lại một mình bơ vơ!

(AD)

Nhớ Mẹ, Nhớ Cha

Mẹ là biển cả thênh thang
Cha là ngọn núi cao sang giữa đời
Cho con cuộc sống tuyệt vời
Với bao no ấm từ thời ấu thơ

Cha Mẹ ơn sâu tựa đất trời
Nuôi con lao nhọc chẳng đầy vơi
Mở vòng tay lớn ôm con trẻ
Dẫn dắt con đi suốt cuộc đời

(AD)

LỜI CUỐI

Qua sự trình bày trên, người viết xin đưa ra một ý kiến là trong lễ Vu Lan Báo Hiếu mình có nên cài thêm cho người nào còn Cha hay mất Cha một bông hoa màu nào đó để làm vui lòng bên Ngoại lẫn bên Nội không?

Ở Tây phương, như ở Đức, người Đức không có Lễ Hội Vu Lan như ở Việt Nam, nhưng họ có Lễ „Ngày Mẹ“ (Muttertag) và „Ngày Cha“ (Vatertag) để người con dù có đi làm ăn đâu xa cũng cố gắng về sum họp dâng hoa, ôm hôn Cha Mẹ. Hai Lễ này được tổ chức riêng biệt ngày khác nhau.

Trước khi dứt lời, tôi, một Phật tử già 95 tuổi Tây (Sn.1929), 96 tuổi Ta (Kỷ Tỵ), trân trọng kính chúc quý vị một mùa Vu Lan Báo Hiếu thật vui vẻ, tràn đầy hạnh phúc khi Mẹ hay Cha còn tại thế để phụng dưỡng, một năm ba trăm sáu mươi lăm ngày, ngày nào cũng là ngày Báo Hiếu.

Người nào chẳng may Cha Mẹ đã qua đời hãy cố gắng làm việc thiện càng nhiều càng tốt, như san sẻ cúng dường, giúp đỡ yêu thương đến những người cùng khổ và hồi hướng công đức cho Hương Linh Đấng Sinh Thành cũng là phương cách Báo Hiếu vậy. ■

Laatzen ngày 24.06.2024

Thơ Tùy Anh

hồn ủ hương sen

mẹ đi giữa mùa hạ
hồn ủ trong hương sen
giữa hoa thơm cỏ lạ
với tiếng kinh ngoan hiền.

nay thêm lần giỗ mẹ
thêm một lần ăn năn
vẫn nhớ lời mẹ dặn:
"đừng về! - nếu khó khăn!"

giọng mẹ luôn tha thiết
khi con gọi về thăm.
mẹ dặn khi từ biệt
như một lời trối trăn!

mẹ ngủ yên trong mộ
đã hơn hai mươi năm.
con vẫn hằng tưởng nhớ
nghe đau xót vô vàn

hằng ngày nhìn di ảnh
vẫn sáng đợi chiều mong
mà chạnh lòng hiếu hạnh
nên nước mắt lưng tròng.

mẹ hỡi,
đời vô thường biến đổi
người trôi nổi triền miên
con cầu kinh mỗi tối
mẹ mỉm cười an nhiên.
(Hamburg, 02.3.2021)

Chúc Thanh

Mùa hiếu hạnh

Bà đi làm công nhân cho hãng sản xuất giày để đi, một thời khá lâu, nên người ta gọi bà là bà BATA.

Bà Bata lấy chồng từ lúc còn rất trẻ, lúc mới ngoài đôi mươi, bà sống hạnh phúc với chồng là ông Thảo, ông chủ quán nhỏ, bán sách, tập cho học trò, bán luôn cả báo ngày báo tuần... ở ngã tư đường Lê Đại Hành và lối vào chợ đêm chợ Phú Thọ... họ sống chung, an cư ở đó đã hàng mấy mười năm, chồng cứ bán sách báo, vợ cứ đi may giày dép, họ êm ấm lắm, chỉ kẹt một nỗi đã luống tuổi vẫn không có một đứa con.

Hình như vì không con cái, cứ năm này qua tháng nọ, vợ chồng cần cù làm việc nên cũng khấm khá. Khi mới ngoài ba chục tuổi, cả hai đã tậu được một căn nhà mái tôle ciment tường xây khá khang trang.

Nhà đẹp ở chỗ có vườn cây bao bọc xung quanh. Bên trái nhà, ngày đầu hồi, bà trồng cải xanh để có dịp ngắm hoa vàng nở rộ, đu đưa mùa xuân, mùa thu vào, bà có cải già làm dưa nén. Bên phải, song song với tường, ông bắt giàn trồng mướp, bí và bầu... thỉnh thoảng bà Bata cứ hỏi đùa với chồng là: sao bầu, bí, mướp hương... ra sai trái... thế mà mình không có một đứa con ? Ông mỉm cười... rồi sẽ có!

Cả khu vườn, mùa nào thức nấy, luôn luôn xanh tốt, tươi vui, đẹp, nhất là cái cổng vào vườn, tọa lạc từng bụi hoa thiên lý thơm và đong đưa, hoa theo gió... đúng mùa, giữa tháng bảy hoa ra nhiều, có khi hàng xóm sang xin về nấu canh... ông bà thảo ăn, và hay cắt biếu tặng mọi người.

Rồi tình cờ một hôm đấy, một buổi chiều cuối tuần, hai ông bà đang lượm cỏ dại trong vườn, họ đang nói chuyện vãn với nhau thì chợt cả hai im bặt, vì nghe có tiếng khua, khuấy động rào rào như có một con mèo hoang hay một con thỏ lạc bầy

Hình minh họa: Internet

nào đang nghịch ngợm, nô giỡn trong đám lá rậm rạp!

Cả hai đi lần tới chỗ phát ra tiếng động, ôi trời ơi, họ dòm thấy một đứa bé con cỡ hai, ba tháng tuổi, ai đem bỏ trong khuôn viên mép cổng, đặt nằm trên manh chiếu cói nhỏ... chân tay bé quơ cào giãy đạp lung tung ! Bà hơi sợ, bà lùi lại theo phản ứng bất ngờ!

Ông thì mạnh dạn hơn, ông ngồi xổm, dòm, rồi bồng bé lên, ông chìa đứa bé ra trước mặt vợ:

- Nè, mang về nuôi, trời cho mình sợ cái gì?

- Ôi, trời làm túng đói, biết con ai bỏ đây, biết sự thể ra sao... bà ấp úng nói.

Ông vẫn ôm đứa bé trong tay nói tiếp:

- Thì trời đất này, cộng sản nó tràn vô đây, làm xã hội túng bấn bần cùng, mà ai đó bỏ con, thôi mình cứ nuôi làm phước, có thể là sau này có ai tới đòi, thì mình trả cho họ, có sao đâu... có thể là bố nó đi tù hay đã chết đâu đó, mẹ nó nuôi không nổi mà mang cho! Hai ông bà đã thỏa thuận với nhau như vậy, và cùng bồng bé "bỏ" vô nhà, họ cưng lắm, bé có áo quần tươm tất và mẹ đẻ nó có để sẵn một bình sữa pha đầy bên cạnh. Bà Bata nhìn bé "bỏ" rồi lạnh cả chân tay, bà rưng rưng nước mắt... rồi nức nở thương cảm cho người mẹ nào đó phải dứt ruột mà bỏ xa con!

Khi đấy Việt cộng tràn vô, thì ông và bà Bata đều trở thành thất nghiệp, nên họ rảnh rang mà ở nhà chăm nuôi bé "bỏ"...

Ông cũng khuyên bảo bà là, nếu chịu nuôi con, thì mình phải trình báo công an khu vực và chánh quyền sở tại, coi họ có chịu cho hai đứa mình nhận nuôi con nó không.

Trời thương, mọi việc êm đềm và khá trôi chảy, ông bà Bata từ đó có một đứa con, đứa con trời cho. Trong nhà, từ đó có tiếng con trẻ u ơ và cười vui ríu rít.

Bé Tâm lớn lên, đẹp, kháu khỉnh và dễ bảo. Hàng xóm và bạn bè ai cũng mừng cho ông bà mát tay và như họ muốn nói là con nuôi dễ nuôi hơn con đẻ.

Họ đâu biết là từ một năm sát đó, cả hai đã không còn được đi làm việc và buôn bán nữa... nhưng họ may mắn, có chút tiền cất giữ, ăn tiêu cần kiệm dè sẻn mà nuôi con.

Họ đâu có biết là khi ra công an phòng hộ tịch làm giấy khai sanh hợp lệ cho bé Tâm, họ để trên giấy tờ, bên cạnh tên đứa nhỏ là "con nuôi"... khi đấy, bà Bata hoa cả mắt và khó chịu... bà năn nỉ anh nhân viên cộng sản xóa bỏ, tẩy dùm đi hai chữ "con nuôi"... họ nhăn nhó, làm khó, bà phải nói nhỏ và năn nỉ và tháo vội cái cà rá vàng đeo trên ngón tay từ ngày bà đi lấy chồng, bà trao lẹ cho họ, họ mới làm theo lời thỉnh cầu của đương sự.

Xong việc, cầm giấy tờ về nhà, bà thở một hơi dài, hú hồn, từ đó bà luôn mỉm cười, tự mãn, con là con của mình, trời cho mình... không thể ông công an hay đứa cộng sản nào xía vô được!

Vậy mà cũng chưa xong đâu, bé Tâm lớn lên đi học mẫu giáo, là con nít lối xóm còn chạy theo nhạo báng:

- Lêu lêu, đồ con nuôi, con nuôi, mày là con nuôi, má mày trắng mày đen... đồ con nuôi, ê, con nuôi...

Bé Tâm về nhà khóc với mẹ:

- Tại sao bố má không sanh con ra? Mà lại đi xin con về nuôi? Lúc đó thì ông Thảo ôm con mà giải thích là:

- Bị con lớn con quá, má con nhỏ xíu như con chuột nhắt, làm sao má con sanh con đặng... nên có một bà tiên đã mang con đến tận nhà mà trao cho bố má...

Tạm yên...

Nhưng khi bé Tâm 12 tuổi, vào học trung học, thì một hôm, cậu trở về nhà từ trường, ôm mẹ thiệt chặt và nói với mẹ rằng:

- Má nè, hôm nay cô giáo con giảng một câu này thiệt là hay, là con ruột rà, cha mẹ sinh ra nuôi dạy là theo lẽ tự nhiên. Mà con nuôi, con nhận, không sanh ra, mà vẫn nuôi và yêu thương còn giỏi hơn nữa, má hả ?

- Con học cái bài gì mà cô giảng là vậy?

- Con đang học nhị thập tứ hiếu!

- Ờ, con nói đúng và cô giáo con cũng giỏi lắm!

Sau đó 5, 3 năm, thì ông bà quyết định bán nhà ở thành phố, dọn về Cần Thơ, là bản quán ông bà cố thân sinh từ nhiều đời, nơi đó có nhà từ đường, họ hàng nội ngoại đông đủ hơn, coi như là vợ chồng bà Bata hưởng ứng chính sách đi kinh tế mới vậy, tuy nhiên họ tọa lạc an cư ngay thành phố Cần Thơ để tiện việc học hành thi cử cho bé Tâm.

Nuôi được bé Tâm những năm sau đó, ông bà cũng khá vất vả, nhưng cả hai quyết chí cho con ăn học, không nề hà mọi cản trở án ngữ... bà rủ ông nuôi tôm, nuôi cá... kiếm tiền, rồi bà tìm moi móc ra những món tiền của sau cùng lo cho con đi học, lo cho con thoát khỏi những nghĩa vụ quân sự, những nghĩa vụ cộng sản phải thi hành tận Campuchia... bà đút lót năn nỉ công an miễn trừ cho cu Tâm mọi công việc vô bổ tàn nhẫn của cộng sản Cần Thơ... làm mất học tập của con khi nó đã lớn, y như ngày nào nó còn bé bà đã lo lót cho nó một cái giấy khai sinh đẹp như ý của bà...

con là con của ông bà, không thể là con nuôi, trong ý bà, bà Bata luôn nghĩ tại sao nó lại gặp bà, mà không gặp ai khác, bà niệm Phật và cám ơn chư Phật cho một đứa con đã đi lạc từ truyền kiếp nào đó đã trở về!

Rồi cuộc đời đưa đẩy, con đã lớn dần, đã trưởng thành, thành danh. Học xong tiểu học, trung học và đại học... và ra trường là một chuyên viên điện toán về công nghệ thông tin, con làm việc cho một hãng Nhật Bản.

Tuy bận rộn luôn luôn, Tâm vẫn từ nơi làm việc ở Sài Gòn đi đi về về Cần Thơ, thăm ông bà Thảo, mua bán và mang tiền về biếu mẹ, em biết mẹ cha đã lo cho em đến những đồng tiền sau cùng... bằng hai bàn tay chai sạn theo năm tháng làm giày dép rồi bóc vỏ tôm!

... Nhưng không may là con mới đi làm việc được hai năm thì bà Bata ngã bệnh và mất đi. Bà bị bệnh tim, ngặt nghèo, khó chữa chạy. Còn một mình người cha, nhưng Tâm vẫn năng quay về chăm sóc ân cần như xưa.

Anh chú ý tới áo quần và mua bán cho những bữa ăn cho cha y như ngày nào mẹ còn sống. Tháng nào không tiện về được hoặc áp lực công việc, hoặc phải di động đó đây, anh đều gởi tiền về biếu cha hàng tháng, một số tiền định kỳ đúng hẹn không sớm không trễ.

Rồi con trai ông Thảo, Tâm cũng nghe lời ông mà lập gia đình với một cô bạn đồng nghiệp, Tú, con dâu ông, cũng ngoan hiền như con trai ông vậy.

Ít năm sau thì Tâm và Tú có con trai đầu lòng, rồi sau đó, thêm một con gái! Ông Thảo vui dạ vì có hai cháu nội, mà bố mẹ nó nhường cho ông đặt tên chúng là bé Nghĩa và bé Hiền.

Con cháu ở Sài Gòn tiện việc làm ăn, học hành. Ông Thảo vẫn ở lại quê, chăm lo hương khói nhà từ đường họ, mấy lúc sau này, ông chăm sóc thêm bàn thờ người vợ...

Bao quanh ngôi nhà cổ, ông cũng trồng đủ loại cây trái và rau, nhất là rau lang, rau lá thì luộc ăn, khi có củ thì gởi lên cho con dâu vì nó ưa thích lắm. Hoa bắp ra nhiều, lay động, làm ông bần thần nhớ thằng con trai, thằng Tâm, nay thì nó lớn lắm rồi, nó đã làm cha của hai đứa con 6 và 8 tuổi... vậy mà ông không hiểu sao, mỗi lần về thăm ông, nó năng nổ đi lau bàn thờ cho mẹ nó và nó cứ hát đi hát lại mãi có hai câu hát cũ sì:

"... Đời bạc bẽo con về ôm gối mẹ...

Đêm san hô sào sạc suốt năm canh..."!

... Đời có bạc đãi nó đâu? Thôi để bữa nào hưỡn... hưỡn, thư thả... ông hỏi nó xem, ý muốn nói gì... qua mấy câu hát buồn buồn đó !

Nó vẫn gởi tiền tháng tháng biếu ông đúng kỳ hạn, ông có lần khuyên nó, cho ông nửa chỗ đó thôi, đặng để dành lại mỗi tháng năm triệu, mà sau này, còn lo cho Hiền, Nghĩa ăn học. Nó vâng vâng dạ dạ, "ai có phần người nấy rồi, ba cứ lo sống thoải mái như khi má con còn... còn sống bên ba".

Rồi có một lần, ông dài cổ trông con về thăm, mà bặt đi cả bốn, năm tuần lễ, không thấy con về tuy là chi phiếu tiền vẫn về đúng thời hạn. Ông điện thoại gọi Tâm một vài lần, thì gặp bé Hiền trả lời ông nội:

- Ông nội, ông nội khỏe không ? Dạ dạ... ba con, đi Hà Nội bận dịch vụ ngoài đó, để con nhắc ba con kiếm chút thời giờ rảnh đặng kêu về thăm ông nội!

Ông muốn lên Sài Gòn thăm con, dâu và hai cháu. Ngặt cái ông đau lưng, di chuyển khó khăn. Có lúc đau như tê bại. Thành ra nhiều lần tính đi rồi lại hoãn, ngập ngừng. Ông cũng không muốn nói cho con hay, sợ rồi con lo lắng, vô ích... già thì sống với bệnh thôi.

Lủi thủi ngày tháng thoi đưa, ông mong là Tết sắp đến, con cháu sẽ về... rồi chúng lại không về kịp chiều ngày cuối năm.

Ông đã chu đáo sắm sửa quà cho các con các cháu. Chỉ còn đợi thôi. Thì bất chợt khuya khuya con bé Hiền lại Allô ông nội!

- Nội ơi, nội nè, nhà mình có tin vui, là ba con từ Hà Nội, giờ được gọi đi xuất ngoại làm việc, cả một năm nữa mới về... ba con xin lỗi quá vội vàng và hứa sẽ kêu điện thoại cho nội sau.

- Sau là bao giờ ? Sao đi lẹ quá vậy cưng ?

- Là khi nào có chút thì giờ rảnh mà... mà ông nội đừng lo, má con cũng đã sắm sửa và đang trưng bày bàn thờ cho bà nội trên đây nè...

Qua giêng năm đó, một tuần lễ sau, là ông Thảo quyết định lên Sài Gòn thăm con cháu xem coi sự thể thế nào? Dù đau lưng, ông uống đủ thứ thuốc chống đau nhức rồi ra đi.

Vì từ lâu ông đã không gặp con cháu. Kỳ lạ, kỳ lạ, ông đi ra đi vô, rồi ông sợ con trai ông mắc bệnh tâm thần, ông nghe nói, thời đại bây giờ, xài iphone, ipad, điện thoại cầm tay, dùng máy vi tính suốt ngày sẽ rối loạn trí não... ông phải đi gặp mặt Tâm coi con ông khỏe yếu ra sao, nếu còn má nó thì đi hai người, vui hơn.

Tuy vậy, rồi ông cũng tới nơi... tới đô thành. Ông thuê xích lô từ xa cảng miền tây về khu Bàn Cờ, gần chợ Vườn Chuối khi xưa ông đưa số nhà con và ngủ gà ngủ gật trên xe... vì ỷ y người phu xe coi rất chân phương hiền lành.

Xe vừa đậu, thắng két trước cổng nhà Tâm, ông giật mình, ngồi ngay đếm tiền trả, cám ơn, rồi xách cái giỏ khá nặng ngó dáo dát…

Ờ ờ thì số này đây, nhà này đây, lúc trước kia ông đã lên vài lần mà, ông đâu có lầm, mà nay sao thấy là lạ… hình như chúng đã phá bỏ cây hoa bông giấy phía trước, thay vào đó là một hàng rào thưa trống vắng… đúng là số nhà đó mà.

Ông săm săm mạnh bạo đẩy cổng… thì bất chợt hai đứa cháu nội, Hiền và Nghĩa, cũng bật tung cánh cổng chạy ùa ra đón ông, vừa đón ông, vừa như chúng ngăn lối vào, mỗi đứa nắm cứng một bên tay ông, giữ lại, miệng lắp bắp :

- Nội, nội lên Sài Gòn sao không báo tụi con?
- Nội, nội đừng vô nhà, bị… bị má con đi vắng !
- Má, ba bây đi vắng hết hả? Đâu có sao, ông nội vô được mà, mỏi chân quá chừng!
- Không, nội đừng vô nhà… không được đâu.
- Bộ ba má tụi bây đang cãi lộn hay đang đánh lộn nhau sao… mà bây cản…?

Nhưng rồi, sau vài phút giằng co, lôi kéo, một đứa nhỏ lùi lại sát một bên ông Thảo, nó ra dấu xua xua tay và nói với em nó:

- Thôi, để ông nội vô đi, bề gì… có sao đâu… ?

Nhưng mà có sao, là khi ông Thảo vừa bước qua ngạch cửa, thì ông thấy tọa lạc ở giữa nhà, là một bàn thờ rất rộng, rất mới, còn đầy mùi hương hoa trang trọng… nghi ngút bay lên, tọa lạc sau lư nhang là tấm hình bán thân của Tâm, con trai ông…

Ông cứ nhìn mãi nhìn hình con trên bàn thờ, mà hồn vô định, rồi ông vướng phải vật gì đó…

Trước khi té xuống đất và bất tỉnh, ông như còn nghe thấy lời con dặn dò: "Ba ơi, ba cứ chi tiêu thoải mái như cho cả hai người, như ngày còn sanh tiền má… con !". ■

Mùa Vu Lan báo hiếu 2024

Thu Hoài (Phan Ngoc Doan)

Chiếc áo Mẹ đan

Tranh: Cát Đơn Sa

Đến bây giờ tôi vẫn còn nhớ tuổi lên năm. Và hiển nhiên, làm sao có thể ghi nhận được mọi diễn biến! Nhưng điều không phủ nhận, trí nhớ có giữ lại ít nhiều - nơi đó trong tôi, là hình ảnh của người mẹ đã bắt đầu có những hiện tượng thăng trầm vì bệnh. Thoạt đến rồi đi. Kéo theo cả hình hài, vóc dáng.

Nỗi nhớ không thể giữ lại hết không gian ngày ấy - của đứa bé chưa biết tỏ bày. Nhưng có thể cô đọng lại vài khuôn dạng. Đậm nét nhất là hình ảnh mẹ ngồi sau hiên nhà, sát bên là căn bếp. Im lặng ngồi đan áo.

Nhớ sao cho vừa! Đó là những năm bước đến ngưỡng vỡ lòng, chuẩn bị bắt đầu đặt chân vào mẫu giáo. Mẹ đã thọ bệnh nhưng vẫn thích ngồi đan áo cho tôi. ➔

LUÂN HỒI

Cưu mang thuở trứng tụu hình
Ôm con từ thuở sơ sinh ra đời
Ngày còn đưa lắc trong nôi
Thương con tiếng khóc nụ cười hồn nhiên

Vô bờ. Vô hạn. Vô biên
Con trôi ra giữa thanh thiên với đời
Thấp cao vóc dáng thành người
Bước chân xa vời cõi trời thênh thang

Năm cùng tháng tận, mênh mang
Con lên mỗi tuổi mẹ càng xanh xao
Da mồi má hóp hư hao
Cho con sắc diện hồng hào thắm tươi

Theo mùa mưa nắng đầy vơi
Xuân tàn hạ vãn chơi vơi thu ngàn
Võ vàng gió lốc đông sang
Lời ru trong gió thở than sống còn

Ngày xưa cúi xuống ôm con
Lòng nghe tha thiết sinh tồn sắc son
Bây giờ ngước mắt nhìn con
Chừng nghe rưng rức mỏi mòn, vô phương
…
Mẹ còn da bọc lấy xương
Con đang nhìn thấy vô thường sắc không (*)
Mẹ đi vào cõi hư không
Trong tay con: mẹ - nỗi lòng thiên thu

Thu Hoài
Tháng Sáu, Texas 2024

(*) Sắc tức thị không; không tức thị sắc

Ngoài việc ước đoán cho vừa vặn chiếc áo len đan, đã bao lần mẹ gọi đến để so vai và nách áo. Nhưng cùng lúc, mục đích không muốn tôi rụt rè, lo sợ vì những ngày đến tôi sẽ chính thức bước vào trường công lập Nam Tiểu Học.

Không biết phải mất bao nhiêu thời gian, mẹ mới đan xong chiếc áo len cho kịp ngày tôi đi học, nhưng đáng nói, là cho kịp mùa khi gió chớm thu sang.

Riêng tôi ngày ấy, mỗi trông mong là chiếc áo vẫn còn trên tay mẹ, để còn nghe lời vỗ về, thầm thì cho mỗi lần ướm thử lên người tôi những mảng áo len mang hương vị chiên xào. Tôi thích lắm. Nỗi thích thú, đơn giản trong ý tưởng ngây thơ, áo đan chưa xong có nghĩa là sẽ được trì hoãn ngày đến trường. Vì nỗi lo sợ phải bước ra khỏi không gian dẫu chỉ là cái tổ chắt chiu nhưng yên lòng khi có mẹ.

Có nói gì, ngày khai trường phải đến. Tuy nhiên, buổi sáng mai năm đó không như những trẻ cùng lứa một thời. Và buổi đi học đầu tiên của tôi không được ghi nhận êm đềm như Thanh Tịnh - được mẹ nắm lấy tay mình vào "một buổi mai đầy sương thu và gió lạnh".

Sáng mai năm ấy, mẹ tôi mắt quầng thâm, vì bệnh tình thấm nặng theo ngày. Mỗi gắng sức còn có thể, là cố gượng lên để mặc cho tôi chiếc áo len vừa đan xong khoảng chiều qua, lúc gió chướng trở mùa. Tôi có thể nghe hơi thở của người bên tai, dặn dò âu yếm:

- Có áo len mới, đi học phải ngoan nghe không?

Được mẹ ôm trong lòng, thay vì tôi muốn khóc nhưng khi quay nhìn lại, cũng là lúc thấy mắt mẹ rưng rưng, tôi cố gắng mỉm cười. Không hay rằng, ngay ở tuổi bé thơ, tôi đã cảm nhận, bắt đầu tự răn đe lấy chính mình, sẽ phải làm gì nếu không có mẹ.

Hôm đó, theo anh tôi, hối hả bước ra khỏi nhà, gần như là phải chạy. Cho kịp đến trường. Cho bước chân dài hơn. Để mau trưởng thành, nhìn thấy trời cao, theo với người lớn khôn. Chạm với đời cơm áo.

Mùa Thu ngày nọ đi qua. Mẹ tôi cũng phải về với đất. Rơi, như lá vàng khô. Bóng mẹ có còn lảng vảng, thiết tha, níu kéo theo tôi chút nào là chiếc áo len. Tuy nhiên, chiếc áo len ôm ấp đến mức nào, nhiều lắm cũng chỉ thêm được vài mùa ướt lạnh.

Tôi ra khỏi chỗ nằm xưa bên mẹ. Theo với bề rộng bên ngoài. Ngẩng lên, với chiều cao cây lá. Chiếc áo không đủ lớn theo tôi, nên cũng đành nằm hoài một chỗ, dỗi hờn. Có chỗ rạn mềm, đưa đến sợi tuột ngang. Có sợi sơ mòn lặng yên giấu mặt.

Như chó con, quấn tròn quanh những chiếc áo có mùi mô hôi của người chủ, nhớ thương.

Như tôi, đã lắm lần giấu mặt trong chiếc áo len cũ mèm, xơ xác. Hít hà, nếm lấy hơi hám của hơi thở phà quanh, mà thèm khát vô cùng hương vị mặn cay, xen lẫn mùi tiêu nguồn, tỏi gừng, đượm với cả mùi chiên thơm giòn, kho tương cá lóc.

Cùng lúc, như đã bao lần, tưởng thấy người lờ mờ qua manh áo. Chỗ lành, chỗ thủng giấu mình, che những giọt ơ hờ, rơi lăn trên mặt.

Những giọt ngậm ngùi của đứa bé ngủ mê. Giữa giấc chiều hôm - mơ, thấy mẹ dịu dàng ngồi dưới hiên sân, bên chái bếp nấu cơm. Tay vẫn thoăn thoắt đôi kim, đan áo.

Rồi cũng qua!

Những chiếc áo len thay nhau theo mỗi chặng đời. Tiếp tục tràn ngập lên nhau theo mỗi mùa mưa lạnh. Nhưng cho dẫu có bao nhiêu sắc màu phủ kín, tôi vẫn không tìm thấy lại hương sắc của chiếc áo len thuở nào. Chiếc áo len đầu đời, được mẹ đan - vẫn còn nằm im lìm trong tâm khảm. ■

CHIẾC ÁO LEN

Chiếc áo mẹ đan năm vào tiểu học
Xen lẫn hương tiêu, khói bếp, tỏi, gừng
Bởi lẽ khi đan người vừa nấu nướng
Đượm cả mùi chiên cá lóc kho tương

Ôm ấp trong người bao mùa gió chướng
Ấm áp vai còm những sáng mù sương
Chiếc áo đi theo qua từng buổi học
Có hôm về quên: trong lớp, sân trường

Mùa gió lại sang áo giờ đã ngắn
Có sợi tuột ngang; có sợi xơ mòn
Mang chiếc áo len, chỗ lành; chỗ thủng
Lạnh bước ngày thu
Mẹ đã không còn

Mùa lá vàng khô
Mẹ giờ xa vắng
Vắng cả bếp chiều gió thoảng khói lam
Vắng người ngồi bên đôi kim đan áo
Hương áo một thời lãng đãng, xa xăm

Một Giác Vu Lan.
Tháng Tư 2024

Lưu An, Vũ ngọc Ruần

Bố ơi, xin tha lỗi cho con

Mẹ tôi mất vào lúc cuộc sống ở VN đang rơi vào thời kỳ khó khăn sau khi chiến tranh chấm dứt được vài ba năm, lúc đó tôi cũng vừa rời bỏ Nhật Bản sang Thụy Sĩ định cư. Mặc dầu cuộc sống ở Thụy Sĩ không còn bi đát như khi ở Nhật, nhưng cũng vẫn là giai đoạn khởi đầu. Việc dè sẻn tiêu pha để có tiền gửi về cưu mang cha mẹ và các em tại VN vẫn là việc làm mà tôi phải làm.

Trước khi mất, có lẽ mẹ tôi chỉ biết tí chút về cuộc sống của tôi, thằng con trai trưởng tại Thụy sĩ qua vài tấm ảnh mà tôi đã gửi về cho gia đình. Sau này khi về VN, qua lời kể của vài đứa em, mẹ tôi đã ngắm nhìn say sưa những tấm ảnh với niềm vui tột cùng, biết rằng thằng con trai lớn mà bà đặt bao nhiêu niềm tin yêu, đã tìm được chốn định cư ở một nơi giàu có, xa xôi nào đó. Nó vẫn không quên lời hứa hẹn lúc từ giã bà tại phi trường, sẽ mãi mãi tìm cách giúp đỡ gia đình và các em.

Bố tôi, có phần nào may mắn hơn. Ông sống thọ hơn nên được hưởng ít nhiều sự sung túc, an nhàn tuổi già do những món tiền dè sẻn của tôi gửi về. Ông không phải lam lũ làm việc nặng nhọc, lo lắng từng bữa ăn hàng ngày cho đàn con 7 đứa như xưa nữa. Ông tìm được niềm vui trong giao tiếp bình đẳng với những bạn bè, hàng xóm, thân nhân. Trong đó, có những người mà xa xưa, thuở còn lam lũ, đói nghèo, ông chỉ dám cúi đầu im lặng khi tiếp xúc với họ vì cách biệt giai cấp hay vì sức mạnh của đồng tiền và thế lực. Sau năm 1975, bố tôi đã có cuộc sống an nhàn hơn, vui vẻ với con cháu. Ông tham gia vào những công việc từ thiện, giúp đỡ họ hàng nghèo khó ở miền Bắc hay đóng góp cho những hoạt động tôn giáo mà ngày xưa ông vẫn ấp ủ.

Viết như vậy cũng không có nghĩa là cuộc sống của bố tôi hoàn toàn thoải mái cho đến hết cuộc đời. Nhất là ở VN, xã hội và lối sống không dễ dàng cho bất cứ ai muốn đứng bên ngoài những tật ách từ cuộc chiến tranh quá dài, một xã hội dân trí còn thấp kém. Bố tôi cũng đã phải buồn khổ vì những cái không may mắn của vài đứa em của tôi.

Riêng đối với gia đình tôi, bố tôi (cả mẹ tôi lúc còn sống) luôn luôn dành cho tôi những ưu ái và tin tưởng đặc biệt. Có lẽ sự ưu ái đó được phát sinh từ vị trí của đứa con trai trưởng trong gia đình, vào đời rất sớm. Hoàn cảnh khó khăn đã dạy cho nó biết tính toán, kiếm tiền, thay mẹ cha chăm sóc, cưu mang các em. Đúng như vậy, cuộc sống của tôi, từ lúc còn trẻ thơ cho đến khi bước vào đời, tôi luôn luôn có khả năng tự lo liệu, giải quyết những rắc rối cho chính mình. Chưa bao giờ, dù chỉ một lần tôi mang những rắc rối, buồn lo cho bố mẹ. Tôi sống và làm việc cũng như học hành khá quy củ, không vướng vào những thói hư, tật xấu như cờ bạc, rượu chè nghiện hút. Khi lập gia đình, tôi lại may mắn có được người vợ dù khác giống nòi, ngôn ngữ nhưng lại là người rất mềm mỏng biết lễ kính với bố và thương yêu các em cho nên bố tôi càng dành ưu ái cho gia đình tôi hơn.

Có lẽ bức tranh được thêu dệt bằng niềm ưu ái đặc biệt của bố dành cho tôi, sẽ đẹp đẽ, trọn vẹn hơn, nếu không vì một vài lầm lẫn mà tôi đã vô tình làm cho bố tôi âm thầm phiền muộn. Để rồi ngày nay khi bố đã mất, tôi sẽ không phải ân hận, ray rứt với những sai trái mà mình đã tạo ra cho bố và tôi sẽ có quyền tự hào là đứa con hiếu đễ, toàn vẹn. Hôm nay, nhân dịp một lần về nước viếng mộ bố mẹ , tôi muốn dành chút thời gian viết ra đây vài ba lỗi lầm của mình như một nén hương lòng tưởng nhớ đến tình bố tôi và cũng mong ở chốn linh thiêng xa xôi nào đó, bố tôi hãy rộng lòng tha thứ cho những sai lầm đáng trách mà tôi đã vướng phải khi ông còn sống.

Những buổi đi chơi về khuya

Bước sang năm 2000, với tuổi trên 75, nhất là sau vụ tai nạn giao thông với nhiều tháng trong bệnh viện, sức khỏe của bố tôi đã sa sút thấy rõ. Vì muốn có nhiều dịp gần gũi, tâm sự và chăm sóc bố, tôi đã dành thời gian về VN nhiều hơn. Thỉnh thoảng hai bố con làm những cuộc du lịch ngắn, quanh thành phố, thăm viếng bè bạn, họ hàng hay vào những dịp lễ ky, tôi cũng theo bố đi lễ chùa nơi ông nội và mẹ tôi yên nghỉ.

Có thể nói trong những lần về đó, không một bữa điểm tâm và bữa ăn trưa nào mà bố con chúng tôi không cùng ăn với nhau. Việc gặp gỡ, vui chơi với bạn bè của tôi, được tôi xếp đặt vào buổi chiều tối và tôi cũng cố gắng về nhà trước 10 giờ đêm, thời điểm mà bố tôi chuẩn bị đi ngủ. Tuy nhiên đôi lúc vì ham vui bạn bè, tôi về nhà muộn hơn. Những lúc như vậy tôi thường phải phá giấc ngủ của bố vì bố phải trông chờ mở cửa cho tôi. Đôi khi tôi cũng cảm thấy áy náy, nói vài câu xin lỗi. Nhưng bố cũng cười xòa cho tôi biết tuổi già giấc ngủ thường chập chờn, thức giấc rất dễ nhưng ngủ lại ngay nên việc gọi cửa của tôi vào đêm khuya không có gì phiền phức cả. Với lý lẽ hợp lý đó đã làm cho tôi yên lòng và những cuộc tụ họp bạn bè ăn uống đến khuya của tôi vẫn bình thản xảy ra.

Một hôm, cùng với một nhóm bạn đón tiếp vài người bạn từ Mỹ về. Chúng tôi rủ nhau đi ăn uống mãi đến khuya mới tan hàng, khoảng nửa đêm tôi mới đi xe ôm về đến nhà. Thay vì gõ mạnh vào tấm cửa sắt để gọi bố như mọi lần về khuya. Tôi ghé sát mắt vào kẽ nhỏ của tấm cửa kéo, nhìn vào trong nhà. Dưới bóng đèn mù mờ của bàn thờ Phật, bố ngồi trên chiếc ghế cao chân bằng nhựa, gục đầu xuống chiếc bàn ăn trước bàn thờ ngủ ! Nhìn cảnh cô đơn, buồn tẻ của bố dưới ánh đèn yếu ớt từ bàn thờ chiếu xuống, mái tóc thưa thớt đã bạc màu của bố đập vào mắt tôi. Cảm giác nhói đau vì thương bố bừng dậy tràn lan trong lòng tôi. Tôi đã hiểu rằng những lần đi chơi về khuya, bố đã phải nửa ngủ, nửa thức chờ đợi mở cửa cho tôi. Tôi cũng đã biết rõ lý do tại sao, những lần về khuya, tôi chỉ cần đập nhẹ vài tiếng vào cánh cửa cuốn, kèm theo câu gọi duy nhất, không cần đến lần thứ hai: "Bố ơi, mở cửa cho con". Lần nào cũng vậy, chỉ với thời gian rất ngắn ngủi không quá một phút, bố đã hiện ra trước mắt tôi với nụ cười rất vui, không một tí than phiền vì phải đón chờ thằng con đã vì vui bạn bè mà làm khổ bố !

Nhưng lần này, có tí chút tò mò mà tôi đã nhìn rất rõ cảnh ngủ gục của bố chỉ vì phải đợi mở cửa cho tôi ! Im lặng để cho lòng mình ngấm trọn cái cảm giác ân hận vì sự vô tình thiếu suy nghĩ của mình suốt bao năm qua! Một lúc sau, khi tâm tư đã trở lại an bình, tôi mới gõ rất nhẹ vào tấm cửa sắt cùng với lời gọi bố cũng nhẹ hơn, êm ái hơn như được pha trộn cảm giác ăn năn:

- Bố ơi! mở cửa cho con!

Cũng qua khe cửa, tôi thấy bố giật mình, ngẩng đầu lên khỏi mặt bàn, với vẻ vội vàng vừa đứng dậy, vừa nói vọng ra:

- Nghe rồi, chờ một tí, ra ngay đây!

Bất thình lình, một sự việc xảy ra hiển hiện qua khe cửa sắt đã làm tôi giật mình. Có lẽ vì quá vội vàng muốn nhanh mở cửa cho con và cũng có lẽ vẫn còn ngái ngủ, lại thêm chiếc chân trái khập khễnh, di tật do vụ tại nạn giao thông mấy năm về trước... Bố đã vướng vào chiếc chân bàn, ngã nằm xoài trên nền nhà! Tôi lịm người, nhìn thấy tất cả, rất rõ! Bố vội vàng đứng dậy, lấy tay phủ vội vàng bộ quần áo ngủ đang mặc trên người rồi làm ra vẻ không có gì, bình thản đi ra mở cửa cho tôi.

Tôi im lặng bước vào nhà với nét mặt buồn, ân hận... Sau khi giúp bố đóng cửa nhà xong, nhìn thẳng vào mắt bố, nhẹ nhàng tôi hỏi:

- Bố phải thức, đợi chờ mở cửa cho con phải không?!

Như mọi lần, bố nhanh nhẹn trả lời, như chẳng có gì xảy ra:

- Có gì đâu mà phải đợi với chờ! Tao đã ngủ được cả một giấc dài rồi đó! Đúng lúc tỉnh giấc giữa chừng thì nghe tiếng gọi cửa.

Nghe bố trả lời, lòng tôi quặn đau, buồn bã đưa mắt nhìn bố, chậm rãi tôi nói:

- Qua khe cửa sắt con đã nhìn thấy tất cả rồi! Bố đã ngủ gục trên bàn, đợi chờ mở cửa cho con! Bố đã vấp té lúc đứng dậy vì tiếng gõ cửa của con !!!

Bố im lặng nhìn tôi với tí ngượng ngùng vì lời nói dối, rồi vội vàng lấp liếm cho qua:

- Tao cũng vừa coi xong TV nên buồn ngủ mà thiếp đi tí chút đó mà thôi !!

Im lặng nhìn bố, tôi thẫn thờ nói:

- Tội nghiệp bố quá! Từ nay con sẽ không bao giờ về khuya nữa! Nếu sau 10 giờ đêm mà con chưa về, nghĩa là con sẽ ngủ lại nhà của bạn bè, bố đừng chờ con nữa.

Đúng như vậy từ hôm đó cho đến ngày bố mất, tôi không bao giờ đi chơi với bạn bè mà trở về nhà sau 10 giờ đêm nữa! Đôi lần vì ham vui, không thể bỏ bạn mà về sớm hơn được, tôi thường điện thoại trước cho bố rồi ngủ lại nhà bạn hay tìm một nhà nghỉ bình dân, rẻ tiền nào đó qua đêm.

Bố ơi, nếu con được sinh ở một gia đình quyền quí cao sang nào đó trong thời Việt Pháp chiến tranh tại quê nhà miền Bắc, thì làm sao con cảm nhận được ý nghĩa to lớn của tình cha dành cho con khi còn là đứa bé ? Con còn nhớ như in, trong những lần bố đã lấy thân xác che phủ cho con trong đường hào chữ chi tránh bom sau nhà, khi trên trời tiếng máy bay gầm rú bỏ bom? Con làm sao quên được những giọt mồ hôi mặn chát trên lưng bố khi cõng con chạy loạn trên những con đường bờ đê miền Bắc vào những năm 1950 - 1952 tan hoang vì bom đạn cày xới. Con cũng làm sao quên được những năm tháng gia đình chúng ta sống lây lất trong những khu ổ chuột, phố Hàng

Bột, Hà nội, bữa đói bữa no. Bố mẹ đã từng chịu đói để dành những bát cơm cho anh em chúng con…

Tất cả vẫn là những hình ảnh đượm buồn nghèo khổ nhưng lại tuyệt vời tình thương yêu của bố mẹ dành cho con, nó vẫn còn và mãi mãi in sâu trong trí nhớ của con. Nhưng lần này nếu không vì vui chơi với bạn bè, trở về nhà giữa đêm khuya khoắt, tò mò nhìn qua khe cửa sắt, làm sao con chứng kiến được cảnh bố ngủ gục bên chiếc bàn dưới ánh đèn le lói trước bàn thờ Phật, đợi chờ mở cửa cho con?! Bố vẫn vậy, bố vẫn là người cha thương yêu, hy sinh và sẵn sàng chịu đựng đói nghèo thua thiệt cho con, dù con đã là ông già ngấp nghé 70 !?

Bố ơi, tất cả là những ký ức tuyệt vời nhưng nhuốm màu thê lương đó mãi mãi ẩn hiện trong tim, trong óc của con, nhắc nhở cho con luôn luôn hiểu rằng con đã có một người bố tuyệt vời, một người bố đáng tôn vinh. Chính tình thương yêu nồng nàn đó đã là nguồn cảm hứng cho cuộc sống hướng về đạo đức và cũng chính nó cho con biết yêu quí những giọt mồ hôi cực nhọc của bất cứ người lao động nào khi con gặp họ trong cuộc sống!

Hộp sữa đặc có đường

Một lần khác, tôi về thăm VN với cô con gái út. Những ngày đầu tiên vì ngại cô cháu gái chưa quen với các món ăn bán sẵn trên đường phố, bố thường dậy rất sớm chuẩn bị bữa điểm tâm cho cháu. Khi thì chõ xôi đậu xanh, đậu đỏ, khi thì đĩa trứng tráng với thịt bằm để cho cháu gái ăn với cơm nóng...

Khoảng một tuần lễ đầu tiên, thấy bố rất vui, tôi chẳng nói gì, để mặc kệ ông nội chăm lo cho cô cháu gái còn lõm bõm tiếng Việt. Nhưng sau đó, đêm nào cũng thấy bố lục đục dưới bếp sửa soạn cho món ăn điểm tâm hôm sau. Nào là ngâm đậu xanh, đậu đỏ, vo gạo nếp cho chõ xôi, nào xay thịt, ướp cá cho món canh hay trứng tráng v.v… Buổi sáng khi trời còn nhá nhem, đã thấy bố lăng xăng lo việc nấu nướng bày biện bát đĩa ra bàn chờ con cháu đến ăn. Tôi bàn với bố bỏ qua việc nấu ăn quá phiền phức và mất thời gian đó, thay vào đó ra siêu thị gần nhà mua vài hộp phó mát "bò cười " cùng với hộp sữa đặc có đường để trong tủ lạnh ăn dần. Buổi sáng, bố chỉ đi vài ba bước đến tiệm bánh mì ở góc đường gần nhà, mua ổ bánh mì nóng hổi mới ra lò, đơn giản nhanh gọn cho bữa điểm tâm bổ dưỡng và lại đúng với khẩu vị mà đứa cháu vẫn ăn tại Thụy Sĩ. Bố lại không phải cực nhọc nấu nướng hay thu dọn và nhất là không phải bỏ thói quen đi công viên gặp bạn bè hay tập thể dục vào buổi sáng. Bố đồng ý với đề nghị đó.

Sáng hôm sau, khi tôi và cô con gái xuống dưới nhà, đã thấy bố đã bày biện bát muỗng, ly cốc, phích nước sôi cùng với bánh mì, phó mát và dĩ nhiên có cả hộp sữa bò đậm đặc có đường mà chiều hôm qua tôi cùng với bố và con gái ra siêu thị gần nhà mua về. Nhưng một việc làm tôi chau mày, ngạc nhiên khi thấy hộp sữa bò, thay vì được mở ra 2 lỗ nhỏ đối chiếu nhau trên nắp hộp như ngày xưa (tiện lợi, sạch sẽ, tiết kiệm và dễ dàng cho việc ruôn rót khi ăn cũng như tránh được ruồi bọ, bụi bặm hay giới hạn sự tiếp xúc với không khí làm cho sữa mau bị hư hỏng). Nhưng hộp sữa đã được bố tôi mở hoàn toàn nắp hộp, để ở giữa chiếc bàn ăn với một chiếc muỗng ăn canh gác ngang lên trên hộp sữa. Đưa mắt nhìn hộp sữa với thái độ không vui, lắc đầu nhè nhẹ nhìn bố, tôi nói chậm rãi từng chữ:

- Con không hiểu tại sao bố mở hộp sữa như vậy? Bố cũng biết cả hộp sữa làm sao chúng ta ăn hết trong một lần được!

Bố im lặng, chưa kịp nói gì thì tôi đã thở dài đay nghiến:

- Có lẽ bố đã quên những năm tháng gia đình chúng ta nghèo khổ, lê lết ở Hà Nội kiếm ăn. Bố cũng đã quên thời gian mới di cư vào Nam, lũ anh em chúng con phải nhịn đói đến trường hay những mâm cơm hàng ngày sơ sài với vài cọng rau muống xào, rau muống luộc mà cả 6, 7 đứa tranh nhau vì bụng đói! Cá nhân con đã hơn 3 lần bị bệnh phù thũng chỉ vì suy dinh dưỡng, đói ăn! Bố đã quên tất cả rồi sao ?! Bố làm con buồn quá!

Im lặng nghe tôi nói xong, bố buông tiếng thở dài nhè nhẹ với nét mặt buồn bã chậm rãi đưa tay cầm lấy chiếc muỗng múc sữa cho vào cái ly, đổ nước sôi pha sữa cho con gái tôi. Ngay lúc đó tôi đã nhận thấy sự quá đáng (đúng ra là độc ác và vô giáo dục) của mình. Tôi đỡ lấy ly sữa trên tay bố, để trước mặt con gái và ra hiệu cho nó uống rồi quay lại nhìn bố với vẻ ăn năn, nhẹ nhàng tôi phân trần:

- Thật ra con không có ý trách bố phí phạm hay cấm đoán bố lo lắng quá đáng mà cung phụng cho đứa cháu nội lâu lâu mới có dịp về thăm VN. Nhưng dù sao con cũng xin lỗi bố vì những lời nói thiếu tế nhị và không suy nghĩ của con đã làm bố buồn. Con cũng mong bố hiểu cho con, nhiều chục năm qua với công việc chuyên môn về thực phẩm, dinh dưỡng, con đã đi công tác tại các quốc gia nghèo đói ở Phi châu. Hình ảnh những đứa bé

Hình chụp: Lương Nguyên Hiền

tong teo, da bọc xương, những bà mẹ da đen ốm gầy như que củi gục chết ở bìa rừng, góc phố vì đói ăn, vì bệnh tật... Những hình ảnh bi đát đó kèm theo những ký ức về sự đói khổ của gia đình mình ngày xưa đã ấn sâu vào tiềm thức của con. Chính vì những ấn tượng không đẹp đó đã làm cho con người con trở nên quá khắt khe, chi li thiếu cảm thông, Đôi khi cho con có cái nhìn rất méo mó, sai lầm không đúng chỗ, ngay cả với bố mong bố cảm thông, đừng buồn, coi như con lỡ lời mà bỏ qua.

Hình như lời phân trần của tôi đã làm cho bố có chút vui lòng, bố mở hộp phó mát lấy một cục, bóc bao giấy, để vào cái đĩa nhỏ trước mặt cô cháu gái cùng với ổ bánh mì nhỏ, mỉm cười nói với cháu gái :

- Cháu, thử ăn phó mát với bánh mì Việt Nam xem có ngon hơn Thụy sĩ không?

Tôi biết bố đã tế nhị chuyển hướng câu chuyện không vui sang một hướng khác. Nhưng với tôi, sự hối hận vì sự thiếu tế nhị vẫn tràn lan trong lòng tôi! Tôi đã quá quắt, soi mói những cái sai lầm nhỏ nhặt của bố để nói những lời nói thiếu suy nghĩ làm đau lòng bố. Người bố đáng kính, suốt cuộc đời đã nhịn ăn, nhịn mặc, chịu đựng biết bao nhiêu nhục nhã mong kiếm tiền chi dụng cho việc ăn học của 7 anh em chúng tôi. Nhờ sự hy sinh to lớn đó mà chúng tôi đã thành người có ăn học trong xã hội.

Đúng như vậy, không riêng gì với người thân trong gia đình và ngay cả khi làm việc, đối đãi với nhân viên, bạn bè, tôi rất hời hợt, thiếu thận trọng khi nói năng. Thêm vào đó tôi còn có tính xấu, không dễ dàng tha thứ hay dễ quên những gì không vui xảy ra trong cuộc sống dù sự việc đã trôi vào rất xa trong dĩ vãng, không còn mảy may gì liên hệ với hiện tại. Chính những khiếm khuyết này đã mang đến cho tôi khá nhiều rắc rối trong giao tiếp ngoài xã hội, đôi khi chỉ vì những sự kiện rất nhỏ bé, với người khác nó không có gì để phải bận lòng nhưng với tôi có khi lại trở thành chuyện to tát, phiền phức, không vui.

Lần này cũng vậy, chỉ vì một sai lầm quá nhỏ nhặt của bố, liên quan đến một hộp sữa, tôi đã có những lời lẽ quá bất nhã nhặn, tiểu tiết làm cho bố tôi buồn và tôi suốt đời hối hận! Giả sử muốn nhắc nhở bố vì cái lầm lẫn bé nhỏ đó, tại sao tôi phải dùng đến những lời lẽ quá mạnh, thiếu tế nhị và tàn ác với chính người bố tuyệt vời mà tôi mãi kính yêu? Tại sao tôi không biết sử dụng những câu nói nhẹ nhàng pha tí chút đùa vui khi nói với bố? ... Chắc chắn bố tôi sẽ hiểu và vui vẻ đổi thay, tôi cũng không phải mang mặc cảm tội lỗi với bố để ngày nay bố đã thành người thiên cổ, tôi đã là một ông già trên 70 nhưng vẫn bị giày vò với những lỗi lầm mà mình tạo ra cho bố ?!

Vắng mặt ngày bố mất

Khoảng 15 năm trở lại đây, năm nào tôi cũng về VN 1 hay 2 lần. Lúc thì với vợ con 4 hay 5 tuần lễ. Khi thì kết hợp trên đường về Nhật Bản thăm bố mẹ vợ hay bên thông gia của cô con gái út, rồi tạt vào VN vài ba tuần thăm, chơi với bố và lang thang đây đó với bạn bè. Tuy nhiên vì công việc làm ăn của tôi tại Thụy Sĩ có vài điều đặc biệt. Khoảng thời gian cuối và đầu năm Dương lịch, trùng với dịp Tết âm lịch việc làm của tôi rất bận, không dễ dàng cho tôi xin nghỉ mà về VN được. Chính vì vậy tôi luôn luôn về VN vào những tháng 3, tháng 4, hay tháng 10, tháng 11 Dương lịch, đó là thời gian công việc của tôi thong thả nhất. Có lẽ tôi đã về VN trên dưới 30 lần trong mấy chục năm qua, nhưng chỉ có một lần duy nhất vào khoảng năm 2000 tôi đã may mắn về VN vào dịp Tết âm lịch mà thôi.

Tháng 10 năm nay (2017) cũng vậy, như mọi lần tôi về VN ở với Bố, đưa bố đi thăm viếng họ hàng hay lo việc cầu siêu cho mẹ và ông nội tôi tại các chùa trong Sàigòn. Thời gian đó, bố tôi vẫn khỏe mạnh, không có biểu hiệu bệnh tật gì dù đã bước sang tuổi 83, ngoài căn bệnh hen suyễn duy nhất, nó đã đồng hành với bố nhiều chục năm. Việc chữa trị, săn sóc định kỳ tại bệnh viện, kèm với hộp thuốc bơm cortisone luôn luôn có sẵn, giúp bố tôi tạm thoải mái trong cuộc sống. Trong lần này về thăm bố, hình như linh tính có điều gì báo trước không hay cho bố, lúc ngồi ăn sáng với bố ở tiệm phở gần nhà, tôi chợt nói với bố:

- Bố cũng biết công việc làm ăn của con, không nói là bận rộn nhưng không có nghĩa bất cứ lúc nào, nếu muốn con cũng có thể bỏ công việc để về VN được. Chính vì vậy hàng năm con đã xếp đặt về nước một hay hai lần thăm bố. Nhưng nếu có chuyện gì không hay, bất thình lình xảy ra cho bố, con không thể nào bỏ ngang công việc mà về đúng lúc khi bố cần được. Con mong bố thông hiểu và đừng trách con nếu trường hợp không muốn đó xảy ra.

Nghe tôi nói, bố phẩy bàn tay mấy cái cho tôi biết, cả chục năm qua tôi đã về liên tục, với bố vậy là quá đủ và không có một tí gì chê trách nữa. Bố cũng khuyên tôi hãy bình thản lo việc làm ăn và dành thời gian lo cho gia đình được tốt đẹp, đó là thực tế và cũng là niềm vui và mong đợi của bố. Với sự cảm thông đó đã làm tôi yên lòng. Ngày từ giã để ra phi trường trở lại Thụy sĩ, bố tôi vẫn khỏe mạnh, ông còn cố nhét vào chiếc xách tay của tôi những chiếc bánh gai và một nải chuối cau, căn dặn tôi đem về làm quà cho vợ. Nhưng khi tôi về Thụy sĩ được vài tháng, gần Tết âm lịch, cô em gái điện thoại cho biết bố bị mệt, khó thở vì bệnh suyễn xảy ra thường xuyên và mạnh hơn trước rất nhiều, kèm theo những cơn đau trong lồng ngực, phải đi cấp cứu tại bệnh viện. Xem xét nghiệm, bác sĩ cho biết ngoài bệnh suyễn bố tôi còn bị ung thư phổi, đó là lý do gây triệu chứng mệt và đau đớn khi hô hấp.

Bệnh tình của bố tôi kéo dài hơn 2 tháng trời, không có chiều hướng thuyên giảm, những cơn đau của bệnh ung thư kèm theo tình trạng khó thở của bệnh suyễn càng lúc càng mạnh thêm. Ở xa, tôi cũng chẳng biết làm gì hơn là đốc thúc các em tôi tìm mọi cách tốt nhất chạy chữa cho bố, sửa sang căn phòng riêng biệt có máy lạnh ở tầng trệt để tiện lợi việc chữa trị, săn sóc, bố tôi cũng không phải khốn khổ với việc lên xuống cầu thang khi ốm đau. Với những cơn đau dữ dội của bệnh ung thư, chúng tôi nghĩ tuổi bố cũng đã già, không nỡ để bố phải chịu đau đớn, rên la, chúng tôi đã bàn định tìm mua heroin trong chợ đen chích cho bố, đồng thời đặt mua một bình oxygen để hỗ trợ cho bơm cortisone khi cơn suyễn xảy ra, làm cho bố khi bị khó khăn hô hấp...

Tất cả những tính toán đó đã được các em tôi liên hệ với giới chuyên môn gấp rút khởi sự vào ngày hôm sau. Nhưng sự may mắn đã không đến với bố tôi! Ngay sáng hôm sau, ngày 26 tháng 2 dương lịch (2007), cơn suyễn xảy ra rất mạnh, bơm cortisone không đủ tác dụng cho khí quản mở rộng hơn, lại không có sẵn bình oxygen để hỗ trợ hô hấp! Bố tôi đã ra đi không phải vì bệnh ung thư mà vì căn bệnh suyễn. Có lẽ nếu cơn suyễn xảy ra chậm thêm một ngày, khi bình Oxygen đã được chở đến, bố tôi còn kéo dài sự sống được vài ba tháng nữa. Thời gian đủ cho tôi sắp xếp công việc để về gặp lại bố lần cuối cùng trước khi vĩnh viễn chia ly, và ngày nay tôi không phải ray rứt vì đã phạm thêm một lỗi lầm với bố tôi. Một lỗi lầm cuối cùng để rồi bố và tôi vĩnh viễn chia ly, không bao giờ còn dịp gặp lại, nhìn thấy nhau nữa!

Mãi đến tháng 6 năm 2007, tôi mới thu xếp về được VN để cùng các em tôi liên hệ với vị Sư trưởng của ngôi chùa gần trung tâm Sàigòn, cũng là nơi để hũ cốt của mẹ và các em tôi để tổ chức buổi cầu siêu 100 ngày mất cho bố tôi. Cũng là dịp để tôi gặp lại, nói lời cám ơn chân tình của tôi đến những người bạn thân thiết của bố tôi, họ đã bao năm thân cận, tâm giao, giúp đỡ bố tôi lúc còn sống cũng như lúc đưa tiễn bố tôi về với cõi hư vô. Cũng trong dịp đó chúng tôi đã xúc tiến việc di chuyển hũ cốt của mẹ tôi đem về an táng trong cùng mộ với Bố tôi tại nghĩa trang của chùa Hoằng Pháp, quận Hóc Môn, ngoại biên Sàigòn. Ngôi chùa khá đồ sộ, danh tiếng, cũng là ngôi chùa mà bố mẹ tôi là một trong những tín đồ tiên phong đóng góp nhiều công quả ngay từ khi chùa còn đơn sơ, nhỏ bé.

Vài dòng giã biệt không hẹn ngày tái ngộ với bố mẹ

Bố tôi mất được khoảng 4, 5 năm thì tôi cũng đã đến tuổi hưu nghỉ, thời gian và công việc không còn khó khăn với tôi nữa, khoảng 6, 7 tháng tôi lại về VN một lần. Mỗi lần về, dù bận rộn với thú vui du lịch, tham quan những thắng cảnh, đền đài khắp trong nước hay những chuyến thăm viếng bạn bè từ các quốc gia Á châu, những người bạn quen biết trong lãnh vực chuyên môn khi học hành và làm việc với tôi suốt gần 45 năm tại Nhật Bản và Thụy Sĩ. Nhưng không một lần nào về nước, tôi không dành thời gian đến nghĩa trang của chùa

Hoằng Pháp để thăm viếng mộ phần của ông nội, bố mẹ và các em tôi.

Năm nay cũng vậy, vào khoảng cuối tháng 9 tôi về VN, kết hợp với việc đi Đại Hàn thăm viếng gia đình người bạn thân thiết với tôi từ thời còn học với nhau ở Nhật. Sau đó tôi sang Nhật Bản thăm gia đình con gái út, 2 đứa cháu ngoại và tham dự lễ mừng thượng thọ 92 tuổi của bà mẹ vợ. Với khoảng hơn 3 tuần lễ ở VN, tôi dự tính sau khi viếng mộ phần của bố mẹ, tôi sẽ lên Hà Nội, Nam Định tìm và nhìn lại những dấu tích tuổi thơ cực nhọc và đói nghèo của tôi và gia đình vào những năm trước 1954 thêm một lần nữa. Nhưng suốt thời gian ở VN, hàng chục trận bão lũ liên tiếp đổ vào miền Bắc và Trung đã không cho tôi thực hiện được ý định.

Bị chôn chân ở Sàigòn, ngoài vài lần du lịch ngắn tại vài tỉnh miền Nam hay cao nguyên miền Trung, thời gian còn lại tôi dành tất cả cho những lần lên thăm mộ của bố mẹ. Buổi sáng, thật sớm khi người dân Sàigòn còn ngái ngủ, xe cộ còn thưa thớt tôi đã lấy những chuyến xe Bus thật sớm đến nghĩa trang, quét dọn tí chút rồi đốt vài nén hương trước mộ bố mẹ. Ngồi im lặng trầm tư, hồi nhớ lại công ơn dưỡng dục của bố mẹ khi còn sinh tiền, suy nghĩ lại những lỗi lầm mà mình đã vì thiếu suy xét hay ham vui bè bạn mà làm cho bố mẹ buồn lòng. Khi mặt trời đã thu ngắn bóng râm của lùm cây trước mộ, với niềm tin của người trong văn hóa thờ cúng, tôi “hóa vàng“ cho bố mẹ một số “tiền âm phủ“ biểu tượng của một món quà tâm linh gửi cho bố mẹ ở một nơi linh thiêng nào đó.

Trong lần về Việt Nam vừa qua, tôi có cảm giác ở tuổi xấp xỉ 73, sức khỏe của tôi hình như đã manh mún có vấn đề. Tôi không còn khỏe mạnh, nhanh nhẹn như các lần về nước trước kia nữa. Với khoảng đường di chuyển bằng máy bay quá dài, kèm theo thời gian chuyển đổi máy bay tại các phi trường trung gian, nhiều khi dài hơn chục giờ đồng hồ đã làm cho tôi khá mệt nhọc. Chuyến về nước lần này không còn đơn giản như những lần về trước kia nữa. Tôi có linh cảm chuyến về nước thăm viếng phần mộ bố mẹ tôi lần này là một lần chào từ biệt mà không biết bao giờ mới có dịp tái ngộ.

Với sự linh cảm không vui đó, hai ngày trước khi chuẩn bị rời Việt nam về lại Thụy Sĩ, tôi lại đến thăm mộ phần bố mẹ tôi thêm một lần nữa. Cũng như mấy lần trước, khi ánh mặt trời còn lẫn khuất sau lùm cây trước mộ bố mẹ. Làn khói trắng đục mang theo mùi thơm thoang thoảng của những cây hương đang cháy trên ngôi mộ của bố mẹ, lan tỏa ra không gian, cho tôi cái cảm giác sảng khoái và hình như hòa trộn với cái gì đó có chút mông lung. Trong không gian tĩnh lặng đó, tôi trầm tư ngồi bên mộ của bố mẹ, thì thầm tôi khấn vái:

- “Bố mẹ ơi, sau lần thăm viếng này, con không biết bao giờ sẽ lại có dịp về lại đây để thắp hương hoa, cầu kính bố mẹ nữa. Sức khỏe, tuổi tác và đường xa cách trở đã là những vật ngăn cản không còn cho con dễ dàng hàng năm về với bố mẹ như trước nữa. Con cũng không dám chắc vào lúc cuối đời sẽ có được về yên nghỉ cùng với bố mẹ nơi quê hương hay không? Không gian, hoàn cảnh cũng như thời gian tha hương của đời con đã quá dài lâu, kéo theo những gắn bó nhiều thế hệ tại những chốn định cư (Nhật Bản và Thụy Sĩ) đã không cho con cái quyền lựa chọn để về với VN nữa. Dù con biết nơi đó chứa đầy những dấu tích kỷ niệm buồn vui, sướng khổ của con, của bố mẹ và của các em. Nhưng ở những nơi đất mới định cư này, con cũng có những níu kéo sâu đậm của những thành viên thân thiết của gia đình con. Làm sao con có thể dứt bỏ được?! Bố mẹ ơi, hãy tha thứ cho con nếu sự lựa chọn của con có cái gì không như ý bố mẹ muốn. Bố mẹ hãy yên nghỉ nơi đây, con tin rằng hàng ngày với tiếng chuông chùa, những câu kinh, tiếng kệ của Phật pháp từ chùa vọng lại sẽ là nguồn thanh tịnh cho linh hồn bố mẹ. Còn con, dù ở nơi nào, sống hay chết con vẫn là đứa con luôn luôn hướng về bố mẹ với tất cả lòng trân trọng kính yêu. Thôi, lời chào cuối cùng của con gửi đến bố mẹ của lần thăm viếng hôm nay. Ngày mai con sẽ chuẩn bị rời xa với lời giã biệt mà con không xác định cho ngày trở lại ! Hãy tha thứ cho con, thằng con trai cả trong gia đình ! Bố mẹ ơi con đang khóc đây !!!! ■

Tiểu Lục Thần Phong

EM VỀ TRẨY HỘI VU LAN

Tranh: Cát Đơn Sa

Em thướt tha trong ta áo dài màu hoa dương, cái màu tươi sáng rực rỡ như màu nắng của xứ sở này, tà áo dài của em như nổi bật giữa vườn chùa xanh biếc. Các bà, các cô cũng xúng xính với những tà áo dài thiên thanh, hồng phấn, cánh sen, bạch ngọc... cứ như một bầy bướm ở vườn địa đàng, những tà áo lam thanh tịnh, giản dị dung chứa ý nghĩa đạo cả, những vạt áo nâu hiền hòa, bình dị và chơn chất như đất cùng về trẩy hội Vu Lan. Lá đại kỳ năm màu bay trong nắng gió trông đẹp làm sao, lòng người phấn chấn như ngũ căn, ngũ lực vậy. Các dây cờ năm màu được treo khắp nơi càng làm cho quang cảnh quanh chùa thêm phần rạng rỡ trong ngày hội hiếu.

Thầy ban đạo từ xong, các em thiếu nhi ra trước lễ đài múa dâng hoa cúng dường. Các em sinh ra và lớn lên ở đây, tiếng Việt không rành và cũng chưa đủ kiến thức để hiểu biết về đức Phật và Phật pháp. Các em được phụ huynh chở về chùa mỗi cuối tuần để những anh chị trong Gia Đình Phật Tử dạy tiếng Việt, hướng dẫn các nghi thức tối thiểu trong chùa và truyền trao kiến thức Phật học. Sáng hôm nay, tại lễ đài này, các em múa hát dâng hương và đọc những bài văn bằng tiếng Việt cho toàn thể phụ huynh và quý Phật tử đồng hương nghe.

Y và em ngồi nghe thầy trùng tuyên điển tích ngài Mục Kiền Liên. Em thì thầm thắc mắc:

- Ngài Mục Kiền Liên là đệ tử lớn của Phật, được tôn xưng là đệ nhất thần thông, vậy những đệ tử khác thần thông không bằng ngài sao?

Y nhìn em trìu mến:

- Không phải vậy đâu, các đệ tử Phật đã chứng đắc A La Hán nên thần thông, trí huệ, năng lực... như nhau. Ngài Mục Kiền Liên là thần thông đệ nhất, ngài Xá Lợi Phất là trí huệ đệ nhất, ngài A Nan là khai ngộ đệ nhất... Ấy là mang tính biểu trưng, mỗi người đại diện cho một mặt. Thật ra thì các ngài A La Hán ấy ai cũng là thần thông đệ nhất, trí huệ đệ nhất, mật hạnh đệ nhất cả.

Em vén tà áo dài, ý tứ khép chân lại rồi nói:

- Ngài Mục Kiền Liên là bậc A La Hán thần thông đệ nhất, vậy mà mẹ của ngài đọa u đồ, vậy chúng ta là phàm phu tục tử như thế này, việc cầu nguyện, tu học chẳng tới đâu làm sao mà hồi hướng công đức cho ông bà cha mẹ hay cho khắp pháp giới đây?

Y đưa tay chỉ những đóa hoa chưng bên tôn tượng Thế Tôn:

- Em xem kìa, những bông hoa xinh đẹp và thơm tho dâng cúng dường. Nếu chỉ một người nhìn mà hưởng thì sắc hương hoa ấy không tăng, còn như tất cả mọi người cùng nhìn hưởng hoa thì sắc hương ấy cũng chẳng hao hớt tí nào. Ngoài những người có mặt ở đây, còn có vô số chư thiên, quỷ thần, phi nhơn... cùng đến hưởng hoa nhưng sắc hương vẫn vậy! Em còn nhớ thuở nhỏ không, tụi mình chơi ống kính vạn hoa, chỉ khẽ động tâm xoay nhẹ là có vô số hình dạng đổi thay, trùng trùng hoa hiện trong ống kính ấy. Em đừng quan tâm chuyện công đức ít hay nhiều, lớn hay nhỏ, quan trọng là ở tâm lượng của mình.

Ngài Mục Kiền Liên là bậc A La Hán thần thông đệ nhất nhưng mẹ ngài đọa u đồ cũng là chuyện thường tình. Mỗi người đi một đường thì làm sao gặp nhau, kẻ đi xuống người đi lên thì làm sao có kết quả giống nhau, nhân quả là vậy, không sai bao giờ. Con người ta ở cõi này, vì nhơn duyên mà đến với nhau để làm cha mẹ, anh em, vợ chồng, con cái, bằng hữu... nhưng chỉ một thời gian ngắn thôi, khi hết số thì đường ai nấy đi, nghiệp ai nấy thọ, dẫu có thương nhau ra rít cũng đành thôi, không ai cứu ai được. Khi còn sống thì có thể hưởng phước ké của nhau, như anh với em đây, chúng mình chia sẻ nhau tiền bạc, của cải vật chất... có thể cho tất cả, nhưng trí huệ thì không thể cho nhau, mệnh số không thể san sẻ; rồi một khi chết thì nghiệp ai nấy chịu, độc sanh, độc tử, độc khứ, độc lai. Vậy mới biết tu học Phật pháp là việc cá nhân, mỗi người phải tự dấn thân. Anh thương em nhưng không thể tu giúp em được, thầy thương đệ tử nhưng thầy cũng không tu giúp ai được. Đừng nghĩ mình đến chùa bỏ một ít tiền vào thùng phước sương hay cúng dường một khoản tiền rồi thì thầy tu giùm mình, thầy tụng kinh, niệm chú, cầu nguyện cho mình, không được đâu, ai ăn nấy no nghe em.

Em yêu ơi, hãy nhớ lời Phật dạy, tự mình là ngọn đuốc, tự mình thắp đuốc lên mà đi! Thầy hay bạn hữu đồng tu chỉ là người hướng dẫn, là trợ duyên chứ không phải người tu giúp mình.

Em tha thướt tà áo dài bước lên trước lễ đài dâng nén hương trầm, thứ trầm hương chính hiệu mà em cất công tìm mua để cúng dường. Áo dài tha thướt, hài thêu nhẹ êm như một tiểu thư thuở xa xưa. Em thích giày cao gót khi đi mua sắm, nhưng lễ chùa thì mang hài thêu. Chiếc hài xinh quá, thêu hoa thật đẹp, ôm gọn ghẽ đôi bàn chân thon trắng nuột nà, dâng hương xong em lui về chỗ của mình, ngồi bắt tréo chân, bàn chân mang hài xỉa ra đẹp làm sao. Y vốn yêu thích nhìn em trong tà áo dài với hài thêu, giữa vườn chùa hôm nay, em và Y cùng về trẩy hội hiếu, cảm khái dâng trào, cảm khái cao độ y xuất khẩu thành thơ:

Em về trẩy hội Vu Lan
Hài thêu hoa với áo vàng thướt tha
Dâng hương đảnh lễ Phật đà
Thì thầm khấn nguyện dưới tòa Như Lai
Này đây vóc dáng hình hài
Con khôn lớn mẹ rạc rài xác thân
Nghĩ về tứ trọng thâm ân
Lòng hoan hỷ lắm tinh thần khắc ghi
Phật đà rất mực từ bi
Mười phương tăng cũng hộ trì chúng sanh
Pháp Phật mở lối an lành
Gương xưa hiếu tử mà thành hội nay

Y còn đang nghĩ về Tam bảo, chợt nghe em thỏ thẻ:

- Thuở nhỏ em vẫn thường nghe mẹ kể tích bà Thanh Đề, bà ấy làm bánh bao nhân thịt chó để đặt bát cho chư tăng, sự thật thế nào?

Y quay lại nhìn em rồi từ tốn giải thích:

- Đó là tích người Tàu chế ra, tuy khác biệt nhưng căn bản vẫn là từ cái gốc chuyện ngài Mục Kiền Liên cứu mẹ. Bánh bao và thịt chó có thể nói là đặc sản văn hóa ẩm thực của người Tàu. Lịch sử văn hóa và ẩm thực nhiều ngàn năm của Ấn Độ không hề có, người Ấn Độ có thể là tín đồ Phật giáo, Hindu... nhưng phần lớn đều ăn chay không ăn thịt, thịt chó lại càng không, có thể nói Ấn Độ là quốc gia có truyền thống ăn chay lâu đời nhất, có số lượng người ăn chay nhiều nhất thế giới.

Phật giáo truyền đến Trung Quốc thì bị thay đổi, biến dạng rất nhiều, đã bị bổn thổ hóa, địa phương hóa, Trung Hoa hóa từ nghi lễ, pháp phục, pháp khí, môn phái và nhiều yếu tố trong kinh điển. Dù có khác thế nào đi nữa, mình vẫn cứ bám lấy cốt lõi của đạo là đúng pháp, dù tu theo môn phái nào, truyền thống nào nhưng giữ lấy nền tảng: Tứ diệu đế, Bát thánh đạo, Thập nhị nhân duyên, Ba mươi bảy phẩm trợ đạo là chắc chắn. Cao hơn nữa là Lục độ, Thập độ, Bát nhã, Tánh không... thì dành cho những bậc trí huệ cao, mình mà cao vọng ôm lấy thì kham không nổi.

Em ngước đôi mắt đẹp dịu hiền chiêm ngưỡng tôn tượng ngài Mục Kiền Liên rồi thắc mắc:

- Em thấy tượng ngài Mục Kiền Liên và tượng ngài Địa Tạng Vương sao giống nhau quá, nếu hổng nhìn kỹ thì không phân biệt được.

Y cũng chiêm ngưỡng tôn tượng không rời mắt, miệng đáp lời em:

- Ừ, giống nhau thật đấy! về lý thì nói thì Phật Phật đạo đồng, đồng đức, đồng năng, đồng giải, đồng hành nên tướng chư Phật giống nhau, cạo tóc đắp y, tâm hình dị tục nên tướng giống nhau, tâm lượng hạnh nguyện đều phổ độ chúng sanh nên hình tướng giống nhau. Về sự mà nói thì do các nghệ nhân tạo tượng thường tạo theo cái biểu mẫu chung, căn cứ theo những đặc tính căn bản như: ba mươi hai tướng tốt, tám mươi vẻ đẹp... tranh tượng trong đạo Phật là mang tính biểu trưng chứ không phải tả chân. Có một điều em nên nhớ lấy, thời Phật còn tại thế Phật giáo chưa truyền đến Trung Hoa, vì thế chưa có Phật giáo bắc truyền. Các nghệ nhân tạo tượng khoác cho ngài Mục Kiền Liên chiếc áo cà sa tay rộng kiểu thức bắc truyền là không phù hợp, sở dĩ tượng như vậy là do các người tạo tượng là người Trung Hoa, họ đã Trung Hoa hóa tranh tượng Phật giáo. Người Việt mình chịu ảnh hưởng nặng nề văn hóa Trung Hoa nên nhiều thứ đều rập khuôn theo là vậy!

Anh cũng lưu ý em một điều nữa, người Tàu tạo tôn tượng ngài Di Lặc và tượng thần may mắn rất giống nhau, đều là hình tướng mập mạp, phốp pháp. Tượng ngài Di Lặc thì có sáu đứa trẻ vây quanh nhiễu loạn (tượng trưng cho sáu căn), còn tượng Thần may mắn thì một tay cầm thỏi vàng, tay kia cầm hốt ngọc hoặc xâu tiền. Người mình nhầm lẫn, đại chúng đi chùa nhưng nhiều người cũng không phân biệt được, họ thỉnh về thờ nhưng không hiểu và không biết đâu là Phật Di Lặc đâu là Thần may mắn.

Tiếng mõ giữ nhịp tụng đều đều, thỉnh thoảng tiếng chuông vang lên, đại chúng rì rầm tụng kinh Vu Lan. Em lại nói:

- Ngài Mục Kiền Liên chứng đắc A La Hán, thần thông đệ nhất sao lại khóc lóc một cách ủy mị như thế? có lẽ nào một vị A La Hán lậu hoặc đã tận mà còn vướng cái tình, dù là tình mẹ con để rồi khóc lóc ái, ố, kinh, cụ… như vậy?

Y cũng từng nghe có ý kiến như thế và cũng từng tham vấn nhiều đạo hữu nhưng chưa thấy thỏa đáng. Kinh văn có thể bản gốc tiếng Phạn (Pali hay Sanskrit) không có hoặc không còn, bản tiếng Việt là dịch từ Hán tạng. Y trả lời cho em mà hình như cũng tự nói với lòng mình:

- Có thể là biểu diễn theo thông thường của thế tục, chỉ là một cách diễn cho mọi người thấy lòng hiếu thảo và thuận theo cái lối của người thế gian. Một vị A La Hán làm gì còn đau khổ, khóc lóc đến như vậy! Nhân đây anh cũng cho em biết thêm, những kinh "Phá huyết đồ", "Địa mẫu chơn kinh", thuyết Mâu Tử (cho Phật Thích Ca là tiền thân của Lão Tử, là người Trung Hoa) đều là ngụy kinh, là sự ngụy tạo của người Tàu. Chính đại sư Ấn Quang (người Trung Hoa) cũng cực lực phản đối và khuyên đồ chúng đừng đọc những kinh ấy, không xem những tà thuyết ấy!

Lâu nay anh vẫn nghĩ em hời hợt, chỉ biết tu phước như đa số người đến chùa này, hôm nay thì anh ngạc nhiên quá! Em có sự quan sát khá sâu, thấy được những điều khác biệt ấy và điều này chứng tỏ em chịu đọc sách và có tu huệ, anh tự hào về em lắm!

Quý thầy vào trai đường thọ thực, ngoài sân các Phật tử và đồng hương được nhà chùa đãi bún riêu chay. Ai cũng khen bún ngon, tiếng trò chuyện huyên náo, nhiều người lăng xăng vừa ăn vừa lo phần đem về, trông khá luộm thuộm. Giữa tập thể đông như thế này bảo mọi người ăn trong chánh niệm quả thật là không thể, ngay cả khi kêu gọi mọi người giữ yên lặng, đừng đi lại lung tung lúc đang làm lễ mà mọi người còn chưa nghe huống chi là lúc ăn. Sân khấu dựng tạm bên sân chùa đang ầm ĩ ì xèo với các ca sĩ đang hát hò nhảy múa. Em phàn nàn với Y:

- Chùa chiền là chốn thanh tịnh, còn gọi là A lan nhã, sao lại rước ca sĩ về ca hát múa may làm rộn cả lên?

Y cười cười nửa đùa nửa thật:

- Để chiêu dụ đồng hương đến chùa, để gây quỹ đó mà.

Y thấy chữ phương tiện hiện nay đang bị lạm dụng quá đáng, dùng để biện minh cho nhiều việc không đúng pháp. Nếu mọi người đến chùa vì có ca sĩ về, nếu không có ca sĩ thì họ không đến chùa sao? Xem ra thật đáng tiếc và nhà chùa cũng không nên chạy theo cái thị hiếu này, không thể làm việc này mà bảo vì "Hằng thuận chúng sanh" được!

Em ăn bún và trêu y:

- Lễ Vu Lan này anh cầu gì?

- Cầu nguyện là một mục quan trọng trong tôn giáo, Phật giáo cũng không ngoại lệ, tuy nhiên Phật giáo là tôn giáo của sự thật, tỉnh thức và rất khoa học. Trong Phật giáo không có sự cầu nguyện mê muội, không cầu nguyện để được tha thứ giải tội hay ban phước, cũng không thể cầu thăng quan phát tài… Cầu nguyện cho ông bà cha mẹ quá vãng siêu sanh Tịnh độ, cầu cha mẹ hiện tiền thân tâm an lạc, nương tựa tam bảo, gieo trồng phước điền, mở rộng hơn nữa thì cầu cho mọi người sống trong tình thương, tỉnh thức và trách nhiệm… tất nhiên mình là phàm phu, năng lực không có. Mình cầu bằng cả tấm lòng chân thành, những gì mình cầu cũng là lòng hiếu của con cháu đối với ông bà cha mẹ mà thôi.

Em cười thật tươi:

- Em trêu anh đó mà, em biết anh từ lâu lắm rồi, bởi vậy em mới theo anh về đây trẩy hội Vu Lan.

Vườn chùa mùa này không còn nhiều hoa như lúc xuân sang. Mùa Vu Lan là lúc gần hết hè, tuy vậy cây cỏ vẫn còn xanh biếc. Những tà áo dài tha thướt trong vườn chùa làm cho khu vườn như rực rỡ hơn. Mọi người quanh năm mãi lo cơm áo gạo tiền, đôi khi quên nghĩ đến ông bà cha mẹ, nay nhân về dự lễ Vu Lan, tâm hiếu của nhiều người được khơi dậy. Khá nhiều đôi mắt long lanh không cầm được nước nước mắt, khi buổi lễ nhắc đến công ơn của mẹ cha. Những gương mặt phút chốc trở nên đầy biểu cảm khi nụ hoa trắng cài trên ngực áo.

Giữa vùng trời ngoại phương bát ngát, tiếng đại hồng chung bay lên, làn sóng âm lan tỏa khắp đất trời, trên cao vầng thái dương tỏa nắng vàng rực rỡ, bầu trời xanh thẳm và mây trắng thong dong vô tận. Y chợt nghĩ: "Ngày xưa, khi ngài Mục Kiền Liên và mười phương tăng chú nguyện cho mẹ chắc trời cũng xanh như thế" muôn đời trời vẫn xanh và mây trắng vẫn thong dong.

Bất chợt một đàn ngỗng trời bay qua, chúng cất tiếng kêu ông ổng như tiếng vọi đồng, mọi người ngước nhìn, Y và em cũng ngước nhìn lên, lòng Y liên tưởng thần Càn Thát Bà tấu tiếng nhạc để cúng dường thập phương chư Phật. ■

Ất Lăng thành

Tiếp theo trang 16

độ sinh của các bổn tôn; thông thường, đây là đàn tràng an trí các hình tượng điêu khắc.

II. LƯỠNG BỘ MẠN-ĐÀ-LA, hay nói tắt là: KIM THAI LƯỠNG BỘ (金胎兩部)

Hai bộ mạn-đà-la, gồm Kim cang giới (*Vajradhātu*) thuộc trí môn, và Thai tạng giới (*Garbhadhātu*) thuộc lý môn. Đó là từ trên một nhất tâm pháp giới (*ekacitta-dharmadhātu*) mà hiển thị thành hai môn: Lý (*nyāya*) và Trí (*jñāna*).

Lý, tức lý tính bình đẳng và phổ quát (*samānatā);* tất cả các pháp, hữu vi hay vô vi, thường nghiệm hay siêu nghiệm, duy là nhất thể vô phân biệt (*aviśeṣatā*). Khi trí tuệ nhận thức tồn tại từ lý tính, từ nhất thể vô phân biệt, thì tất cả tồn tại là chân không (*śūnya*). Nhận thức như thế là không nhận thức gì cả. Lý và trí là Tuyệt đối Bất nhị (*advaitā*). Nhưng tác dụng của trí là nhận thức, là khám phá ra tính đặc thù trong mỗi yếu tính tồn tại. Ở đây, trí tức là nhận thức sai biệt (*viśeṣajñāna*) về tính đặc thù hay sai biệt (*viśeṣatā*) của vạn hữu.

Để biểu thị ứng dụng vô cùng của lý tính bình đẳng và trí tuệ sai biệt như vậy, Mật giáo thiết lập hai bộ mạn-đà-la. Căn cứ trên giáo nghĩa của*kinh Đại nhật*, tức *Đại-tỳ-lô-giá-na thành Phật thần biến gia trì kinh* 大毘盧遮那成佛神變加持經 (*Mahā-Vairocanābhisaṃbodhi-vikurvitādhiṣṭhāna-vaipulya-sūtrendrarāja-nāma-dharmaparyāya*)[19], Mật giáo thiết lập Thai tạng bộ, biểu hiện đại bi phương tiện cứu thế, phát xuất từ lý tính bình đẳng. Mặt khác, căn cứ trên giáo nghĩa của*kinh Kim-cang đỉnh,* gọi đủ là *Kim cang đỉnh nhất thiết Như lai chân thật nhiếp Đại thừa hiện chứng Đại giáo vương kinh* 金剛頂一切 如來真實攝大乘現證大教王經 (*Vajraśekhara-sarvatathāgata-satya-saṅgraha-mahāyāna-pratyutpannābhisambuddha-mahātantrarāja-sūtra*)[20], thiết lập Kim cang đỉnh bộ, thuyết minh sai biệt trí.

Kim cang giới (*Vajradhātu*) biểu thị ý nghĩa *tùng bản thùy tích* 從本垂跡, nghĩa là, thuyết minh lịch trình hiện tượng hóa của vạn hữu. Tức là, từ lý tính bình đẳng, từ nhất thể vô phân biệt, vạn hữu chuyển hiện thành thiên sai vạn biệt. Nhưng sai biệt tính vẫn không tách rời vô phân biệt; đó là thể Tuyệt đối bất nhị. Thai tạng giới (*Garbhadhātu*) thuyết minh quá trình tu tập và chứng ngộ, đi từ nhân là đại bi, với vô số phương tiện độ sinh sai biệt, cho đến khi chứng nhập lý tính bất nhị.

Nói tóm lại, do căn tính sai biệt của chúng sinh mà sự hành trì cũng có những sai biệt. Tuy vậy, con đường dẫn đến giác ngộ vẫn được kinh qua trên cỗ xe hai bánh là **đại bi và đại trí.** ■

---

19 Tên tĩnh lược: Đại nhật kinh, hay Đại tì-lô-giá-na kinh; Skt. Mahāvairocanābhisambodhi. Đường Tam tạng Thiện Vô Úy dịch (Khai nguyên 13, AD.725), Đại XVIII, No. 848.

20 Tên kinh gọi lược: Kim cang đỉnh, hay Nhiếp Đại thừa hiện chứng. Đường Bất Không dịch (Thiên bảo 3, AD.753), Đại XVIII, No.865.

Nguyên Hạnh HTD

Cô tôi

Từ xưa đến nay đã có biết bao nhiêu áng văn tuyệt tác, bao nhiêu bài thơ trữ tình, bao nhiêu ca khúc vinh danh người Mẹ, trong đó bài hát "Lòng Mẹ" của Y-Vân đã trở thành bất hủ, mỗi lần nghe là mỗi lần cảm thấy xúc động cả tâm can! Riêng tôi, tôi lại muốn viết để ca ngợi người Cô ruột của mình, vì cô là hình ảnh của người mẹ thứ hai, dù đã không sinh ra tôi.

Mới một tuổi tôi đã mất mẹ, trong khi đó hai anh trai tôi cũng chỉ mới lên bốn và lên hai. Câu nói của ai đó cùng nghe càng thấm thía vô cùng: „Ngày ta đau khổ nhất là ngày ta mất mẹ, lúc ấy ta khóc mà không có mẹ bên cạnh để dỗ dành".

Không làm sao diễn tả được nỗi đau đớn xé nát tâm can khi Ba tôi chỉ còn lại một mình với 3 đứa con còn quá nhỏ dại như vậy! Sau 3 năm mãn tang, Ba tôi phải lấy vợ khác để có người chăm sóc cho con mình.

Ông bà nội tôi mất sớm nên Cô tôi phải về ở với Ba tôi và người chăm lo tận tình cho 3 anh em tôi là Cô, đặc biệt nhất là tôi vì tôi còn quá nhỏ. Cô thay thế mẹ tôi, tôi được ngủ với Cô, trải qua những ngày thơ dại bằng hơi ấm, bằng sự vỗ về ôm ấp trong đôi cánh tay tràn đầy yêu thương mà Cô đã dành cho tôi. Ngày đi làm, đêm về ngủ đâu có yên giấc vì đứa cháu nhỏ hay khóc đêm, chưa kể những lúc nóng đầu ấm lạnh nữa. Càng nghĩ càng thương người Cô còn quá trẻ mà đã vì cháu phải hy sinh cả quãng đời thanh xuân của mình!

Tôi theo Cô như hình với bóng, những ngày nghỉ tôi thường theo Cô lên chùa, nhờ đó mà tôi đã tiến gần đến đạo Phật, đã biết gia nhập vào Gia Đình Phật Tử Hướng Thiện đi sinh hoạt đều đặn hằng tuần, biết ăn chay, biết tụng kinh niệm Phật, biết thích lắng nghe tiếng chuông chùa Thiên Mụ ngân vang trong không gian còn đọng sương mai nhưng sao ấm áp lạ kỳ!

Tôi sống với người mẹ kế, bà có con nên không còn nhiều tình thương để dành cho tôi. Tôi thường tự hỏi nếu không có Cô tôi bên cạnh che chở bảo bọc thì tôi sẽ sống ra sao, phải trải qua những ngày ấu thơ buồn thảm đến chừng nào? Chiều chiều đi học về, bước vào nhà mà chưa thấy bóng dáng Cô là tôi đã muốn khóc rồi.

Ba tôi quá bận bịu. Ba tôi rất thương yêu anh em tôi nhưng là cột trụ của gia đình, đâu có nhiều thì giờ để chăm sóc cho tôi như Cô tôi vẫn thường làm.

Những ngày trước đảo chánh Nhật (1945), gia đình tôi từ Quảng Nam di chuyển về Huế trước vì Ba tôi sợ có chiến tranh. Vậy là cả nhà về tạm trú trong khu vườn của ông bà nội ở làng Nguyệt Biều. Sau đó Nhật tràn về, Ba tôi bị kẹt lại. Cả nhà đã lâm vào cảnh khổ cực lầm than. Cô tôi phải đi bán hàng rong, sáng sớm quang gánh ra đi, chiều tối mịt mới về mà nhà chỉ ăn toàn cơm độn sắn khoai.

Đến khi Ba tôi được trở về, đem gia đình xuống thành phố ở, Cô tôi mới được đi học lớp kế toán và sau đó có việc làm ở văn phòng, chuyên về đánh máy, sống cuộc đời công chức cho đến khi về hưu.

Tuy tôi lớn dần với thời gian nhưng dưới mắt Cô tôi vẫn chỉ là một đứa cháu bé bỏng. Ngày đi làm, chiều tối về là tắm rửa, giặt ủi quần áo cho tôi, chăm sóc tôi từng chút. Những ngày cuối tuần, Cô lại còn thích làm vườn nữa, tôi cứ nhớ mãi hình dáng Cô tôi sớm chiều thấp thoáng bên luống rau xanh, bên hàng cau trước sân nhà, giữa vườn lá xanh um mượt mà sắc ngọc mỗi mùa đơm hoa kết trái.

Có bao nhiêu người đã muốn dạm hỏi xin cưới Cô tôi nhưng Cô đã từ chối chỉ vì anh em chúng tôi. Thấy các cháu còn nhỏ dại quá mà phải sống với mẹ ghẻ, Cô tôi không đành lòng dứt áo ra đi.

Ôi! sự hy sinh cao cả của Cô tôi đã làm cho tim tôi đau xót khi tôi lớn lên và hiểu dần sự việc. Nhưng rồi Ba tôi đã ép Cô tôi phải đi lấy chồng chứ để khi lớn tuổi quá, muộn màng rồi ai mà để ý tới nữa.

Ngày Cô đi lấy chồng, tôi đã khóc như mưa như gió, trời đất ngả nghiêng! Cô theo chồng về bên kia sông, cứ cuối tuần tôi lại xin phép Ba tôi qua đò tìm Cô, rồi Cô nấu nướng những món ăn ngon để chờ tôi.

Chao ôi! Đó là một người phụ nữ đảm đang hiền

hậu, thường quên thân mình, chỉ biết lo cho người khác, chiều chồng hết mực đi làm về là lo cơm nước cho dượng tôi. Dượng tôi như một ông vua nhỏ, chỉ biết hưởng thụ, về nhà là được cơm bưng nước rót tận tay, quần áo đã có người giặt ủi sẵn, lau chùi quét dọn cũng chỉ một tay Cô làm mà thôi. Vậy mà cũng chưa vừa lòng dượng, chỉ vài năm sau dượng tôi đã có mèo mỡ lung tung, đi sớm về khuya thất thường, về nhà thì ói mửa tràn lan, bắt Cô tôi phải hầu hạ mà còn la hét om sòm nữa. Đó là một con người bất nhân bất nghĩa, chỉ biết lợi dụng để ăn no mặc sướng cho tấm thân mình, moi móc tiền bạc của Cô tôi đem theo cho những người đàn bà khác. Sau 5 năm trời, không chịu đựng nổi nữa, Cô tôi đã về khóc với Ba tôi xin chia tay.

Đối với thành phố Huế cổ kính, đàn bà bỏ chồng chẳng hay ho gì nhưng Cô tôi không cần gì hết nữa, cũng không cần ra tòa án lôi thôi, Cô chỉ thiết tha về ở lại với Ba tôi, được sống những ngày yên thân là quá đủ rồi. Dượng tôi có mấy lần làm bộ ăn năn, qua xin rước Cô tôi về nhưng rồi sau đó chứng nào tật nấy, lần này Cô tôi nhất quyết không trở lại. Từ đó, Cô nguyện ở vậy suốt đời, không lấy chồng nữa, an phận với đời sống công chức của mình.

Rồi tôi cũng phải xa Cô, vào Sài Gòn học, sau đó đi lấy chồng nhưng chỉ một thời gian sau cô cháu lại gần nhau vì tôi đã trở về Huế đi dạy học và lập gia đình. Cuối tuần Cô về nhà ở với tôi, tìm lại niềm vui, Cô sống một cuộc đời bình lặng nhưng tâm hồn Cô yên ổn hơn.

Những ngày sắp qua Đức đoàn tụ với 2 đứa con trai, Cô đã về ở với tôi, chăm sóc tôi như ngày tôi còn bé dại. Hôm chia tay ở phi trường, cô cháu ôm nhau khóc như mưa như gió, đúng là trời không mưa mà mắt mình nhạt nhòa và qua màn nước mỏng ngập ngừng, chập chờn hình ảnh Cô tôi vẫn đưa tay vẫy chào từ biệt khi tôi bước lên máy bay cứ ám ảnh tôi hoài!

Qua xứ người, tôi vẫn gửi quà đều đặn về cho Cô, những lúc đi lãnh quà là những khoảnh khắc đã làm cho Cô tôi vui sướng nhất. Nguồn an ủi lớn lao đối với Cô là tình thương yêu của các anh em tôi dành cho Cô lúc nào cũng ngập tràn và trọn vẹn ân tình. Và càng nặng ân tình hơn nữa, có lần vợ chồng tôi đã bảo lãnh Cô sang Đức du lịch trong 3 tháng.

Không làm sao diễn tả hết nỗi mừng vui hội ngộ hiếm hoi này! Ngày ra đi tưởng rằng không bao giờ còn gặp lại được người thân, ai ngờ có một ngày Cô đã chia xẻ nỗi buồn vui với tôi trên xứ người xa lạ. Tôi đã đưa Cô đi cùng khắp, dưới mắt Cô cái gì cũng mới lạ, cũng xa hoa, nhiều khi Cô cứ tưởng như đang ở trong mơ, một giấc mơ mà Cô nghĩ sẽ không bao giờ thực hiện được.

Khi Cô trở về quê nhà một ít lâu thì mẹ kế tôi mất, có Cô chăm sóc Ba tôi làm chúng tôi cũng yên lòng rất nhiều. Vài năm sau Ba tôi cũng qua đời, anh em tôi quyết định vẫn để ngôi nhà đó cho Cô ở đến khi mãn phần. Chúng tôi góp chung nhau tiền bạc, thuê một người giúp việc để chăm sóc Cô ngày đêm. Dù không có chồng con nhưng Cô đã sống được một cuộc sống thanh nhàn trong tuổi già, không thiếu thốn về mọi phương diện.

Rồi một hôm Cô bị té, nứt xương chậu, phải đưa vào bệnh viện để mổ. Thật khôi hài cho các bệnh viện ở Việt Nam, mổ mà cũng phải có giá cả khác biệt. Chúng tôi đã bằng lòng trả với giá mắt nhất, miễn sao cứu được Cô tôi nhưng rồi chỉ 3 tháng sau thì Cô mất.

Đã đành rằng suy nghĩ cho cùng thì mọi sự đều sắc sắc không không giữa trùng trùng duyên khởi, nhưng mất mát này vẫn là nỗi tiếc đau quá lớn cho anh em chúng tôi. Càng đau hơn khi tôi không về được để tiễn đưa Cô lần cuối.

Qua màn nước mắt, tôi như thấy gương mặt Cô lung linh giữa nhang khói, giữa lời kinh tiếng kệ, tiếng chuông mõ, giữa thực và ảo. Cô đã thật sự an nghỉ, những giọt lệ của anh em tôi đã tiễn đưa Cô qua hết mọi hệ lụy ưu phiền, mọi đau thương khắc khoải. Sẽ không bao giờ còn nghe còn thấy được Cô nhưng giữa bao sóng gió gập ghềnh trắc trở của cuộc đời, Cô vẫn mãi mãi có một chỗ đứng trong trái tim tôi.

Thời gian lặng lẽ rắc những bông hoa quên lãng, chỉ có cây sầu đông trong vườn Cô tôi đã ở là không thay đổi, vẫn vươn những cành gầy guộc hứng những giọt sầu đời. Tôi đã gửi ở đó một giọt sầu trong vắt để tưởng nhớ Cô tôi.

Tất cả rồi sẽ trôi qua nhưng tôi vẫn sâu sắc ý thức và ghi nhận hình ảnh Cô tôi vẫn còn bền bỉ đọng lại trong lòng mình, mãi mãi không tan biến như hương hoa ngọc lan thơm ngát trong đêm khuya, vương vấn giữa những tàn cây mát rượi của góc vườn quê nội mà Cô tôi đã trải qua những ngày thơ ấu.

Hồng trần gió bụi! Bụi hồng trần thì đương nhiên phải bay theo gió nhưng theo gió bay đi mà vẫn còn lưu lại dấu vết trong lòng thế gian, thì đó không phải là điều đáng mừng hay sao? ■

Mùa Vu Lan 2024

Diệu Minh Tuệ Nga

Áo con Hồng đỏ ĐÃ THAY

Lưng trời mây trắng vẫn trôi
Con nhớ Mẹ quá, nhìn trời, thấy chi !
Chỉ nghe tiếng gió thầm thì
Lặng thầm ... ai thấu chia ly cõi phàm

Con giờ vẫn chốn nhân gian
Tìm hình ảnh Mẹ qua làn mây trôi
Bến trần, xa cách cung trời
Tìm trong dư ảnh bùi ngùi ! dáng xưa

Mẹ ngồi Niệm Phật, Nam Mô
Tiếng Nam Mô thoáng mơ hồ, gió bay
Vu Lan sắp đến mùa này
Áo con Hồng đỏ đã thay ! Trắng rồi !

Bầu không mây trắng chơi vơi
Con mang Tình Mẹ sáng ngời trong tim
Lặng thầm ... con biết đâu tìm
Cung trời thăm thẳm ... nghe tim đau nhừ

Con cầu xin Đấng Đại Từ
Xin lòng an tịnh chân như hòa hài
Năm nay Hoa Trắng áo cài
Nghe như trời đất u hoài ... cùng con
Hoa Hồng đỏ, thắm màu son
Đã vào dĩ vãng nghe hồn rưng rưng ...

Tuệ Nga

ÁO CON HỒNG ĐỎ ĐÃ THAY (Thơ Tuệ Nga. Nhạc Quý Luân) Diệu Hiền https://www.youtube.com/watch?v=zJXf8Q359_M&ab_channel=QuangDatStudio

Thu Lý

NHỚ MẸ

„Ai còn mẹ , xin đừng làm mẹ khóc
Đừng để buồn lên mắt mẹ nghe không“
(Lời bài hát)

Hôm nay con lại về đây,
Bên di ảnh mẹ những ngày mưa rơi.
Mẹ ơi , nước mắt ông trời,
Hay là chan chứa nghẹn lời con thơ.

Hôm qua gặp mẹ trong mơ.
Nhưng vì sanh - tử , bến bờ cách xa.
Tỉnh ra nước mắt nhạt nhòa,
Gối vương đẫm lệ: mẹ ta đâu rồi?

Lòng con thổn thức bồi hồi,
Lùa tay ôm mẹ như hồi còn thơ.
Mất mẹ đời con bơ vơ,
Tìm đâu cho được bến bờ bình an?

Ngày xưa tóc mẹ rất dài,
Mắt tròn, da trắng, nét ngài xinh tươi.
Mẹ hy sinh cả cuộc đời,
Không mong báo đáp, chẳng lời thở than.

Bao nhiêu vất vả lo toan,
Thân cò lặn lội , con ngoan mẹ mừng.
Nghẹn ngào nước mắt tuôn rơi,
Thương mẹ dành cả cuộc đời cho con.

Hiếu đạo con vẫn chưa tròn,
Giờ đây báo đáp mẹ còn nữa đâu...
Mẹ ơi ! Rả rích mưa ngâu,
Xót lòng con trẻ, tìm đâu mẹ hiền!

Thu Lý - Tâm Nhuận Hương

Nguyễn Sĩ Long

TIỄN MẸ

Khi chúng tôi về đến Sài Gòn vào sáng sớm thứ năm thì mẹ tôi (mẹ vợ) đã được làm lễ nhập quan trước một ngày. Nhìn căn nhà quen

thuộc đã hai mươi năm ghi dấu biết bao buồn vui của một gia đình đông con trong những lần về thăm nhà, thì nay đã khoác chiếc áo tang trong nước mắt tiếc thương cho một đời người vừa nằm xuống thật ngắn ngủi như mới hôm nào mẹ vẫn còn chờ con mà nay đã ra đi không hẹn ngày trở lại.

Đây là lần đầu tiên sau ba thập niên ở nước ngoài về quê dự tang lễ nên được biết từ nhiều năm nay ở Sài Gòn đã có những cơ sở chuyên về phục vụ Mai Táng, là nơi mà gia đình có thể tin tưởng để lo việc hậu sự cho người quá vãng. Dường như mọi việc đã chuẩn bị sẵn nên chúng tôi nhanh chóng lễ Phật trong bộ tang phục rồi đứng trước di ảnh mẹ đặt trên quan tài được đơm hoa kết trái đủ màu sắc hòa trong câu kinh tiếng mõ với không gian ấm cúng nghi ngút khói hương trông rất trang nghiêm dưới ánh đèn rực sáng cả căn phòng. Nắp quan tài được kéo lùi khoảng 50 cm, thay vào đó là tấm mica hình cong được lắp đặt như một ngăn lạnh kín gió, con cháu đứng trên một chiếc ghế nhỏ là có thể thấy rõ khuôn mặt hiền từ của mẹ, của bà được trang điểm rất tự nhiên như trong giấc ngủ bình yên.

Nhìn đôi mắt tuy khép kín nhưng buông thả, dường như mẹ không còn điều gì để nghĩ suy hay lo lắng. Người cũng không trở giấc hay chau mày như những cơn đau thường kéo đến trên giường bệnh. Màu son môi hồng tươi, mái tóc đã được che kín nhưng đôi chân mày vẫn còn nguyên vẹn sắc sảo như nhắc lại quá khứ khi gia đình còn ở quận Phú Nhuận, mỗi lần tôi ghé thăm hay khi đã là con rể, những khi trang điểm thường thấy mẹ rất chăm chút đôi chân mày, để giờ đây khi nằm xuống vẫn phảng phất đâu đó nét trẻ trung xưa khi các cô con gái nay cũng điệu đà có khác chi mẹ thuở sinh tiền. Như được trời phú cho khuôn mặt phúc hậu, tấm lòng người mẹ mười con cũng nhân từ bao la như biển hồ lai láng nên ai cũng thương kính mến yêu. Có lẽ vì vậy mà nay mẹ như đã mãn nguyện, thanh thản ra đi khi một đàn con dâu rể bất kể xa gần đã tận tâm tận lực chăm sóc cho đến hơi thở cuối cùng.

Trở lại hai mươi bốn năm về trước, ba vợ tôi mất sớm ở tuổi 65, được đưa về an táng nơi quê Truồi theo như ý nguyện. Còn mẹ tôi thì không, bà muốn ở gần con cháu như khi còn sống trên đời nên gia đình đã lo trước nơi an nghỉ tính đến nay đã trên mười năm, ở một khu đất thật đẹp và yên tĩnh phía sau chùa Phật Bửu Tự, Hóc Môn, cách quận 6 Sài Gòn 20 km.

Mẹ tôi quê ở Điện Bàn, Quảng Nam. Mười sáu tuổi bén duyên ba tôi khi ông từ Huế vào Đà Nẵng làm việc. Đến tuổi 17, cô gái quê hiền lành ra làm dâu làng Truồi, một ngôi làng bên sông có nhiều cây trái dâu mít chè tươi với nhiều địa danh ở phía nam Huế chừng 30 km. Theo lời vợ tôi kể lại, thì ôn nội là người cao tuổi trong dòng họ còn chút máu phong kiến, khó tánh như vậy mà rất thương nàng dâu xứ Quảng vì mẹ tôi khéo ăn ở, chịu 'nằm gai nếm mật' gần mười năm trước khi mang đàn con theo ba tôi vào Sài Gòn nhận nhiệm sở mới. Thuở đó nhà ba mẹ tôi ở Phú Nhuận như là trại tiếp cư trong những cơn biến động. Từ mùa hè đỏ lửa 1972, rồi ba năm sau là mùa xuân 1975, hàng chục bà con từ miền Trung vào lánh nạn, được gia chủ tiếp đón nồng hậu cho đến ngày im tiếng súng mới quy cố hương.

Người con gái đầu lòng được sinh ra ở Truồi mất sớm nên người con thứ hai giờ đã 65 tuổi, hiện sống cùng vợ con ở Houston là anh trai trưởng, cháu đích tôn nay đã bốn mươi. Vợ tôi là chị Ba, cũng là bà chị của tám người em, giới tính được chia đều 5/5. Từ thuở nhỏ cho đến khi khôn lớn, chị Ba là người gần gũi mẹ nhiều nhất, ngoài giờ đi học thường ở nhà giúp mẹ và trông coi em út cứ mỗi ba năm là có thêm hai đứa chào đời. Hiện giờ còn lại tám anh em bốn người bên Mỹ, một bên Âu và ba chị em ở Sài Gòn, ba hôm trước ngày động quan các anh em đã về họp mặt đông đủ.

Từ Đà Nẵng có năm anh em bạn dì đến Sài Gòn sớm nhất vào chiều tối hôm sau. Các cô chú ở Hóc Môn, các cậu dì bên ngoại, các gia đình thông gia từ Huế, Củ Chi, Sài Gòn cho đến Houston, bạn bè và đồng hương xa gần từ bên Áo bên Mỹ cùng bà con lối xóm cũ ở phường 11, Phú Nhuận dường như không thiếu một ai đã điện thoại chia buồn hoặc đến thăm viếng, phúng điếu và tiễn đưa. Có người đã hai mươi năm chưa gặp lại vì năm 1999 mẹ tôi bán nhà cũ ở Phú Nhuận để dọn về căn nhà mới xây ở quận 6 vào năm 2000 cho tới bây giờ.

Lần cuối chúng tôi về là vào tháng 8.2018 khi mẹ đang được điều trị ở bệnh viện Nguyễn Trãi đã ba tháng nhưng sức khỏe vẫn chưa hẳn bình phục. Thật ra thì mẹ tôi mắc bệnh đường rồi qua thận đã gần một năm trước khi nhập viện, nên phải cần thời gian trị liệu lâu dài. Ngoài các con cháu, mẹ còn có người em gái góa phụ chung sống đã mấy chục năm nay như hình với bóng, dì giúp đỡ việc nhà và trông nom chị những lúc đau yếu. Lần này mẹ đau nặng nên năm gia đình anh em ở nước ngoài kẻ trước người sau về để cùng với các em thay nhau túc trực bên giường bệnh. Đây cũng là lần đầu tiên vợ chồng chúng tôi có chuyến đi dài ngày nhất gần 7 tuần lễ. Cho đến tháng 10.2018 vẫn chưa thấy hy vọng nào về sức khỏe mẹ sẽ được khả quan nên tất cả các con ở xa lần lượt trở về nhà. Cũng may trong lúc đó mẹ tôi tuy không khá hơn nhưng có một khoảng thời gian ổn định nên đã được bác sĩ cho về vào cuối tháng 12.2018, sau gần tám tháng nằm viện. Rồi vào những ngày cuối năm âm lịch vừa qua mẹ tôi trở bệnh, sức khỏe yếu dần nên các con tuy ở xa nhưng tất cả đều chuẩn bị tinh thần để đón nhận tin buồn vào ngày mùng 7 Tết Kỷ Hợi. Một lần nữa chúng tôi lại về để tiễn đưa người mẹ thân yêu đến nơi an nghỉ cuối cùng.

Nhớ lại những ngày đầu năm Âm lịch ở Áo, không khí năm mới vẫn còn khi mùng 5 Tết đêm Văn Nghệ Xuân vừa xong, ngày chủ nhật vợ chồng chúng tôi còn ở lại Wien chưa về Salzburg thì lúc 4 giờ sáng thứ hai hôm sau, nhận được tin từ bên nhà mẹ tôi đang trong giây phút tử sinh và cho đến 8:30 giờ (14:30 giờ Việt Nam) ngày 11.02.2019 đã trút hơi thở cuối cùng tại Sài Gòn, thượng thọ 87 tuổi.

Trong lúc vợ tôi đang theo dõi và liên lạc với bên nhà thì tôi thật may mắn liên lạc được với Hòa Thượng Khuông Việt ở Oslo, Na Uy; nên sau đó gia đình đã có ngày giờ tốt cho tang lễ và đồng thời cũng đủ thời gian để các con ở xa về thọ tang.

Hai hôm nay Sài Gòn tuy nóng nhưng vẫn còn dễ chịu trong nắng xuân nên hết sức thuận tiện cho tang lễ và sự đi lại của quý Thầy cũng được dễ dàng hơn. Ngoài những lần Út Lan là em bạn dì hướng dẫn gia đình cùng đọc kinh xen giữa hai thời kinh sáng chiều và thả chim phóng sanh như thường lệ, thì tối 15.2 còn có nữ đạo hữu Diệu Hậu là bạn đồng tu với Út Lan, đã cùng 12 Phật tử đến viếng và tụng Kinh Địa Tạng từ 19 giờ đến 21 giờ. Vì là nhà phố nên sau 22 giờ vẫn còn xe cộ và bà con xa gần cùng nhiều bạn bè viếng thăm.

Để chuẩn bị cho lễ chiều 16.2, thời kinh sáng với thầy Thông Lợi và Thiện Kiến xong lúc 10:40 giờ. Riêng thầy Thông Lợi có thêm một công việc nữa là ghi chép đầy đủ tên tuổi con cháu nội ngoại để mang về cho Hòa Thượng Thích Hải Tịnh chùa Giác Hải. Lúc 14:30 giờ thầy Thông Lợi và Thiện Kiến trở lại cùng với thầy Nguyên Hòa và một thầy nữa. Bốn thầy đặt lại vị trí bàn Phật ngay ngắn phía trước, cách quan tài chừng ba mét và đặt thêm một chiếc bàn trống nữa dành cho Hòa Thượng. Khoảng hai mươi lẵng hoa được di chuyển xếp một hàng dài phía tường bên trái. Tiếp theo là lễ đậy nắp quan tài lúc 15 giờ và cho đến 16:30 giờ thì kết thúc. Sau đó mời quý Thầy dùng cơm và nghỉ ngơi cho tới khi Hòa Thượng Thích Hải Tịnh đến lúc 17:25 giờ, lễ Tịch điện bắt đầu.

Chúng tôi thấy Hòa Thượng tay xách một chiếc va ly nhỏ đặt trên bàn, sau đó Hòa Thượng đi xem xét từng nơi và một vòng quanh quan tài. Như đã vừa ý, Hòa Thượng trở lại bàn mở va ly rồi đắp y đội mão, trông Thầy rất uy nghi như một vị Thánh trong thần thoại.

So với mấy chục năm trước thì ngày nay vấn đề tang lễ đơn giản hơn nhiều với ba lễ chính : Phát tang - Cầu siêu - Lễ táng (hỏa táng hay thổ táng). Khi chưa an táng thì các lễ được gọi là Điện, và Tịch điện thường được cử hành vào buổi chiều trước ngày di quan. Ý nghĩa của Tịch điện đã được Đại Đức Thích Nguyên Hòa giải thích: "*...để cho hương linh hiểu rằng cuộc đời này không có gì tồn tại, đừng chấp trước mà khổ vì ai rồi cũng phải ra đi. Bởi vậy nhờ oai lực của Tam Bảo: Phật Pháp Tăng cầu nguyện cho hương linh thức tỉnh, niệm Phật* *cầu xin về thế giới an lành của Phật A Di Đà..."* .

Trong lúc Hòa Thượng và bốn vị Đại Đức hành lễ cùng với mõ và chiêng trống phụ họa nên đã gây thêm sự chú ý của những người qua đường. Nhìn ra bên ngoài hoàng hôn như nhẹ nhàng buông xuống trong không khí buổi lễ thật trang trọng, mọi ánh mắt đều hướng về Hòa Thượng, cũng là nơi mà những vành khăn tang đang chăm chú lắng nghe và thể hiện nhiều cảm xúc trên từng cử động của vị chủ lễ với niềm tin hương linh sẽ sớm được siêu thoát. Sự tin tưởng ấy được biểu lộ hơn nữa sau những lần đứng lên quỳ xuống cùng người trưởng nam nhận và dâng Só, rồi tất cả con cháu theo sau Hòa Thượng và quý Thầy đi quanh quan tài nhiều vòng như *"nhắc nhở con cháu phải nhớ đến công ơn của người quá vãng"* cho đến khi buổi lễ Tịch Điện chấm dứt lúc 19:30 giờ ngoài sự mong đợi của tang quyến.

Sáng ngày 17.2 cả nhà thức dậy sớm hơn thường lệ để chuẩn bị cho một ngày mà ai cũng nghĩ là rất quan trọng nên ít nhiều cũng có sự lo lắng và mong cho mọi việc được viên mãn. Khoảng 11 giờ các gia đình hai bên nội ngoại cùng bà con đến thì cũng là lúc Cơ sở Dịch vụ Mai táng Hồng Phúc Thọ bắt đầu thu dọn đồ đạc, tháo gỡ phông, màn, đèn… và một hàng lẵng hoa đã được mang đi nên căn phòng thoáng mát và rộng hơn nhiều để chuẩn bị cho lễ di quan lúc 13:30.

Đúng 12 giờ buổi lễ được bắt đầu với thầy Thông Lợi, Thiện Kiến, Nguyên Hòa, Như Hiền và hai thầy mới. Phía bên kia đường xe chở quan tài, người chấp hiệu cùng phu kiệu và một chiếc xe buýt 50 chỗ cũng đã có mặt, ở trong rạp thì ban nhạc khoảng 10 người đang sẵn sàng chờ lệnh. Trước sân cũng có lễ cúng trước khi đến giờ chuẩn bị di quan.

Thuở nhỏ ở quê làng tôi cũng đã có một đôi lần được đi xem đám ma. Người chấp hiệu thường là lớn tuổi chừng trên dưới sáu mươi, là Sếp của đội phu kiệu, điều khiển việc đi đứng, nâng lên hạ xuống, qua trái qua phải để đưa quan tài di chuyển bằng hiệu lệnh là hai thanh gỗ ngắn cầm tay. Sau mấy chục năm nay mới thấy lại người chấp hiệu không những trẻ mà còn đẹp trai và cao lớn. Tuy không được các bậc tiền bối truyền hết nghề nhưng về phần lễ nghi vậy là đầy đủ cùng với ban nhạc và kèn trống đã khiến cho những người dự lễ ai cũng bùi ngùi, vì biết rằng đây chính là thời khắc của cuộc chia ly trong nước mắt.

13:26 giờ đội phu kiệu vào vị trí chờ lệnh. Một tiếng gõ, quan tài được di chuyển ra ngoài. Gặp ngày trời đẹp, xe cộ hai chiều dừng lại chờ cho đến khi quan tài được đưa lên xe tang an toàn. Theo sau là chiếc xe buýt và vài xe Honda theo cùng, tuy giao thông là vấn đề phải lo lắng nhưng một đoàn xe lớn nhỏ đã về đến chùa Phật Bửu Tự, Hóc Môn lúc 14:20 giờ.

Quan tài được di chuyển đến sân tượng đài Địa Tạng Vương Bồ Tát, nằm trong khu nghĩa trang sau lưng chùa. Tại đây lúc 14:40 giờ, một buổi lễ ngoài gia đình còn có bà con và bè bạn đưa tiễn nên rất đông, đã được quý Chư tôn đức gồm tám vị chủ trì trước khi hạ huyệt lúc 15:00 giờ, nơi phần mộ chỉ cách tượng đài 50 m. Trong khoảng thời gian này mắt tôi không rời chị Ba đang đứng cùng với hai em Thúy và Thủy, sau lưng thì có hai cháu Trung và Na cách trước huyệt mộ không tới 50 cm. Tôi biết chuyện gì sẽ xảy ra khi mọi người nghe tiếng gõ đưa quan tài hạ huyệt, chị Ba nhà tôi thì như đã mất kiểm soát khi chồm về phía trước và ngồi xuống khóc la kêu gào rất thương tâm. Tôi lách qua vừa kịp thì đúng lúc Trung kéo vai áo giữ dì Ba lại.

Những gì tôi lo lắng thì đã thấy trong ngày Tiễn Mẹ. Có những vết thương không làm đau da thịt nhưng tê buốt trái tim. Tôi là người rất hiểu cô ấy thương yêu mẹ đến mức nào!

Hà Bạch Trúc

VỐN YÊU THƯƠNG

Tranh: Cát Đơn Sa

Một người bạn hỏi tôi: "Có điều gì muốn nói với mẹ mà chưa kịp nói?"

Câu hỏi làm tôi suy nghĩ. Có thật tôi đã nói hết với mẹ những điều muốn nói?

Có điều gì chưa kịp nói trước khi mẹ nhắm mắt lìa đời?

Điều gì quan trọng nhất? Điều gì mẹ muốn nghe nhất?

Và tôi đã nói điều đó với mẹ hay chưa?

Năm 18 tuổi, lần đầu tiên tôi nghe bài hát Bông Hồng Cài Áo[1]. Tôi thích lắm và tự nhủ phải hát cho mẹ nghe. Hôm đó, hai mẹ con đang nằm ngủ trưa bên nhau, tôi hỏi mẹ:

- Mẹ có muốn nghe con hát không?

Mẹ trả lời, mắt lim dim:

- Có chứ, con hát đi.

Tôi hát đến nửa bài vẫn không thấy mẹ mở mắt. Tôi hỏi:

- Mẹ ngủ hả, mẹ có nghe con hát không?

Vẫn nhắm mắt, mẹ trả lời:

- Có chứ, con hát nữa đi, mẹ nghe mà.

Tôi hát hết bài, rồi ôm mẹ, hôn mẹ thật lâu. Mẹ vẫn nằm yên nhắm mắt nhưng tôi thấy mắt mẹ nhè nhẹ chớp, miệng nở nụ cười. Đó là lần duy nhất tôi hát cho mẹ nghe.

... Mẹ, Mẹ là dòng suối dịu hiền
Mẹ, Mẹ là bài hát thần tiên
Là bóng mát trên cao
Là mắt sáng trăng sao
Là ánh đuốc trong đêm khi lạc lối

Mẹ, Mẹ là lọn mía ngọt ngào
Mẹ, Mẹ là nải chuối buồng cau
Là tiếng dế đêm thâu
Là nắng ấm nương dâu
Là vốn liếng yêu thương cho cuộc đời
Rồi một chiều nào đó anh về nhìn Mẹ yêu, nhìn thật lâu
Rồi nói, nói với Mẹ rằng:
- "Mẹ ơi, Mẹ ơi, Mẹ có biết hay không ?"
- "Biết gì?"
- "Biết là, biết là con thương Mẹ không?"...

Sau ngày 30 tháng 4 đen tối, cuộc đời của mẹ cũng một sớm một chiều thay đổi như đại đa số người dân miền Nam. Ngủ một đêm sáng dậy trắng tay, mẹ phải lặn lội mua bán kiếm sống hàng ngày. Một thời gian, tôi thấy mẹ cứ nằm gác tay lên trán hay ngồi tư lự hàng giờ nhìn ra cổng, không nói một lời. Rồi một hôm, mẹ bảo: "Mẹ phải đi".

Từ đó mỗi sáng, mẹ đội nón lá ra khỏi nhà, không biết đi đâu, tới chiều về nhễ nhại mồ hôi, nằm thiêm thiếp hồi lâu mới dậy. Hỏi mẹ đi đâu cả ngày, mẹ nói đi lòng vòng trong những khu xóm nhà người ta, hỏi thăm xem có ai bán gì mình mua được thì mua. Thời đó bộ đội miền Bắc hay mua đồ đạc trong Nam rồi đem về Bắc. Thứ gì họ cũng mua vì ngoài đó thứ gì cũng thiếu. Mẹ mua đầu máy may, kim may máy, mua máy dệt quay tay, máy đan len gia đình, chỉ len v.v... khệ nệ mang về. Vì không có vốn nhiều nên ngày nào mẹ cũng phải đi thu mua, đem về nhà, rồi tìm mối bán để có vốn đi mua tiếp. Một thời gian sau thì mẹ không đi nữa. Hỏi, mẹ nói mệt quá, suốt ngày lang thang, mẹ không đi nổi nữa, vả lại không đủ vốn nên không mua tranh được với người ta. Thì ra lúc đó người ta đổ ra đi thu mua như mẹ rất nhiều, mẹ làm không lại vì sức già và vốn ít.

Rồi mẹ phải về quê ở để giữ nhà, giữ miếng đất thừa hưởng của ông bà nội dưới đó. Con cái ở lại Sài Gòn đi học, đi làm, lương tháng không đủ ăn. Mẹ lại phải lo tiếp tế cho các con. Tiền dành dụm trong ngân hàng đã mất sạch từ ngày mất nước và

1 *Bông hồng cài áo, thơ Thích Nhất Hạnh, nhạc Phạm Thế Mỹ*

sau hai đợt đổi tiền, đồ đạc trong nhà cũng lần lần bán hết, nữ trang của mẹ cũng biến mất từ từ. Mẹ phải nghĩ kế sinh nhai dưới quê. Mẹ lại lên Sài Gòn đi lùng kiếm mấy ngày, mua được một chiếc xe bán nước mía đem về quê. Từ đó mẹ thức khuya dậy sớm quay nước mía bán cho người đi chợ. Hỏi mẹ sao không mua xe có máy quay mía mà lại mua xe quay tay, mẹ nói xe có máy mắt lắm. Từ cuộc sống có người giúp việc trong nhà, có xe hơi tài xế riêng, mẹ nay bưng từng ly nước mía quay tay bán cho khách đi chợ, đi đường. Mỗi lần tôi về thăm, mẹ không cho phụ bán, mẹ nói: "Con ngồi đó chơi được rồi, con không quen mua bán, để mẹ làm". Tôi đi, mẹ cụ bị cho mang về Sài Gòn nào gạo, nào tép rang, nào sườn ram mặn "để dành đi làm ăn nghe con".

Mọi khổ cực mẹ gánh hết để bảo vệ chồng, để che chở con. Miếng ngon nhường con, áo đẹp con mặc, mẹ không so bì ai sướng mình khổ, chỉ lẳng lặng mẹ làm. Tôi được ăn no mặc ấm, được thảnh thơi cắp sách đến trường, nào biết đâu mẹ trằn trọc hàng đêm vì không biết ngày mai phải xoay sở ra sao. Mẹ quên mình, chỉ nghĩ đến hạnh phúc và tương lai các con. Suốt đời mẹ tận tụy và hy sinh vô điều kiện cho chồng, cho con không một lời than vãn.

Ngày tôi đi lấy chồng, tôi không được ăn bữa cơm cuối cùng với mẹ, như người chị của thầy Nhất Hạnh, để được nghe mẹ nói: "Mười tám năm trời nó ngồi ăn cơm với mình, bây giờ nó ăn bữa cuối cùng rồi thì nó sẽ đi ăn ở một nhà khác"[2].

Nhưng thay vào đó tôi được ngủ với mẹ đêm cuối cùng trước khi lên đường rời bỏ quê hương. Suốt đêm hôm đó, trong giấc ngủ chập chờn, tôi cảm thấy có bàn tay mẹ nhẹ nhàng vuốt tóc tôi và nắn nót từng ngón tay tôi. Tôi biết mẹ có ngủ đâu, mẹ khóc thầm suốt đêm đó. Còn tôi thì thản nhiên tận hưởng hơi ấm thân quen và vòng tay an toàn của mẹ một lần cuối. Tôi vẫn tự hỏi vì sao đêm cuối đó, tôi không hề cảm thấy lo âu hay hồi hộp. Phải chăng vì bên mẹ, tôi luôn luôn cảm thấy an toàn.

Ngày mẹ qua đời, tôi ở xa nửa vòng trái đất. Chỉ kịp ra phi trường mua vé may bay đi ngay, mong kịp về đưa tiễn mẹ lần cuối. Con tôi, dù chỉ mới mười tuổi, mà cũng biết nói: "Đi đi, mẹ không đi thì mẹ sẽ không tới đâu". Lời nói của trẻ con hồn nhiên vô tư mà chứa đầy chân lý, đã cho tôi thêm nghị lực để lên đường. Tôi khóc suốt cuộc hành trình. Bầu trời như sụp đổ, người tôi yêu thương và

kính phục nhất không còn nữa trên thế gian này. Quanh tôi ánh sáng lịm dần, nỗi đau tràn đến vỡ òa trái tim.

Rủi mai này Mẹ hiền có mất đi
Như đóa hoa không mặt trời
Như trẻ thơ không nụ cười
Ngỡ đời mình không lớn khôn thêm
Như bầu trời thiếu ánh sao đêm

Lúc mới xa mẹ, mỗi dịp Vu Lan được nhận đóa hoa màu hồng, tôi không biết vui mà cứ tiếc phải chi được ở gần mẹ. Bây giờ mẹ đã vĩnh viễn ra đi, mỗi dịp Vu Lan tôi được cài bông hồng trắng, nhưng tôi không tủi thân và tôi không buồn. Tôi chỉ nhớ mẹ và cảm thấy một niềm hạnh phúc vô biên vì tôi có một người mẹ tuyệt vời đã cho tôi biết thế nào là tình thương vô bờ bến. Tình thương đó chính là vốn liếng lớn nhất của tôi khi bước chân ra đời. Vốn liếng mẹ cho đó, tôi xài suốt đời không hết dù đã mang phân phát cho người.

Tôi có thể kể hàng giờ về công lao sinh thành dưỡng dục của mẹ, về những nỗi nhọc nhằn cùng sự hy sinh to lớn của mẹ, nhưng đó đâu phải là điều mẹ muốn nghe. Điều duy nhất mẹ tôi cũng như tất cả các bà mẹ trên thế gian đều muốn nghe con mình nói, đó là "Mẹ ơi, con thương mẹ lắm". Mà điều đó, tôi đã nói với mẹ năm tôi 18 tuổi.

Còn bạn, bạn đã nói hết cho mẹ nghe những điều muốn nói hay chưa? ■

---

2 *Tùy bút Bông hồng cài áo, Thích Nhất Hạnh*

Đinh Văn Sơn

VIỆN DƯỠNG LÃO

Nguồn hình minh họa: Internet

Trời vừa tờ mờ sáng bà Chín thức dậy dọn dẹp lại nhà cửa, kêu thằng Sang dậy chuẩn bị ăn sáng để đi làm. Từ ngày ông Chín mất, một mình bà phải nuôi con khôn lớn rồi lấy vợ cho con. Nay bà già rồi ở nhà chăm sóc con cháu cho hai vợ chồng đi làm.

Tuổi già xồng xộc đến như bóng câu trôi nhanh qua khung cửa. Rồi bỗng một ngày bà cảm thấy dường như đôi lúc khi quên khi nhớ mà người ta gọi là bị lẫn. Hai vợ chồng nó có đứa con trai mới lên ba giao cho bà trông coi. Mọi khi bà cho nó ăn xong rồi dẫn ra công viên gần nhà ngồi hóng gió mát.

Chiều nay cũng vậy bà dẫn cháu đi dạo rồi ra công viên cho cháu ngồi chơi. Bà loay hoay một lúc rồi lửng thửng đi về. Thằng Sang con trai bà hỏi đứa cháu nội đâu, bà ấp úng không nhớ là dẫn nó đi đâu. Bây giờ bà không nhớ nữa rồi, cả nhà tá hỏa vội chạy đi tìm kiếm thằng bé khắp nơi nhưng không thấy, ai cũng mệt mỏi trong vô vọng. Nếu không tìm được thì phải báo cho nhà chức trách.

Thời may có người hàng xóm vô tình nhìn thấy cháu bé ngồi chơi trong công viên. Có lẽ cháu ngồi khuất sau lùm cây nên không ai thấy. Đưa cháu về ai cũng vui mừng, cả nhà cảm ơn người hàng xóm rối rít.

Tối hôm đó cả hai vợ chồng không ngủ được. Má đã mắc chứng bệnh bị lẫn rồi phải đưa má đi Bệnh viện khám chữa trị. Đây là chứng bệnh của tuổi già mà ai cũng mắc phải, thôi thì vui với má ngày nào được hay ngày ấy. Chỉ lo là cả hai vợ chồng đi làm để đứa con trai cho bà Nội giữ giùm rồi bà quên để đi lạc như hôm trước thì cảm giác không yên tâm.

Tính tới tính lui chắc là phải gởi má vô Viện dưỡng lão. Ở trong đó người ta có đủ điều kiện thuốc men để chữa bệnh cho má. Biết đâu má gặp được những người cùng trang lứa rồi kết bạn để má sẽ vui sống trong những ngày còn lại. Hai vợ chồng bàn bạc rồi cuối cùng quyết định sẽ gởi má .

Sáng hôm sau anh con trai chở mẹ tới Viện dưỡng lão để làm thủ tục nhập viện. Cô y tá dẫn mẹ con anh đi tham quan cơ sở vật chất. Từ phòng ăn, phòng ngủ, nhà bếp và có cả công viên thoáng mát. Anh con trai rất hài lòng bước vô văn phòng để ký giấy tờ để hoàn tất thủ tục. Nhưng đúng lúc này má anh bỗng tỉnh táo hẳn, má đã từ từ hiểu được tại sao con mình dẫn vô đây. Bà ngước nhìn anh với ánh mắt van lơn, năn nỉ cho mình được trở về nhà bởi vì bà nhớ thằng cu Bin lắm, bà không thể sống mà thiếu nó được. Bà nói với anh con trai:

- Ôi con ơi, đừng bỏ má ở lại đây. Má hứa má sẽ tỉnh táo để giữ thằng cu Bin cho vợ chồng con đi làm.

- Không được đâu má ơi. Con thương má lắm nhưng má bị lẫn rồi làm sao giữ cháu được. Nếu má ở một mình trong nhà sẽ nguy hiểm lắm. Con mong má hiểu cho con ...

- Ôi con ơi, đừng bỏ má lại đây một mình má sợ lắm. Má hứa mà, con cho má về đi con ...

Anh con trai bước vội nhanh ra cửa mà nước mắt lưng tròng. Bà chạy với theo nắm vạt áo anh ghì lại. Anh gỡ tay bà ra rồi chạy như bay ra ngoài cổng. Anh cố dằn lòng lại nhưng nước mắt cứ rơi ra làm ướt cả vạt áo. Ra ngoài tới cổng anh cố ngoái đầu nhìn lại mà bật khóc rấm rứt khi nhìn thấy má quỳ xuống lạy cô y tá cho mình về nhà.

Anh dằn xé tâm can, nửa muốn quay trở lại nửa muốn chạy đi. Đôi chân luống cuống không bước đi nhanh được. Nhưng anh nghĩ má ở đây rồi từ từ sẽ quen và sẽ tốt hơn là ở nhà. Cuối cùng thì anh quyết định dứt khoát phải ra đi. Anh đón xe taxi quay trở về. Vợ anh đứng đón ngoài cổng hỏi thăm má ổn không anh. Anh gật đầu ậm ừ cho qua chuyện.

Đêm xuống anh không tài nào ngủ được. Hình ảnh má quỳ xuống lạy cô y tá khiến trong lòng anh day dứt. Anh lăn qua lăn lại, thằng cu Bin cũng không ngủ được vì nhớ bà Nội. Anh cố chợp mắt, trong giấc mơ anh thấy má bị nhốt trong căn phòng tối om thiếu ánh sáng. Người ta nói do má anh hồi chiều này quậy phá la lối đòi về nhà nên họ phải trói tay má anh lại. Anh cảm thấy xót xa ân hận, chắc là má nhớ thằng cu Bin lắm nên mới đòi về.

Tuổi già vui sướng nhất là được ở với cháu con, đừng bao giờ tách rời họ ra. Anh đã hiểu dù hoàn cảnh khó khăn thế nào anh sẽ tìm cách đưa má trở về với gia đình. Anh mong sao trời sẽ mau sáng... ■

Những kỷ niệm về Bố do mẹ tôi kể lại thì nhiều vô số kể, cộng thêm óc tưởng tượng của một con bé chưa từng được thấy mặt bố, tủi thân đến như thế nào?

Bố tôi quê ở Thái Bình, thuộc làng Thượng Tầm, huyện Ngọc Châu, nơi thiên hạ hay đùa gọi là Thái Lọ và không nói được chữ "tr", khi bị bắt phải đọc câu:

Con trâu trắng bên bờ tre trụi.

Ăn no tròn như cái trống treo.

Đấy là người nhà quê thôi, chứ được đi học ai lại nói ngọng bao giờ!

Bố tôi có bốn anh chị em, mỗi người cách nhau đúng bốn tuổi. Bà chị cả và cô em út đã được gả chồng từ lâu, người cùng làng cùng tỉnh để khỏi hát câu: "*Má ơi đừng gả con xa...*". Do đó bà nội tôi chỉ tập trung vào hai cậu con trai là bác tôi và bố tôi, lo cho ăn học thành tài.

Vai trò của ông nội tôi trong việc dạy dỗ hai cậu quý tử, không được nhắc tới! Chỉ nghe bà nội tôi than phiền, ông chỉ thích đi đánh tổ tôm và xóc dĩa. Hôm nào thua bạc lại về đòi tiền, có hôm lấy trộm cả con lợn béo dành cho ngày Tết của gia đình đem đi bán. Tuy nhiên ông nội tôi cũng là người có học chữ Tây và có chức sắc trong làng, chẳng thế sao ông lại bị Việt Minh nửa đêm vào nhà gõ cửa dẫn đi với tội danh làm Thông ngôn cho Tây và một đi không trở lại.

Nhờ thừa hưởng "gen" học hành của tổ tiên để lại, bố tôi học rất nhanh và thi đâu đậu đấy một mạch đến bằng Tú tài. Thời ấy được gọi là ông Tú cũng hiển hách lắm! Nhưng làm trai thời tao loạn, làm sao bố tôi chịu ngồi yên khi cả tỉnh Thái Bình chìm sâu vào cảnh "*Tiêu thổ kháng chiến*". Bốn chữ này tôi nghe được từ miệng bác tôi, khi ông cầm cái chày thật to đập nát cái bể xi-măng đựng nước sau nhà ở Nha Trang để xây bể mới, vừa đập ông vừa lẩm bẩm:

- Cả tỉnh Thái Bình ông còn đập nát huống chi là cái bể cỏn con này!

Tôi nghe xong sợ quá, không biết bác mình nói gì bèn gặng hỏi và được câu trả lời:

- Thì lệnh Tiêu thổ kháng chiến, phá tan các làng xóm chứ còn gì nữa!

Vào những năm 1947, khi bố tôi vừa tròn mười chín đôi mươi, cuộc chiến giữa hai phe Quốc Cộng đã bắt đầu quyết liệt. Quốc đây đại diện cho chính quyền bảo hộ của vua Bảo Đại, nội cái tên bảo hộ thôi cũng biết là một chính phủ bù nhìn của mẫu quốc, dân gian hay gọi là Thực dân Pháp. Cộng đây là Việt Minh, lính của Cụ Hồ, mà dân gian có người không ưa đã gọi là "Cáo Già".

Dưới chiêu bài "*Toàn dân kháng chiến chống Pháp*", Cụ Hồ đã chiêu dụ khá nhiều trai trẻ bỏ thành phố vào bưng đi kháng chiến, trong đó có bác và bố tôi. Họ đã tham gia chiến dịch "Tiêu thổ kháng chiến" ngay tại nơi sinh quán của mình, phá tan tành cái tỉnh Thái Bình theo mệnh lệnh của một thế lực vô hình nào đó?

Chỉ thời gian ngắn sau, họ đã tỉnh ngộ trước những cảnh tượng khủng bố, giết người thủ tiêu không gớm tay của Việt Minh. Cộng thêm thù nhà, chính ông nội tôi đã bị Việt Minh bắt đi thủ tiêu, nên cả bác và bố tôi đều đã đi đầu quân vào các trường huấn luyện Sĩ quan của chính phủ Quốc gia Việt Nam.

Bố tôi vào trường Võ bị Liên quân Đà Lạt với khóa 3 Trần Hưng Đạo năm 1950. Ông được đào tạo thành chỉ huy cấp sĩ quan Trung đội trưởng, nên đánh trận rất hay được lên lon vù vù. Mẹ tôi kể, mỗi lần về phép thăm nhà, bố tôi hay giục vợ sửa soạn đi mua lon mới vì sắp được lên chức. Cuộc đời bố tôi ngắn lắm, nếu cứ kể tiếp như thường tình, thay lon lên chức vài ba lần là đến tin tử trận ngay, tôi còn gì để viết nữa!

Thôi, để hoài niệm về Ông! Tôi sẽ kể lại những gì người thân và bạn bè của Ông thương tiếc về một con người rộng lượng, tài hoa lẫn đào hoa nhưng chết trẻ. Ai cũng tiếc thương!

Nhưng ai sẽ là người đau đớn nhất sau cái chết của Ông? Tính ra đến hai nhân vật yêu thương Ông nhất, đó là bà nội và mẹ của tôi. Không thể phân biệt cân đo tình cảm của hai người đối với bố tôi, chỉ biết rằng sự ra đi đột ngột của ông đã đem đến cho họ một sự mất mát đến cùng cực. Mẹ tôi chỉ muốn đâm đầu vào xe điện đang chạy ở Hà Thành, nhưng tôi là động cơ duy nhất khiến bà bỏ ngay ý định điên rồ ấy!

Còn bà nội tôi cả ngày chỉ ngồi khóc lóc kêu gào: "*Ối giời ơi là giời! Giời cao đất dày ơi! Sao tôi khổ thế này? Tuyến ơi là Tuyến!... Sao con nỡ bỏ*

Hoa Lan

Gửi người Bố yêu!

Đoản văn này tôi viết để tặng riêng cho người Bố yêu quý của tôi, người mà tôi chưa từng nhớ mặt nhưng chắc chắn đã gọi tiếng bố đầu đời. Bố tôi mất quá sớm, khi mới tròn hai mươi bảy tuổi đời và con thơ đang cầm bầu sữa chập chững biết đi, nên tôi không giữ được một hình ảnh nào của bố tôi trong trí óc.

mẹ ra đi sớm thế! Làm sao mẹ sống nổi nữa đây!". Mẹ tôi đang não ruột cũng phải khuyên giải cho Cụ bớt gào. Kể đến đoạn này, mẹ tôi cũng phải bật cười cho tình cảnh bi đát của ngày xưa, cười ra nước mắt đấy mà!

Mẹ tôi kể về tính hào phóng với bạn bè, thuộc hạ cấp dưới của bố tôi là vô bờ bến. Vừa lãnh lương ra, phần nào đưa cho vợ, phần nào biếu mẹ đã rạch ròi, còn riêng phần mình bỏ túi thì chỉ vài ngày chưa nóng túi đã hết sạch. Chỉ cần vài anh Hạ sĩ quan nào đó đến gãi đầu gãi tai năn nỉ:

- Thưa Sếp! Vợ em mới đẻ! Túng quá! Sếp cho em mượn vài trăm gửi về quê, cuối tháng lãnh lương em trả!

Nói thế ai chẳng móc ví ra cho mượn, nhưng cuối tháng lương cậu ta đã bị khấu đầu trừ đuôi từ những chỗ khác hết cả rồi, làm sao bố tôi nỡ đòi!

Còn những chuyện xin tiền lẻ ngoài đường phố thì đầy ra đấy! Cũng do mẹ tôi kể lại, hôm ấy nghỉ phép về dạo chơi Hà Thành, bố tôi gặp một chàng thanh niên ăn mặc bảnh bao với bộ com-lê tạm gọi là sang trọng, đến vỗ vai năn nỉ xin tiền:

- Đại Úy có tiền lẻ cho em xin ít chục, đói quá Đại Úy ơi!

Chắc anh chàng nhìn chiếc lon trên cầu vai của bộ quân phục bố tôi mặc trên người nên gọi đúng chức vụ.

Bố tôi ngắm anh ta từ đầu đến chân rồi cười bảo:

- Anh xem bộ đồ vét anh đang mặc trên người còn sang trọng gấp mấy quần áo của tôi, vậy sao lại xin tiền tôi!

Anh chàng liền phanh chiếc áo vét ra, để lộ cái áo sơ mi bên trong rách bươm như sơ mướp:

- Ông anh xem đấy! Em là dân Hà Nội phải giữ thể diện khi ra đường, giấy rách phải giữ lấy lề anh ạ!

Thế mà bố tôi cũng động tâm trước cơn đói của anh chàng hay giữ thể diện và móc ví cho anh tiền để tờ giấy rách ấy còn giữ được bản lề. Chắc bố tôi vừa sống sót qua trận đói năm Ất Dậu 1945 tại Thái Bình, nên nghe đến chữ đói là động tâm.

Sang đến chuyện tình diễm lệ giữa bố tôi và mẹ tôi, có rất nhiều điều thú vị để viết. Họ hay hẹn hò nhau đi dạo Hồ Tây tại Hà Thành, đi qua các hàng liễu rũ dọc hai bên bờ hồ đầy thơ mộng, gặp hàng quán bên hồ sà vào gọi một đĩa Bánh Tôm Hồ Tây, gọi một đĩa bánh xơi hết cả rổ rau. Mẹ tôi rất tâm đắc về điểm này, nên kể lại cho tôi nghe đến chục lần không biết chán!

Bố tôi khá điển trai, mặt vuông chữ điền rất nam tính lại thể thao đá banh trong đội tuyển. Ông hay gửi ảnh mặc quần áo thể thao ngồi trên trái banh trước khi ra sân, tặng mẹ tôi với dòng chữ: "Tặng Lan". Đến khi tôi chào đời, ông nghỉ phép về thăm tôi và đặt cho tôi cái tên "Lan Hương" nghĩa là Hương của em Lan yêu quý của ông!

Cuộc đời làm vợ của mẹ tôi chỉ vỏn vẹn được hai năm, nhưng bà bảo, gần chồng chỉ khoảng một tháng là tối đa, vì bố tôi đi đánh trận rất xa lâu lâu mới về phép thăm nhà. Trận cuối cùng rất nổi tiếng, đánh dấu cho một hiệp ước đình chiến ký kết tại Genève năm 1954, chia đôi đất nước lấy vĩ tuyến 17 làm ranh giới Bắc Nam. Đó là trận đánh Điện Biên Phủ mà bên thắng cuộc đã ăn mừng reo hò với bài "*Hò kéo pháo*" vẻ vang. Sư đoàn của Bố tôi bị pháo kích vỡ tan tại thung lũng tử thần của địa danh Điện Biên Phủ. Xác của Ông được đưa về bệnh viện Bạch Mai ở Hà Nội để chờ ngày tẩm liệm.

Theo hình ảnh đám tang mẹ tôi còn giữ lại, một đám tang theo nghi thức quân đội thật to lớn và uy nghiêm, tràn ngập các vòng hoa phúng điếu và các xe nhà binh chở đầy lính tráng đi tiễn đưa người chỉ huy đến nơi an nghỉ cuối cùng với lá cờ vàng phủ lên nắp quan tài.

Bố tôi lúc sống rất yên hùng và cả khi chết cũng rất oai hùng!

Sau đám tang của bố tôi, cả nhà đang hoang mang trong tình huống mới, đi hay ở? Mẹ tôi không muốn để ông bà ngoại tôi ở lại miền Bắc, vì đã rõ bộ mặt tàn ác hay thủ tiêu người của chế độ Cộng sản. Trong nhà hai họ đã có biết bao nhiêu người bị thủ tiêu rồi.

Mẹ tôi chạy về Hải Dương khuyên nhủ ông bà ngoại nên di cư, nhưng ông còn tiếc mấy căn nhà để lại cho mỗi đứa con một cái và một đống tiền giấy chất đầy cả bao tải sắp phải đốt, sắp trở thành giấy lộn.

Đang dùng dằng nửa ở nửa đi như thế, bác tôi được giải ngũ trở về thúc giục mọi người:

- Mau mau sắp xếp quần áo, ngày mai có xe jeep đến đón đi Hải Phòng. Ông đã bảo rồi, ở lại là chúng thịt hết cả nhà đấy!

Trên chiếc Tàu há Mồm di cư vào Nam, dòng họ nhà tôi chỉ vỏn vẹn có năm người, chia thành hai gia đình nhỏ, hai mẹ con tôi một hộ, bà nội và bác tôi với cậu con trai một hộ.

Mẹ tôi kể, cuộc hành trình di cư từ cảng Hải Phòng đến Nha Trang chẳng mấy xa, cũng tốn đến ba ngày ba đêm lênh đênh trên biển. Dân di cư chen chúc nhau cả ngàn người trên khoang tàu, say sóng nôn mửa đến phát khiếp! Bác tôi thuộc diện sĩ quan nên cũng xin được một cabin cho gia đình, chuyến vượt biển đầu đời của tôi diễn ra trong bình yên và tốt đẹp. Tuy mọi người vẫn than phiền rằng tôi hay khóc dạ đề khiến thiên hạ mất ngủ! Và tôi có thể đổi lời bài hát Nỗi lòng người đi của nhạc sĩ Anh Bằng: "*Tôi xa Hà Nội năm tôi một tuổi khi vừa biết đi...*".

Đến giờ tôi vẫn chưa hiểu rõ tại sao gia đình tôi lại chọn Nha Trang làm đất dung thân chứ không phải Sài Gòn? Trong khi các bà chị họ của mẹ tôi tất cả đều định cư ở Sài Gòn. Muộn rồi! Đâu còn ai để hỏi nữa đây? Chắc tại vì thuở ấy, đất đai ở Nha Trang rẻ lắm, đất rộng người thưa lại thêm câu vè "*Cọp Khánh Hòa, ma Bình Thuận*", nên cái đám người di cư này tha hồ xây nhà đuổi cọp về rừng.

Nhà tôi nằm trên một con đường định mệnh về chính trị, cứ mỗi thời đại đổi thay là bị đổi tên đường. Lúc năm 54 đường có tên Ngô Đình Khôi, một nhà cách mạng bố của một Cụ Lớn. Sau năm 63 đường đã thay tên là Nguyễn Tường Tam, một nhà cách mạng Quốc Dân Đảng hay nhà văn lớn trong Tự Lực Văn Đoàn. Sau 75 đường phải thay tên, lần này là tên một ông quan anh hùng dám chỉ mặt quân thù nói câu bất hủ: "*Ta thà làm quỷ nước Nam, còn hơn làm vua đất Bắc*", Trần Bình Trọng. Hy vọng cái tên đường này sẽ ở lại vĩnh viễn.

Mẹ tôi được ưu tiên vào làm thơ ký cho Sở Tạo Tác gần ga xe lửa của thành phố Nha Trang, sáng xách ô đi tối xách về, cuộc sống của ba thế hệ chúng tôi rất hài hòa và hạnh phúc. Mẹ tôi xem mẹ chồng như mẹ ruột, bà nội tôi đóng vai người mẹ chăm sóc nuông chiều tôi, còn mẹ tôi đóng vai bố thật là nghiêm khắc. Bà hay đem ca dao tục ngữ ra để răn dạy như:

"Nuôi con chẳng biết dạy răn.
Thà rằng nuôi lợn béo lăn lấy tiền",
hay "Bé không vin cả, lớn gãy cành".
Ra vào phải đi thưa về trình rất quy tắc.

Chẳng là lúc bé tôi hay nghịch ngợm leo trèo,

đúng như câu phán của bà nội tôi: "*Bà mụ nặn làm ra con bé này rồi! Phải chi ra thằng cu thì đúng hơn*". Phải rồi các cụ chỉ mong tôi là con trai để nối dõi tông đường và để mẹ tôi có chỗ nương tựa tuổi già không phải đi thêm bước nữa. Ai lại ở chung với con rể bao giờ!

Thế mà mẹ tôi vẫn thủ tiết thờ chồng, nuôi dạy con gái cho nên người cho đúng với câu khấn Bà thường suýt xoa van vái trước bàn thờ bố tôi trong những lần giỗ Tết: "*Anh có sống khôn chết thiêng, về phù hộ cho con bé được khỏe mạnh, ăn no chóng lớn. Em hứa sẽ nuôi con ăn học thành tài để anh được ngậm cười nơi chín suối*".

Cũng vì lời hứa này mà mẹ tôi đã từ chối không biết bao lời cầu hôn của các chàng hay trồng cây si trước nhà.

Rồi ngày hạnh phúc nhất đời của Bà cũng đến, cái ngày tôi được học bổng Quốc Gia cho đi du học sang Đức với ngành Hóa học thực phẩm. Hàng xóm láng giềng cản ngăn, khuyên mẹ tôi nên chọn rể hiền chứ một mẹ một con như thế sao để đi xa. Nhưng mẹ tôi vẫn nhất quyết lo cho tương lai của cô con gái, ở nhà gả chồng rồi lại góa bụa như mẹ nữa sao? Tình hình chính trị của những năm đầu 70 rất căng thẳng, ngày tôi bước lên máy bay sang Đức là ngày mẹ tôi thắp hương bên bàn thờ bố tôi khấn vái: "*Em đã làm tròn bổn phận với anh, mong anh được ngậm cười nơi chín suối!*". ■

Mùa Vu Lan 2024.

Bác sĩ Đỗ Hồng Ngọc

Một ngày kia... đến bờ

Tùy bút gồm 26 tiểu mục "Một Ngày Kia... Đến Bờ" là những bài Pháp thoại giá trị dễ hiểu & lý luận khoa học [NXB Đà Nẵng, 2023]. Tất cả sẽ được dịch sang tiếng Đức và lần lượt trích đăng song ngữ ở Báo Viên Giác, với sự đồng ý của tác giả - BBT VG.

- Bốn thứ ma thân thiết
- Nghiệp
- Có Ngã không?

BỐN THỨ MA THÂN THIẾT

Nó vây quanh ta từ khi ta chào đời. Phiền não ma, Ngũ ấm ma, Thiên ma, Tử ma. Nó vây quanh ta, kết bạn với ta, quậy phá ta, che chở ta. Phật bảo 4 thứ Ma đó là "thị giả" của ta, gần gũi và giúp đỡ ta.

Không phải sao? Có cái tâm lăng xăng đầy vọng tưởng, cái tâm tham lam và sân hận, "lòng muốn còn nhiều/ đập gương xưa tìm bóng" bảo sao không phiền não? Rồi cái "ngũ ấm xí thịnh" kia trồi sụt bất thường không đủ làm ma phá rối thân ta ư? Thiên ma không phải ma trời, mà do ta tưởng ta có thể làm trời, huênh hoang, ngạo mạn, khoác lác, dối lừa… một ngày rơi vào địa ngục như chơi! Rồi Tử ma, người bạn thiết, gắn với ta từ trong trứng nước. Tưởng là kẻ xấu mà không, hắn rất tử tế, luôn nhắc ta từng chút, nhờ vậy mà ta tránh được biết bao tai ương, khổ nạn.

Kết bạn với 4 thứ ma đó đi. Vui đùa với chúng đi. Nhìn kỹ đi, chúng rất dễ thương, dễ bảo. Đừng căng thẳng gây gổ giận dữ với chúng làm gì. Chúng giúp ta mở mắt, nhìn rõ sự thực. Một cơn bệnh nặng chẳng phải đã giúp ta sực tỉnh cơn mê sao? Bệnh chẳng chừa ai. Vi khuẩn virus lúc nào cũng công bằng và không phân biệt!

NGHIỆP

Nghiệp là gì? Không biết. Nó đeo đẳng mình, đòi nợ, phải "trả nghiệp". Trả cách nào? Không biết. Có chuyển nghiệp được không? Chắc phải được chớ. Cha ăn mặn con khát nước. Tội nghiệp chưa? Nghiệp do "thân, khẩu, ý" mà ra. Thì ra do thái độ, cử chỉ, do lời nói, ý nghĩ của mình mà sinh ra. Nói chung là cách sống. Tùy chọn. Ý nghiệp chưa phải là hành vi mà chính ý nghiệp mới dẫn dắt. "Ý dẫn đầu các Pháp" không phải sao? Ba "nghiệp" mà thanh tịnh thì hết chuyện.

Ký ức được lưu trữ ở đâu để tạo thành Nghiệp mà truyền đi từ kiếp này qua kiếp kia?

Khoa học não bộ trả lời: ở hippocampus (hồi hải mã) trong não, cùng với thể viền, lưu giữ ký ức, chịu trách nhiệm cả cảm xúc lẫn hành vi, nhờ nhu nhuyến của các synapse (điểm tiếp hợp thần kinh). Thế nhưng, khi thân này tan rã, hippocampus và toàn bộ thể viền của não bộ cũng không còn, ký ức được tàng trữ trong thân vật lý này cũng biến mất theo. Phải chăng *"ngoài cơ chế vật lý của ký ức, còn có sự tham gia của một yếu tố phi vật chất, không nhất thiết là ý thức, để lấy đó làm cơ sở tiếp cận đến vấn đề nghiệp tích lũy, cho đến trong đời sau được xử lý để cho quả dị thục của nó"* (Tuệ Sỹ)?

Nghiệp "truyền" đi không chỉ từ gène mà còn từ môi trường ("biểu sinh" = ngoại di truyền, epigenetic). Trước kia không biết, cứ tưởng tại DNA, RNA là những chất cơ bản của gène, cố định, không thay đổi. Nhưng không, ngoài những bệnh lý gène như ta biết ngày càng rõ hơn, tiến đến chẩn đoán sớm trong thai nhi và can thiệp, ngày nay ta còn biết gène… cũng có thể thay đổi do môi trường bên ngoài. Ngành khoa học này gọi là epigenetic (ngoại di truyền, biểu sinh). Phật học nói về chánh báo và y báo là rất đúng.

Chế độ ăn uống, bệnh tật, nghiện ngập, lối sống là các cơ chế của y báo (ngoại di truyền, epigenetic mechanisms) có tác động đến hoạt động của các gène, điều hòa các gène.

CÓ NGÃ KHÔNG?

Đức Phật bảo: *Có nghiệp được tạo tác, có quả dị thục được lãnh thọ, nhưng không có người tạo tác, không có người lãnh thọ.* Phật giáo không cho có cái gọi là Tự ngã, tiểu ngã, đại ngã, linh hồn, nhưng tin có "Nghiệp mang theo" để "trả quả". Cái gì mang Nghiệp theo? Thần thức tái sinh, luân hồi?

Nhà khoa học bảo: "Có design nhưng không có designer". Não bộ là một hệ thống được phân bố rất cao trong đó nhiều chức năng xuất hiện đồng thời và không có điều phối viên.

Không có designer, không có điều phối viên? Nhưng sao chim bồ câu thì cứ bay ngàn dặm về đưa thư, cá hồi cứ bốn năm lại quay về chốn cũ để sinh đẻ rồi chết? Ngày nay, sinh vật từ hạt đậu đến chuột bọ, khỉ vượn… cũng được can thiệp vào gène để tạo ra những "dị thục" những "quả" bất ngờ, gọi là transgenic, cũng là một thứ do "nghiệp" chăng?

Descartes nói "Tôi tư duy, nên tôi tồn tại". Vậy tôi không tư duy, thì không… có tôi? Phải chăng "vô niệm" thì vô ngã? Đúng, trong Đại Định (Samadhi) thì đúng là thấy vô ngã, tan biến vào vô tướng của Như Lai đó thôi. Cho nên nhìn mọi sự vật, sinh vật bằng cái nhìn Như Thực, cái nhìn "thật tướng" thì mới thấy nó vừa vô tướng vừa hữu tướng, một đàng là chơn không, một đàng là diệu hữu do duyên sinh, trùng trùng duyên khởi. Ta trở nên vô ngại, lý vô ngại, rồi sự vô ngại, "sự sự vô ngại", chỉ khi ta tự tại. Chừng ấy mới thõng tay vào chợ, làm đạo tràng giữa chợ được.

Ta cũng có thể nói đơn giản hơn: "Tôi thở, vậy có tôi". Nghĩa là nếu tôi không thở thì không có tôi. Nhưng cái thời tôi còn trong bụng mẹ, tôi cũng không thở mà vẫn có tôi đó thôi. Từ đó, suy ra rằng cái thời tôi… hết thở, ngừng thở, thì tôi vẫn còn đó chứ, sao không? Tôi lúc đó cũng lại ở trong bào thai Mẹ (bào thai Như Lai) chứ? Tôi mới phải mang nghiệp theo để trả quả chứ? ■

(còn tiếp số tới)

EINES TAGES… DAS ANDERE UFER ERREICHEN

Übersetzt ins Deutsche von
Nguyên Đạo & Prof. Beuchling

Diese 26 Essays in „Eines Tages... das andere Ufer erreichen" sind wertvolle, leicht verständliche und wissenschaftlich fundierte Dharma-Vorträge. Sie werden mit Zustimmung des Autors alle ins Deutsche übersetzt und zweisprachig in der Zeitschrift Viên Giác veröffentlicht – Die Redaktion.

✐ VIER VERTRAUTE DÄMONEN - [BỐN THỨ MA THÂN THIẾT]

Sie umgeben uns von unserer Geburt an. Die Dämonen der Unruhe, der fünf Hindernisse, der himmlischen Mächte und des Todes. Sie umgeben uns, schließen Freundschaft mit uns, stören uns, beschützen uns. Buddha sagt, diese vier Dämonen sind unsere „Begleiter", nah und hilfreich.

Nicht wahr? Ein unruhiger Geist voller Illusionen, ein Geist der Gier und des Hasses, „der Wunsch bleibt groß/ den alten Spiegel zerbrechen, um Schatten zu suchen" – wie kann das nicht zu Unruhe führen? Und die „fünf Hindernisse in voller Blüte", die ständig unbeständig sind, reichen sie nicht aus, um unseren Körper zu stören? Himmlische Dämonen sind keine himmlischen Wesen, sondern entstehen aus unserer Vorstellung, dass wir göttlich sein könnten, aus Hochmut, Arroganz, Prahlerei, Betrug... und eines Tages fallen wir so leicht in die Hölle! Dann der Todesdämon, unser enger Freund, verbunden mit uns seit dem embryonalen Wasser. Man denkt, er sei böse, aber er ist sehr nett, erinnert uns ständig an Dinge, so dass wir viele Katastrophen und Leiden vermeiden können.

Freunde dich mit diesen vier Dämonen an. Spiele mit ihnen. Schau sie genau an, sie sind sehr liebenswert, leicht zu handhaben. Sei nicht angespannt, streite nicht wütend mit ihnen. Sie helfen uns, die Augen zu öffnen, die Wahrheit zu sehen. Ist eine schwere Krankheit nicht schon ein Weckruf aus dem Traum? Krankheit verschont niemanden. Bakterien und Viren sind immer gerecht und unparteiisch!

✐ KARMA - [NGHIỆP]

Was ist Karma? Ich weiß es nicht. Es verfolgt einen, fordert Schulden ein, man muss „Karma zurückzahlen". Wie? Ich weiß es nicht. Kann man Karma verändern? Das muss wohl möglich sein. „Der Vater isst salzig, der Sohn hat Durst." Ist das nicht bedauerlich? Karma entsteht durch „Körper, Sprache, Geist". Es entsteht also durch Einstellungen, Gesten, durch Worte, Gedanken. Im Allgemeinen ist es die Art zu leben. Eine Wahl. Gedanken-Karma ist noch keine Handlung, aber gerade Gedanken-Karma führt. „Der Geist führt alle Dinge an", oder nicht? Wenn die drei „Karmas" rein sind, dann gibt es keine Probleme mehr.

Wo werden Erinnerungen gespeichert, um Karma zu bilden, das von einem Leben zum nächsten übergeht?

Die Gehirnwissenschaft (Neurowissenschaft) antwortet: im Hippocampus, zusammen mit dem Mandelkern, der Erinnerungen speichert und sowohl für Emotionen als auch für Verhalten verantwortlich ist, dank der Flexibilität der Synapsen (Nervenverbindungen). Aber wenn dieser Körper zerfällt, existiert der Hippocampus und der gesamte Mandelkern des Gehirns nicht mehr, und die Erinnerungen, die in diesem physischen Körper gespeichert sind, verschwinden ebenfalls. Könnte es sein, dass *„neben dem physischen Mechanismus der Erinnerung noch ein immaterieller Faktor beteiligt ist, der nicht unbedingt Bewusstsein sein muss, um als Grundlage für das Ansprechen des Problems des angesammelten Karmas bis in zukünftige Leben zu dienen"*, wie Tuệ Sỹ sagt?

Karma „überträgt" sich nicht nur durch Gene, sondern auch durch die Umwelt („Epigenetik"). Früher dachte man, es läge an DNA, RNA, den Grundstoffen der Gene, fest und unveränderlich. Aber nein, zusätzlich zu den genetischen Krankheiten, die wir immer besser verstehen und frühzeitig in Föten diagnostizieren und behandeln können, wissen wir heute, dass Gene... auch durch äußere Umwelteinflüsse verändert werden können. Dieses wissenschaftliche Feld wird Epigenetik genannt. Die Lehren des Buddhismus über das Hauptkarma und das sekundäre Karma sind sehr zutreffend.

Ernährung, Krankheiten, Sucht, Lebensweise sind Mechanismen des sekundären Karmas (epigenetische Mechanismen), die die Aktivität der Gene beeinflussen und regulieren.

✐ GIBT ES DAS SELBST (DAS ICH)? - [CÓ NGÃ KHÔNG?]

Der Buddha lehrte: *Es gibt Taten, die begangen werden, es gibt Früchte, die empfangen werden, aber es gibt keinen Täter, keinen Empfänger.* Der Buddhismus lehnt die Idee eines Selbst, eines kleinen Ich, eines großen Ich, einer Seele ab, glaubt aber an „mitgebrachtes Karma", um „Früchte zu ernten". Was trägt das Karma mit sich? Wiedergeburt und Bewusstsein, Kreislauf der Wiedergeburten?

Wissenschaftler sagen: „Es gibt ein Design, aber keinen Designer". Das Gehirn ist ein hochgradig verteiltes System, in dem viele Funktionen gleichzeitig auftreten, ohne einen Koordinator.

Kein Designer, kein Koordinator? Aber warum fliegen Tauben Tausende von Meilen, um Nachrichten zu überbringen, und Lachse kehren alle vier Jahre an ihren Geburtsort zurück, um sich fortzupflanzen und dann zu sterben? Heute werden Organismen von Bohnen bis zu Mäusen, Affen... genetisch manipuliert, um „unerwartete Früchte", sogenannte transgene Organismen, zu erzeugen, ist das auch eine Art von „Karma"?

Descartes sagte: „Ich denke, also bin ich". Also, wenn ich nicht denke, existiere ich nicht? Bedeutet „Nicht-Denken" Nicht-Selbst? Ja, in tiefem Samadhi sieht man tatsächlich das Nicht-Selbst, aufgelöst in die Formlosigkeit von *Tathāgata*. Daher, wenn man alle Dinge, alle Lebewesen mit einem solchen wahren Blick betrachtet, sieht man, dass sie sowohl formlos als auch geformt sind, einerseits Leerheit und andererseits wunderbare Existenz aufgrund von Bedingungen und miteinander verflochtenen Ursachen. Wir werden unbehindert, die Logik der Unbehindertheit, und dann die Unbehindertheit der Dinge, „die Unbehindertheit von allem", nur wenn wir frei sind. Erst dann können wir frei auf dem Markt handeln und den Markt zum Ort der Praxis machen.

Wir könnten auch einfacher sagen: „Ich atme, also gibt es mich". Das bedeutet, wenn ich nicht atme, existiere ich nicht. Aber als ich im Mutterleib war, atmete ich auch nicht, und dennoch existierte ich. Daraus folgt, dass ich auch nach dem Aufhören des Atmens noch existiere, oder? In diesem Moment befinde ich mich wieder im Mutterleib (im Mutterleib von *Tathāgata*), richtig? Ich muss das Karma mitnehmen, um die Früchte zu ernten, nicht wahr? ■

(fortsetzen in der nächsten Ausgabe)

▪ Đặng Thị Liên

Tiếc nhớ

Thi sĩ Tùy Anh Nguyễn Hòa

Mây bay về nơi cuối trời
Bao nhiêu bạn hữu tiếc người ra đi
Lòng anh nhân ái từ bi...
Em thương, người nhớ bờ mi lệ sầu!

Anh ơi! Anh đã về đâu?!
Tìm anh nơi chốn giang đầu nào đây?!
Tin anh biền biệt tháng ngày
Khóc anh lòng thấy tràn đầy tiếc thương.

Nhớ anh thắp một nén hương
Yêu anh cất trọn trong tim ngậm ngùi
Làm sao em tỏ hết lời
Xa anh vắng cả bầu trời thiên thanh!

Mong anh thấu rõ lòng thành
Chim quyên vẫn đợi trên cành thiên hương
Kiếp này, chẳng được cùng duyên
Kiếp sau, Phật độ an nhiên phước lành!

Con quỳ lạy Phật, chân thành ghi ơn!

Drancy, 26.01.2024

(Song ngữ Việt – Đức)

Nghe Sư Bà Kể CHUYỆN ĐẠO MÙA VU LAN

Những mẩu chuyện đạo ý nhị do Sư Bà Thích Nữ Như Thủy (1950-2018) - một bậc danh ni uyên thâm Phật học kể lại trong tác phẩm **Hư Hư Lục**. Cuối mỗi câu chuyện có lời giảng của Sư Bà.

* PHẬT Ở ĐÂU

Thuở xưa có anh chàng đọc kinh, nghe nói về Phật thích lắm, nhất định đi tìm cho gặp Ngài mới nghe. Anh chàng khăn gói quả mướp ra đi. Sau khi trải qua không biết cơ man nào là núi sông, hầm hố, gian nguy hiểm trở... chàng vẫn chưa được gặp Phật giống như hình dáng trong kinh đã diễn tả: "Thân Phật sắc vàng, cao một trượng sáu, đầy đủ 32 tướng tốt, 80 vẻ đẹp hào quang sáng chói".

Hôm nọ tại một triền non, chàng trai tình cờ gặp một cụ già râu tóc bạc phơ cốt cách siêu phàm. Mừng quá chàng khẩn khoản:

- Thưa cụ, cụ có biết Phật đang ngụ ở đâu không? Xin chỉ dùm con với.

Ông lão mỉm cười:

- Ồ, chỗ nào mà không có Phật? Trên quãng đường vừa qua chả lẽ con không gặp được Ngài.

- Thưa cụ trên đường đi con đã từng gặp vô số người, nhưng đều là hạng phàm phu tục tử cả... con chưa từng thấy người nào có được vài tướng tốt như trong kinh đã mô tả về Phật cả.

Ông cụ cười ha hả:

- Chú mày ngốc nghếch thật! Chú không biết rằng cái thân đầy đủ 32 tướng tốt và 80 vẻ đẹp đó, dân Ấn đã đốt thành tro và chia nhau xây tháp thờ cúng cả rồi ư?

- Thưa thế thì Phật chết rồi sao?

- Hiện giờ đức Phật đang phân thân ở khắp mọi nơi. Ngài cũng mang thân tồi và xấu như chúng sanh vậy. Con còn có muốn gặp Ngài nữa không?

- Thưa dù với bất cứ hình dạng nào, nếu đích thực là Ngài thì con vẫn vô cùng khát ngưỡng.

- Vậy thì để ta mách nước cho con nhé... Con hãy quay về... Trên đường về, nếu gặp một người nào mang guốc trái ở chân phải, guốc phải ở chân trái thì chính người đó là một hóa thân của Phật. Hãy thừa sự và cúng dường vị Phật ấy như trong kinh đã dạy...

Chàng trai hối hả quay về, suốt quãng đường dài chàng không gặp đức Phật nào mang hình dáng như cụ già diễn tả. Chán nản chàng quay về nhà. Trời đã khuya, bà mẹ còn chong đèn ngồi đợi con. Nghe tiếng gọi cửa bà mừng quá, tụt xuống phản quờ quạng tìm đôi guốc rồi chống gậy tất tả ra mở cửa. Chàng trai thấy mẹ tiều tụy, nước mắt chảy dài trên đôi má nhăn nheo, mang lộn chiếc guốc trái qua chân mặt, guốc mặt sang chân trái. Chàng ôm chầm lấy mẹ nghẹn ngào:

- Ôi! Đức Phật yêu quý của con.

LỜI GIẢNG GIẢI CỦA SƯ BÀ

Em thân mến!

Trong kinh Phật có dạy: "Gặp thời không có Phật thì hai vị Phật đáng tôn thờ là cha và mẹ của mình, phải cung kính và thờ phụng hai vị này như tôn thờ đức Phật Thích Ca và Di Lặc vậy". Đó là lời dạy cho hàng Phật tử tại gia.

Riêng chúng ta hàng xuất gia đã lìa bỏ cha mẹ của xác thân này và để thừa sự cúng dường tất cả chúng sanh là những cha cùng mẹ trong vô lượng kiếp của mình.

Ngày xưa, trong hàng môn đồ của Đại sư Trí Khải - một danh tăng đời Đường – có một vị sư nhớ nhung cha mẹ, bèn bày tỏ cùng Ngài. Đại sư dạy:

- Là người xuất gia ông chớ nên vì cha mẹ một đời mà xao nhãng bổn phận đối với cha mẹ nhiều đời, là tất cả chúng sanh đó vậy.

Câu chuyện anh chàng đi tìm Phật trên đây do người Trung Hoa đặt ra để nhắc nhở về chữ hiếu và bổn phận làm con. Nhưng qua câu chuyện này, em có thấy rõ chỗ oái oăm của nó là chúng ta bôn ba đi tìm Phật khắp nơi, trong khi Ngài ở kề cận bên mình mà chẳng hay. Vì thế mà có lẽ khi tăng Huệ Hải hỏi Mã Tổ về Phật, Mã Tổ đáp:

- "Hệt kẻ cỡi trâu đi tìm trâu". Em có thấy như thế không?

WIR LESEN GEMEINSAM DIE GESCHICHTEN ÜBER DIE BUDDHISTISCHE LEHRE WÄHREND DES VU LAN FESTES

Diese sind tiefgründige Geschichten über die buddhistische Lehre, erzählt von der Sư Bà (der Hochwürdigen Nonne) Thích Nữ Như Thủy (1950-2018) – einer angesehenen und gelehrten Persönlichkeit im Buddhismus. Die Geschichten sind Teil des Werkes Hư Hư Lục. Am Ende jeder Geschichte gibt es eine Erläuterung von der Sư Bà. Übetragung in deutsch von Mỹ Đinh.

WO IST DER BUDDHA?

Einst las ein junger Mann religiöse Texte und hörte von Buddha, was ihm sehr gefiel. Er beschloss, Buddha selbst zu suchen und zu treffen. Er packte seine Sachen und machte sich auf den Weg. Nachdem er unzählige Berge, Flüsse, gefährliche Höhlen und Gefahren durchquert hatte, hatte er Buddha immer noch nicht in der Form getroffen, wie sie in den Schriften beschrieben wurde: „Der Körper des Buddha ist goldfarben, eineinhalb Meter groß, mit 32 guten Merkmalen und 80 schönen, strahlenden Ausstrahlungen."

Eines Tages, an einem Berghang, traf der junge Mann zufällig einen alten Mann mit weißem Bart und außergewöhnlicher Ausstrahlung. Überglücklich fragte er ihn:

- Entschuldigen Sie, wissen Sie, wo der Buddha gerade verweilt? Bitte sagen Sie es mir.

Der alte Mann lächelte:

- Oh, wo gibt es keinen Buddha? Auf dem Weg, den du gekommen bist, hast du ihn wirklich nicht getroffen?

- Entschuldigen Sie, aber auf meinem Weg bin ich vielen Menschen begegnet, die alle gewöhnlich waren... Ich habe niemanden gesehen, der auch nur ein paar der guten Merkmale hatte, die in den Schriften über Buddha beschrieben werden.

Der alte Mann lachte herzhaft:

- Du bist wirklich naiv! Weißt du nicht, dass der Körper mit den 32 guten Merkmalen und den 80 schönen Ausstrahlungen schon von den Indern verbrannt und die Asche verwendet wurde, um Stupas zu errichten?

- Heißt das, dass der Buddha tot ist?

- Derzeit manifestiert sich der Buddha überall. Er nimmt auch Körper an, die schlecht und hässlich sind wie die der gewöhnlichen Wesen. Willst du ihn immer noch treffen?

- Auch wenn er in welcher Form auch immer erscheint, wenn es wirklich er ist, werde ich immer noch tiefen Respekt haben.

- Dann lass mich dir einen Rat geben... Kehre zurück... Auf deinem Heimweg, wenn du jemanden triffst, der den linken Schuh am rechten Fuß und den rechten Schuh am linken Fuß trägt, dann ist diese Person eine Manifestation des Buddha. Zeige Respekt und mache Gaben, wie es in den Schriften gelehrt wird...

Der junge Mann eilte nach Hause, aber auf seinem langen Weg traf er keinen Buddha, wie der alte Mann es beschrieben hatte.

Enttäuscht kehrte er nach Hause zurück. Es war spät, seine Mutter saß noch mit einer Lampe und wartete auf ihn. Als sie seinen Ruf hörte, war sie überglücklich, stieg von ihrer Liege herab, fummelte herum, um ihre Schuhe zu finden und humpelte mit ihrem Stock zur Tür. Der junge Mann sah seine abgemagerte Mutter, Tränen rannen über ihre faltigen Wangen, sie trug die Schuhe vertauscht – den linken Schuh am rechten Fuß, den rechten Schuh am linken Fuß. Er umarmte seine Mutter schluchzend:

- Oh! Mein geliebter Buddha.

DIE ERLÄUTERUNG VON SƯ BÀ:

Mein liebe Schülern!

In den buddhistischen Schriften wird gelehrt: „Wenn es keine Buddha-Zeit gibt, dann sind die zwei Buddhas, die man verehren sollte, der eigene Vater und die eigene Mutter. Man sollte sie ehren und verehren, so wie man den Buddha Shakyamuni und den Buddha Maitreya verehrt." Dies ist eine Lehre für die Laienanhänger des Buddhismus.

Wir als Mönche und Nonnen haben die Eltern dieses physischen Körpers verlassen und sind verpflichtet, allen Lebewesen, die in unzähligen Existenzen unsere Eltern waren, Verehrung und Gaben darzubringen.

Einst, in der Schülerschaft des großen Meisters Zhiyi - einem berühmten Mönch der Tang-Dynastie - äußerte ein Mönch Sehnsucht nach seinen Eltern, worauf der Meister lehrte:

- Als Mönch/Nonne solltest du dich nicht nur um die Eltern eines Lebens kümmern, sondern deine Pflicht gegenüber den Eltern vieler Leben erfüllen, die alle Lebewesen sind. Die Geschichte des jungen Mannes, der den Buddha suchte, wurde von den Chinesen erfunden, um an die Pietät und die Pflichten der Kinder zu erinnern. Aber durch diese Geschichte, siehst du, wie paradox es ist, dass wir überall nach Buddha suchen, während er direkt neben uns ist und wir es nicht merken. Vielleicht deshalb, als der Mönch Huệ Hải den Meister Mazu nach dem Buddha fragte, antwortete Mazu:

- „Es ist, als ob jemand auf einem Ochsen reitet und nach dem Ochsen sucht." Siehst du das auch so?

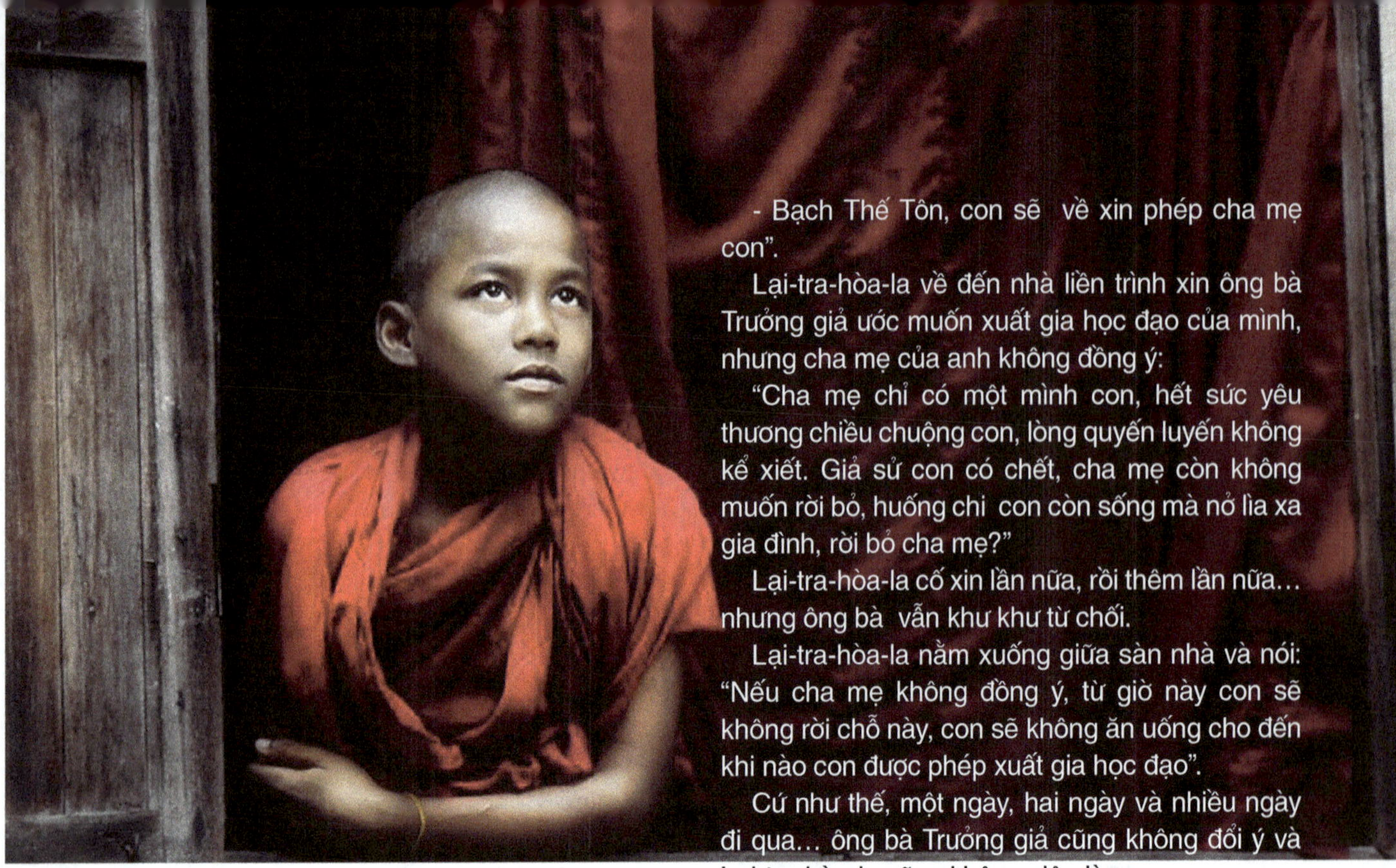

TRUYỆN CỔ PHẬT GIÁO
SONG NGỮ VIỆT - ĐỨC

BÁT CƠM THIU
(Tôn giả Lại-tra-hòa-la Ratthapalasuttam)

Phỏng theo Kinh Lại-tra-hòa-la. Trung A-hàm - quyển 3. Thanh văn tạng, Kinh bộ, tập 5. Đại tạng Kinh Việt Nam-HĐHP-GHPGVNTN, 2022.

Một thời Đức Phật cùng các thầy Tỳ kheo đang trên đường giáo hóa lưu lại ngoài rừng của một thôn ấp nhỏ. Nhiều cư dân lân cận được Phật khuyến pháp ai nấy vô cùng hoan hỷ. Trong khi mọi người lần lượt lễ Phật ra về, có một thanh niên nán lại, bạch Phật rằng:

"Bạch Thế Tôn, con là Lại-tra-hòa-la, cúi xin Đức Thế Tôn cho con được xuất gia học đạo, được ở trong Tăng đoàn của Thế Tôn để tu tập phạm hạnh, học đạo giải thoát.

Phật dạy phải được phép của cha mẹ, anh ta mới được nhận.

- Bạch Thế Tôn, con sẽ về xin phép cha mẹ con".

Lại-tra-hòa-la về đến nhà liền trình xin ông bà Trưởng giả ước muốn xuất gia học đạo của mình, nhưng cha mẹ của anh không đồng ý:

"Cha mẹ chỉ có một mình con, hết sức yêu thương chiều chuộng con, lòng quyến luyến không kể xiết. Giả sử con có chết, cha mẹ còn không muốn rời bỏ, huống chi con còn sống mà nở lìa xa gia đình, rời bỏ cha mẹ?"

Lại-tra-hòa-la cố xin lần nữa, rồi thêm lần nữa… nhưng ông bà vẫn khư khư từ chối.

Lại-tra-hòa-la nằm xuống giữa sàn nhà và nói: "Nếu cha mẹ không đồng ý, từ giờ này con sẽ không rời chỗ này, con sẽ không ăn uống cho đến khi nào con được phép xuất gia học đạo".

Cứ như thế, một ngày, hai ngày và nhiều ngày đi qua… ông bà Trưởng giả cũng không đổi ý và Lại-tra-hòa-la cũng không xiêu lòng.

Hai ông bà dỗ dành: "Con à, xưa nay con sống đời sống sung túc tiện nghi, không biết khổ là gì, làm sao con lại muốn đi theo con đường khất sĩ? Đứng dậy đi con. Hãy nghe lời cha mẹ, con cứ ở nhà vui sướng hưởng thụ dục lạc. Nếu muốn, con có thể dùng của cải, tiền bạc của cha mẹ bố thí giúp người, tu tạo phước nghiệp. *Con đường xuất gia học đạo là con đường rất khó. Cảnh giới của đức Thế Tôn đang sống là rất khó, rất khó".*

Lại-tra-hòa-la vẫn nằm yên không đáp.

Thấy tự mình dỗ dành không lay được, hai ông bà tìm đến bà con quyến thuộc để nhờ họ khuyên bảo. Lại-tra-hòa-la vẫn nằm im lặng không trả lời. Ông Trưởng giả lại tìm những người bạn cũ của Lại-tra-hòa-la đến để thuyết phục nhưng cũng không có kết quả.

"Thưa hai bác, chúng cháu cũng đã hết lòng, nhưng anh ấy vẫn khư khư không đổi ý. Nếu cứ như thế này, chúng cháu lo sợ cho tính mạng của anh ấy. Hay là tạm thời hai bác cứ cho anh ấy xuất gia học đạo. Một thời gian, có thể anh ấy không kham nổi, anh ấy lại quay về với hai bác. Hoặc anh ấy tìm thấy hạnh phúc, an lạc, thì anh ấy cũng có thể trở về thăm gặp hai bác; đời này hai bác và anh ấy còn cơ hội gặp nhau. Còn bây giờ nếu hai bác không bằng lòng cho anh ấy đi, nhất định anh ấy sẽ chết. Như thế có ích gì?".

Cha mẹ Lại-tra-hòa-la nghe thấy có lý, trả lời: "Chúng tôi bằng lòng cho cho cậu ta đi học đạo, nhưng thỉnh thoảng nó phải về thăm chúng tôi".

Lại-tra-hòa-la nghe như vậy mừng khôn tả, hân hoan đứng dậy, ăn uống bồi dưỡng… đến khi khỏe mạnh liền xin cha mẹ tìm đến trú xứ của Phật, xin được xuất gia.

Đức Phật bằng lòng hóa độ, tiếp nhận Lại-tra-hòa-la. Từ đó Tỳ kheo Lại-tra-hòa-la sống tinh cần tỉnh thức nơi xa vắng, tâm không phóng dật[2], tu hành tinh tấn, dần dần hoàn thành vô thượng phạm hạnh, thành tựu an trụ, thầy chứng đắc quả A-la-hán!

HOÁ ĐỘ SONG THÂN

Sau khi chứng đắc được A-la-hán, Ngài xin về thăm cha mẹ. Đức Phật đồng ý.

Lại-tra-hòa-la ngày đi đêm nghỉ dần dà về thôn xóm của cha mẹ để khất thực theo phép thứ đệ. Lúc ngang qua nhà cha mẹ mình, ngài dừng lại trước cổng để chờ cúng dường. Lúc ấy cha của ngài đứng trong cửa chải tóc, cạo râu. Thấy bóng tỳ kheo đứng ngoài cổng chờ khất thực ông to tiếng mắng:

"Này, Sa môn trọc đầu quỷ ám không con cái kia, đừng tìm đến phá hoại gia đình ta nữa. Ta có một đứa con thương yêu không xiết, thế mà đã bị dụ dẫn con ta đi mất. Không có gì để cho".

Tôn giả Lại-tra-hòa-la nghe vậy liền định bước đi, chợt thấy nô tỳ của gia đình đang xách giỏ đồ ăn thừa định quăng vào rác. Tôn giả nói:

"Này cô, nếu cô định vứt bỏ những thức ăn đó thì cô hãy bỏ vào bình bát cho tôi xin".

Người nô tỳ đồng ý trút bỏ thức ăn thiu thối ấy vào bát của Tôn giả, cùng lúc, nghe giọng nói và nhìn tay chân của Tôn giả, cô nô tỳ nhận ra vị khất sĩ chính là tiểu chủ trước đây của mình. Tôn giả vừa đi xong, cô ta chạy vào thưa với ông chủ:

" Ông ơi, cậu Lại-tra-hòa-la của gia đình ta đã về đến rồi. Vị khất sĩ vừa bị ông xua đuổi chính là cậu ấy".

- Sao nhà ngươi biết?

- Sao con lại không biết? Không phải chính con là người đã chăm sóc, hầu hạ cậu ấy từ nhỏ? Tóc tai, y áo của cậu ấy dù có thay đổi nhưng giọng nói quen thuộc, và cả tay chân của cậu ấy con nhận ra ngay.

Người cha nghe xong vội vàng chạy đến đầu làng tìm gặp Tôn giả Lại-tra-hòa-la. Ông than phiền:

"Lại-tra-hòa-la, sao con đã về tới đây lại không vào nhà cha mẹ mà đi ăn những đồ thiu thối như vậy?".

Tôn giả thưa: "Con đã đến nhà để xin ăn nhưng không được bố thí mà còn bị mắng…".

Cha của Tôn giả xin lỗi: "Cha thật không biết con đã trở về. Con hãy tha lỗi cho cha". Rồi ông dẫn Tôn giả về nhà, xếp đặt chỗ ngồi tử tế, bảo vợ sửa soạn cơm nước.

Mẹ của Tôn giả sai gia nhân sửa soạn cơm nước xong, nhưng bà chưa muốn cúng dường. Bà muốn tìm cách kéo giữ cậu con trai duy nhất của mình trở về đời sống thế tục. Bà sai gia nhân mang một đống tiền vàng lớn ra để giữa phòng rồi quay về phía Tôn giả nói:

"Lại-tra-hòa-la, số vàng bạc, châu báu này là của riêng mẹ. Còn tiền của ba con thì nhiều vô số, không thể tính được. Nay mẹ giao hết cho con. Ba mẹ chỉ có một mình con. Con hãy xả bỏ giới, trở về sống đời sống của người cư sĩ với cha mẹ, hưởng thụ các thứ dục lạc. Con cũng có thể bố thí giúp người nghèo khó, tu tạo phước nghiệp.

Tôn giả mỉm cười thưa với mẹ: „Thưa mẹ, đồng tiền không tạo nên an lạc, hạnh phúc mà ngược lại sẽ làm cho người ta sầu khổ, mất cả an vui mà thôi".

Người mẹ thất vọng, bà lại gọi những bạn gái xinh đẹp cũ của Tôn giả đến để quyến dụ con, nhưng cũng không lay chuyển được ý chí của Tôn giả. Người mẹ buộc lòng mang thức ăn ra cúng dường Tôn giả.

Tôn giả thọ dụng xong, thuyết pháp cho cha mẹ, khuyên cha mẹ hoan hỷ làm việc phước thiện. Xong ngài đứng dậy, quay sang các cô gái đẹp, đọc bài kệ:

"Hãy nhìn hình bóng trang sức này,
Trân bảo ngọc ngà và các thứ;
Tóc uốn lượn buông xuôi phía hữu;
Nốt ruồi xanh, mắt kẻ, mi dài.
Trò dối trá gạt người si dại,
Nhưng lừa sao được kẻ sang bờ??"

Xong, Tôn giả cáo từ đi về rừng.

Gặp Đức Vua Câu-lao-bà

Chuyện Tôn giả Lại-tra-hòa-la về thăm nhà được dân chúng đồn đãi, khen ngợi lan đến tai nhà vua Câu-lao-bà của xứ Thâu-lô-tra.

Một ngày nọ, nhà vua biết được Tôn giả đang thiền định trong rừng, nhà vua tìm đến. Chào hỏi nhau xong, nhà vua hỏi: "Thưa Tôn giả. Có phải ngài vì gia đình suy sụp mà xuất gia học đạo chăng? Nếu đúng vậy tôi sẽ giúp ngài phương tiện để sinh sống. Ngài nên quay về với gia đình. Con đường của Thế Tôn đang đi rất khó. Xuất gia học đạo là con đường rất khó!".

- Sao đại vương nghĩ vậy?

-Vì thế gian có bốn trường hợp các vị khất sĩ xuất gia cầu đạo: Một là họ gặp bệnh, thể xác đau đớn không thể sống đời dục lạc nên chán nản tìm cách xuất gia. Đó là **bệnh suy.** Hai là những người tuổi già sức yếu, tuổi thọ gần hết, nên xin xuất gia "ăn mày cửa Phật". Đó gọi là **lão suy.** Ba là có người làm ăn thất bại, nên tìm vào tăng đoàn để nương nhờ Phật pháp. Đó gọi là **tài sản suy.** Bốn là có người thân tộc không có, nên tìm cách xuất gia. Đó gọi là **thân tộc suy**.

"Thưa Đại vương, đúng như Đại vương đã nhận xét, nhưng tôi xuất gia không phải vì những suy vi của cá nhân hay gia đình, thân tộc đó. Tôi may mắn gặp được giáo pháp của Đức Thế Tôn và ngài đã chỉ dạy **bốn sự**. Tôi hoan hỷ tiếp nhận con đường đó nên xin cạo bỏ râu tóc, mặc áo cà sa, lìa bỏ gia đình, sống đời khất sĩ.

"Những gì là bốn? Một là **thế gian không được bảo vệ**, không đáng nương tựa. Hai là **thế gian** nhanh chóng đi đến sự **già nua.** Ba là **thế gian** phải chịu quy luật của **vô thường**. Bốn là **sự ham muốn của thế gian không bao giờ biết đủ.**

Lời bàn:

1. Lại-tra-hòa-la là một thanh niên trẻ, gia đình giàu có đầy đủ vật chất để sống một đời sung sướng. Lại-tra-hòa-la cùng đến nghe Pháp của Phật với hàng chục, hàng trăm người khác. Mọi người nghe xong hoan hỷ, rồi ai cũng ra về, riêng Lại-tra-hòa-la ở lại và xin Phật để được xuất gia. Lý do thật đơn giản, rõ ràng: *Đời sống tại gia bị tù hãm, không thể trọn đời thanh tịnh, tu hành phạm hạnh được.*

Người xuất gia thì:
Hủy hình phi pháp phục
Cát ái, từ sở thân
Xuất gia hành Phật đạo
Nguyện độ nhất thiết nhân
Nghĩa:
Xuất gia mặc áo pháp
Từ giã những người thân
Đi trên đường của Phật
Nguyện độ hết xa gần

Cha mẹ của Tôn giả, không mong chờ cuộc sống của con mình như thế, bởi ông bà hiểu rõ con đường của người xuất gia *rất khó, rất khó.*

2. Những chướng ngại trên đường tu học của người xuất gia nhiều vô kể. Không phải chỉ là sự hiểu lầm của thế gian như vì *"Bệnh suy, Lão suy, Tài suy hoặc Thân tộc suy"* nên vào chùa nương nhờ cửa Phật. Sau này còn có thể kể thêm "*Tình suy*" (Lan và Điệp), "*Ma suy*" (các thế lực ma quỷ cài cắm người trong tăng đoàn), mà nhiều khi các vị còn gặp sự chống đối gay gắt từ chính gia đình mình: *"Này, Sa môn trọc đầu quỹ ám không con cái kia, đừng tìm đến phá hoại gia đình ta nữa"*.

3. Nhưng khó khăn hơn cả là những nghiệp chướng trong tự thân mà một người xuất gia không vượt qua được, cho nên thay vì thảnh thơi đi theo con đường thánh ban đầu, họ lại rơi vào bận rộn với việc xây dựng chùa to tượng lớn, giáo phẩm, tín đồ... và lấy đó làm thước đo sự nghiệp tu tập của mình. Họ loanh quanh trong những giá trị Tài, Sắc, Danh, Thực, Thùy của thế tục, không khác gì con cá bị mắc lưới, cố nhảy cao rồi cũng rơi trở lại lưới.

4. Giá trị sự nghiệp của người xuất gia cao cả gấp triệu lần những giá trị thành đạt của thế gian. Xuất gia là để chuyển hóa những khổ đau của mình, để đạt tới hiểu biết lớn, thương yêu sâu. Người xuất gia thì phải "Duy Tuệ Thị Nghiệp". *"Hủy hình phi pháp phục, Cát ái từ sở thân"*. Những giá trị của thế gian, kể cả những tình cảm thiêng liêng trong gia đình cũng còn từ bỏ thì sá gì những giá trị vật chất? Tôn giả Lại-tra hòa-la cần **"bát cơm thiu"** của người tỳ nữ nhưng lại dứt khoát từ chối đống vàng bạc, châu báu của mẹ ban cho.

Lý tưởng ban đầu *(Sơ Tâm- Tâm bồ đề)* của một vị khất sĩ rất lớn. Và chư vị luôn luôn nuôi dưỡng sơ tâm đó trong suốt đời tu của mình bằng Chánh niệm và Giới luật.

Con đường tu là con đường lội ngược dòng thế tục. Cha mẹ của Lại-tra-hòa-la từ xưa đã biết rõ *"rất khó, rất khó"*. Cả vạn người chưa có một người tiếp được bước Đức Thế Tôn. Bước theo rồi, cũng không thiếu những người rơi rụng nửa chừng. Thành ngữ *"hoa xoài, trứng cá"* là để mô tả tình trạng đó.

Sự nghiệp của người tu vì thế, không phải tài sản, đất đai, tự viện; không phải Giáo phẩm, Học vị, chức vụ; mà chính là sự nghiệp **Trí tuệ, Giác ngộ**. Chính vì vậy các vị khất sĩ luôn luôn tinh tấn để vượt qua những cám dỗ của đời thường! ■

Alte buddhistische Geschichten

Tịnh Ý stellt vor – Mỹ Đình übeträgt ins Deutsche

DER VERFAULTE REIS
(Ehrwürdiger Ratthapala, Ratthapalasuttam)

Nach dem Ratthapala-Sutra. Madhyama Āgama, Band 3. HĐHP-GHPGVNTN, 2022.

Zu einer Zeit weilte der Buddha zusammen mit den Mönchen auf ihrem Weg der Belehrung am Rande eines Waldes in einem kleinen Dorf. Viele Anwohner aus der Umgebung wurden durch die Lehren des Buddha inspiriert und waren äußerst erfreut. Während sich die Menschen nach und nach vom Buddha verabschiedeten, blieb ein junger Mann zurück und sprach zum Buddha:

"Verehrter Erhabener, mein Name ist Ratthapala. Ich bitte den Erhabenen demütig, mir zu erlauben, mich ordinieren zu lassen, um die Lehre zu lernen und mich der Sangha des Erhabenen anzuschließen, um ein tugendhaftes Leben zu führen und die Lehre der Befreiung zu studieren."

Der Buddha lehrte, dass er die Erlaubnis seiner Eltern einholen müsse, bevor er angenommen werden könne.

"Verehrter Erhabener, ich werde nach Hause gehen und meine Eltern um Erlaubnis bitten," antwortete der junge Mann.

Ratthapala kehrte nach Hause zurück und legte seinen Eltern, den wohlhabenden Hausherren, seinen Wunsch dar, Mönch zu werden und die Lehre zu studieren. Doch seine Eltern waren nicht einverstanden:

"Wir haben nur dich, unseren einzigen Sohn, den wir über alles lieben und verwöhnen. Unser Herz ist unendlich an dich gebunden. Wenn du sterben würdest, könnten wir es nicht ertragen, wie sollten wir es dann ertragen, wenn du noch lebst und die Familie und uns verlässt?"

Ratthapala bat ein weiteres Mal, dann noch einmal... aber seine Eltern lehnten beharrlich ab.

Daraufhin legte sich Ratthapala mitten auf den Boden und sagte: "Wenn ihr mir nicht erlaubt, werde ich diesen Platz nicht verlassen und weder essen noch trinken, bis ihr mir die Erlaubnis gebt, Mönch zu werden und die Lehre zu studieren."

So vergingen ein Tag, zwei Tage und viele weitere Tage... Die Eltern änderten ihre Meinung nicht, und Ratthapala blieb fest in seinem Entschluss.

Die Eltern versuchten, ihn zu trösten: "Mein Sohn, du hast bisher ein wohlhabendes und bequemes Leben geführt und kennst kein Leid. Wie kannst du da den Weg eines Wanderasketen gehen wollen? Steh auf. Höre auf deine Eltern und bleibe zu Hause, um die Freuden des Lebens zu genießen. Wenn du möchtest, kannst du das Vermögen und Geld deiner Eltern verwenden, um anderen zu helfen und gute Taten zu vollbringen. Der Weg der Ordination und des Studiums der Lehre ist sehr schwierig. Die Sphäre, in der der Erhabene lebt, ist sehr schwierig zu erreichen, sehr schwierig."

Ratthapala blieb still liegen und antwortete nicht.

Als die Eltern merkten, dass ihre eigenen Versuche, Ratthapala umzustimmen, nicht erfolgreich waren, wandten sie sich an Verwandte, um Ratthapala zu überreden. Doch auch diese konnten ihn nicht zum Umdenken bewegen. Schließlich baten die Eltern die alten Freunde von Ratthapala, ihn zu überzeugen, aber auch sie hatten keinen Erfolg.

„Liebe Onkel und Tante," sagten die Freunde, „Wir haben unser Bestes versucht, aber er bleibt stur und ändert seine Meinung nicht. Wenn es so weitergeht, fürchten wir um sein Leben. Vielleicht solltet ihr ihm vorübergehend erlauben, Mönch zu werden und die Lehre zu studieren. Es kann sein, dass er es nicht durchhält und dann zu euch zurückkehrt. Oder er findet Glück und Frieden und besucht euch dann vielleicht. Wenn ihr ihn jetzt nicht gehen lasst, wird er sicherlich sterben. Was wäre dann der Nutzen davon?"

Die Eltern von Ratthapala erkannten die Vernunft der Argumente und sagten: “Wir sind einverstanden, ihm zu erlauben, Mönch zu werden und die Lehre zu studieren, aber er muss uns ab und zu besuchen.”

Als Ratthapala dies hörte, war er unbeschreiblich glücklich. Er stand freudig auf, nahm Nahrung zu sich und stärkte sich. Als er wieder bei Kräften war, bat er seine Eltern, ihn zum Aufenthaltsort des Buddha zu bringen, um die Ordination zu empfangen.

Der Buddha willigte ein, Ratthapala zu unterrichten und nahm ihn als Mönch auf. Von diesem Zeitpunkt an lebte der Mönch Ratthapala fleißig und achtsam an einem abgeschiedenen Ort. Mit einem konzentrierten Geist, der nicht abschweifte, praktizierte er mit großer Anstrengung und vollendete schließlich die höchste Tugendpraxis, erreichte Stabilität und erlangte das Arhatschaft.

BEKEHRUNG DER ELTERN

Nachdem er das Arhatschaft erlangt hatte, bat Ratthapala um Erlaubnis, seine Eltern zu besuchen. Der Buddha stimmte zu.

Ratthapala machte sich auf den Weg und legte tagsüber weite Strecken zurück, während er nachts ruhte. Allmählich näherte er sich dem Dorf seiner Eltern, wo er gemäß den Regeln der Almosensammlung um Essen bat. Als er am Haus seiner Eltern vorbeikam, blieb er am Tor stehen und wartete auf eine Spende.

Zu dieser Zeit stand sein Vater im Haus, kämmte sein Haar und rasierte sich. Als er den Anblick eines Mönchs sah, der draußen am Tor wartete, um Almosen zu erhalten, rief er laut: „Hey, du kahlköpfiger Mönch ohne Familie, komm nicht hierher, um meine Familie weiter zu zerstören. Ich hatte einen Sohn, den ich über alles liebte, und der wurde mir weggenommen. Es gibt nichts für dich hier.“

Der Ehrwürdige Ratthapala hörte dies und war im Begriff weiterzugehen, als er die Dienerin der Familie sah, die gerade einen Korb mit Essensresten in den Müll werfen wollte. Der Ehrwürdige sprach: „Wenn du diese Speisen wegwerfen willst, dann lege sie bitte in meine Almosenschale.“

Die Dienerin stimmte zu und schüttete das verdorbene Essen in die Schale des Ehrwürdigen. Als sie seine Stimme hörte und seine Hände und Füße sah, erkannte sie, dass der Mönch ihr früherer junger Herr war. Nachdem der Ehrwürdige gegangen war, lief sie ins Haus und sagte zu ihrem Herrn:

„Herr, unser junger Herr Ratthapala ist zurückgekehrt. Der Mönch, den Sie gerade weggeschickt haben, ist er.“

„Wie weißt du das?“

„Wie könnte ich es nicht wissen? Habe ich ihn nicht von klein auf gepflegt und bedient? Sein Haar und seine Kleidung mögen sich geändert haben, aber seine vertraute Stimme und seine Hände und Füße habe ich sofort erkannt.“

Der Vater, erschrocken von den Worten der Dienerin, rannte sofort zum Dorfeingang, um den Ehrwürdigen Ratthapala zu suchen. Er beklagte sich: “Ratthapala, warum bist du hierher gekommen, aber nicht ins Haus deiner Eltern gegangen und hast stattdessen verdorbene Speisen gegessen?”

Der Ehrwürdige antwortete: “Ich bin zum Haus gekommen, um um Almosen zu bitten, aber ich wurde nicht nur abgewiesen, sondern auch beschimpft.”

Der Vater des Ehrwürdigen entschuldigte sich: “Ich wusste wirklich nicht, dass du zurückgekehrt bist. Bitte vergib mir.”

Dann führte er den Ehrwürdigen zurück ins Haus, bereitete einen ordentlichen Sitzplatz für ihn und bat seine Frau, eine Mahlzeit zuzubereiten. Nachdem das Essen zubereitet war, wollte die Mutter des Ehrwürdigen jedoch nicht sofort Almosen geben. Sie wollte versuchen, ihren einzigen Sohn zurück ins weltliche Leben zu holen. Sie befahl den Dienern, einen großen Haufen Gold und Silber in die Mitte des Raumes zu bringen, dann wandte sie sich an den Ehrwürdigen und sagte: “Ratthapala, dieser Schatz an Gold und Juwelen gehört mir. Das Vermögen deines Vaters ist unzählbar groß. Heute übergebe ich dir alles. Dein Vater und ich haben nur dich. Bitte gib das Mönchsleben auf und kehre zurück ins Leben eines Laien, um die Freuden des weltlichen Lebens zu genießen. Du kannst auch den Armen helfen und gute Taten vollbringen.”

Der Ehrwürdige lächelte und sprach zu seiner Mutter: „Liebe Mutter, Geld bringt weder Frieden noch Glück, sondern führt vielmehr zu Sorgen und Verlust von Freude.“

Enttäuscht rief die Mutter die früheren schönen Freundinnen des Ehrwürdigen, um ihn zu verführen, aber auch sie konnten seinen Entschluss nicht ändern. Schließlich war die Mutter gezwungen, das Essen zu bringen und dem Ehrwürdigen zu spenden.

Nachdem der Ehrwürdige Ratthapala die Speisen zu sich genommen hatte, hielt er eine Lehrrede für seine Eltern und ermutigte sie, freudig gute Taten zu vollbringen. Danach erhob er sich, wandte sich an die schönen Mädchen und rezitierte ein Gedicht:

„Betrachtet diese mit Schmuck behangenen Gestalten,
Kostbare Juwelen und all diese Dinge;
Das Haar kunstvoll gewellt zur rechten Seite fallend;
Ein Muttermal, geschminkte Augen, lange Wimpern.
Täuschende Spielereien, die die Unweisen betrügen,
Doch wie könnten sie den Überwinder täuschen?"

Danach verabschiedete sich der Ehrwürdige und kehrte in den Wald zurück.

BEGEGNUNG MIT KÖNIG KORAVYA

Die Geschichte, dass der Ehrwürdige Ratthapala seine Familie besucht hatte, verbreitete sich unter den Menschen und erreichte schließlich auch die Ohren von König Koravya von der Region Thulakotthita.

Eines Tages erfuhr der König, dass der Ehrwürdige im Wald meditierte, und machte sich auf den Weg, ihn zu besuchen. Nachdem sie sich begrüßt hatten, fragte der König: „Ehrwürdiger, seid Ihr Mönch geworden, weil Eure Familie verarmt ist? Wenn dem so ist, werde ich Euch helfen, Euren Lebensunterhalt zu bestreiten. Ihr solltet zu Eurer Familie zurückkehren. Der Weg, den der Erhabene geht, ist sehr schwierig. Der Weg des Mönchtums und der Lehre ist ein sehr schwieriger Weg!"

"Warum denkt Ihr so, großer König?"

"Es gibt vier Gründe, warum Menschen Mönche werden und den Weg der Lehre suchen: Erstens, weil sie krank sind, ihr Körper Schmerzen leidet und sie das weltliche Vergnügen nicht mehr ertragen können, weshalb sie die Ordination suchen. Das nennt man 'Krankheitsschwäche'. Zweitens, Menschen im hohen Alter, deren Lebenszeit fast zu Ende ist, suchen den Ordensstand als letzten Zufluchtsort. Das nennt man 'Altersschwäche'. Drittens, jene, die im Geschäft scheitern und Zuflucht in der Sangha suchen, um von der Lehre zu profitieren. Das nennt man 'Vermögensschwäche'. Viertens, diejenigen, die keine Familie mehr haben und daher die Ordination suchen. Das nennt man 'Verwandtschaftsschwäche'."

"Ehrwürdiger König, Ihr habt recht, diese Fälle gibt es, aber ich wurde nicht wegen solcher persönlichen oder familiären Schwächen Mönch. Ich hatte das Glück, die Lehre des Erhabenen zu treffen, und er hat mir vier Wahrheiten gezeigt. Ich habe diesen Weg freudig angenommen, daher ließ ich mir den Bart und das Haar scheren, zog das Gewand der Mönche an, verließ meine Familie und lebe nun das Leben eines wandernden Asketen."

„Was sind diese vier Wahrheiten? Erstens, die Welt bietet keinen Schutz und keine verlässliche Zuflucht. Zweitens, die Welt altert schnell und unaufhaltsam. Drittens, die Welt unterliegt dem Gesetz der Vergänglichkeit. Viertens, die Begierden der Welt sind niemals befriedigt."

Kommentar:

1. Ratthapala war ein junger Mann aus einer wohlhabenden Familie, die ihm alle materiellen Annehmlichkeiten für ein angenehmes Leben bieten konnte. Zusammen mit Dutzenden, ja Hunderten anderer Menschen ging Ratthapala, um die Lehren des Buddha zu hören. Während alle anderen nach dem Hören der Lehren glücklich nach Hause zurückkehrten, blieb Ratthapala und bat den Buddha um die Erlaubnis, Mönch zu werden. Der Grund dafür war einfach und klar: Das Leben im weltlichen Haushalt war beengt und ermöglichte kein vollkommen reines und tugendhaftes Leben.

Wer das weltliche Leben verlässt, um Mönch zu werden:

Lehnt das äußere Erscheinungsbild und die ungesetzliche Kleidung ab.
Trennt sich von der Zuneigung und den Bindungen zu geliebten Menschen.
Tritt in das Leben des Ordens und folgt dem Pfad des Buddha.
Gelobt, alle Wesen zu befreien.

Die Eltern des Ehrwürdigen Ratthapala wünschten sich nicht, dass ihr Sohn ein solches Leben führen würde, da sie die Härten und Herausforderungen des Ordenslebens gut kannten. Sie wussten, dass der Weg eines Mönchs sehr schwierig ist, sehr schwierig.

2. Hindernisse auf dem Weg der Ordination

Die Hindernisse auf dem Weg der spirituellen

Praxis für einen Mönch sind zahlreich und vielfältig. Es handelt sich nicht nur um Missverständnisse der Welt, wie z.B. dass jemand aufgrund von "Krankheitsschwäche, Altersschwäche, Vermögensschwäche oder Verwandtschaftsschwäche" Zuflucht im Kloster sucht. Später könnten auch andere Gründe hinzukommen, wie "Liebesschwäche" (wie in der Geschichte von Lan und Diep) oder "Dämonenschwäche" (die Einflüsse von bösen Mächten, die Personen in die Sangha einschleusen). Oft müssen die Ordinierten auch mit heftiger Opposition aus ihrer eigenen Familie kämpfen, wie im Beispiel: „Hey, du kahlköpfiger Mönch ohne Familie, komm nicht hierher, um meine Familie weiter zu zerstören."

Diese Hindernisse zeigen die vielen Schwierigkeiten, die auf dem Weg der Ordination überwunden werden müssen. Sie verdeutlichen, dass der spirituelle Pfad nicht nur innere Stärke und Entschlossenheit, sondern auch die Fähigkeit erfordert, äußeren Widerständen standzuhalten.

3. Die größten Hindernisse: Innere karmische Hindernisse

Die größten Hindernisse auf dem spirituellen Weg sind jedoch die eigenen inneren karmischen Hindernisse, die ein Mönch möglicherweise nicht überwinden kann. Anstatt den ursprünglich heiligen Pfad in Ruhe zu gehen, verfangen sich manche in der Hektik des Baus großer Tempel, Statuen, der Pflege von Titeln und Anhängern. Sie messen ihren spirituellen Erfolg an diesen weltlichen Errungenschaften.

Diese Menschen verlieren sich in den weltlichen Werten von Reichtum, Schönheit, Ruhm, Nahrung und Schlaf. Sie ähneln einem Fisch, der im Netz gefangen ist: Egal wie hoch er springt, er fällt immer wieder ins Netz zurück.

Diese Hindernisse verdeutlichen die Herausforderung, die inneren Anhaftungen und Versuchungen zu überwinden, die den wahren spirituellen Fortschritt behindern. Es erfordert nicht nur Entschlossenheit und Disziplin, sondern auch ein tiefes Verständnis und die ständige Achtsamkeit, um auf dem Pfad zur Befreiung zu bleiben und sich nicht in weltlichen Zielen zu verlieren.

4. Der wahre Wert der Ordination

Der Wert der spirituellen Laufbahn eines Mönchs ist Millionen Mal höher als die weltlichen Errungenschaften. Ordination bedeutet, das eigene Leiden zu transformieren, um zu großem Verständnis und tiefer Liebe zu gelangen. Ein Mönch sollte nach dem Prinzip „Weisheit allein ist das Ziel" („Duy Tuệ Thị Nghiệp") leben. „Hüllt sich in das Gewand der Lehre, trennt sich von Zuneigung und geliebten Menschen."

Wenn ein Mönch sogar die heiligen familiären Bindungen aufgibt, warum sollte er dann an materiellen Werten festhalten? Der Ehrwürdige Ratthapala nahm die „verdorbene Schale Reis" der Dienerin an, lehnte jedoch entschieden den Haufen Gold und Juwelen ab, den ihm seine Mutter anbot.

Diese Haltung unterstreicht, dass die wahre spirituelle Praxis darin besteht, die Verlockungen der materiellen Welt und selbst die tiefsten emotionalen Bindungen zu überwinden, um wahre Befreiung und Erleuchtung zu erreichen. Der Weg des Mönchs ist einer des Verzichts und der Weisheit, der über allen weltlichen Werten steht.

Der ursprüngliche Idealismus (Sơ Tâm - Bồ Đề Tâm) eines Mönchs ist von großer Bedeutung. Diese anfängliche Hingabe und der Wunsch nach Erleuchtung sind immens. Mönche nähren diesen Idealismus ihr ganzes Leben lang durch Achtsamkeit und die Einhaltung der Regeln.

Der spirituelle Pfad ist ein Weg, der gegen den Strom der weltlichen Werte geht. Die Eltern von Ratthapala wussten von Anfang an, dass dies „sehr schwer, sehr schwer" ist. Unter zehntausend Menschen gibt es vielleicht nicht einen, der den Pfad des Erhabenen Buddha vollständig beschreiten kann. Selbst unter denjenigen, die den Weg einschlagen, gibt es viele, die auf halbem Weg aufgeben. Die Redewendung „Mango-Blüten, Fisch-Eier" beschreibt diesen Zustand treffend.

Deshalb misst sich der Erfolg eines Mönchs nicht an materiellen Besitztümern, Land, Tempeln, Titeln, akademischen Graden oder Positionen. Der wahre Erfolg liegt in Weisheit und Erleuchtung. Daher sind Mönche stets bemüht, die Versuchungen des Alltags zu überwinden und ihren Weg mit unermüdlicher Anstrengung und Achtsamkeit fortzusetzen.

Die spirituelle Praxis erfordert, dass man den ursprünglichen Idealismus durch ständige Achtsamkeit und die Einhaltung der Gebote stärkt. Der Weg der Befreiung ist hart, und viele scheitern unterwegs. Doch diejenigen, die standhaft bleiben und ihre Weisheit und Erleuchtung voranbringen, erreichen das höchste Ziel des Mönchslebens. ■

Thi Thi Hồng Ngọc

GIA ĐÌNH MÌNH LÀ CON PHẬT

Chuyện Ngắn Thiếu Nhi

CON CŨNG MUỐN CÓ

Hôm nay cả nhà bé Lara đi chùa, ba mẹ bảo rằng đi đến nơi này có đồ ăn chay rất ngon, có nhiều tiết mục vui lắm, thế là bé Timo, anh Lara cũng chịu bỏ một ngày cuối tuần chơi game để theo ba mẹ đến chùa. Mẹ nói đúng, đồ ăn chay thật hấp dẫn vì có rất nhiều món ngon và lạ, mẹ không ăn thịt cá từ lâu, ba thì đang ... lưỡng lự, ba bảo rằng nếu mẹ nấu ngon như ở chùa thì sẽ ăn chay trường luôn. Nhà Lara gần chùa, ban đầu cả nhà đến vì tò mò, ăn chay vài lần, nghe các thầy nói chuyện hay quá, nhìn gia đình Phật tử sinh hoạt vui quá, cuối cùng ai cũng trở thành đệ tử của Phật hết. Một lần đến chùa tham dự lễ Phật đản thấy có một chú viết chữ gì đó rất đẹp, ai thich chú cũng viết tặng chỉ cần trả một ít tiền cúng dường chùa thôi. Ba mẹ hỏi các con muốn chữ gì cứ nói ra, Timo nhanh chóng nói ngay:

- Con thích chữ SIêu Nhân!

Chú viết chữ chiều ý, cắm cúi nắn nót viết cả chữ Việt lẫn chữ Đức. Timo khoái chí ngắm nghía bức viết, cảm ơn rối rít. Lara giật giật tay mẹ e thẹn nói nhỏ:

- Con cũng muốn có một chữ!
- Con thích chữ gì nào? Nói chú đó viết cho!
- Con muốn một chữ thôi, chữ PHẬT.

GIA ĐÌNH PHẬT TỬ

Mỗi ngày sau bảy giờ tối, cả nhà bé Thảo Mai cùng ngồi vào bàn học Phật Pháp. Nhà bé ở xa chùa lắm thế nên mẹ đành tổ chức Gia đình Phật tử tại gia. Huynh trưởng là mẹ, ba và các con đều bắt đầu từ lớp... Oanh Vũ. Mẹ kể chuyện rất hay, có nhiều sáng kiến để các con học tiếng Việt dễ dàng, ba thì hay giả vờ như không hiểu lắm để các con giảng giải nên chị em Thảo Mai thích lắm. Cả nhà lại cùng nhau thảo luận về những đề tài Phật Pháp và đời sống thí dụ như lợi ích của việc ăn chay, Phật dạy làm sao để bớt nóng giận, giúp người thì được an vui.... Cả nhà năm người đều hào hứng tham gia tích cực "Gia đình con Phật" này, điểm học tại trường của các con đều rất khá, hạnh kiểm ở lớp thì không chê vào đâu được. Một hôm Thảo Mai đi học về, hớn hở báo tin:

- Mẹ ơi! Cô giáo chủ nhiệm lớp con, cô Mariana đấy, cô hỏi con về đạo Phật, về cách mẹ dạy con như thế nào, cô nghe thật chăm chú rồi nói sao mẹ biết không?

- ???

- Em về hỏi mẹ em xem, hôm nào cô cũng xin phép đến tham dự "Gia đình con Phật", có được không?

BÀ ƠI BÀ!

Bà ngoại của bé Thảo An ở rất xa, tận một ngôi làng nhỏ của miền Bắc Việt nam, ở đó chẳng có lấy một ngôi chùa nào. Bà chân chất, hiền lành nhưng lại thích theo mấy bà rảnh rỗi trong thôn hết đi xem bói đến hầu đồng. Mẹ khuyên mãi mà bà chẳng để tâm. Thấy mẹ nói chuyện với bà ngoại xong, lần nào cũng thở dài, đăm chiêu buồn bã, Thảo An tò mò hỏi thăm, mẹ ngần ngừ một lát rồi cũng từ tốn kể và mở YouTube cho cô bé xem để hiểu thế nào là hầu đồng. Mẹ nói thêm rằng đấy không phải là đạo Phật, theo đuổi việc làm này lâu dài sẽ có hậu quả không tốt.

Thảo An gật gù có vẻ hiểu nhưng không nói gì. Lần sau nhân dịp bà ngoại gọi điện thoại thăm mà mẹ đang bận, Thảo An bắt máy vui vẻ chào bà rồi nói:

- Bà ơi bà! Hôm qua cháu nằm mơ thấy có một ông mặc áo màu vàng, ông dặn cháu bảo với bà phải đọc kinh Địa Tạng 3 tháng, niệm Quán Thế Âm 1000 lần không thì bị hại đấy!

- Thật hả cháu?

- Vâng! Cháu không muốn bà gặp nguy hiểm đâu!

Ba tháng sau, Thảo An nghe mẹ mừng rỡ bảo ba:

- Lạ quá! Không biết chuyện gì xảy ra, mẹ tự nhiên, bỏ chuyện đồng bóng lại muốn đi chùa quy y Tam bảo

Một lần khác, tình cờ ngồi cạnh lúc mẹ đang nói chuyện với bà, mẹ bảo Thảo An hỏi thăm bà một tí. Cô bé nũng nịu hỏi:

- Bà ơi bà! Cháu nhớ bà lắm, bà có khỏe không ạ?

- Cô cháu yêu của bà, cháu đã cứu bà đấy, nghe lời cháu đọc kinh Phật mà bà không đi đến chỗ hầu đồng hôm ấy, may quá! Cái nhà bị cháy, bà mà đi thì chết mất rồi!

CHÁU AI GIỎI NHẤT

Hè năm ngoái, ba mẹ thu xếp công việc đưa các con về thăm ông bà nội ngoại ở Việt nam. Nhà bà ngoại ở thôn quê nên mỗi lần mẹ về là hàng xóm, bà con đến chơi nhà rất đông. Lần này nghe tin các cô cháu " Việt kiều " cũng về làm mọi người trong làng càng tò mò hơn nữa. Một lần các bà trong hội tập dưỡng sinh của bà ngoại rủ nhau đến thăm nhà, họ trò chuyện rôm rả, xoay quanh đề tài con cháu, bà Xoan khoe:

-Cháu tôi được gửi vào trường Quốc tế nghe nói đến 40 triệu một tháng, về nhà nói tiếng Anh vanh vách ấy.

Bà Mơ vội vàng tiếp:

- Cháu tôi vừa tốt nghiệp đại học ngoại thương, nó có học bổng được đi nước ngoài, nó giỏi đến nỗi công ty ngoại quốc nhận luôn, đỡ quá, bố mẹ nó chả tốn xu nào cho con du học.

Bà Mùi ra vẻ khiêm tốn nói:

- Cháu tôi đang làm trưởng phòng cục quản lý kinh tế, nó khá lắm, năm ngoái vừa cưới con gái của ông bộ trưởng gì ấy tôi quên mất tên, hiện nay vợ chồng nó cứ đi công tác nước ngoài xoành xoạch.

Chợt các bà im bặt vì phòng trong văng vẳng tiếng bọn trẻ con tụng chú Đại Bi, thanh âm trong trẻo, nhịp nhàng dễ thương làm ai nghe cũng ngây ngất. Khi tiếng tụng vừa dứt, bà ngoại mới nhẹ nhàng giải thích:

- Đấy là các cháu nhỏ của tôi, chúng nó chả có gì xuất sắc như những cháu kia. Các cháu tôi nói rất sõi tiếng Việt, hiếu thảo với ông bà, bố mẹ. Các cháu cũng thường gọi điện thoại thăm chúng tôi, hay dành dụm tiền về mua quà biếu ông bà và nhất là... biết tụng kinh niệm Phật rất giỏi. Chỉ có thế!

Các bà im bặt ngậm ngùi vì chả có ai trong số họ được có những đứa cháu như thế cả.

ĂN CHAY

Thảo An vừa đi học về đã chạy ào vào bếp hớn hở kể cho mẹ nghe cuộc trò chuyện với các bạn hôm nay về đề tài ăn chay.

- Con nói với các bạn ấy hai ví dụ:

1.Nếu bạn nuôi chó mèo hay một con vật nhỏ trong nhà, bạn nghĩ rằng chúng có tình cảm không? Chúng có biết đau khi bạn đánh nó không? Nếu có thì những con vật bị đem đi giết để lấy thịt chúng nó sẽ thế nào?

2.Nếu bạn sơ ý bị đứt tay chảy máu, bạn có đau không? Có sợ không? Bạn biết đau và sợ thì một con vật bị đem ra cắt cổ, lột da lấy thịt nó sẽ thế nào?

Mẹ gật đầu khen con gái nói rất có sức thuyết phục rồi hỏi kết quả của buổi nói chuyện ấy. Thảo An cười hân hoan:

- Các bạn ấy đều muốn bắt đầu ăn chay, ngay cả cô chủ nhiệm đi ngang qua nghe con nói cô cũng quyết định từ nay không ăn thịt nữa. ■

Thinh lặng

Hoàng lương gối mộng thoáng trăm ngày
Nguyên Trí Phù Vân hạc xa bay
Siêu độ hồi kinh an tĩnh lặng
Tổ Đình Viên Giác ửng vầng mây.

15.11.2023
Nguyễn Song Anh

Một bìa báo năm thứ 3-1981

Thích Như Điển

VỀ NHỮNG NGƯỜI CHỦ BÚT
BÁO VIÊN GIÁC

Thông thường một tờ báo phải có những người đảm trách trực tiếp hay gián tiếp gồm các vị trí như sau: Chủ Nhiệm, Chủ Bút, Quản Lý Tòa Soạn và nhân viên các ban ngành. Nếu là một tờ báo lớn ra hằng ngày thì phải cần nhiều người hơn. Nếu không phải vậy thì số nhân viên sẽ thu hẹp lại, tùy theo ngân sách của Tòa Soạn.

Báo gồm có nhiều loại khác nhau như: nhật báo ra hằng ngày, tuần báo ra hằng tuần, bán nguyệt san nửa tháng ra một lần, nguyệt san mỗi tháng một lần. Hoặc cũng có những tờ báo 2 tháng ra một lần, gọi là lưỡng nguyệt san như tờ báo Viên Giác được xuất bản tại Đức kể từ tháng 1 năm 1979 đến năm nay 2024 là đúng 45 năm với 262 số, chưa từng gián đoạn một số nào cả. Đây là công khó của Chủ Nhiệm, Chủ Bút, Quản Lý Tòa Soạn và toàn thể nhân viên của bổn báo.

Chẳng biết bắt nguồn từ đâu, nhưng có lẽ do nhu cầu thuở ấy, khi Bộ Nội Vụ Cộng Hòa Liên Bang Tây Đức đang giúp đỡ chúng tôi các khoản chi thu thiếu trong mỗi năm, căn cứ theo điều được chi hay cần chi, thì Bộ Nội Vụ ở khâu đặc trách về Văn Hóa họ sẽ trợ giúp. Nhờ vậy chúng tôi khởi lên ý định là xin trợ giúp máy in, máy Photocopy, máy đánh chữ v.v... để xuất bản một tờ báo. Không ngờ lại có kết quả còn hơn những gì như chúng tôi mong đợi. Thế là Thầy trò bắt đầu viết báo và học cách in báo. Những số báo Viên Giác ban đầu của năm 1979-1980 bây giờ xem lại thấy quá thô sơ và bài vở còn giới hạn lắm. Mãi cho đến Bộ Mới số 1 xuất bản đầu năm 1981 do Anh Mai Vi Phúc làm Chủ Bút mới có chút ít thay đổi từ hình thức đến nội dung của tờ báo. Sau đó Phật Tử Thị Chơn Ngô Ngọc Diệp làm Chủ Bút, kế tiếp theo là Đạo Hữu Nguyễn Hòa Pháp Danh Nguyên Trí bút hiệu Phù Vân phụ trách cho tờ báo với vai trò Chủ Bút trên hơn 30 năm cho đến số 255 tháng 6 năm 2023 thì chính thức không còn đảm nhận nữa, vì Anh bị bạo bệnh nên phải vào ra bệnh viện nhiều lần. Trong hoàn cảnh ấy tôi đã đề cử Phật Tử Nguyên Đạo Văn Công Tuấn thay thế Anh Phù Vân từ số 256 của tháng 8 năm 2023 đến nay. Vào tháng 8 năm 2024 này chúng tôi sẽ ra số báo đặc biệt về Vu Lan Phật lịch 2568, Kỷ niệm 45 Năm Báo Viên Giác và cũng để Tri ân Nguyên Trí Phù Vân sau một năm Anh đã đi vào cõi tịnh. Nhân đây với vai trò là Chủ nhiệm Sáng lập tờ báo và các vị trong Ban Biên Tập, Ban Quản Lý của Tòa Soạn xin niệm ân Anh rất nhiều về các lãnh vực mà một Chủ Bút cần phải có để cung ứng mọi nhu cầu cho độc giả khắp nơi trên thế giới; mặc dầu trách nhiệm này qua sự tự nguyện nhiều hơn là bổn phận, vì Tòa Soạn không phát lương hằng tháng như những tờ báo khác mà chỉ là hỗ trợ chút đỉnh chi phí hành chánh và trà nước mà thôi. Bởi lẽ tờ báo Đạo này sau 25 năm nhận được sự trợ giúp của chính phủ Đức, chúng ta phải tự cưu mang lấy ở mọi khâu và đều do các chùa và các Phật Tử cúng dường cũng như qua sự đóng góp của các trang quảng cáo. Do vậy sự tồn tại của báo Viên Giác bây giờ tất cả đều lệ thuộc vào sự ủng hộ của độc giả vậy.

Có lần báo Viên Giác xuất bản lên đến 5.000 số và hiện nay trung bình là 1.500 số gửi đi 23 nước trên thế giới. Số tiền cước gửi, tiền in và các phụ phí khác, mỗi năm không dưới 30.000,00 Euro. Nếu đem con số này nhân lên với 45 năm khoảng 1.350.000,00 Euro.

Ngẫm lại chúng ta phải giật mình, vì thuở ban đầu ai trong chúng ta cũng không nghĩ rằng tờ báo sẽ sống được bao lâu. Thế mà đây là một trong những tờ báo Đạo có tuổi thọ lâu đời nhất kể cả ở trong cũng như ngoài nước. Điều này với tư cách là Chủ nhiệm Sáng lập tôi xin trân quý tất cả những sự đóng góp của Quý Vị từ vật chất đến tinh thần, từ khâu quản lý gửi báo đi cũng như khâu đánh máy, viết bài, xem lỗi chính tả, nhân viên văn phòng v.v…Nếu không có tất cả những sự trợ duyên này thì tờ báo Viên Giác sẽ không còn hiện hữu với tất cả chúng ta cho đến ngày hôm nay. Xin chân thành thâm tạ giống như khi bông lúa già thì càng ngày càng cong xuống để xin đáp đền ân nghĩa của người nông phu, mà người Nhật qua điển tích này đã lấy đó làm sự chào hỏi mỗi khi gặp nhau.

Đạo Hữu Chủ Bút Phù Vân phải nhọc công, nhọc sức, nhọc lòng lắm mới gánh vác được công việc này trong hơn 30 năm qua và cũng đã phải trải qua không biết bao nhiêu việc khen chê của độc giả để cho tờ báo được tồn tại và phát triển. Người Việt chúng ta đa phần ít khen ai trước mặt khi còn sống và hay bị chê sau lưng thì nhiều. Tôi thì quan niệm khác, nếu khen thì hãy khen ngay trong hiện tại, còn sau khi quá vãng rồi muốn chê bao nhiêu cũng được. Vì người ấy đâu còn nữa để mà phải nghe những việc thị phi nhân nghĩa của đời. Khi chúng ta chỉ nhìn vào cái tốt của người khác, tâm ta sẽ rộng mở để đón nhận những niềm an vui trong cuộc sống hằng ngày và chúng ta sẽ chỉ nhìn thấy được cái thiện nhiều hơn. Nếu chỉ nhìn thấy cái xấu dở của người khác thì chẳng khác nào trong tâm ta chỉ chứa toàn là những điều không nên đáng chứa. Từ đó chúng ta thay vì đầu tư thêm việc thiện lương, chúng ta lại nhắm vào điểm xấu dở của kẻ khác để rồi tâm ta càng vẩn đục nhiều hơn nữa. Tôi nhớ có lần đạo hữu Nguyên Đạo trong một bài viết đăng trên Báo Viên Giác có ghi một câu đáng ghi nhớ: "Ai kẻ chuyên *vạch lá tìm sâu* thì cả đời chỉ thấy sâu mà không bao giờ thấy được lá xanh tươi tốt". Do vậy, riêng cá nhân tôi đã ứng dụng việc có không, tốt xấu này vào trong cuộc sống hằng ngày khi còn sống cũng như để đánh giá một việc gì thì hay có cách nhận xét như vậy, để tâm không bị vướng mắc vào một điều gì cả. Có như vậy mới dễ tu tập hơn.

Ngày xưa đa phần những tác giả gửi bài đến chùa hay trực tiếp đến Anh Chủ Bút, đều viết tay và gửi qua đường bưu điện, sau đó Anh Chủ Bút sẽ tập trung và phân chia bài vở theo từng chủ đề trong năm để xem và gửi về Văn Phòng của chùa để Chú Sanh, Cô Nga và Thiện Đạo đánh máy. Sau khi đánh máy xong phải dò lỗi chính tả nữa. Khâu này đôi khi tôi phải làm và nhất là Thư Tòa Soạn của mỗi tờ báo Viên Giác từ trong 45 năm nay tôi đều phải viết, vì đó là cái khiêm nhường của những vị Chủ Bút để tôi còn có cơ hội liên hệ trực tiếp với tờ báo. Việc đau đầu của Chủ Bút là bài nào khi gửi tới, họ cũng đều muốn được đăng; nhưng nội dung không thích hợp với tờ báo; nên Chủ Bút cho đình lại việc đăng báo hay cắt xén bớt nội dung v.v… Thế là có chuyện! Bởi vì cái ngã của ai cũng chẳng nhỏ chút nào, do vậy Anh Chủ Bút phải năn nỉ, làm lành hoặc giải thích v.v… Cuối cùng thì cũng vui vẻ cả làng; nhưng niềm an ủi cho Chủ Bút thì không được bao nhiêu. Cho nên sự khổ tâm của vị Chủ Bút là vậy. Nhiều khi tôi phải làm trung gian để hóa giải những khó khăn ấy khi có dịp và chính tôi là người cuối cùng để quyết định bỏ bớt những điều cần đáng bỏ để hợp với nội dung của tờ báo. Đã có lần có người viết thư trực tiếp cho tôi và khuyên nên cách chức Anh Phù Vân vì

Một vài bìa Báo Viên Giác năm thứ 45 - 2024

một lý do cá nhân. Tôi trả lời vị ấy rằng: đó là chuyện riêng tư của mỗi người, và tôi không có quyền xen vào; và không chấp nhận đề nghị đó. Thế rồi cũng qua đi, nhưng vị đó chắc không bao giờ hài lòng cả. Bây giờ người ấy cũng đã ra người thiên cổ rồi, không biết có còn nhớ lại việc này chăng?

Anh Phù Vân với vai trò Chủ Bút mỗi năm phải viết thư để mời các văn thi hữu đóng góp bài vở, nhiều khi cũng phải điện thoại để thăm hỏi, động viên khi gia đình hữu sự. Trong những năm trước, mỗi năm Ban Biên Tập họp một lần tại chùa; nhưng sau này ai cũng lớn tuổi, việc di chuyển khó khăn; nên không còn những ngày ấy nữa. Tuy nhiên cách đây chừng hơn 15 năm thì việc liên lạc qua Email, điện thoại rất tiện lợi, nhanh chóng; nên nhờ phương tiện hiện đại này cũng đã giúp giải quyết nhiều việc rất nhanh cho các khâu của tờ báo.

Bác Thị Tâm Ngô Văn Phát nay đã 95 tuổi, qua nhiều nhiệm kỳ làm Hội Trưởng Hội Phật Tử Việt Nam Tỵ Nạn tại Cộng Hòa Liên Bang Đức, Bác đã thường xuyên đến chùa để trông nom dùm các khâu kỹ thuật của tờ báo và xem xét công việc của Hội và các Chi Hội địa phương. Nay Bác không còn sức khỏe như xưa nữa; nhưng vẫn không rời mắt để cổ động cũng như đóng góp bài vở cho tờ báo và khuyến khích người đọc báo, mong cho tờ báo luôn phát triển hơn xưa. Anh Như Thân thì lo phần kiểm soát số độc giả thêm bớt cũng như liên lạc với các nơi quảng cáo, nghe điện thoại v.v... Thiện Đạo và Chú Sanh lo những khâu hành chánh và văn phòng khác. Chỉ ngần ấy việc của một Tòa Soạn như báo Viên Giác, quý vị thấy không ít việc để phải làm trong vòng hai tháng một như thế. Quả là: "Phép Phật Nhiệm Mầu" vậy.

Những ngày cuối cùng của Anh Phù Vân vào tháng 8 năm 2023 vừa qua, sau khi tham dự lễ lạc thành Tu Viện Lộc Uyển ở Rostock, Đức Quốc; nơi Ni Trưởng Thích Nữ Diệu Phước Trụ Trì, phái đoàn gồm Hòa Thượng Bảo Lạc, Thượng Tọa Nguyên Tạng từ Úc cùng chúng tôi có ghé thăm Anh tại bệnh viện và chỉ có mấy ngày sau thì Anh đã ra đi yên. Tiện đây tôi cũng xin cảm ơn Gia Đình Anh, kể từ khi Anh đảm trách phần Chủ Bút cho báo Viên Giác thì việc Gia Đình của Anh phải để cho những người vợ phải đảm đang; trong thời gian trước là Cô Giáo Lan và sau này là Cô Phương Quỳnh Diệu Thiện. Nếu không có sự hy sinh thời gian để chăm bón cho Gia Đình thay cho chồng mình thì chắc rằng sẽ không có được một vị Chủ Bút của báo Viên Giác đứng vững trong suốt hơn 30 năm như vậy. Ân này tôi xin thâm tạ.

Cuối cùng rồi ai trong chúng ta cũng phải ra đi; nhưng sự ra đi ấy có còn tồn đọng lại trong con tim của mọi người không? Hay vẫn còn những áy náy, khó chịu, khi chúng ta chưa nói ra hết được điều gì muốn nói. Vậy tôi đề nghị là kể từ hôm nay chúng ta chỉ nên nói và nên nghe những gì đáng nói và đáng nghe, để khi ra đi rồi, tâm ta sẽ yên và thân ta sẽ an nhiên trả về cho tứ đại. Ngài Long Thọ đã khuyên chúng ta trong Đại Trí Độ Luận, ý rằng: "Hãy đừng mong rằng ai đó bọc nhung quả địa cầu này để hai chân của chúng ta đi cho được êm, mà mỗi người trong chúng ta hãy tự bọc nhung hai chân mình lại, để có thể đi êm trên bề mặt lồi lõm của quả địa cầu này".

Bệnh viện Harburg 8/2023. Hàng trước từ trái (ngồi): HT Bảo Lạc, HT Như Điển, TT Nguyên Tạng. Hàng sau từ trái: Phương Quỳnh, Phù Vân, ĐĐ Thông Triêm, ĐĐ Thông Triển, Sư Bà Diệu Từ, Ni Sư Diệu Tín

Viên Giác số 262 này cũng phát hành nhân dịp Đại Lễ Vu Lan Bồn Phật Lịch 2568. Lễ Vu Lan hằng năm là dịp để hàng Phật tử chúng ta cùng thành tâm nguyện cầu chư Phật cứu độ Ông Bà Cha Mẹ trong nhiều đời kiếp chóng được về an trú nơi Cõi Tịnh. Đây cũng là dịp để chúng ta cầu xin đức Phật gia hộ chúng ta có đủ năng lực tự cứu độ mình thoát ra khỏi ngọn lửa tham sân si, đang hằng ngày thiêu đốt không ngừng những thiện nghiệp của chúng ta.

Mong thay! ■

Viết xong vào lúc 8 giờ sáng ngày 23 tháng 6 năm 2024 tại Phương Trượng Đường Tổ Đình Viên Giác Hannover, Đức Quốc.

Trương Văn Dân

Nhà văn Phù Vân! Gió mang niềm nhớ... và Mây đã bay đi

Khi rời xa một nơi nào đó từng gắn với tuổi thơ người ta luôn nhớ về và ước mong trở lại. Nhưng nếu vì một lý do gì đó không về được chốn xưa- thì ra đi là một chọn lựa nghiệt ngã.

Nỗi đau ấy dù có cố thể hiện bên ngoài để che đậy thì nó vẫn âm ỉ cào xé từ bên trong.

Cảm nghĩ này thường đến với tôi khi nhớ đến những người thân buộc phải vượt thoát mà sau đó không thể trở về nên trong tâm luôn có một niềm tiếc nhớ.

Tôi đã từng bắt gặp những ánh mắt u uẩn nhìn về nơi xa xăm của những người cao tuổi khi thấy họ đột ngột bước ra từ một cuộc vui hay họp mặt gia đình. Bước theo ra ban công, tôi bắt gặp tia nhìn hun hút, hướng về một chân trời nào đó... nhưng là thứ "*nhìn mà chẳng thấy*", bởi nó chỉ muốn gửi nỗi buồn đi xa chứ không chủ đích tìm kiếm một thứ gì... Tôi thường đứng im lặng, làm như không thấy những giọt lệ thầm lặng và tiếng nấc bị kìm hãm để con cháu trong nhà không ai phát hiện.

Trong nhiều năm sống ở nước ngoài, gặp gỡ, tiếp xúc với nhiều đồng hương tôi đều gặp những ánh nhìn tương tự như thế. Xót xa, kín đáo.

Cười cười nói nói. Nhưng bên trong tâm hồn Việt đầy những đổ nát, điêu tàn.

Có lẽ những người bình thường phản ứng thầm lặng với nỗi buồn còn với trí thức thì họ phải hóa giải nỗi buồn qua ngòi bút, gởi gắm niềm tin hay trú vào tôn giáo để xoa dịu lòng mình.

Trong bao nhiêu năm sáng tác và làm Chủ bút tạp chí Viên Giác nhà văn Phù Vân đã viết đã in rất nhiều (...) nhưng khi cầm trên tay tập thơ cuối cùng của anh thì tôi xem đó như một đúc kết trọn đời: **cũng *đành* dâu bể với thời gian**. Chữ "đành" là sự thụ động, miễn cưỡng chấp nhận cái hoàn cảnh không thể thay và những vần thơ của anh giống như một tự sự, là tiếng ngân của lòng yêu nhớ quê hương, trong đó có cha mẹ, anh em, bè bạn... rồi nhắc người đọc củng cố niềm tin hướng về đạo pháp để nâng đỡ tinh thần, vượt qua những sầu não, giận hờn.

Về mặt hình thức, tập thơ chia làm 4 phần quê hương, mẹ, bạn bè và đạo pháp, nhưng theo tôi chỉ có 2 phần là quê hương và đạo, vì quê hương không chỉ là đất đai sông nước mà có cả mẹ và bằng hữu, những tình cảm mà ta luôn cất giữ trong tâm hồn.

Những năm 1995, 1996... sau khi công việc tạm ổn định, tôi bắt đầu viết lại và gửi bài cho báo Viên Giác. Những truyện dịch của Dino Buzzati thường xuất hiện trong thời gian này vì Chủ bút Phù Vân rất thích, truyện tưởng như ở thế giới khác mà rất hiện thực ở cõi đời.

Chỉ liên lạc qua email thôi và tôi chỉ biết anh lấy bút hiệu Phù Vân chứ không biết anh còn dùng bút danh khác. Anh là một Chủ bút rất lịch sự, nhận được thư là trả lời ngay với lời lẽ chân tình và khiêm tốn.

Cứ thế chúng tôi cộng tác với nhau được chừng 10 năm rồi khi tôi về Việt Nam không hiểu lý do gì lại bặt tin nên những năm sau này phải nhờ chị bạn nhà văn Huỳnh Ngọc Nga (Torino, Ý) giúp kết nối lại.

***

Nhà thơ Tùy Anh tên thật là Nguyễn Hòa, sinh năm 1938 tại Huế. Và bút danh Phù Vân khi anh viết văn xuôi, nhưng tôi chỉ biết và nhắc anh qua bút danh này.

Là con nhà nghèo, thuở nhỏ từng thiếu tiền học phí nhưng anh thành công rất sớm: Chỉ mới 25 tuổi mà đã là Trưởng ty Thuỷ Lâm Đà Nã ̃ng và Trưởng Khu Thuỷ Lâm Vùng Một Chiến Thuật. Có lẽ anh là vị Trưởng ty trẻ nhất Việt Nam thời ấy. Tuy còn trẻ nhưng có tri thức, bản lĩnh và nhân hậu. Nhà văn Văn Công Tuấn kể là trong khi công tác khi gặp những cụ già vì chuyển gỗ lậu bị bắt nên năn nỉ xin tha thì anh bảo nhân viên "nhắm một con mắt", nhắc họ đóng thuế cho nhà nước theo luật định thôi chứ không được phạt nặng hay bắt giam.

Chắc chắn hình ảnh thống khổ ê chề thấy mẹ tay kẹp chiếc nón lá miệng năn nỉ nhà trường cho đóng học phí trễ để con được học tiếp đã hằn sâu trong tâm khảm của anh.

Sau 30 tháng 4-1975, anh phải đi tù cải tạo. Năm 1980 ra tù, vượt biển, đượ tàu Cap Anamur cứu và định cư tại Hamburg, CHLB Đức từ bấy đến nay.

***

Phần lớn những người cầm bút đều có tâm hồn bén nhạy nên chỉ qua trang viết ta mới thấy những nỗi lòng của họ:

Hỏi tại sao ta bỏ nước ra đi?
Những câu hỏi nghe xót tình ruột thịt!
Đày đọa nhau, tù tội để làm chi?

Biết "đi là bỏ lại sau lưng, chấp nhận tương lai mờ mịt nơi xứ người" nhưng không thể chấp nhận những bất công:

Nên phó mặc tử sinh trên đầu sóng
Thuyền lướt đi mong tìm chốn dung thân.

Thế mà khi đến được bến bờ, lòng buồn hay vui chính họ cũng không phân biệt được.

Dõi theo trăng trên cuộc đời lữ thứ
Biết bao người tính ngày tháng lưu vong

Vì, như bao người, anh đã mất hết, mất những thứ mà không thứ tiền bạc nào mua được:

Dân lưu vong mang nạn nước nổi trôi
Làm gì được? ngoài tấm lòng
Hướng về tổ quốc!!!

Và trong hơn 40 năm biệt xứ, những buổi sáng thương nhìn về phương Đông, lòng buồn rươi rượi, cảm cảnh tha hương:

Có ai hỏi, vẫn cuộc đời lận đận
Vẫn bơ vơ trong cát bụi hồng trần?

Nhưng dù xa, niềm tin sắt son cho một ngày về vẫn không bao giờ tắt :

Niềm tin đó, càng ngày thêm rực sáng
Sáng ngày về và sáng cả tình quê,

Nhưng hoài công chờ, đâm ra thất vọng, có lúc chán chường.

Ba mươi năm ta lìa sông là núi
Về hay không? Hay vẫn lỗi hẹn thề

Có lẽ không ai ngờ là khi chạm vào đáy của sự bất lực thì tâm tình chuyển hướng và nỗi buồn bất ngờ biến thành phẫn nộ và căm hận trồi lên như con hổ trong vườn bách thú:

Ta sống mãi trong tình thương nỗi nhớ
Thuở tung hoành hống hách những ngày xưa.
Nhớ cảnh sơn lâm bóng cả, cây già,
Với tiếng gió gào ngàn, với giọng nguồn hét núi
Với khi thét khúc trường ca dữ dội,
Ta bước chân lên dõng dạc, đường hoàng,
Lượn tấm thân như sóng cuộn nhịp nhàng…
…
Nào đâu những đêm vàng bên bờ suối
Ta say mồi đứng uống ánh trăng tan?
…
Nay ta ôm niềm uất hận ngàn thâu.
(Nhớ Rừng, Thế Lữ)

Sau cơn giận dữ, thì giấc mơ trở về như được hồi sinh:

Ta đeo đẳng cả trăm thương ngàn nhớ,
Thuở lưu đày vương vấn chuyện ngày xưa.
…
Hỡi hồn thiêng của núi sông hùng vĩ,
Nơi tổ tiên đã khơi nền thịnh trị
Nơi an bình ta được sống ngày xưa..
Nơi ta sẽ về, ước hẹn từng giờ
…
Hỡi cố hương yêu dấu của ta ơi!

Có thể nói những ngày vượt biển, gặp hải tặc, sống sót và sau đó là nỗi buồn viễn xứ đã trở thành một sự ám ảnh tột cùng. Nó theo anh như một phần của thân thể, một khối u đeo bám tâm hồn anh cho đến lúc nhắm mắt xuôi tay.

Và chính vì nỗi đau âm ỉ đó mới đưa anh "trú" vào thi ca, bước vào cái nghiêp viết lách vì có lẽ chỉ có văn chương mới giúp anh vượt thoát (một lần nữa) ra khỏi hiện thực, mơ về một cuộc sống không còn những cơn đau hay nỗi nhớ.

Nhưng căm thì có căm, giận thì có giận, mà bản tính hiền hòa nên lời thơ của anh vẫn là những thủ thỉ, nhẹ nhàng, thương đời, trách mình, nghĩ về nghiệp chướng tiền oan chứ tuyệt nhiên không thấy sự hận thù cay nghiệt:

"Ôm mối hận nhưng lòng còn son sắt

Thơ của anh vang lên như tiếng nấc đớn đau, nói lên cho mình và cho người nỗi lòng biệt xứ, luôn đợi một ngày dù vẫn hiểu đó chỉ là niềm tuyệt vọng.

Chữ *đành* mà anh buông ra như một nỗi xót xa kéo dài, nó gây trong lòng người đọc nhớ đến sự biến dịch không ngừng trong cuộc sống để chấp nhận điều mình không thể đổi thay:

"Thôi đành vậy, ba mươi năm viễn xứ,
Như mây trời phiêu bạt tận mười phương.
Vẫn hun hút trên dặm ngàn lữ thứ
Ôm xót xa bao nỗi nhớ niềm thương."
(Ba Mươi Năm Viễn Xứ).

Có những phút hoang mang anh tìm về kinh kệ để hồn mình dịu bớt, nhưng thức giấc giữa đêm thì nỗi đau vẫn còn âm ỉ:

Bâng khuâng giữa cuộc phù sinh
Nghe chuông tỉnh thức,
nghe kinh nguyện cầu.
Một mình tỉnh giữa đêm thâu,
Hồn quê thêm một nỗi đau nghìn trùng
(Mai rồi đời cũng sẽ vui)

Hiểu đấy, ngộ ra, nhưng trong thực tế từ chớm ngộ đến bến bờ giải thoát luôn có một chặng đường dài. Bởi một người bình thường khó thể tránh những dằn vặt khổ đau vì nhiều điều bất như ý trong cuộc sống.

Tôi không biết anh có uống rượu không, nhưng trong thơ, những đêm khắc khoải anh mời rượu bạn như muốn tìm men cay để quên đi những thao thức:

Xin mời bạn, rượu nồng quên ngày tháng,
Nhớ làm chi, bèo bọt chuyện mây trôi!
Ly chưa cạn mà nghe đời đã cạn
Ai đong đầy cho thế sự đầy vơi?
…
Nào ai hiểu Xuân như người tình phụ,
Mỗi lần xuân. Mỗi quay quắt bất an!
Nhưng ta hiểu đã làm thân lữ thứ
Thôi cũng đành dâu bể với thời gian!
(Cũng đành dâu bể với thời gian!)

***

Khi đi xa nhớ mẹ là nhớ quê. Viết về mẹ thì nhiều người viết, thế nhưng mỗi khi đọc về mẹ ai cũng dễ xúc động. Anh Phù Vân viết về ngày mẹ mất lúc anh đang ở nơi quê người:

Mẹ đi giữa mùa hạ
Hồn ủ trong hương sen.

Sen ở đây là xứ Huế yêu thương mà anh đã rời:

Nay thêm lần giỗ mẹ
thêm một lần ăn năn,
Vẫn nhớ lời mẹ dặn:
"đừng về! nếu khó khăn!
(Hồn ủ hương sen)

Tôi là người nhạy cảm nên khi đọc những lời ăn năn, thấy có lỗi vì không về được thì không thể cầm lòng. Tôi hiểu lời dặn của mẹ và tâm trạng của anh mỗi khi đến ngày giỗ mẹ". Chỉ biết tìm nhau trong mơ:

"Con tỉnh giấc giữa mịt mù gió lạnh,
mẹ về đây hay bào ảnh trong mơ "

Mẹ ơi, "mẹ mất rồi, đời mất cả niềm vui" dù có khi anh tự an ủi mình đó là chuyện vô thường.

Tôi đồng cảm với anh vì khi mẹ mất tôi cũng có những niềm đau như thế: "… *Khi một người nào đó mất đi luôn để lại chúng ta một khoảng trống. Nhưng khi mẹ mất, khoảng trống ấy mênh mông đến vô cùng.*

Bởi mẹ là tác nhân đưa ta từ cõi vô hình đến với thế giới hữu hình. Mẹ là chiếc cầu nối giữa ta và vũ trụ. Mất mẹ, sợi dây thiêng liêng kia đứt phựt. Và những đứa con của mẹ chơi vơi. Hụt hẫng. Bềnh bồng". (Về một ánh sao, TVD)

Trong phần Bạn bè anh viết lời cảm ơn người vợ hiền và mối tình đã giúp mình vượt qua nỗi cô đơn:

Thế mà anh đã ra đi
em cùng ta đi ngàn phương biệt
Tình cờ thay! ta hội ngộ chốn tha hương
Anh không đến với em
Vì dung nhan kiều mỵ
Mà anh đến với em
Trong tiếng gọi nhiệm mầu.
Anh đã nhận ra em chính là mẫu người tri kỷ
Vì mỗi khi em hiện hữu nơi đâu
Thì thiện lành nảy sinh ở đó.
Hay
Có những cánh chim sải cánh tìm về quá khứ,
Có những nhánh sông thầm lặng
tìm chỗ hợp lưu.
Sao anh với em vẫn âm thầm một đời lữ thứ"
(Một lần nữa xin cảm ơn em).

Tình yêu! diệu kỳ thay! Tôi nghĩ là trong cuộc đời long đong có lẽ mối lương duyên may mắn cùng chị Phương Quỳnh là nguồn an ủi giúp anh vượt qua chướng ngại. Nó vừa là liều thuốc an thần vừa là thuốc giảm đau. Và hơn hết, mang cho nhau niềm hạnh phúc.

Còn trong tình bạn, khi anh viết về sự ra đi của người bạn thân thiết Phong Hưng Lưu Nhơn Nghĩa.. có một tiểu đoạn đã làm tôi bồi hồi cảm xúc:

Từ giã nhé cuộc đời đầy huyễn mộng
Đời thư sinh màu áo trắng hoang sơ.
Nghe trong nắng có tiếng cười lồng lộng
Mà âm vang nghe lạnh cả hư vô.

Chữ *lạnh* ở đây quá đắc! Đọc xong tôi cũng nghe như ớn lạnh toàn thân. Và nghe như trong nắng quê người còn vọng lại tiếng cười hồn nhiên và vô tư của người bạn cũ.

"Còn một chút quê hương trong màu nắng,
Thêm mặn mà trên từng đợt phù sa".

Hai câu thơ gói tất cả nỗi niềm của kẻ xa quê. Nắng ở nơi này… nhớ nắng ở nơi kia và quê hương nằm trong vũ trụ không cùng.

Thời gian trên giường bệnh, anh Phù Vân viết nhiều thơ về Thiền, như một cách tìm hiểu lẽ đời:

"Mà hiển vinh là bào ảnh phù du,
Nên ngôn hạnh trong như dòng bát nhã.
Thẩm vào đời nghe vời vợi hương nhu".

Trú vào Thiền và Niềm tin Phật giáo có lẽ mới

giúp giải thoát sự bất hạnh, và xoa dịu nỗi đau tâm hồn. Thơ anh trong giai đoạn này nhẹ nhàng, thoát tục:

"Người đi biền biệt non ngàn,
Cũng quay về với tịnh an của Thiền.
Khói trầm pha chút nhân duyên.
Trong em tịnh mặc ưu phiền cuốn bay,
U trầm nắng đọng am mây,
Tiếng chim quan ải về đây gọi đàn"

Nhờ biết an nhiên chấp nhận nên khi nằm trong bệnh viện anh không hoảng hốt, mà nhìn sự vật một cách thấu hiểu nghiệp quả để an nhiên niệm Phật:

Dang tay ôm nghiệp quả
Thiện ác tự tiền duyên

Sức mạnh ấy chỉ có với những người tu tập lâu năm giúp họ thoát ra những bế tắc và tìm thấy con đường cho riêng mình:

"Bơ vơ tìm những con đường,
Con đường Trung đạo suối nguồn an nhiên,
Ngại ngần đến trước cửa Thiền,
Làm sao xóa những muộn phiền tiền thân?
...
Xa thật xa, gần thật gần,
Nơi không hư vọng, nơi cần chân như"

(Tâm Vọng Thiền Môn)

Hay

"Thôi nương theo nghiệp lực, Buông xả mọi ưu phiền, Mong sao từ tâm thức, Sớm ngộ được pháp thiền". (Ngỡ mình hóa thân).

Buông xả hết để có thể ra đi, như trong Lời từ biệt cuối cùng, lời thơ đơn giản nhưng chân thật làm ai đọc lên cũng phải bùi ngùi xúc động:

"Được nói với nhau bây giờ lời từ giã (...), Thôi từ biệt các bạn nhé, Thuận thế vô thường tôi sẽ phải ra đi".

Có lẽ chỉ khi anh Phù Vân đến với Phật rồi mất vào ngày 18-8-2023 tại Hamburg thì tâm hồn anh mới được giải thoát ra khỏi nỗi đớn đau, tiếc nhớ.

Với gần ba chục năm làm chủ bút Tạp chí Viên Giác, anh Phù Vân đóng góp không nhỏ cho văn thơ mà còn góp phần lớn vào việc giữ gìn văn hóa và truyền bá tinh thần Phật giáo ở hải ngoại. Anh ra đi, chị Phương Quỳnh mất đi một người chồng tri âm tri kỷ, chúng ta mất một Chủ bút bản lĩnh, còn Hòa thượng Thích Như Điển mất đi một cộng tác viên tin cậy và tài năng.

Đọc anh, ta thấy niềm tin vẫn hừng hực như thuở nào, dẫu biết rằng sức đã cạn, đường về nhà còn xa vời vợi...

Sống xa quê hương 10.000 km mà anh cảm như rất gần, khi mẹ mất anh có thể nghe được hương sen bao quanh thân mẹ làm người đọc cũng cảm được vị mặn nước mắt. Nếu có thể tóm tắt những trang viết của anh trong một độ nén, thì tôi sẽ không ngần ngại viết là "Gió mang niềm nhớ.... Và Mây đã bay đi".

Từ nơi xa xôi... tôi xin thắp một nén nhang, ngước nhìn lên áng mây lơ lửng trên cao như để tiễn đưa người anh lớn "Phù Vân" đang bay về một nơi chưa biết là đâu. Mà rồi ai cũng sẽ đến. ■

Milano, mùa thu 2023.

Phương Quỳnh

VIẾT CHO ANH

NHỚ LINH XƯA...

Nhà văn Toại Khanh (tức Thượng Tọa Giác Nguyên) từng viết một bài văn rất hay về Đại Lễ Vu Lan nhan đề là: „Nhớ Linh Xưa". Và Sư đã giải thích: „Trong văn chương Việt Nam có biết bao là những câu chữ hay ho để mà nhớ, để mà cảm, vậy mà thật lạ, đối với tôi ba chữ *Nhớ Linh Xưa* trong mấy bài văn tế vẫn cứ là đẹp nhất, lồng lộng và sâu thẳm, chan chứa và nồng nàn nhất. Lý do ư? Ai sống ở đời lại chẳng có những ngớ ngẩn riêng tư không thể giải thích chứ!"

Anh yêu! Tâm trạng em giờ đây đúng như vậy. Hai mươi năm chung sống đã có không biết bao nhiêu điều „ngớ ngẩn", tuy riêng mà lại là chung, tuy chung mà cũng có riêng. Làm sao có thể giải thích hết được. Phải chăng, đấy là *Nghiệp*, là *Duyên*, phải không Anh?

Sáng hôm nay, ngày 21.06 ngồi trên chuyến lửa tốc hành ICE từ Köln quay về Hamburg sau ngày giỗ đầu tiên của chị Ba, có cái gì đó thôi thúc em phải lôi ngay giấy bút ra viết những dòng yêu thương này cho Anh. Xe vẫn lăn bánh sắt phát đều những tiếng rập rình thật bình yên, Cảnh vật, cây cối, nhà cửa... hai bên lui dần về phía sau khi tàu vươn đến. Đời người cũng như những chuyến tàu, cũng lao về phía trước, phải không Anh? Tất cả hành khách ai rồi cũng phải đi hết chặng đường, cũng phải xuống tàu, phải chia tay ở sân ga. Kẻ đi trước người đi sau. Như hai chúng ta...

Bên ngoài, trời âm u mưa rỉ rả. Gần cuối tháng 6 ở nước Đức mà vẫn còn mưa, gió lạnh. Tính lại, chỉ còn 55 ngày nữa là em trở về Tổ Đình Viên Giác để tham dự Đại Lễ Vu Lan, kỷ niệm 45 năm báo Viên Giác và đặc biệt đúng ngày 17.08 Hòa Thượng Phương Trượng sẽ cúng giỗ đầu cho Anh. Biết tin này chắc hẳn hương hồn Anh vui lắm.

Anh ơi! Tính đến nay Anh đã lìa cõi tạm tròn 10 tháng. Trước hương linh Anh, em muốn kể lại cho Anh nghe những chuyện ngày xưa, chuyện ngày nay, chuyện vui buồn dâu bể mà chúng ta đã trải qua. Phải chăng, đó cũng là những từ mang chở hết tâm sự của anh, khi Anh cố ý đặt tựa đề cho tập thơ cuối cùng của mình là „Cũng Đành Dâu Bể Với Thời Gian".

Chuyện bắt đầu từ một khúc quanh không nhỏ của cuộc đời mình, chắc Anh còn nhớ? Đã hơn hai mươi năm, kể từ cái ngày mà Anh xuất viện từ bệnh viện Uniklinikum Hamburg UKE sau lần đột quỵ. Vì cần có người kề cận (trước đó anh ở một mình) mà con gái anh thì ở quá xa nên cháu đã gởi gắm nhờ em đưa Anh về nhà để tiện có người theo dõi và chăm sóc!

Em tự hỏi, có phải trùng điệp nhân duyên từ kiếp nào đến hôm nay trong hoàn cảnh trớ trêu ngang trái, đưa đẩy em và Anh gặp nhau nơi đây: nơi đất khách Đức quốc xa xôi, nơi có các ngôi chùa mà Anh và em cùng tìm về nương tựa cho đời sống tinh thần của mình.

Em còn nhớ rất rõ, lần nhập viện năm ấy, Anh đã bị liệt nửa thân, miệng không nói được. Theo sự quyết định của bác sĩ lúc xuất viện, không cho phép Anh ở một mình vì đã một lần bị tai biến nặng thì cơn bệnh ấy chắc chắn sẽ trở lại không sao tránh khỏi. Từ đó Anh đã nhờ người bạn thân thu dọn đồ đạc từ căn nhà nhỏ của Anh ở ngoại ô thành phố Hamburg dời về nhà em.

Anh là người sống nội tâm, từ tốn ít nói cười. Tánh tình chân thật, khiêm cung, ít muốn phiền lụy đến ai. Ai muốn hiểu mình thế nào cũng không để ý đến, không tâm tình chuyện riêng tư dù đó là bạn thân. Nên có ai hiểu được hoàn cảnh thật của Anh đâu! Ở thế gian này chuyện ấy bình thường, thấy vậy mà không phải vậy.

Những ngày đó Hòa Thượng Phương Trượng thường xuyên từ Hannover gọi đến bệnh viện thăm Anh, an ủi và theo dõi tình hình sức khỏe. Anh thấy mình đã mang căn bệnh nguy hiểm và sức khỏe yếu dần khó lo cho tờ báo Viên Giác được chu toàn. Mà Anh lại là người cầu toàn, làm việc với tinh thần trách nhiệm cao, nên Anh có thưa và xin Thầy tìm người để thay thế vai trò Chủ Bút. Nhưng Hòa Thượng Phương Trượng là người thông minh, lại quý trọng văn chương thi phú, Ngài nhìn xa thấy rộng nên khuyên Anh cứ an tâm mà dưỡng bệnh, không nên lo nghĩ nhiều sẽ khó bình phục. Tờ báo Viên Giác có đường lối chủ trương rõ ràng nên Hòa Thượng không giao vội vàng cho ai cũng được, dù có tài giỏi bao nhiêu.

Sau 3 tuần lễ nằm bệnh viện trở về. Hằng ngày Anh lại tiếp tục lo cho tờ báo, ít khi chịu nghỉ ngơi. Đêm đêm thức khuya đến 1 hay 2 giờ sáng, không rời chiếc máy Computer, em phải nhắc, Anh mới chịu đi ngủ. Anh làm việc mà em cũng phải thức theo Anh vì sức khỏe chưa tốt hẳn.

Giờ ăn, giấc ngủ Anh luôn không để ý. Mỗi ngày Anh phải uống 5, 6 thứ thuốc bệnh. Bạn bè hỏi, Anh trả lời: „Ai có bệnh gì tôi có bệnh đó". Em phải luôn theo dõi nhắc nhở Anh cũng chỉ vì Anh say mê nghiệp "báo", thơ văn mà quên cả thân mình.

Có những người bạn thân gần gũi họ nói: „Nếu không có người kề cận phụ giúp Anh, chăm sóc kỹ lưỡng thì Anh đã ra đi hơn mười năm trước rồi!". Nhờ vậy, nên tinh thần Anh an vui, làm việc không ngừng nghỉ, chuyện báo chí, chùa chiền, Hội đoàn... đều không thiếu vắng Anh đóng góp.

Nhưng, qua 20 năm em đồng hành cùng Anh gặp biết bao thăng trầm, chuyện đời thị phi, ganh tị hơn thua, chuyện không nói có, chuyện có nói không. Giáo lý của Đức Phật nhắc nhở con người nhớ tránh khẩu nghiệp. Nghe pháp ai cũng nghe, nhưng có mấy ai thực hành đúng theo pháp?

Lời Phật dạy thâm sâu vi diệu vô cùng. Em nhớ vài câu thơ trong bài „Lần Nữa Cám Ơn Em" tặng trong lần sinh nhật thứ 77 năm 2022.

„Anh không đến với em vì dung nhan kiều my
Mà đến với em trong tiếng gọi nhiệm màu
Anh nhận ra chính em là mẫu người tri kỷ".

Chuyện thị phi ta gác bỏ ngoài tai. Ta biết mình là ai thì chẳng cần đến chuyện đúng sai hơn thua để làm gì. „Tu là phải tập như vậy! Miễn sao mình cầu xin có sức khỏe để đóng góp cho tờ báo Viên Giác. Đó là một phần linh hồn của Thầy mình và của Anh nữa". Đó là câu Anh thường nói với em.

Qua 60 năm hành đạo của Hòa Thượng Phương Trượng Viên Giác ở Hải Ngoại. Ngài đã tạo dựng không biết bao nhiêu công trình mình không nhắc lại. Thời gian sắp tới đây, Học Viện Phật Học tại Hannover, quy trình đến năm 2029 sẽ hoàn thành theo tâm nguyện của Hòa Thượng đến đó tròn 80 tuổi. Tuổi bát thập, kính nguyện Đức Bổn Sư thùy từ gia hộ cho Hòa Thượng Phật sự viên thành, tùy tâm mãn nguyện.

Anh ơi! mình cũng không làm sao quên được bào huynh của Hòa Thượng là Đại Lão Hòa Thượng Thích Bảo Lạc hiện là Chứng minh Hội Đồng Hoằng Pháp GHPGVNTN, Phương Trượng Chùa Pháp Bảo và Thiền Lâm Pháp Bảo Sydney. Cứ mỗi lần ở Châu Âu có lễ lớn Về Nguồn hay Đại Giới Đàn, 70 năm tuổi thọ của Hòa Thượng Phương Trượng VG và 40 năm tờ báo VG... đều có cung thỉnh HT Bảo Lạc và TT Thích Nguyên Tạng trụ trì Tu Viện Quảng Đức và Trang Nhà Quảng Đức ở Australia sang tham dự.

Những năm trước đây, Sư Bà Bảo Quang còn tại thế. Cứ mỗi lần Đại Lão Hòa Thượng Bảo Lạc sang Âu Châu tham dự. Dù tuổi cao nhưng Ngài luôn dành thời gian về chùa Bảo Quang Hamburg để viếng thăm sức khỏe Sư Bà trong thâm tình thiền môn thật quý báu. Ngày 08.06 vừa qua là ngày lễ Húy Nhật của Sư Bà mình Anh ạ!

Lần nào cũng vậy, Hòa Thượng Bảo Lạc đến Chùa Bảo Quang, Ngài đều nhắn tin cho Phù Vân, PQ Diệu Thiện cùng với vợ chồng Bác Sĩ Văn Công Trâm là bào huynh của Văn Công Tuấn hiện là Chủ Bút của báo Viên Giác đến đảnh lễ Thầy và hàn huyên cùng với Chư Tôn Đức. Ni Sư Thích Nữ Tuệ Đàm Châu, ngồi uống trà trong thâm tình đạo vị. Bên dòng sông cạnh Chùa có Quan Âm Các với hàng cây cao bóng mát gió thoảng vi vu, cảnh trí thật êm đềm nên thơ tịch mịch.

Vô thường đến, giờ đây Anh và BS Trâm đã vội ra đi lỗi hẹn với Hòa Thượng là chúng mình sẽ sang Úc Châu thăm Chùa của HT, Tu Viện Quảng Đức của TT Thích Nguyên Tạng. Viết đến đây sao em thấy lòng mình buồn vời vợi, tự dưng muốn khóc, nhớ tình cảm của Ngài đã dành cho. Lòng tự nhủ, sao mình tôn kính thương quý Thầy, mà mình chưa được đủ duyên để làm tròn lời hứa.

Nhớ lại lần HT Bảo Lạc về Viên Giác năm 2019 dự lễ thất thập của HT Phương Trượng VG và kỷ niệm 40 năm tờ báo Viên Giác. Em đến đảnh lễ HT Bảo Lạc. Ngài mừng vui với nụ cười đôn hậu và hỏi: "Phương Quỳnh ở đây còn mấy Bút Nữ kia trốn đâu hết chưa đến chào Thầy? Câu hỏi ví von nhưng ẩn chứa thâm tình của HT dành cho nhóm Bút Nữ Viên Giác.

Chắc hẳn Anh không bao giờ quên, vào năm 2007 HT Phương Trượng hoan hỷ đồng ý cho Anh thành lập nhóm Bút Nữ. Lần đầu tiên họp mặt ở nhà mình. Bảy nàng líu lo đặt tên cho Anh là Đại Bàng để che chở cho đàn chim Bút Nữ Viên Giác. Mỗi người tự đặt tên một loài chim thích hợp với mình.

Lần đầu tiên 7 người, sau thêm thành 8–9. Tiếc thay chim „Két" Hồng Nhiên đã vội bay xa hơn 10 năm rồi! Nhớ hai lần họp mặt ở nhà mình, vài ngày sum họp, líu lo vui cười rộn rã. Kết quả lần đầu xuất bản cuốn "NHỮNG CÂY BÚT NỮ 1" vào năm 2008 đến năm 2014 ra tiếp cuốn "NHỮNG CÂY BÚT NỮ 2". Mỗi lần được HT hoan hỷ cho in 1.000 cuốn, lần nào cũng được quý vị độc giả mua ủng hộ nên sách bán hết nhanh, Bút Nữ vẫn nhớ ơn.

Thời gian dài trôi qua, Bút Nữ mỗi người mỗi ngã, tuổi dần cao, bận rộn gia đình nên bút cũng cạn hết mực. Tiếc thay những ngày vui xa xưa đó, nay không còn nữa! Có mấy ai níu kéo được thời gian. Rồi dịp tháng 7 năm 2019 Sư Cô Thích Nữ Hạnh Trì hiện là Trụ trì Tịnh Thất Hòa Bình ở California Mỹ quốc là đệ tử cuối cùng của Hòa Thượng Phương Trượng qua Đức để tham dự lễ Thất Thập của Sư Phụ. Sư Cô Hạnh Trì là người sáng lập Hội Từ Thiện I'M FOR WORLD PEACE FOUNDATION đã hơn 50 năm qua, trước khi Sư Cô xuất gia. Sư Cô cũng đến Hamburg thăm nhóm Từ Thiện chi nhánh GERMANY do Đàm Thị Bích Liên đại diện đảm trách.

Nhớ không Anh? Ngày 08.12.2021 Anh được tham dự buổi lễ long trọng của Hòa Thượng Phương Trượng được Tổng Thống Đức trao Huy Chương Danh Dự về Văn Hóa và Tôn giáo tại Tòa Hành Chánh thành phố Hannover. Đứng bên cạnh Thầy mình, nhìn Anh khỏe mạnh với nụ cười hân hoan chia sẻ nỗi vui mừng cùng Thầy Phương Trượng.

Vậy mà đến giữa tháng 5/2023 Vô thường đến, Anh trở bệnh. Ban đầu có Bác Sĩ Hoàng Cương và Chị Lịch đến nhà dùng phương pháp trị liệu làm giảm đau, nhưng Anh không bớt nhiều vẫn còn đau nhức.

Anh còn nhớ lời Bác Sĩ Dương Anh Dũng tâm tình với mình không? "Bác Hòa ơi! Cháu không biết qua mấy chục năm, Bác đã làm gì cho Chùa mà khi cháu nghe tin Bác gọi xe cấp cứu đưa vào bệnh viện. Tự nhiên có điều gì thôi thúc lòng cháu, từ nhà riêng ở xa phải chạy nhanh đến bệnh viện St. Georg để phụ lo cho Bác".

Đây là Bệnh viện chuyên về TIM. Trước đây Bác Sĩ Dũng đã làm việc hơn 30 năm ở Team Kardiologie ASKLEPIOS KLINIK St. GEORG, sau đó chuyển qua làm Bệnh viện Harburg. Bác Sĩ Dũng đã về hưu mấy năm qua rồi.

Suốt 3 tháng Anh thường vô ra nhà thương, ngày nào cũng có BS Dũng và BS Cương theo dõi bệnh tình của Anh từ sáng đến tối, cả lúc Anh đang nằm ở bệnh viện hay ở nhà. Có điều đặc biệt, BS Cương sống và làm việc ở Hamburg qua mấy chục năm không liên lạc và tin tức gì với Anh, mà chỉ gặp lại vài lần.

Mỗi đầu tháng ban Cao Niên ở Hamburg họp mặt đều có 2 BS Cương và Dũng đến chăm lo sức khỏe cho bà con, khi nghe tin Anh bị bứu phải dùng thuốc để xạ trị, BS Cương sốt sắng đem cái đồng hồ đeo tay để chống ói mửa mới mua từ Mỹ về, chưa dùng đến vội vàng đem đeo cho Anh.

Phần BS Dũng luôn theo sát với các BS ở bệnh viện Tim. Nhưng khi tìm ra nguyên nhân đau nhức không phải là tim mà là phổi, trong phổi có bướu. Vợ BS Dũng là y tá người Đức cũng rất tử tế. Cô ta bị sạn thận, phải vào bệnh viện mổ, mà chấp nhận đi mổ một mình, để chồng lo cho Anh. Giờ đây Anh không còn ở thế gian này nữa. Nhưng với tấm lòng và sự hy sinh của 2 anh Cương và Dũng, nghĩa ân này em vẫn mãi khắc ghi. Xin nguyện cầu cho những người có tâm từ gia đình luôn được an vui hạnh phúc.

Anh ơi ! Chắc hẳn không bao giờ chúng mình quên được Hòa Thượng Phương Trượng và Quý Chư Tôn Đức Tăng Ni ở Hải Ngoại và Tổ Đình Viên Giác nói riêng đã đến tận nhà thăm Anh. Trong thời gian Anh bệnh trước đây và đến ngày giã từ cõi tạm. Mỗi ngày quý Thầy đều có tụng kinh cầu nguyện cho Anh.

Thời gian đó HT Phương Trượng luôn theo dõi, lo lắng cho Anh rất nhiều... và cho cả em nữa. HT sợ em không đủ sức khỏe để chăm sóc Anh. Cầm hộp thuốc bổ trên tay, lòng em quá xúc động không nói nên lời. Nghĩa cử của HT em xin cúi đầu đảnh lễ niệm ân. Dù chỉ một lần em vẫn ghi tâm. Đã bao năm qua, Anh vẫn thường nói với em "Dù hai đứa mình không quy y với Thầy Phương Trượng nhưng trong thâm tâm luôn tôn kính Thầy như là Sư Phụ. Học ở Thầy lòng nhân hậu và luôn biết nhớ ơn… Phúc cho ai được gần gũi với Thầy".

Từ trái: Bhante Olane Nalanda, HT Minh Giác, HT Tánh Thiệt, HT Như Điển, Ni Sư Diệu Trạm, HT Thông Trí, Phương Quỳnh và Phù Vân. Ảnh chụp trước nhà Phù Vân 2023.

Dịp này HT Phương Trượng đã hoan hỷ cho xuất bản tập thơ cuối cùng như lòng Anh ước vọng. Qua nhiều lần Anh tâm sự với Nguyên Đạo, người em thứ ba trong tứ Nguyên của Viên Giác. Nguyên Trí, Nguyên Tánh, Nguyên Đạo và Nguyên Minh. Nguyên Tánh đã vội ra đi trước Anh rồi. Giờ đây còn hai hiền đệ Nguyên Đạo và Nguyên Minh hết lòng lo cho Anh Nguyên Trí. Đó là tập thơ "CŨNG ĐÀNH DÂU BỂ VỚI THỜI GIAN" là đứa con tinh thần thứ sáu và cuối cùng của Tùy Anh. Em đọc lời giới thiệu của HT Phương Trượng cho tập thơ, Anh biết không? Chuyện Phật sự của Hòa Thượng tuy đa đoan, Ngài phải gánh vác nhiều phương diện ở Hải Ngoại này, thế mà HT cũng cố gắng dành thời gian để viết lời tựa cho tập thơ tải Đạo vào Đời để cho Anh vui trong khi bạo bệnh!

Nguyên Đạo thì lo về xuất bản. Nguyên Minh thì lo biên tập và trình bày. Thật là diễm phúc cho Anh. Được Thầy thương, hai hiền đệ giỏi và chân tình. Thời gian quá cấp bách tưởng Anh còn chờ đợi !

Hai hiền đệ cũng muốn cho Anh sớm thấy mặt tập thơ cuối cùng như Anh chờ mong. Nhưng "lực bất tòng tâm", Amazon không gởi kịp vì đường bưu điện trở ngại nên Nguyên Đạo cũng buồn và tiếc thay!

Em kể cho Anh nghe trong lời giới thiệu của HTPT: *"Mặc dù Anh đang trị liệu những cơn đau của thân thể, nhưng tâm hồn Anh luôn bay bổng theo những cung điệu của văn chương và thơ phú. Đọc phần Quê Hương, Tổ Quốc và tình người. Ta thấy tác giả có một lập trường kiên định với hai chữ TỰ DO… và mong ngày quang huy cho Tổ Quốc".* HT vốn khen Anh "Đã ngộ lý vô thường của nhà Phật, nhất là những ngày nằm trong bệnh viện hay ở nhà để cảm nhận những hạt bụi long lanh, bay trong vô định hay tiếng chim hót ở vườn bên cạnh nhà hoặc về Chùa Viên Giác để tham dự những lời kinh khuya".

Nhà văn Tâm Huy Huỳnh Kim Quang, cựu Chủ Bút Việt Báo Hoa Kỳ:

"Anh đã cống hiến cho nền Văn Học Dân Tộc và Phật Giáo Việt Nam những dòng thơ làm rung động lòng người. Tùy Anh không ngủ quên trong kinh chiều mà bỏ quên tình yêu của mình, bởi vì bài thơ LẦN NỮA CẢM ƠN EM".

"Viết cho em giữa mùa trăng lời yêu không nói hết
Lời thiết tha bàng bạc, dịu ngọt cõi thanh yên
Đó là nhân ta gieo trồng từ vô lượng kiếp
Nay là quả ta gặt hái từng độ nhân duyên".

Điểm đặc biệt trong tập thơ "CĐDBVTG" nhà thơ Tùy Anh đã giáo nghĩa của Đạo Phật bàng bạc khắp nơi cho dù là nỗi nhớ quê hương, tình mẹ, tình bạn hay tình yêu. Tư tưởng Phật học chừng như đã thấm sâu theo từng nhịp thở con tim và trong từng niệm tưởng của nhà thơ Tùy Anh…"!

"MAI RỒI VỀ CÕI HOANG SƠ" của Nguyên Minh Nguyễn Minh Tiến có những cảm nhận dài về thơ Tùy Anh. Nhưng em chỉ tóm lược vài đoạn ngắn.

"Chủ đề Quê Hương và Mẹ" là hai chủ đề, nối tiếp nhau trang trọng được đặt ở đầu tập thơ.

"Tổ Quốc ơi ! Bốn ngàn năm văn hiến
Còn lại gì, ngoài dân tộc tả tơi!
Dân lưu vong theo vận nước nổi trôi"…

(Nghĩ về quê hương)

Với Mẹ.

"Hai mấy năm con không về với Mẹ
Tháng ngày dài chồng chất nỗi nhớ thương
Mẹ ơi Mẹ! Đã một lần hưng phế
Mà riêng con vẫn lưu lạc tha phương".

(Mẹ mất rồi, đời mất cả niềm vui)

Và Nguyên Minh còn thấy, ranh giới giữa các phạm trù trong thơ Anh cũng khá mong manh, hay nói đúng ra là chúng đã phần nào hòa quyện vào nhau, như những bản năng tình cảm và phẩm tính thanh cao của sự tu tập đều đã hài hòa trong con người thật của Anh. Bởi vậy bóng dáng tình yêu trong thơ Anh cũng không xa rời nhận thức về Đạo pháp.

"Cảm ơn em
Sắc không huyền nhiệm
Mà nguồn xưa biền biệt trùng khơi
hạt khổ đau
Vẫn khơi mầm vọng niệm
Nên nhân duyên mãi quấn quýt với đời".
(Cảm ơn em mùa Xuân)

Cung bậc vui buồn thương ghét, cuối cùng rồi cũng chỉ là:

"Mai rồi về cõi hoang sơ
Lòng trần cũng trắng như tờ kinh thư ..."
(Lòng Trần)

Những lời phân tích thơ Tùy Anh của hiền đệ Nguyên Minh thật là sâu sắc tuyệt vời phải không Anh? Lời thơ đã làm thấm đẫm ân tình và đạo vị giữa hai anh em vậy. Nguyên Minh là nhà văn được thấm nhuần giáo lý và kinh điển của Phật Giáo rất sâu xa.

Với Lời Bạt của Nguyên Đạo trong tập thơ "CĐDBVTG" mà Anh khen: *thật là thâm thúy và chân tình giữa hai anh em qua hơn 40 năm, gần nửa thế kỷ.* Biết bao kỷ niệm khó quên! Nguyên Đạo nhận ra Anh là người đã trải qua bao thăng trầm thế sự. Đã từng gặp biết bao khó khăn, khi là một ông Trưởng Ty trẻ chỉ mới 25 tuổi đã nhận chức vụ là Trưởng Ty Thủy Lâm tỉnh Quảng Nam. Trong thời chiến tranh đầy bè phái và cũng lắm lươn lẹo. Gặp bao nhiêu lần bị ép sát vào tường, cổ họng dường như bị bóp nghẹt thở... nhưng rồi Anh cũng vượt qua. Nhưng đối với Anh cái quý là cái tâm của một Phật tử đã hiển hiện và vẫn còn mãi trong Anh, mãi đến ngày cuối đời hôm nay. Anh kể cho Nguyên Đạo thời Anh còn ở Hội An, Anh đã làm đủ mọi cách ủng hộ HT Thích Như Vạn xây dựng nên trường Trung Học Bồ Đề Hội An. Anh kể, khi gặp những ai già lạy lục xin tha tội chuyển gỗ lậu thì Anh nói nhân viên nhắm mắt cho qua và chỉ cần nói họ đóng thuế đầy đủ cho nhà nước theo luật định thôi, chứ đừng phạt hay bắt giam họ.

Hai anh em Nguyên Đạo và Nguyên Minh đều đồng ý với nhau rằng: "Công phu tu tập của Anh, bao nhiêu năm thực hành Phật pháp, bây giờ mới thể hiện là đây. Tự tại an nhiên, vô thường đến thì ai rồi cũng phải ra đi. Nhận chân được điều ấy ngay trên chính bản thân tật bệnh của mình là người đã hiểu đạo một cách thẩm thấu".

Và Anh cũng còn nhớ, ngày Nguyên Tánh Nguyễn Hiền-Đức chưa rũ áo ra đi, viết một bài dài đăng trên nhiều báo ở hải ngoại. "Phù Vân - Tấm Gương Ngời Sáng Trong Tôi". Người mà tôi muốn gặp lại Anh sau hơn 50 năm gần trọn đời người. Nguyên Tánh đã xem Anh như một tấm gương ngời sáng của cuộc đời mình. Có một điều kỳ lạ, trong lòng anh Nguyên Tánh rất vui mừng, chân thành tạ ơn Đạo, ơn Đời mãi đến 50 năm sau mới được biết. Mong 1 năm sau đó sẽ được gặp mặt Anh ở Đức. Nhưng vô thường đến, anh Nguyên Tánh lại vội ra đi trước NT Phù Vân. Cuộc đời chẳng ai biết chắc chắn được điều gì sẽ xảy ra.

Đọc bài NT Nguyễn Hiền-Đức viết cho Phù Vân ở đoạn cuối: "Mong rằng tôi có dịp qua Đức gặp Anh Chị Phù Vân - Phương Quỳnh mà dù chưa gặp lần nào nhưng tôi luôn kính quý tận đáy lòng. Ân cần và thân ái đến Anh Chị Phù Vân - Phương Quỳnh".

Đối với Nguyên Tánh dù chưa một lần gặp mặt, nhưng mình rất cảm động với con người sâu nặng nghĩa tình phải không Anh? Tiếc thay! Mình không gặp gỡ ở kiếp này, mong rằng sẽ gặp gỡ Nguyên Tánh ở kiếp sau.

Anh ơi! Ngược thời gian trở lại, mình không bao giờ quên ngày 14.08.23. Đại Lão HT Thích Bảo Lạc, HT Thích Như Điển, TT Thích Nguyên Tạng, ĐĐ Thông Triêm, ĐĐ Thông Triển và hai Ni Sư từ VN cùng với 3 Bác Sĩ Công Trâm, Hoàng Cương, Anh Dũng, Văn Công Tuấn, Phạm Công Hoàng và Bác Thiện Phước cùng những bạn hữu đã đến bệnh viện thăm Anh. Nhìn lại hình ảnh này em không làm sao ngăn được nước mắt ân nghĩa nghìn trùng với Chư Tôn Đức. Quý Ngài tuổi cao, sức yếu, nhiều ngày phải lo công việc cho Đại Giới Đàn mấy trăm Chư Tăng Ni ở Chùa Khánh Anh Paris rồi sang dự lễ khánh thành Tu Viện lộc Uyển ở Rostock của Sư Bà Diệu Phước. Từ Rostock cách xa Harburg mấy trăm cây số. Thời giờ eo hẹp vậy mà quý Ngài cũng muốn đến bệnh viện thăm Anh. Âu đó cũng là nhân duyên cho Anh được gặp quý Thầy lần cuối cùng, chỉ trước 3 ngày thôi, có mấy ai được nhiều phước báu như Anh vậy ?

Ngày đó em thấy Anh vui cười và rất sung sướng. Những ngày cuối đời được Sư Phụ và quý Chư Tôn Đức thương tưởng. Hạnh phúc lớn lao này không dễ gì ai cũng có được đâu Anh!

Nhưng ngày đó chân Anh đã yếu dần. BS bệnh viện muốn chính BS Dũng tận tay đẩy anh đến phòng họp và không cho y tá đẩy. BS Dũng đã liên lạc mượn được phòng họp rộng rãi, khang trang để đón quý Ngài.

Đến ngày 17.08 Anh sáng tác thêm bài thơ cuối cùng dài 25 câu "BIỂN VẪN MANG MÀU XANH" trên giường bệnh. BS Cương cũng rất buồn. Anh cũng là nhà thơ nên làm tặng Tùy Anh bức ảnh biển trời mênh mông ghi hai câu thơ:

"Biển vẫn mang màu xanh, sao Anh không còn nữa?

Cho muôn đời còn đó những tinh anh".

Harburg 18.8.23

Chư Tôn Đức và thân hữu đến thăm tại bệnh viện Harburg

Hình như trong lòng anh đã chuẩn bị trước cuộc ra đi, nhưng sao Anh không dặn dò hay nói với em lời từ biệt nào? Em biết rồi, chắc Anh nghĩ là em đã khổ nhiều rồi, nên Anh không muốn cho em biết, sợ em bị sốc mà đau khổ thêm?

Tối ngày 17.8 qua điện thoại em nói với Anh trưa ngày 18 em đem hoành thánh, khoai lang, bánh, trái cây và vài thứ nữa để Anh ăn trưa, Anh tỏ ý bằng lòng. Hôm sau đúng 10 giờ hai em Bích Liên và Tích Phùng đến nhà đón em đem thức ăn trưa cho Anh. Thế mà trên đường gần đến bệnh viện Harburg lúc đó gần 11 giờ, Phùng nhận tin khi đang lái xe là Anh vừa ra đi lúc 10 giờ 10 phút. Em bị sốc, tay chân em run rẩy, người chết cứng, lúc xuống xe không xách nổi hai túi thức ăn cho Anh. Nước mắt đầm đìa…

Viết những lời này cho Anh, nhiều lần em không cầm được nước mắt! Tối ngày thứ sáu đó, Phùng và Thịnh về nhà mình để lo làm bàn thờ cho Anh. Em chẳng làm được gì, ngồi nhìn căn nhà, chỉ còn biết khóc, thấy toàn cảnh ảm đạm thê lương.

Chú Tuấn kể: "Buổi sáng ngày 18.8, lúc 9:28 nhận được email của Anh, đến 10g10 thì lại được tin Anh đột ngột ra đi. Chú Tuấn đã giật mình hoảng hốt bán tín bán nghi. Trong thời gian điều trị ở bệnh viện Harburg, Anh và chú Tuấn vẫn thường xuyên liên lạc Email với nhau mỗi ngày, có khi nhiều lần trong ngày. Từ đó đến nay chú đã để Email cuối cùng này của Anh trong hộc số Email "quan trọng và chưa đọc = Wichtig und ungelesen" để tâm niệm rằng anh vẫn đang còn ở đâu đó và nhắc nhở chú lo phụ việc với Hòa Thượng.

Thế là Anh rời cõi tạm trong tỉnh thức nhẹ nhàng. Ai cũng mơ ước cuối đời ra đi nhẹ nhàng như Anh! chính Sư Cô Thích Nữ Tuệ Đàm Nghiêm trụ trì Chùa Bảo Quang Hamburg cũng giựt mình không tưởng được. Một ngày trước, trưa ngày 17 Sư Cô đến bệnh viện thăm, Anh còn ngồi nói chuyện vui vẻ với Sư Cô.

Sau khi đột ngột nghe tin Anh đã xả bỏ xác thân, vợ chồng Táo quân Trần Thế Thi và Nhị vội vã từ Koblenz về Hamburg ở lại nhà mình hơn tuần lễ để an ủi, chia sẻ giúp đỡ em và dự tang lễ tiễn đưa Anh.

Ngày tang lễ của Anh, vinh hạnh được HTPT chủ lễ truy điệu cùng với tất cả Chư Tôn Đức Tăng Ni chùa Viên Giác, chùa Bảo Quang, Sư Bà Như Viên và đặc biệt khi hay tin Anh, quý Thượng Tọa Thích Nguyên Tạng (Úc Châu), TT Thích Quảng Đạo (Paris) và Thích Như Tú (Thụy Sĩ) vội vàng mua vé máy bay sang Đức cho kịp ngày tiễn đưa Anh.

Tang lễ thật long trọng trang nghiêm trong 2 căn phòng rộng lớn, đông đảo bà con bạn hữu xa gần ở khắp mọi nơi trên nước Đức đã bỏ thời giờ quý báu vội vàng về Hamburg tiễn đưa Anh. Ai cũng nhắc nhở và tiếc thương Anh vô cùng. Ân nghĩa này em xin niệm ân tất cả!

Hai tháng sau, ngày 21.10.23 TT Thích Quảng Đạo nhận hũ cốt Anh an trí ở Tháp Địa Tạng chùa Khánh Anh ở Paris.

Với lòng thương kính quý báu, hai cháu Hưng, Dung đã không quản ngại xa xôi đưa em và vợ chồng Trần Thế Thi sang Pháp. TT Quảng Đạo ưu ái dành cho nhà mình một phòng ngủ rộng đầy đủ tiện nghi cho 5 người. Em nghĩ Anh muốn về an trú chỗ TT Quảng Đạo vì nơi đây có bóng dáng của Hòa Thượng Thích Minh Tâm, người Thầy

Về an nghỉ tại Tháp Địa Tạng Khánh Anh Đại Tự - Pháp

mà hàng hàng Phật tử đều thương kính quý trọng biết bao!

Sau đó, giỗ 100 ngày của Anh. Vào đầu tháng 12 sau 1 tháng HTPT đi hoằng pháp ở Nhật về. Đáng lý Hòa Thượng phải sang Mỹ Châu để tham dự lễ Kỷ niệm 49 ngày của Ngài Thích Tuệ Sỹ, nhưng vì Thầy đã có lời hứa cúng 100 ngày cho Anh, nên không sang Mỹ. Thầy phải nhờ Hòa Thượng Nguyên Siêu đứng ra đảm trách. Nghĩa tình này em thật cảm động, không cầm được nước mắt, thêm vô vàn lòng từ bi độ lượng của HT Phương Trượng. Hòa Thượng Nguyên Siêu khen: "Anh trọn đời đã hy hiến phụng sự cho Tam Bảo và đóng góp công sức cho Cộng Đồng Người Việt ở Hải Ngoại. Anh xứng đáng là một người được quý kính".

Anh luôn ưu tư mang nặng niềm đau, của quê hương dân tộc Việt Nam đã trải qua 4.000 năm Văn Hiến. Cộng tác đắc lực với Cộng Đồng Người Việt ở Hamburg, trải qua hơn 40 năm bao nhiêu là sóng gió, nhưng cuối cùng cũng vượt qua và giữ vững Hội Người Việt Tỵ Nạn Cộng Sản. Đặc biệt, được một thành quả to lớn: Đặt tấm bia tại cảng Hamburg để cám ơn con tàu Cap Anamur và chính phủ, nhân dân Đức cưu mang 11.000 thuyền nhân đến nước Đức này.

Hội cũng hoạt động liên tục xuyên suốt cho đến ngày nay. Đó là một thành quả to lớn của Anh và chung tất cả các Anh, Chị, Em như: Phan Anh, Thế, Thoảng, Hiệp, Huấn, Dũng, Hồng, Bích Liên, Tích Phùng, Thưởng, Tiến, Trường, chị Khiếu, Liệu, anh chị Đường... và các cháu Tùng, Phúc, Nhu, Lến, Cường, Hạnh v.v... còn rất nhiều người nữa không kể hết được. Cho dù không cùng một niềm tin nhưng luôn quý mến nhau với một tinh thần Cộng Đồng, biết chia sẻ và giúp đỡ nhau trên mọi phương diện nên mới được thành quả đó đến ngày hôm nay.

Thời gian lặng lẽ nhưng lại trôi qua nhanh quá. Sắp đến ngày giỗ đầu của Anh, cô em ca sĩ Ngọc Huệ của chúng ta từ München về đóng góp, lại hát bản nhạc mà Anh rất thích và 5 năm trước Anh đã yêu cầu Ngọc Huệ trình diễn trong dịp lễ thất thập của HTPT và Kỷ niệm 40 năm báo Viên Giác. Bản nhạc "CẢM CÁI LẠNH ĐÔNG KINH" thơ của HTPT sáng tác trong những năm học ở Nhật Bản, nhạc của Ngọc Huệ và bài "TÌNH CA" của nhạc sĩ Phạm Duy mang chở tâm nguyện của Anh „Tôi yêu tiếng nước tôi từ khi mới ra đời, Mẹ hiền ru những câu xa vời…". Ngọc Huệ ao ước, khi hát sẽ thấy hình ảnh của Anh đang cười, vừa ý như ngày nào. Ngọc Huệ cũng giống như Anh, luôn yêu quê hương đất nước, vẫn muốn cất cao tiếng hát như ngày nào để kính tặng HT và tặng cho Anh.

Thôi, thư cho Anh, em viết đã quá dài. Còn biết bao nhiêu điều trái lòng ngược ngạo, muốn tỏ cùng Anh. Nhưng thôi, em đang học từ Anh hạnh buông xả. Bắt đầu từ ngày Anh nhắm mắt rời cõi tạm, em đã nghe lời Anh cố sống thật tự tại an nhiên, không suy nghĩ hay hơn thua điều gì...!

Giờ đây mọi việc cũng đã xong. Anh đã theo về cõi Đức Phật A Di Đà? Phần em, nhờ Chư Phật Bồ Tát độ trì, các con em đã phụ em trả căn nhà cũ và thuê căn hộ nhỏ hơn để sống một mình. Ngày ngày em ngồi nhìn ra Balkon, ngắm những chậu hoa vàng đỏ tím; nhìn những chậu rau xanh tươi tốt, dưới ánh nắng mặt trời ngay hướng Đông chiếu thẳng vào nhà. Căn nhà mới tuy nhỏ nhưng khang trang thoáng mát, có người luôn chăm sóc, địa điểm lại rất thuận lợi. Ai đến thăm cũng mừng cho em, được nhiều phước báu. Trong thời gian khó khăn này không dễ tìm được căn nhà như vậy. Anh yên tâm!

Lần nữa em xin thay Anh cúi đầu kính lễ, tạc dạ niệm ân tất cả quý Chư Tôn Đức Tăng Ni đã và đang cầu nguyện cho hương linh Anh sớm về cõi Phật. Và em cũng hứa với lòng mình sẽ không bao giờ quên tình cảm ân nghĩa của những Thi, Văn hữu, Cư Sĩ thân hữu khắp mọi nơi. Các bạn hữu, Anh Chị Em cùng các cháu đã hết lòng dành cho Anh và em những tình cảm thân thương chân thành.

Em thừa biết, rồi mỗi người chúng ta lúc ra đi đều xuôi tay nhắm mắt, chẳng ai mang theo được thứ gì trên đời, ngoài cái NGHIỆP mà thôi. Anh đã từng nói với em như vậy, khi đọc bài thơ của mình.

"Thôi nương theo nghiệp lực,
Buông xả mọi ưu phiền,
Mong sao từ tâm thức,
Sớm ngộ được pháp thiền".

(Tùy Anh - Ngỡ mình hóa thân).

Chúc Anh an vui trên cõi Tây Phương Cực Lạc. ■

Hamburg, ngày 06.7.2024

Lâm Minh Anh

NHƯ ÁNG MÂY TRÔI

Tôi thẫn thờ nhìn ra ngoài cửa sổ, trời mùa hè đầy nắng nhưng tâm hồn tôi lại lạnh lẽo, buồn tênh, cái lạnh của sự mất mát, của tang tóc trĩu nặng trong lòng, tôi như đang nghe tiếng đồng hồ tích tắc trong tim mình, tiếng đồng hồ quay ngược thời gian.

Anh là người bạn văn chương cao niên nhất của tôi, chúng tôi quen nhau như trong câu "Văn kỳ thanh bất kiến kỳ hình". Cách đây sáu năm, tôi có gởi một vài bài viết về Nho tự, thể loại "lan man" (không phải lãng mạn), nhưng có lẽ cái kiểu viết là lạ này lại làm anh có hứng thú nên đã khuyến khích tôi viết thêm nhiều bài nữa cho báo Viên Giác, tờ báo giấy Việt ngữ tại hải ngoại, có lẽ là kỳ cựu nhất còn sống sót giữa cơn bão "công nghệ thông tin" khi mà người ta đa số thích đọc mọi thứ trên mạng Internet. Tôi thật cảm phục anh: Một người không đi dự khoá tu nào mà biết tỏ tường mọi chi tiết, không có thời gian nghiên cứu Phật học mà đọc miệt mài các bài viết về Phật pháp, không đi tìm Minh Sư mà lại được rất nhiều Cao tăng chỉ dạy, sống khiêm tốn mà lại có rất nhiều Đạo hữu, Văn hữu mến mộ. Anh quả thật xứng đáng là Chủ bút của một tờ báo Đạo nổi danh. Đương nhiên, trong cuộc sống "Ở sao cho vừa lòng người. Ở rộng người cười, ở hẹp người chê", cuộc đời làm báo và làm chủ bút của anh, tôi chắc cũng lên thác xuống ghềnh gian nan chứ không êm đềm lắm đâu. Tuy vậy cách cư xử mềm mỏng nhưng cương quyết, ôn hòa nhưng thẳng thắn, độ lượng nhưng nghiêm túc của anh làm những người cộng tác với anh đều nể nang lẫn quý trọng, điều này không phải ai cũng làm được, hay là anh có tâm với tờ báo Đạo nên được Tam Bảo gia trì cho có trí tuệ lẫn nhẫn nại ?

Từ trái: Nguyên Đạo, Phù Vân, Lâm Minh Anh. Hình chụp tại phòng khách nhà anh chị Phù Vân–Phương Quỳnh 3/2023

Rồi một ngày đầu xuân như đã hẹn trước, nhân chuyến du lịch Châu Âu, tôi cố gắng sắp xếp đến thăm anh một lần. Nói đến đây, tôi sực nhớ là mình đã đọc đâu đó một câu như sau: "Nếu có thời gian và sức khỏe hãy thu xếp đến thăm những người cao tuổi vì biết đâu đó là lần thăm viếng cuối cùng". Trường hợp của tôi và anh đúng là như vậy. Tôi đăm chiêu nhìn bức ảnh cáo phó mà hiền thê của anh, chị Phương Quỳnh Diệu Thiện vừa gởi đến, nhắc tôi nhớ lại bốn tháng về trước. Nụ cười trong bức ảnh này chẳng khác nụ cười lúc anh đón tôi ở nhà ga, anh chị đưa tôi đi thăm một góc thành phố Hamburg cổ kính, là quê hương thứ hai của anh kể từ lúc chuyến tàu nhân đạo Cap Anamur cập bến đem gia đình anh và những thuyền nhân khác đến một thế giới của tự do, nhân quyền và hạnh phúc. Chúng tôi chỉ có hai ngày bên nhau, cùng trò chuyện tương đắc về đủ mọi đề tài, tôi đã gặp một nhân cách lớn, có thể nói anh là một trong số hiếm hoi những người bền lòng chặt dạ "Còn cộng sản là nhất định không về". Tôi đã đọc rất nhiều thơ của anh, vì không phải là nhà phê bình văn học nên tôi chỉ có thể nói thơ của anh hài hòa cả đời lẫn đạo như tên anh vậy.

Anh là một trong những ân nhân lớn của cuốn

sách đầu tay, đứa con tinh thần có lẽ là duy nhất của tôi. Không có anh khuyến khích, tạo điều kiện thì giờ này "con tôi" chắc còn… nằm dưới gầm bàn chờ ngày vào thùng giấy lộn mà thôi. Tôi thương quý anh chẳng phải chỉ vì như vậy, nghe nói anh cũng là người đỡ đầu cho hai cuốn sách "Những cây bút nữ 1 và 2", nhờ đó mà Châu Âu có sách của các nữ sĩ Việt Nam một thời còn "đầy mực". Văn hữu hiền tỷ Huỳnh Ngọc Nga cũng là một trong số các cây "Bút nữ" năm xưa, lần đó chị định đi cùng với tôi đến thăm gia đình anh nhưng vì có vài trục trặc nên đành lỡ, một cái lỡ để ân hận không biết bao giờ cho nguôi? Tôi tự "suy bụng ta ra bụng người": Tôi mới quen biết anh mấy năm gần đây thôi mà đã có cảm tình sâu nặng với anh như thế, vậy thì những người bạn cố tri khác sẽ thương tiếc anh đến độ nào khi biết anh đã vĩnh viễn ra đi?

Ngày tiễn đưa, sẽ có nhiều điếu văn thành tâm viết về anh, viết cho anh, những giọt nước mắt xót xa. Ở đây tôi cũng có vài vần thơ nhỏ tưởng nhớ anh:

Ra đi mang trọn lời thề:
Rời xa… xa mãi chẳng về nước Nam,
Nếu mà đã mất giang san,
Thì đành sông cạn đá mòn tha hương.
Trải lòng tha thiết vấn vương
Thân tằm mang nghiệp văn chương một đời.
Hết duyên, nợ trả xong rồi,
Mây ngàn gió núi về nơi an lành.

Tôi ngậm ngùi nhìn lại tấm ảnh cũ cùng chụp chung với anh mấy tháng trước chợt có cảm tưởng, tâm tôi nối với tâm anh và dường như thấy anh đang mỉm cười bảo rằng:

- Em có biết không? Những ngày đau đớn vì cơn bệnh đã qua rồi, tâm anh bây giờ nhẹ nhàng lắm, sao em không mừng cho anh vậy? Chúng ta đều là Phật tử thuần thành, ai cũng học và nói Vô thường, nhưng mấy ai bình thản chấp nhận để hiểu thấu điều này. Em có muốn cho anh bay thật cao NHƯ ÁNG MÂY TRÔI kia không?

Tôi giật mình dụi mắt như vừa qua một giấc mộng dài, tiếng đồng hồ tích tắc trong tim im bặt, tôi nhìn lên bầu trời trong veo mùa hạ, lãng đãng trôi đi một áng PHÙ VÂN. ■

Anh phải quên em

Anh sống phải quên em
Quên đôi mắt lánh đen
Quên tiếng cười rộn rã
Quên dần làn môi quen

Anh sống phải quên em
Chối bỏ những đường quen
Xa dần thành phố cũ
Dù tình ta chưa đủ
Mắt lệ dẫu nhạt nhòa

Anh sống phải quên em
Như quên ngàn ngày cũ
Quên từng chiếc lá rủ
Quên bước nhỏ dại khờ

Anh sống phải quên em
Như quên vạn người quen
Quên từng đường lối nhỏ
Dù nhớ từng ngọn cỏ
Dù tình ta chưa đủ

Anh sống phải quên em
Anh sống phải quên em

Nguyễn Minh Hoàng

Nguyên Đạo

NHƯ KHÓM LÁ TRE

(BẠT cho tập thơ Cũng Đành Dâu Bể Với Thời Gian của Tùy Anh)

Khi gõ những dòng này vào máy tôi mới nhận thấy anh Tâm Huy Huỳnh Kim Quang thật có lý. Quả đúng là người lâu năm kinh nghiệm trong làng văn có khác (HKQ-nguyên là Chủ bút báo tờ Việt Báo, một tờ báo có uy tín lớn trong Cộng đồng người Việt tại California Hoa Kỳ). Khi tôi thay mặt anh Phù Vân báo tin với anh là nhà thơ Tùy Anh mong muốn anh viết Lời Giới Thiệu cho Tập Thơ thì anh nói: „Sao anh ấy lại đề nghị một người không làm thơ như tôi để viết về thơ".

Tôi chỉ trả lời là chắc anh Phù Vân quý trọng tình cảm của mấy anh em mình và chắc có ý riêng gì đó. Bây giờ thì tôi nghĩ tôi đã hiểu ý anh. Anh Phù Vân cũng là người có mặt trong làng văn, làng thơ từ nhiều năm nay. Anh từng là Phó Chủ tịch Văn bút Âu châu, Chủ bút báo Viên Giác... nên biết rõ rằng, những người viết văn cũng là những người yêu thơ, đọc thơ với cả cảm xúc mãnh liệt nhất. Những tập thơ trước đây của Tùy Anh đã có nhiều nhà thơ viết rồi.

Tôi ôm bản thảo tập thơ để đọc, rồi cắn bút (đó là nói theo xưa, chứ không lẽ nói là cắn bàn phím, không biết viết gì cho Tập Thơ, để khỏi phụ lòng tin tưởng của anh. Sau đúng ba lần đắn đo không biết bắt đầu ra sao, tôi sực nhớ đến ý một bài thơ hay mà trước đây đã có lần đã đọc được và rất đắc ý. Ấy là bài thơ của Archibald MacLeish về *Nghệ Thuật Thơ*. Ông Archibald MacLeish (1892 –1982) nguyên là một Luật sư được đào tạo tại Đại học danh tiếng Harvard ở Hoa Kỳ, từng là quản thủ của Thư viện Quốc Hội Hoa Kỳ. Ông cũng là một nhà thơ và nhà văn nổi tiếng, ba lần đoạt giải Pulitzer.

Xin nói thêm: Giải thưởng Pulitzer (Pulitzer Prize) là một giải thưởng danh dự, được trao hàng năm để tôn vinh các thành tựu xuất sắc trong lĩnh vực báo chí, văn học, nghệ thuật, và âm nhạc. Giải Pulitzer được xem là một trong những giải thưởng danh giá nhất trong ngành truyền thông và nghệ thuật tại Hoa Kỳ, có thể so sánh ngang với giải Oscar cho lĩnh vực phim ảnh. Suốt thời gian 3 năm làm việc trong Ban Phân Loại sách ở Thư viện Đại học Vạn Hạnh Sài Gòn tôi đã vô cùng cảm phục cách làm việc và tổ chức ở Thư viện Quốc hội - Library of Congress - Washington, D.C. Hoa Kỳ. Đây được xem như là thư viện lớn nhất, hiện đại nhất và mẫu mực nhất thế giới. Ở đó có hệ thống quản lý sách theo phương pháp phân loại thập phân hiện đại - Dewey Decimal Classification - mà nhiều thư viện lớn trên thế giới học hỏi theo, trong đó có chúng tôi ở Vạn Hạnh, Sài Gòn. Và tất nhiên cũng qua đó ngưỡng mộ ông MacLeish.

Phù Vân – Nguyên Đạo. Hình chụp 13/8/23 ở bệnh viện Harburg; 5 ngày tuần trước khi anh mất

Tôi quen biết anh Nguyễn Hòa - Phù Vân (Tùy Anh) dễ chừng đã hơn 40 năm. Gần nửa thế kỷ. Lần đầu tiên gặp là năm 1982, nhân tháp tùng Hòa Thượng Như Điển (lúc đó là Đại Đức) từ Hannover đến Hamburg dự Lễ Phật định kỳ do Chi Hội Phật Tử Hamburg mà anh Hòa là một trong thành phần Ban Đại Diện mời thầy về làm chủ lễ. Sau đó tôi về theo học Đại học tại Hamburg, và đặc biệt từ năm 1984, lúc Sư Bà Diệu Tâm đến Hamburg thành lập Tịnh Thất, rồi chùa Bảo Quang thì chúng tôi gặp mặt nhau trong các Phật sự ở đây thường xuyên hơn.

Phải nói là tôi thật may mắn khi quen biết với anh Nguyễn Hòa. Anh là một con người đa tài nhưng lại rất khiêm tốn. Chúng tôi đã nhiều lần cùng làm việc để tổ chức các Lễ hội Phật giáo tại thành phố Hamburg, cho cộng đồng người Việt trong các dịp Lễ Vu Lan, Tết âm lịch... và cả cho cộng đồng Đức tại thành phố Hamburg, như các dịp Lễ sinh nhật hải cảng, Lễ hội Vesakh, đón rước ngài Đạt Lai Lạt Ma, triển lãm Xá Lợi Phật v.v... Điểm đặc biệt nơi anh mà tôi học được là tinh thần làm việc tập thể - người Tây phương gọi là Teamwork. Tuy từng là một „ông lớn" trong xã hội Việt Nam thời xưa, và cũng là một người lớn ở đây, nhưng anh luôn lắng nghe và chấp nhận các ý kiến hay, dù người phát biểu là những thanh, thiếu niên, hay còn rất trẻ và quá hăng say có khi dễ mất lòng (như tôi lúc đó). Anh không bao giờ cố chấp. Nhớ có lần cả Chi Hội Phật Tử đã chuẩn bị sẵn sàng cho một cuộc biểu tình tuần hành ở Hamburg, giờ cuối có quyết định từ Ban lãnh đạo Giáo hội PGVNTN thay đổi nhiều chi tiết, anh vẫn vui vẻ chấp hành và gọi tôi đến ngủ đêm ở nhà anh để suốt đêm đó hai anh em cùng hoạch định chương trình thay đổi mọi chi tiết cho ngày hôm sau.

Sau này có nhân duyên đặc biệt, bốn anh em chúng tôi gặp nhau do cùng một tâm nguyện và tự đặt cho mình tên „Nhóm Tứ Nguyên“, và anh là „Nguyên“ đầu đàn. Ít tuổi nhất (và cũng tài ba nhất) là Nguyên Minh Nguyễn Minh Tiến; đến tôi là Nguyên Đạo Văn Công Tuấn; tiếp theo là Nguyên Tánh Nguyễn Hiền-Đức; và lớn tuổi nhất là anh: Nguyên Trí Nguyễn Hòa. Tiếc rằng ông Nguyên số 2 là anh Nguyên Tánh đã quảy dép ra đi vào tháng 12/2022 ở tuổi 79.

oOo

Những kỷ niệm cũ quay nhanh về khi tôi ngồi lần dở các trang sách của Tập thơ Tùy Anh. Anh đã thật kín đáo, ít khi nói về thơ mình ở bất cứ đâu. Kể cả tôi là người gặp anh khá thường cũng chỉ thỉnh thoảng được đọc thơ anh trên các báo. Ai biết thì xem, rồi chuyền tay nhau. Kể cả 3 tập thơ trước kia đã xuất bản là: *Ngoài Xa Dấu Chân Mây* (1984); *Trầm Ngải Thiết Tha* (1997); *Khúc Hát Tiêu Dao* (2000) cũng ít ai biết đến. Mặc dù, trong 3 tập thơ trước đây đã có nhiều nhà thơ, nhà văn nổi tiếng viết Lời Giới Thiệu, như các ông bà Thái Văn Kiểm, Vũ Ký, Nguyễn Thùy, Hoài Việt, Hồ Trường An, Nguyễn Việt Nga v.v… Nhiều nhạc sĩ tiếng tăm cũng đã phổ thơ của anh thành nhạc, như Võ Tá Hân, Lê Thành Tín, Phạm Minh Châu v.v…

Tôi đã lần mò, dọ dẫm bước theo bài thơ *Ars Poetica* của Archibald MacLeish - bản dịch của dịch giả Phan Quỳnh Trâm - nương theo những lời chỉ dẫn quý giá ấy mà đọc *„Cũng đành dâu bể với thời gian“* của Tùy Anh.

Bài thơ của văn/thi hào MacLeish có 3 khổ, mỗi khổ bắt đầu bằng một câu thơ ý nghĩa quá thâm trầm. Thơ mà lại như không phải thơ, như một lời hướng dẫn, một kim chỉ nam cho những người không phải là thi sĩ đọc thơ. Đây là câu đầu mỗi khổ (cuối bài tôi sẽ trích nguyên văn bài thơ).

Khổ 1 – Ý thức 1:
Bài thơ nên khả xúc và lặng lẽ
Như một trái cây tròn (...)
Khổ 2 - Ý thức 2:
Bài thơ nên bất động trong thời gian
Như ánh trăng vươn lên (...)
Khổ 3 - Ý thức 3:
Bài thơ nên tương đương với sự thật,
nhưng không phải là sự thật (...).

Tôi trực nhận, toàn thể thơ của Tùy Anh đều mang đầy đủ, đều lột tỏa hết, đều dung chứa hết mọi ý nghĩa, mọi suy tưởng, mọi hoài niệm… gói trọn trong 3 thể tính ấy.

Tôi ngắt đoạn nhan đề Tập thơ Tùy Anh theo 3 ý ấy: Cũng Đành / Dâu Bể / Với Thời Gian – và ghi một vài câu thơ của anh ở đây như một ghi chú để mời độc giả cùng bước vào *Vườn thơ Tùy Anh.*

***Cũng Đành* – Ý thức 1**

Ôm mối hận nhưng lòng còn son sắt / Thương quê hương đòi đoạn tháng ngày qua / Thương đời mình lỡ một thuở ngu ngơ / Nên lao nhọc trong rừng sâu núi thẳm / Cam đày đọa trong lao tù giam hãm (bài Về Rừng)

Nay thêm lần giỗ mẹ / thêm một lần ăn năn / vẫn nhớ lời mẹ dặn: / „đừng về! – nếu khó khăn!“ (Bài Hồn Ủ Hương Sen)

Tuyết rơi, tuyết lại rơi từng phiến / Có buồn khi thấy tóc điểm sương? (bài Tuyết Rơi, Tuyết Lại Rơi...)

***Dâu Bể* - Ý thức 2 & 3**

Ôi quê hương, hẹn một ngày trở lại / Vẫy tay chào, thuyền xuôi hướng biển đông (bài Những Câu Hỏi...)

Con không về Huế chịu tang / Lòng con đau xót muôn vàn mẹ ơi! / Thôi đành khóc vọng biển khơi / Âm hao giọt tủi, đầy vơi giọt sầu. (bài Khóc Vọng Biển Khơi)

Em, hóa thân hạt bụi / Bay vào cõi hồng trần. / Anh, canh bài cháy túi / Lang thang nẻo trầm luân. (bài Ngỡ Minh Hóa Thân)

***Với Thời Gian* – Ý thức vượt ra ngoài Ý thức.**

Câu thơ với Thư họa của Vũ Hối: *Con vọng tưởng mùa xuân trong ký ức / Cội mai vàng đầu ngõ vẫn đơm hoa* (Tùy Anh)

Thêm một tuổi / con như thêm nỗi nhớ / Mẹ dặn dò, lời còn vọng bên tai / Thêm chia xẻ / với tha nhân khốn khổ / Chút cảm thông / xoa dịu nỗi bi ai. (bài Mẹ Dặn Dò Lời Còn Vọng Bên Tai)

Hay ở bài thơ cuối sách: Lời Từ Biệt Cuối Cùng
Này các bạn thân,
Trước sau rồi cũng sẽ một lần
phải nói lời từ biệt
Dù có thương nhau, yêu nhau tha thiết
Cũng đành phải chia tay!
Những kỷ niệm đẹp ngày xưa xin phong kín
đừng để gió mưa bay
làm đẫm ướt lòng nhau, làm hoen khối tình dân dã…

Tình dân dã là tình gì?

Phải chăng ấy là những tình mà ngài Khổng Khâu nói *nhân chi sơ tính bổn thiện.* Cái tính còn hoang sơ, chưa hề mang một toan tính, chưa hề có chút ý lọc lừa. Anh Nguyễn Hòa là người bước chân rất sớm vào đời. Một đứa con ở miền Trung, xứ Huế, nhà nghèo vươn lên giữa những đổ nát chiến tranh. Và anh cũng thành công rất sớm. Một thanh niên chỉ mới 25 tuổi đã nhận chức vụ là Trưởng Ty Thủy Lâm của tỉnh Quảng Nam. Hẳn là anh đã gặp bao nhiêu lần bị ép sát vào tường, cổ họng đã dường như bị bóp nghẹt thở, buồng phổi dường như đã từng thiếu hết dưỡng khí. Tuổi 25 với xã hội Việt Nam ta thì vẫn còn xem là con nít. Cụ Khổng cũng từng nói, đến 30 tuổi mới là lúc "lập thân".

Nhớ có lần nói chuyện vui bên ly cà phê với anh, anh có hỏi tôi về quan hệ công việc trong xã hội và cơ cấu của người Đức mà tôi đang làm việc hiện nay. Anh hỏi: trong vai trò mình đạt được như vậy thì các đồng nghiệp người Đức của tôi có lấn lướt, có giẫm chân mình không? Hình như hôm đó tôi đã chưa trả lời hết cho anh. Vâng, thưa anh, tuy có thành công nhưng ấy là nhờ vào cái tâm, nhờ tấm lòng của mình thì nhiều, chứ cái tài thì ít hơn; và những đồng nghiệp hay các đối tác đã giẫm chân mình không ít. Hơn nữa vì là người gốc ngoại quốc nên tôi đã bị họ nhiều lần họ giẫm, giẫm đến rướm máu. Thậm chí đã giẫm nát chân mình. Nhưng qua câu hỏi, tôi nhận ra anh đã từng gặp không biết bao khó khăn khi là một ông Trưởng Ty trẻ, trong thời chiến tranh đầy bè phái và cũng lắm lương lẹo. Nhưng cái quý là cái tâm của một người Phật tử đã hiển hiện và vẫn còn mãi trong anh – mãi đến những ngày cuối đời hôm nay. Anh kể, thời ở Hội An anh đã tìm mọi cách ủng hộ Hòa Thượng Thích Như Vạn xây dựng nên trường Trung học Bồ Đề Hội An. Anh kể, khi gặp những cụ già lạy lục xin tha tội chuyển gỗ lậu thì anh nói nhân viên nhắm mắt cho qua và chỉ cần nói họ đóng thuế đầy đủ cho nhà nước theo luật định thôi chứ đừng phạt hay bắt giam họ.

Câu cuối của bài thơ cuối, cũng là câu cuối của tập thơ, được viết ngay trên giường bệnh ở bệnh viện Asklepios Klinikum Harburg thuộc thành phố Hamburg Đức quốc, giữa hàng khối những thuốc men và dây nhợ chằng chịt cộng thêm các phóng xạ hóa trị, anh viết:

Này bạn bè thân
[…]
Một mai dù vĩnh viễn xa nhau
Chẳng còn gì tiếc thương lưu luyến
Thôi từ biệt các bạn nhé
Thuận thế vô thường tôi sẽ phải ra đi…

Nhớ hôm điện thoại nói chuyện với Nguyên Minh Nguyễn Minh Tiến về sức khỏe của anh Phù Vân, tôi nói anh yếu hơn thời gian trước, nhưng tinh thần thì lại có vẻ sảng khoái hơn. Nguyên Minh và tôi đều đồng ý với nhau rằng, công phu tu tập của anh, bao nhiêu năm thực hành Phật pháp bây giờ mới thể hiện được là đấy. Tự tại an nhiên, vô thường đến thì ai rồi cũng phải ra đi. Nhận chân được điều ấy ngay trên chính bản thân tật bệnh của mình là người đã hiểu đạo một cách thẩm thấu.

KẾT

Nghĩ đã đủ, giờ tôi xin phép không nói gì thêm. Vì có lẽ nói thêm về thơ là một việc làm vô ích. Và có khi không nên làm vậy. Nói về người làm thơ thì nên hơn, và tôi đã nói những gì cần nói. Thêm thì chỉ dài dòng vô tích sự.

Quay lại với bài thơ *Ars Poetic* của thi hào Archibald MacLeish

Câu cuối bài thơ này mới là câu đáng nói nhất.

A poem should not mean
But be.
Bài thơ không nên có nghĩa
Nó chỉ hiện hữu.

Vâng, thơ đã hiện hữu đó. Thơ của thi hữu Tùy Anh của chúng ta hiện hữu đó. Xin mời quý độc giả - thân và sơ – cùng đọc. Tham vọng đi giải thích thơ là một tham vọng điên rồ, tôi không bao giờ dám đặt chân đến ngưỡng cửa ấy, chứ nói gì đến việc bước qua.

Trong vang vọng ý nghĩa câu thơ của MacLeish, tôi còn nghe rõ mấy câu thơ của thi bá Trụ Vũ – cũng là một nhà thơ lớn gốc Huế - trong bài thơ "Vẫn còn nghe" từ một tập thơ mà cụ vừa tặng tôi hồi tháng ba năm nay khi tôi đến nhà viếng cụ:

Bài thơ mà hiểu liền tay,
Thì bài thơ ấy hóa ngay ra vè.
Bài thơ như khóm lá tre,
Thổi nghìn năm vẫn còn nghe rì rào.[1]

Hai tai tôi giờ chỉ còn đang nghe tiếng rì rào khóm lá tre của một vùng quê Việt Nam vang vọng lời thơ của thi sĩ Tùy Anh.

CŨNG ĐÀNH DÂU BỂ VỚI THỜI GIAN. ■

Đọc thêm:

Archibald MacLeish

Ars Poetica

A poem should be palpable and mute
As a globed fruit,
Dumb
As old medallions to the thumb,
Silent as the sleeve-worn stone

1 Thơ Trụ Vũ: *Lục Bát Tình Yêu Toàn Tập*. NXB Thanh Niên, 2022. Vẫn Còn Nghe, tr.286

Of casement ledges where the moss has grown—
A poem should be wordless
As the flight of birds.
*
A poem should be motionless in time
As the moon climbs,
Leaving, as the moon releases
Twig by twig the night-entangled trees,
Leaving, as the moon behind the winter leaves,
Memory by memory the mind—
A poem should be motionless in time
As the moon climbs.
*
A poem should be equal to:
Not true.
For all the history of grief
An empty doorway and a maple leaf.
For love
The leaning grasses and two lights above the sea
A poem should not mean
But be.

Việt dịch:
Archibald MacLeish
Nghệ thuật thơ
Bài thơ nên khả xúc và lặng lẽ
Như một trái cây tròn
Câm nín
Như những tấm mề đay cũ chạm vào ngón cái
Im lặng như phiến đá mòn nhẵn dưới khuỷu tay
Trên gờ cửa sổ rêu mọc
Bài thơ nên vô ngôn
Như đường bay của chim
*
Bài thơ nên bất động trong thời gian
Như ánh trăng vươn lên
Để lại, như ánh trăng nhả ra
từng nhánh cây vướng bóng đêm,
Để lại, như ánh trăng khuất sau những chiếc lá mùa đông,
để lại từng mảnh ký ức trong tâm hồn
Bài thơ nên bất động trong thời gian
Như ánh trăng vươn lên
*
Bài thơ nên tương đương với sự thật,
nhưng không phải là sự thật.
Nó kể lại cả lịch sử của nỗi đau buồn
bằng một khung cửa trống và một chiếc lá phong
Nó diễn tả tình yêu
bằng những cọng cỏ rạp và đôi ngọn đèn trên mặt biển
Bài thơ không nên có nghĩa
Nó chỉ hiện hữu. ■

Phan Quỳnh Trâm dịch từ nguyên tác Anh ngữ "Ars Poetica" của Archibald MacLeish, trên trang POETS.org – From the Academy of American Poets.

Nguồn: *https://phanquynhtram.com/2014/02/28/nghe-thuat-tho-macleish/*

Trần Đan Hà

Tình Đạo Duyên Thơ

Thành kính tưởng niệm đạo hữu Nguyên Trí Nguyễn Hòa [tức nhà thơ Tùy Anh, nhà văn Phù Vân]. Nguyên Chủ Bút báo Viên Giác, Hannover Đức Quốc]. Nhân ngày giỗ đầu của Anh 18.8.24.

*

Tôi về chùa Viên Giác lần đầu khoảng giữa thập niên tám mươi. Hồi ấy chùa còn ở bên đường Eichelkampstr. 35A đối diện với chùa mới bây giờ. Chùa thuê một dãy nhà dài của hãng may khăn, ngăn ra nhiều phòng. Phòng làm chánh điện, phòng làm nơi sinh hoạt, phòng làm tăng phòng. Tôi gặp anh Phù Vân lần đầu tiên tại đây. Nghe tôi nói giọng miền Trung nên anh hỏi thăm. Nơi xứ lạ quê người mà gặp người cùng quê thì mừng biết mấy. Thật như người xưa đã nói: "Tha hương ngộ cố tri". Nên sau một thời gian quen biết chúng tôi thân nhau như anh em ruột thịt. Được biết anh đang là một thành viên trong tòa soạn báo Viên giác. Còn tôi đến chùa để hướng dẫn bà con Phật tử tại Chi hội địa phương về chùa trong những ngày lễ lớn. Những năm ấy Chi hội Phật tử mới thành lập nên bà con rất hăng say về chùa tham dự lễ lạc và tu học. Sau này khi Thầy Hạnh Tấn làm trú trì chùa Viên Giác, trong một dịp thầy về hướng dẫn tu học cho bà con Phật tử nơi đây, thầy đã thành lập một nhóm Thanh thiếu niên Phật tử trẻ và đặt tên là Nhóm Đại Bi. Thầy ra công giáo dưỡng cho nhóm Phật tử trẻ này sinh hoạt với hình thức như Gia đình Phật tử. Những năm ấy tuổi trẻ rất hăng say và hiếu học nên các em về chùa Viên Giác nhiều lần trong một năm. Chúng tôi đại diện phía phụ huynh hướng dẫn các em nên tương đối tôi về chùa cũng nhiều lần. Nên có cơ hội làm quen với nhiều người. Đặc biệt là anh Phù Vân. Anh với tôi hai người cũng đều về chùa làm công quả, nhưng mỗi người theo một lãnh vực khác nhau. Tuy gặp nhau chỉ ngắn ngủi của ngày cuối tuần nhưng lâu dần rồi chúng tôi rất thân thiết nhau. Có một lần hai anh em ra đứng trước chùa, bây giờ là bên hông chùa mới. Nhìn qua hàng cây gió lộng rì rào, chợt nghe tiếng chuông chùa công phu chiều. Tôi cảm hứng chép lại mấy vần thơ ngắn tựa là:

Bên Vườn Vô Ưu
Tiếng chuông đổ giọng ngân chiều
Nắng vàng le lói gió hiu hiu sầu
Bầy chim chấp cánh về đâu
Áng mây bàng bạc trên đầu ngọn sương
Và ta trăm nhớ nghìn thương
Tựa lưng ngồi nghỉ bên vườn vô ưu.

Tôi đưa cho anh xem, anh liền cho đăng báo Viên Giác, sau đó anh cho vào Tuyển tập Thơ Viên Giác. Do Trung Tâm Văn Hóa Phật Giáo Việt Nam tại Cộng Hòa Liên Bang Đức xuất bản. Tôi được tặng một tập thơ, mừng quá tôi mang ra khoe với bạn bè. Nhờ anh Phù Vân truyền cảm hứng mà tôi thấy hưng phấn hẳn lên nên tôi hay tập tểnh đi theo con đường văn chương thi phú.

Những lần hai anh em ngồi nói chuyện anh hay hỏi tôi, em có thường làm thơ không ? Tôi trả lời thỉnh thoảng có làm, nhưng phần nhiều chỉ làm thơ tình mà thôi. Mà báo Viên Giác thì phải thơ Đạo mới có thể góp mặt được. Anh cười và nói đâu em thử đọc một bài thơ tình cho anh nghe. Tôi liền đọc:

"Yêu em mới biết làm thơ
Rồi làm miết đến bây giờ quen tay
Chứ anh đâu học nghề này
Văn chương chữ nghĩa là thầy đói cơm
Dẫu rách nhưng đời vẫn thơm
Vì anh có một tâm hồn rất thơ"

Hình dưới: Một cảnh sinh hoạt của anh chị em cộng tác báo Viên Giác. Anh Phù Vân ngồi ghế thứ hai hàng bên trái).

Anh cười ha hả rồi khuyên, em hãy cố gắng làm tiếp thơ tình đi. Ban đầu thì làm thơ Tình, nhưng chúng ta đang sinh hoạt ở chùa, thì thơ tình ấy sẽ chuyển sang thơ Đạo mấy hồi. Tôi "Y giáo phụng hành" về nhà mò mẫm làm thơ bất cứ thể loại nào tôi cũng đều tập làm hết cả. Làm được vài ba bài thì tôi lại gởi cho anh. Bài nào thấy được thì anh "nhuận sắc" và cho lên báo Viên Giác. Nhờ vậy nên tôi mới có động lực tiếp tục làm thơ. Đến khi anh làm Chủ Bút báo Viên Giác. Anh chính thức gọi tôi cộng tác với báo. Rồi thỉnh thoảng Thầy Chủ Nhiệm cho anh chị em cộng tác mỗi năm một kỳ họp mặt nhân ngày Đại lễ Vu Lan, mục đích là để anh chị em làm quen với nhau cũng như trao đổi kinh nghiệm. Những buổi sinh hoạt như vậy rất đầm ấm, vui vẻ chan chứa tình Đạo và trong bầu không khí mang chở một hoài bão là duy trì và phát huy nền văn hóa dân tộc Việt nơi hải ngoại.

Nhớ một lần nhân ngày lễ lạc thành chùa Khuông Việt ở Na Uy, anh Phù Vân rủ gia đình chúng tôi cùng đi. Tôi lái xe chở thêm anh, chúng tôi làm một chuyến ngao du sơn thủy xuyên qua Đan Mạch. Lên chùa anh gặp đầy đủ văn nghệ sĩ tại Oslo: nào là anh Trần Hoa, anh Nguyễn Văn Cường, anh Minh Thao... đặc biệt là anh chị Nguyễn Hữu Nhật và chị Nguyễn Thị Vinh. Tất cả đều rất nhiệt tình và vui vẻ trong tình đồng hương. Hôm sau họ chuẩn bị cho chúng tôi một chương trình tham quan thành phố thủ đô của "Xứ Lạnh Tình Nồng". Đi đến đâu cũng có người thuyết minh giới thiệu những di tích lịch sử của xứ sở này. Thật là một lần tham quan mang đầy đủ ý nghĩa. Anh em trước lạ sau quen nên thấy rất thân mật. Chiều về được Thầy Trí Minh gọi lên phòng thầy cho uống trà. Ngồi chuyện trò và cũng là dịp chúng tôi được thỉnh thầy cho biết về tình trạng của GHPGVNTN hiện tại ở quê nhà. Được thầy kể lại như một bài pháp thoại về lịch sử Phật Giáo trong giai đoạn đổi đời này. Thầy ngao ngán lắc đầu và nói tình trạng Phật giáo hiện nay tại quê nhà bị phân hóa trầm trọng và không có cơ hội để hòa giải, đứng về phía nào cũng chết. Một bên thì nhà nước "quản lý", một bên thì độc lập sinh hoạt, nhưng cũng bị nhà nước hạn chế, nên khó mà sinh hoạt độc lập như mong muốn được!

Hình: Hầu chuyện với Thầy Trí Minh (Phù Vân ngồi giữa)

Một lần khác nhân ngày giới thiệu thi phẩm:

“Ngoài Xa Là Dấu Chân Mây” của Tùy Anh. Có người giới thiệu quá trình sáng tác của anh, có người giới thiệu tác phẩm được ra mắt hôm nay. Có một người bạn thơ lên phát biểu bằng bốn câu thơ:

“Ngoài xa là dấu chân mây.
Trong này là bóng anh gầy làm thơ.
Một năm thì có bốn mùa.
Thơ anh thì đọc mùa nào cũng hay”.

Anh đứng lên nói lời cám ơn với nụ cười thỏa mãn, hạnh phúc. Chứng kiến những giây phút ấy tôi thấy thương anh vô bờ bến. Một người chỉ biết dấn thân vào việc bảo tồn văn hóa dân tộc trong muôn vàn khó khăn, vì phải sống giữa hai nền văn hóa rất cần thiết trên bước đường lưu vong. Anh là trụ cột của Ban Biên Tập báo Viên Giác và Trung Tâm Văn Hóa Phật Giáo Việt Nam tại Cộng Hòa Liên Bang Đức. Một công việc gian nan cần nhiều sự uyển chuyển để thích ứng với việc đối nội cũng như đối ngoại làm sao dung hòa được với tư duy của những người đang sinh sống giữa hai nền văn hóa Đông Tây đang giao thoa với nhau.

Hình: Anh Tùy Anh đang tặng sách cho một độc giả ngưỡng mộ

Sau này tôi được anh Phù Vân giới thiệu vào sinh hoạt với Văn Bút Việt Nam Hải Ngoại, Trung Tâm Âu Châu. Nhờ vậy tôi được dịp đi đây đi đó, gặp gỡ nhiều vị tiền bối về lãnh vực Văn học. Nhờ nhiều vị khuyến khích và nâng đỡ nên tôi có phần tiến bộ nhiều.

*

Ngày về tham dự lễ tang anh Phù Vân Nguyễn Hòa tại chùa Viên Giác, tôi ra đứng phía sau chùa nhìn hình ảnh hàng cây như nhắc nhở tôi nhớ lại biết bao nhiêu kỷ niệm với anh. Một người Anh tình nghĩa, đã từng dìu dắt cho tôi trong lãnh vực Văn Học. Trong những lần gặp nhau, anh đã khuyến khích nâng đỡ cho tôi về phương diện viết lách. Anh thường viết điện thư cho tôi khuyên nhủ nhiều việc cầu mong tôi làm tốt trong việc cộng tác với báo Viên Giác. Có lần anh muốn tổ chức họa thơ Đường Luật với chủ đề Chùa Viên Giác. Anh gởi thư cho tôi tham gia. Tôi trả lời thư cho anh nói rằng, tôi còn yếu về lãnh vực này nên sau đó anh đã gởi cho tôi cuốn luật thơ để tham khảo. Kết quả là tôi đã gởi bài tham gia và được chọn đăng.

Cổ nhân có nói: “Nhất tự vi sư bán tự vi sư”. Nên trong lòng tôi đã mặc nhiên nhận anh là người Thầy của tôi trước sau trong cuộc đời này. Nhân ngày giỗ đầu của anh, tôi viết đôi dòng nhắc lại những kỷ niệm giữa chúng ta, sẽ cất giấu mãi trong ký ức còn sót lại bóng dáng của ngày xưa nơi ngôi chùa Viên Giác. Bóng dáng ấy sẽ còn lại muôn đời nơi tấm lòng của người em thương kính đến anh mãi mãi.

Trên đây là một vài nét trong hồi ức riêng tôi viết về người anh của những năm tháng đã qua được cùng nhau chung sống dưới Ánh Đạo Vàng và được làm công quả nơi ngôi chùa Viên Giác. Thay cho nén tâm hương nhân ngày giỗ đầu của anh ngày 18.08.2024.

Xin nguyện cầu chư Phật và chư Bồ Tát gia hộ cho anh luôn được thong dong tự tại nơi tịnh cảnh Phật A Di Đà. ■

Anh đứng lên nói lời cám ơn với nụ cười thỏa mãn, hạnh phúc. Chứng kiến những giây phút ấy tôi thấy thương anh vô bờ bến. Một người chỉ biết dấn thân vào việc bảo tồn văn hóa dân tộc trong muôn vàn khó khăn, vì phải sống giữa hai nền văn hóa rất cần thiết trên bước đường lưu vong. Anh là trụ cột của Ban Biên Tập báo Viên Giác [...]

Chiếc lá vàng (Ảnh: Lương Nguyên Hiền)

Nguyễn Minh Tiến

Mai rồi về cõi hoang sơ...

Cũng đành
dâu bể với thời gian...

Vâng, có lẽ không ai trong chúng ta hài lòng với tất cả những gì mà thời gian mang đến hoặc cuốn đi. Tự thuở hồng hoang, điều này đã luôn tạo ra mâu thuẫn nội tại trong tâm hồn con người. Tất thảy những gì ta yêu quý, trân trọng, ôm giữ... như tình yêu, tình bạn, hạnh phúc, niềm vui... tất cả đều lặng lẽ ra đi không trở lại trong dòng thời gian khắc nghiệt. Và biết bao điều ta ưu tư, lo lắng, khiếp sợ... như sự cô đơn, bệnh tật, tuổi già... tất cả lại cứ lừng lững theo thời gian tiến đến, đối mặt với ta, ôm siết lấy ta và quật ngã chúng ta một cách không thương tiếc.

Các nhà thơ của chúng ta với quyền năng thiên biến vạn hóa trong ngôn từ cũng không thể làm gì khác hơn để chống lại thời gian. Với tài năng của mình, các nhà thơ đã từng biến hóa để chỉ ra được màu thời gian, để ngửi được hương thời gian, để đo đếm suy lường những quãng thời gian hàng thiên niên kỷ hay rất ngắn chỉ trong một sát-na, nhưng rốt lại cũng chẳng thể làm gì để thay đổi những thực trạng mà thời gian mang đến...

Chẳng thế mà Vũ Đình Liên từng than thở:

Những người muôn năm cũ,
Hồn ở đâu bây giờ?

(Ông Đồ - Vũ Đình Liên)

Và Hàn Mặc Tử thì van lơn:

Tôi lạy muôn vì tinh tú nhé,
Xin đừng luân chuyển để thời gian
Chậm đi, cho kẻ tôi yêu dấu
Vẫn giữ màu tươi một mỹ nhân.

(Thời gian - Hàn Mặc Tử)

Trong khi đó, Trần Trung Đạo tỏ ra "sòng phẳng" hơn khi đề nghị một cuộc trao đổi:

Ví mà tôi đổi thời gian được,
Đổi cả thiên thu tiếng Mẹ cười.

(Đổi cả thiên thu tiếng Mẹ cười - Trần Trung Đạo)

Mỗi người một phương cách, một thái độ, nhưng nói chung không ai vượt ra khỏi được cái vòng kim cô muôn thuở của thời gian, hay nói chính xác hơn là định luật vô thường mà đức Phật đã chỉ ra từ cách đây hơn 25 thế kỷ.

Và đã là một định luật thì không thể nào đi ngược lại. Do vậy, nhà thơ Tùy Anh đã chọn cho mình cách nhìn thời gian trôi đi với một thái độ thật trầm tĩnh đến thản nhiên:

Xuân vẫn thế, đến rồi đi lặng lẽ
Đời vẫn trôi trong muôn kiếp phiêu linh.

(Thôi cũng đành dâu bể với thời gian - Tùy Anh)

Trong sự trầm tĩnh an nhiên đó, nhà thơ nhận ra được dòng chảy sinh mệnh của muôn loài thật ra vốn chưa từng dứt mất, không chỉ là với hết thảy những chúng sinh hữu tình mà cho đến cỏ cây hoa lá cũng hòa đồng trong cuộc hóa sinh tồn lưu bất diệt:

Thảo mộc vươn lên từ vô thỉ,
Hồn trong hoa lá cũng vô chung.

(Thổi hồn vào lá thu vàng) [1]

Đi qua chặng đường dài hơn ba phần tư thế kỷ của cuộc nhân sinh với sự nhận hiểu và tin tưởng vào lời Phật dạy, nhà thơ đã xác lập một cái nhìn đúng thật về cuộc đời:

Chập chờn trong cuộc phù sinh
Thấy tâm hư huyễn, thấy tình hư vô!

(Lòng trần)

Tâm hư huyễn nên cảnh đời hư huyễn, khiến chúng sinh trôi lăn bất tận giữa dòng xoáy của muôn đời sinh tử, tử sinh. Thảm thương thay cho người đi tìm hạnh phúc chân thật bằng cái "tình hư vô" vốn chỉ là những bọt nước lao xao trên sóng nước, tuy nhìn thấy như thiên hình vạn trạng mà bản chất thật sự cũng chỉ là rỗng không vô thể.

Nhưng hạnh phúc chân thật của chúng sinh cũng không thể nằm ngoài cái tâm hư huyễn đó, mà chỉ có thể đạt đến khi chính tâm ấy không còn hư huyễn nữa, nghĩa là đã thấy ra được lẽ thật của cuộc tồn sinh. Đó là khi mà trong tâm ngoài cảnh đều lắng yên trong thực tại như nhiên với trí Bát-nhã chiếu soi và chân lý Hoa Nghiêm hiển lộ. Khi ấy thì từ một viên sỏi nhỏ cho đến tiếng chim kêu, không có gì mà không phải chân tâm tự tánh:

Tiếng chim ngoài thảo dã
đượm âm hưởng Hoa Nghiêm,
thơm mùi hương Bát Nhã
lòng chợt ngộ tùy duyên.

(Lắng tiếng chim buổi sáng)

Nhưng trong thực tế, từ nơi "chợt ngộ" đến bến bờ giải thoát vẫn còn là một chặng đường dài phải vượt qua. Chỉ có sự khác biệt là khi ấy người Phật tử không còn phải chịu khổ đau giằn vật quá nhiều bởi những sự việc bất như ý, cũng như không bị xô đẩy trôi giạt bởi quá nhiều tham muốn hay mê đắm.

Vì thế, cho đến hôm nay thì nhà thơ của chúng ta đã an nhiên vượt qua hơn nửa thế kỷ đầy biến động của đất nước, của dân tộc Việt và của chính bản thân mình. Trên chặng đường ấy, anh cũng đã từng buồn vui cười khóc với tình tự dân tộc, với sự thương yêu dành cho những người thân, với sự tin cậy sẻ chia cùng bạn bè thân hữu, và với biết bao tình cảm sâu xa thân thiết nhất mà một con người có thể dành cho một con người.

Chúng ta đã đọc thấy tất cả những điều đó trong tập thơ này, như tiếng lòng của anh gửi gắm qua từng trang thơ, từng vần điệu...

Khi tiếng nói của tự do không còn tồn tại trên quê hương của nghìn năm văn hiến, anh đau đớn rời xa đất nước nhưng vẫn đau đáu một nỗi lòng vọng cố hương:

Một mình tỉnh giữa đêm thâu
Hồn quê thêm một nỗi đau nghìn trùng...

(Mai rồi đời cũng sẽ vui)

Nhưng rồi anh ngỡ ngàng nhận ra một thực trạng phủ phàng trên quê hương hiện tại:

Tổ quốc ơi, bốn ngàn năm văn hiến
Còn lại gì ngoài dân tộc tả tơi!
Dân lưu vong theo vận nước nổi trôi...

(Nghĩ về quê hương)

Và trong nỗi niềm thương nhớ quê hương, trong anh còn chất chồng thêm một bóng hình thân thương khác, hình bóng mẹ già tựa cửa ngóng tin con:

Hai mấy năm con không về với mẹ
Tháng ngày dài chồng chất nỗi nhớ thương
Mẹ ơi mẹ, đã một lần hưng phế
Mà riêng con vẫn lưu lạc tha phương!

(Mẹ mất rồi, đời mất cả niềm vui)

Do vậy, chúng ta dễ dàng nhận thấy Quê hương và Mẹ là hai chủ đề nối tiếp nhau được anh trang trọng đặt ở đầu tập thơ này. Thế nhưng, ranh giới giữa các phạm trù trong thơ anh cũng khá mong manh, hay nói đúng ra là chúng đã phần nào hòa quyện vào nhau, như những bản năng, tình cảm và phẩm tính thanh cao của sự tu tập đều đã hài hòa trong con người thật của anh. Bởi vậy, ta dễ dàng thấy được bóng dáng tình yêu trong thơ anh cũng không xa rời nhận thức về đạo pháp;

cảm ơn em,
sắc không huyền nhiệm
mà nguồn xưa còn biền biệt trùng khơi
hạt khổ đau
vẫn khơi mầm vọng niệm
nên nhân duyên mãi quấn quít với đời!

(Cảm ơn em, mùa xuân)

Và tất nhiên là cũng hòa quyện trong nỗi nhớ quê hương:

1 *Kể từ đây, tất cả các trích dẫn đều là thơ Tùy Anh.*

Em có nghe sóng vỗ mạn thuyền nỗi buồn bất biến
Thì thao thức của người đi cũng đòi đoạn từng cơn!
(Lần nữa cảm ơn em)

Để cuối cùng vẫn là quay về với cái nhìn tịch tĩnh như nhiên, lặng lẽ nhìn vạn hữu xoay vần trong sinh diệt mà không còn nặng trĩu những ưu tư:

Hoa vẫn nở giữa đất trời tịch lặng
Vẫn vô tư khoe nghìn tía muôn hồng.
Hương vẫn ngát giữa đêm dài quạnh vắng
Mặc thời gian lãng đãng tựa sắc không.
(Thôi cũng đành dâu bể với thời gian)

Những gì nhà thơ Tùy Anh gửi gắm trong tuyển tập thơ này như đã vẽ ra trong tâm tưởngngười đọc những chặng đường phiêu linh trôi giạt mà anh từng trải qua. Bao nhiêu tâm tình từ lúc lìa xa quê hương cho đến ngày tuổi đã xế chiều, những cung bậc cảm xúc ấy anh đều thể hiện qua từng vần điệu. Từ những xót xa thương cảm về một vùng quê bao năm không về lại chỉ còn trong ký ức, cho đến những thao thức khôn nguôi về một cuộc luân hồi vô thủy vô chung mà phận người chỉ như con sóng thoát hiện rồi mất đi trên mặt biển mênh mông... Tất cả đều hiện ra trong thơ anh qua những câu chữ đơn sơ mà hàm súc, không trau chuốt cầu kỳ nhưng dễ làm rung động lòng người...

Và tuyệt vời thay, bao nhiêu cung bậc vui buồn thương ghét, cuối cùng rồi cũng chỉ là:

Mai rồi về cõi hoang sơ
Lòng trần cũng trắng như tờ kinh thư...
(Lòng Trần)

Tôi và anh cách nhau xa xôi lắm, hẳn phải vượt qua năm sáu ngàn dặm đường để gặp được nhau. Nhưng sao tôi vẫn thấy rất gần anh qua những lời thơ thấm đẫm ân tình và đạo vị. ■

Quế Minh Đường (Westminster)
vào mùa Vu Lan năm Quý Mão (2023)

Trần Thế Thi

TÁO NHỚ... NGỌC HOÀNG

Nhớ lại cách đây hơn hai mươi năm, trước khi thầy Thích Hạnh Tấn được HT Thích Như Điển (khi ấy còn là Thượng Tọa) tấn phong chức trụ trì Tổ đình Chùa Viên Giác (nhiệm kỳ 2003 - 2008).

Ngồi buồn bèn tập viết Sớ Táo Quân gởi bạn bè đọc cho vui trong dịp Tết Nguyên Đán, có người đọc thấy vui vui rồi bảo tôi gởi cho báo Viên Giác. Tôi nghe theo lời gởi về Chùa, lúc ấy hình như Bác Ngô Văn Phát có đọc rồi giới thiệu qua cho anh Phù Vân (Chủ bút báo Viên Giác). Sau đó anh Phù Vân có liên lạc với tôi qua điện thoại mời tôi viết STQ cho năm 2003. Năm ấy báo Viên Giác cũng có tổ chức một cuộc thi „Viết Về Âu Châu“.

Lúc đầu tôi do dự từ chối vì tự thấy mình khó có đủ khả năng để đảm nhiệm công việc khó khăn này, bởi nghĩ mình đâu phải nhà văn hay nhà thơ gì, muốn viết thể loại này thì phải dành cho những người quen cầm bút còn mình thì chữ nghĩa chẳng bao nhiêu và chỉ mới tập tành viết lách. Vả lại, vì là Sớ Táo Quân thì cũng giống như một bản báo cáo nên cần phải theo dõi tình hình thời sự, cùng các biến cố quan trọng trong năm xảy ra khắp mọi nơi trên thế giới và phải viết một cách trung thực theo thể vè vần điệu giống STQ mà các báo chí vẫn thường viết. Báo Viên Giác là tờ Báo nội dung mang đậm nét Tôn Giáo, cá nhân tôi thì không biết gì nhiều về Phật Giáo nên rất khó viết. Đã vậy, STQ thì phải pha trộn tính chất trào phúng nên phải viết làm sao cho độc giả vừa thấy vui vừa không đi quá đà, rồi còn phải thể hiện lập trường, chủ trương của tờ Báo v.v... vô vàn khó khăn đối với tôi. Tất cả vấn đề này tôi đã trình bày với anh Phù Vân, nhưng anh ấy cứ thúc giục và khuyến khích tôi viết. Cuối cùng, không từ chối được cho nên:

„Cũng liều nhắm mắt đưa chân“ (Kiều)
Táo Quân bút hiệu tên Trần Thế Thi

Thế là năm 2003, lần đầu tiên viết Sớ Táo Quân dài trên 600 câu, được anh Phù Vân khen ngợi và cho lên báo Viên Giác, sau lần đó anh luôn luôn khuyến khích tôi ráng cố gắng hằng năm viết một bài STQ cho báo Xuân Viên Giác, rồi những năm sau, Hòa Thượng Thích Như Điển chủ nhiệm Báo VG, năm nào cũng hay gởi bao lì xì và khuyến khích viết một bài STQ cho Báo. Như đã nói ở trên, tôi không biết nhiều về giáo lý nhà Phật, nên anh Phù Vân dành cho tôi mục „thơ chua" dài tối đa 30 giòng trở lại. Được một thời gian, tôi nhận thấy lối thơ này có lẽ không thích hợp với báo VG nên nói với anh Phù Vân không làm nữa.

Số Táo Quân thường là phải viết cho báo Xuân mà Báo Xuân Viên Giác lại phát hành vào giữa tháng 12 Dương lịch, có năm trước Tết Nguyên Đán gần 3 tháng, thành ra có những chuyện xảy ra trong thời điểm đó không được ghi đầy đủ phải viết gối qua năm sau. Vì thế, anh Phù Vân dành cho tôi thời điểm trễ nhất của tháng lẻ trước khi cho in báo Viên Giác mới gởi về cho anh, rồi còn phải sửa tới, sửa lui lỗi chính tả v.v...

Có một sự trùng hợp thấy cũng hơi ngồ ngộ, anh Phù vân tên thật là Nguyễn Hòa, trong khi thư từ qua lại, anh thường hay viết tắt hai chữ N.H. nên tôi vui miệng thường gọi anh Phù Vân là Ngọc Hoàng và tự xưng là thần Táo, do vậy Anh Chị Phù Vân vẫn hay gọi tôi với cái biệt danh là ông Táo Viên Giác một cách rất thân mật. Vì vậy, mỗi khi về Chùa Viên Giác trong các dịp như Đại Lễ Phật Đản, Vu Lan, khi có dịp gặp gỡ với các thân hữu, anh Phù Vân thường hay giới thiệu: "Đây là ông Táo Báo Viên Giác", tôi cũng rất vui và rất lấy làm vinh dự với cái biệt danh này.

Chúng tôi với Anh Chị Phù Vân – Phương Quỳnh quen thân nhau rất thắm thiết, gần gũi như tình anh em thân thuộc, thường xuyên thăm hỏi qua email, điện thoại, nhưng vì phải bận lo trông coi tờ báo Viên Giác nên thì giờ của anh PV rất hạn hẹp, chỉ có hai lần đi chơi chung với nhau, lần sau cùng chúng tôi rủ nhau làm một chuyến đi Đan Mạch, chuyến đi để lại nhiều kỷ niệm đẹp nhớ mãi không bao giờ quên.

Vào năm 2023, anh em chúng tôi gặp nhau trong ngày Lễ Phật Đản tại Chùa Viên Giác, bàn thảo dự tính đến ngày Lễ Vu Lan sẽ về Chùa Viên Giác tham dự, nhân tiện cùng làm một chuyến đi München thăm một số ACE trong BBT báo Viên Giác, sẵn dịp đi Áo chơi luôn, tôi vui đùa gọi là "Ngọc Hoàng du Nam". Đến giữa tháng 6 thì anh báo tin cho tôi biết là sức khỏe không tốt có thể không về Chùa tham dự Lễ Vu Lan được và dĩ nhiên chương trình dự tính "Du Nam" cũng không thể hứa trước. Những ngày kế tiếp sau đó chúng tôi cũng thường xuyên thăm hỏi, anh cho biết là tình trạng sức khỏe vẫn không khá mấy, bệnh trạng không suy giảm lại có phần gia tăng, vô, ra bệnh viện nhiều lần, khiến tôi linh cảm có điều chẳng lành sẽ xảy tới, vài ba ngày trước khi anh ra đi, tôi có gọi vô bệnh viện hỏi thăm về tình hình sức khỏe, để trấn an tôi, anh cho biết có khá hơn một chút. Tuy nhiên, qua giọng nói trong điện thoại, tôi vẫn nghi ngờ nên không lạc quan lắm.

Toàn Ban Biên Tập & Cộng Tác Viên Báo Viên Giác (8/2018)

Thế rồi ba ngày sau cuộc gọi điện thoại, bỗng nhận được hung tin anh ra đi vĩnh viễn, thế là cơn bạo bệnh đã cướp đi mất một người mà tôi xem như một người anh rất thân thiết và lấy hết những gì chúng tôi đã dự định, để lại đau buồn, tiếc thương không những riêng cho vợ chồng tôi mà còn cho rất nhiều người, nhất là gia đình cũng như các Thi Văn thân hữu.

Trước khi làm lễ hỏa táng, vợ chồng tôi về Hamburg ở tại nhà anh để phụ giúp Chị Phù Vân (bút hiệu Phương Quỳnh pháp danh Diệu Thiện) chạy tới, chạy lui, lo công việc trong lúc bối rối. Trong những ngày này còn có em Nhị, thêm chị Huỳnh Ngọc Nga từ bên Ý qua tham dự lễ Hỏa táng và an ủi chị Phù Vân. Sách của anh để trên các kệ tủ tôi đem ra phân loại rồi cho vào mấy chục thùng và được gởi về Chùa Viên Giác, để trong tương lai góp vào thư viện của Học Viện Phật Giáo Viên Giác tại Hannover. Chị Phương Quỳnh bảo tôi lấy một ít sách về đọc và làm lưu niệm.

Đến ngày 21.10. 2023 khi tro cốt của anh Phù Vân được đưa về để trong tháp Địa Tạng của Chùa Khánh Anh ở Evry (Pháp), chị Phương Quỳnh cùng vợ chồng tôi và hai vợ chồng cháu Hưng, Dung cùng sang tham dự buổi lễ đặt hũ tro do Thượng Tọa Thích Quảng Đạo trụ trì Chùa Khánh Anh làm chủ lễ vào nơi an nghỉ cuối cùng.

Mới đây, lục lại những bài Sớ Táo Quân đã viết từ trước đến nay gồm tất cả là 15 bài, mỗi bài dài trung bình 500 câu, nếu tính chung cũng phải trên 7000 câu. Tôi không ngờ mình đã làm một chuyện vượt quá khả năng của mình mà xưa kia tôi chưa bao giờ dám nghĩ đến, rồi tự in ra đóng thành 2 tập để làm kỷ niệm có lẽ đúng với câu tục ngữ mà tôi hay nói đùa với một nghĩa khác: “Không thầy đố mày làm nên“, có nghĩa là không có sự khuyến khích, đốc thúc của Thầy Thích Như Điển và anh Phù Vân thì tôi không thể làm được chuyện này.

Giờ đây Ngọc Hoàng (Nguyễn Hòa) không còn tại vị, Táo tôi cũng chẳng còn hứng thú để giữ chức Táo Quân. Trước khi tắt bếp, Táo tôi có ít dòng để gọi là tưởng nhớ vai tuồng Ngọc Hoàng và Táo Quân mà chúng tôi đã tự phong, tự diễn.

Hồi tưởng lại lúc „cầm nhầm“ chiếc áo
Đóng vai tuồng ông Táo tấu Ngọc Hoàng
Bao năm qua tường thuật chuyện nhân gian
Giờ vắng bóng xin hạ màn, tắt bếp.

Nay Chùa Viên Giác
Ngày Lễ Vu Lan
Nhớ đến Ngọc Hoàng
Buồn không thể tả
Trời đang mùa hạ
Như thể vào Đông
Xin gởi tấc lòng
Táo Quân Viên Giác.

Hồi tưởng lại những kỷ niệm với những lần gặp gỡ, chuyện trò trong khuôn viên Chùa Viên Giác của những năm trước, bất chợt nghĩ đến kiếp sống của con người ví như những chiếc lá trên cành đến mùa thu sẽ úa vàng, rơi rụng, để lại những khoảng trống mênh mông, âu đó cũng là sự vô thường trong giáo lý nhà Phật.

Càng nghĩ đến, lòng không khỏi ngậm ngùi. ■

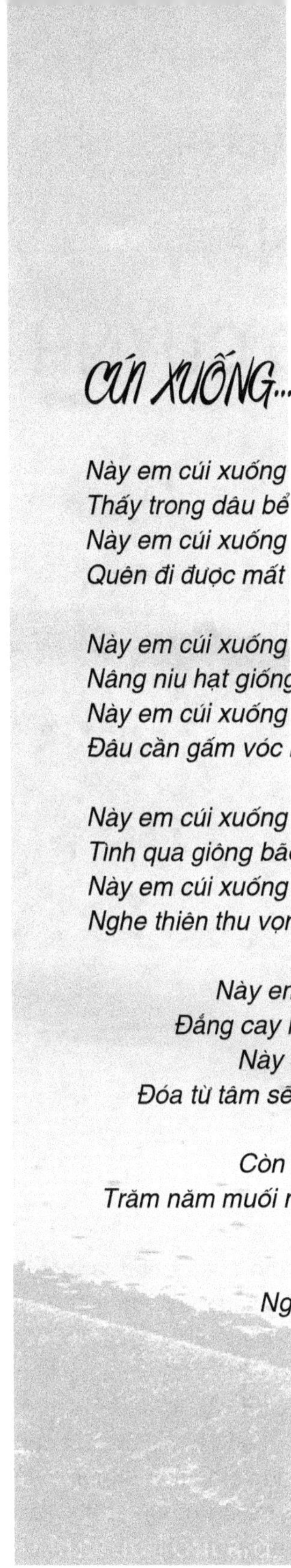

CÚI XUỐNG...

Này em cúi xuống cuộc đời
Thấy trong dâu bể ngàn lời dối gian
Này em cúi xuống ăn năn
Quên đi được mất một lần trả vay

Này em cúi xuống bàn tay
Nâng niu hạt giống thẳng ngay thật thà
Này em cúi xuống an hòa
Đâu cần gấm vóc lụa là mới ngoan

Này em cúi xuống ân cần
Tình qua giông bão cũng gần lại thôi
Này em cúi xuống ngậm ngùi
Nghe thiên thu vọng một lời tồn vong

Này em cúi xuống bao dung
Đắng cay hỉ nộ theo dòng vô ưu
Này em cúi xuống ngục tù
Đóa từ tâm sẽ nhiệm màu đơm hoa

Còn tôi cúi xuống thiết tha
Trăm năm muối mặn cũng là gừng cay

16 Aug 2020
Nguyễn Thị Thanh Thủy

Trần thị Hương Cau

THƯƠNG GỬI VỀ ANH CHỊ

PHÙ VÂN – PHƯƠNG QUỲNH

Một năm qua nhanh quá, y như là một cái chớp mắt. Nhưng sau cái chớp mắt đó thì Hương Cau không còn được thấy anh Phù Vân nữa rồi. Không thấy anh hiện hữu nhưng trong tâm khảm của Hương Cau vẫn in đậm hình ảnh của anh, hiền lành nhỏ nhẹ từ tốn, luôn bao dung che chở cho cả bầy chúng em, mà đứa nào cũng lanh chanh, mồm năm miệng mười, tranh giành nhau nói còn nhanh hơn cả bẻ que trong mỗi lần tụ tập. Dù biết vạn vật là vô thường nhưng Hương Cau vẫn thảng thốt, vẫn chết lặng đau buồn vì sẽ không bao giờ lại được thấy anh, nghe anh nói, nhìn anh cười và trêu chọc anh như ngày xưa nữa.

Đang vô tư mà chợt nhớ về anh Phù Vân là tự dưng lòng chùn xuống như mây đen vần vũ kéo về. Ngày xưa còn anh thì lúc nào cũng có thể gọi điện để hỏi han, chuyện trò, còn nay thì chỉ là hư không câm nín bủa vây. Một năm rồi mà chỉ cần nhắm mắt lại là Hương Cau như thấy lại tất cả bao hình ảnh sinh động mỗi khi anh em mình chuyện trò, tâm sự. Có khi hàn huyên trên một chuyến tàu, có khi bên một mâm cơm nấu vội và cũng có khi sóng bước trên đường khuya yên ắng. Hình ảnh đó của anh Phù Vân sẽ mãi như một bóng mát dịu dàng thân thương trong tiềm thức của Hương Cau.

Nhớ về anh là lúc nào Hương Cau cũng liên tưởng ngay tới chị Hiền – Hoà tên của anh và của chị như một định mệnh ràng buộc êm ả từ bao kiếp. Hạnh phúc của anh và chị tuy muộn màng với đầy rẫy éo le nhưng khi vượt qua mọi sóng gió, được về chung một mái nhà thì toàn đầy ắp trân trọng nâng niu. Có một lần ghé thăm nhà anh chị, trong lúc chị vào bếp trổ tài thì Hương Cau và anh Phù Vân vô tình nói chuyện về ngày 30 tháng 4 đau thương của đất nước. Anh kể hôm ấy cả Miền Nam hoảng loạn tìm đường tháo chạy, lúc đó có người quen để dành chỗ cho gia đình anh đi tàu ra đảo Guam và sau đó sang Mỹ nhưng trong nhà có nhiều ý kiến khác nhau nên anh đành ở lại. Hương Cau buộc miệng hỏi: “ Anh có tiếc không? Vì ở lại nên anh phải bị lao tù trong trại cải tạo tới năm năm?”. Anh Phù Vân thong thả nhỏ nhẹ: “Không. Vì nếu anh sang Mỹ lần đó thì anh đâu có cơ duyên mấy năm sau vượt biên tới Đức định cư và gặp gỡ được chị Phương Quỳnh bây giờ”. Nghe xong, Hương Cau ngưỡng mộ thâm tình của anh dành cho chị không bút nào tả nỗi. Hèn chi trong tập thơ cuối cùng những ngày nằm trên giường bịnh anh đã viết trong bài thơ Một Lần Nữa Xin Cám Ơn Em với những vần thơ thấm đẫm tình yêu gửi về chị mà bất cứ người vợ nào cũng mong một lần được chồng mình bày tỏ bên tai. Tình yêu của anh và chị sao quá sâu xa, ngọt ngào. Thơ anh quá da diết đến nỗi đọc xong, Hương Cau luôn mường tượng ngay đến một điều, giờ đây anh đã yên ngủ giấc ngủ ngàn thu rồi, có biết người ở lại là chị Hiền đang vò võ nhớ thương anh biết là dường nao.

Tuần trước Hương Cau có gọi cho chị Phương Quỳnh, lặng yên nghe chị kể chuyện dọn nhà nhiêu khê cực khổ mà thấy thương chị vô bờ vì không đỡ đần gì được cho chị trước bao nhiêu công việc nặng nề riêng chị một mình gánh vác. Bên cạnh đó, điều mà Hương Cau phục chị nhất là dù mất đi người bạn đời gắn bó thân yêu nhưng tâm thái của chị luôn thể hiện sự an nhiên tự tại như một Phật tử thuần thành, không vật vã buồn than một lời, thuận lòng với mọi vô thường của đời sống.

Hương Cau đã học được rất nhiều từ khi quen biết anh chị Phù Vân-Phương Quỳnh: Đó là sự cho đi, lòng bao dung và luôn là tấm gương vằng vặc làm điều thiện cho đời không một chút vụ lợi toan tính. Mười mấy năm trước Hương Cau vốn là đứa ương bướng, nóng nảy nhưng anh chị lúc nào cũng nhẫn nại bảo ban. Anh Phù Vân hay giảng cho Hương Cau về cách sống "Lục Hòa" trong Phật Giáo, phải biết hòa thuận nhường nhịn giúp đỡ nhau chớ đừng đăm đăm chỉ biết xét lỗi của người. Muốn diệt Tham thì nên bố thí, diệt Sân thì luôn giữ lòng thanh tịnh và diệt Si thì phải dùng trí tuệ trước mọi cám dỗ cuộc đời. Anh chị không nói suông mà chính cách sống vô cùng mẫu mực của anh chị là tấm gương sáng ngần cho Hương Cau soi vào.

Và nay, khi Hương Cau thẩm thấu được ít nhiều những dạy bảo thương yêu của anh Phù Vân thì anh đã thanh thản ra đi mãi mãi. Lu bu việc riêng hằng ngày khiến Hương Cau quên khuấy, nhưng tình cờ chợt khi nhớ đến anh là Hương Cau lại ngẩn ngơ buồn như mình vừa đánh mất một người anh vô cùng quý báu. May mà còn chị. Mới chiều Hương Cau còn nói với ông xã, chắc sang năm thu xếp được việc nhà, Hương Cau sẽ đi một chuyến từ miền nam lên tận miền bắc Đức thăm chị Phương Quỳnh, ôm chị và tâm tình với chị như hồi mười mấy năm trước. Thấy chị bây giờ cũng như thấy anh rồi.

Mới nghĩ thôi mà hạnh phúc
cũng dâng trào. ■

(Viết cho giỗ đầu của anh Phù Vân)

Huỳnh Ngọc Nga

RAU RĂM Ở LẠI

Ông đứng đó nhìn bà, thân thương gần gũi mà cách xa. Người trăm năm giờ không đi hết trăm năm bên nhau nữa dù tâm tư vẫn muôn đời gắn bó không rời. Ông đọc trong tư tưởng bà những nghẹn ngào, buồn tủi. Ông thấy trong ánh mắt bà những xót xa chịu đựng bao cay đắng bà đang gánh chịu một mình. Ông muốn dang tay ôm bà vào lòng như những ngày vợ chồng còn mặn nồng chăn gối, muốn nói lời an ủi, muốn lên tiếng vỗ về. Nhưng môi ông mấp máy chẳng thành lời, tay ông dang ra trong vô ảnh. Ông thấy bà, thấy mọi người nhưng chẳng ai thấy ông cả, có chăng tất cả đều thấy ông qua bức ảnh tươi cười thời ông còn khoẻ những năm xưa, bức ảnh được đặt trên bệ thờ khói hương nghi ngút, hoa đèn sáng choang. Bên dưới là chánh điện mọi người đang lắng nghe Sư thầy trình thuyết.

Ông bà đều là người xa quê hương vì thế sự, đã có gia đình, con cái trước đó, nhưng duyên phận không tròn nên họ trở về đời độc thân, ông sống đơn chiếc với việc làm khiêm tốn, bà thì vững chãi nuôi con. Họ gặp nhau sau 5 năm ông ly dị và bà sau nhiều năm làm mẹ đơn thân. Đồng tâm, đồng cảnh nên họ về với nhau bằng một đám cưới đơn sơ với giấy tờ hợp pháp.

Ông có tài văn chương, bà thuận nghề quán xuyến, cả hai đều là Phật tử tâm thành. Nơi họ ở có một tờ báo Việt do một vị sư đạo đức sáng lập , sư Thích Như Điển. Cơ duyên đưa đẩy, Sư mời ông về làm chủ bút. Với năng khiếu tổ chức, khả năng thi văn sẵn có, tờ báo ông chủ biên vươn lên, số độc giả gia tăng vượt ra ngoài quê hương thứ hai ông bà đang ở ngay cả trong thời buổi kinh tế toàn cầu đang gặp khó khăn. Ông bà chia sẻ với nhau những vui buồn trong cuộc sống, Sau lưng ông, người đàn ông thành đạt nghiệp nghề luôn có bà, người đàn bà đảm đang hỗ trợ. Họ lại càng hiểu nhau hơn khi bà cũng bước chân vào đường chữ nghĩa, viết lách cạnh ông, tình yêu của họ tưởng chừng như không có gì chia rẽ được..

Nhưng, con đường sinh tử là con đường chung của nhân loại, ai rồi cũng phải đi qua, Ông ra đi khi gần tròn 90 tuổi, bà ở lại với nỗi đau của cánh chim lẻ bạn. Lễ 100 ngày mất của ông, Sư trụ trì ngôi chùa Tổ đã hủy chuyến vân du hoằng hóa phương xa để ở lại chủ lễ cho ông. Sư nói lời tâm sự trước, tiếp theo là tân chủ bút - Văn Công Tuấn – người

đã được ông chọn trước đó từ lâu khi tự nhận ra ông không còn đủ sức khỏe để đảm đương trách nhiệm đang mang. Ông chợt nghe tâm thức dậy lên một lượn sóng trào. Từ lâu Sư, ông và Tuấn gần gũi với nhau như máu thịt thân tình. Với Sư là gắn bó trách nhiệm cùng bổn phận trong thân thiết thầy trò. Với Tuấn là đệ huynh trong nghĩa đạo, thương yêu qua những ngày bên nhau vui buồn cùng con chữ. Trong tích tắc ông dường như quên bà để chăm chú nghe Tuấn phát biểu về một đoạn đường ông đã để cho Tuấn. Ông nghe người kế nhiệm mình trân trọng đưa ông lên cao khi so sánh những gian nan của Tuấn trong ba số báo sau cùng với sự đóng góp không ngừng nghỉ của ông hơn 30 năm làm người chuyển tải ngôn từ cho tạp chí Viên Giác. Dù giờ ông chỉ còn là bụi nhỏ hương linh nhưng nghe Tuấn phát biểu ông nghe dường như mắt mình cay cay nhớ những ngày khuya sớm bên máy vi tính, những buổi thân hành tham dự thời sự đạo lẫn đời, những khó khăn cân nhắc khi chọn bài, chỉnh lựa thơ văn. Tất cả đam mê chữ nghĩa làm ông mòn mỏi vì công việc không chịu song hành cùng tuổi tác. Phải làm con cá lội trong nước mới biết cá đang hạnh phúc hay không, Lão Tử há chẳng nói vậy hay sao? Nhọc nhằn của trí tuệ đâu kém chi mồ hôi lao động của người chân tay làm việc. Ông nghe thương người kế nhiệm thêm nhiều, âu cũng là cái duyên trời dành, cái nghiệp người mang.

Còn đang lâng lâng cảm xúc vì Tuấn, ông chợt thấy Sư quay sang mời bà lên góp ý sau lời phát biểu của tân chủ bút. Bà vốn người nhút nhát, giây phút bất ngờ được kêu bà bước ra mà không biết nói gì. Bao nhiêu kỷ niệm xưa giờ đã theo vô thường cùng ông về thiên cổ, nói ra chỉ khơi dậy niềm đau. Và như bỗng có một sức mạnh vô hình thúc đẩy, bà bỗng nhớ đến hiện tại trước mặt với di sản tinh thần ông để lại, di sản đó không phải cho riêng bà mà cho cả những ai yêu tiếng Việt, kính Như Lai, yêu chùa Tổ và quý mến Sư thành lập chùa. Di sản đó còn gì hơn ngoài tờ báo mang tên chùa, mang nghĩa đạo,, mang tình người Việt tha hương nơi đất khách, báo Viên Giác.

Bất giác như một chiếc máy quay phim chạy ngược làm bà nhớ lại đoạn đường đã đi qua có ông và bà chung cùng quá khứ. Quá khứ của những cánh chim lìa đất tổ quê cha vì nắng thay hướng, gió đổi chiều. Những cánh chim đó vượt ngàn khơi, xuyên đại dương tìm tự do mà Đức quốc là một trong những điểm dừng thiên định. Nhưng những cánh chim Việt dù xa vẫn nhớ cành Nam và trời thương cho họ có một cánh chim đầu đàn đạo hạnh biết dùng pháp từ bi kêu gọi những khách ly hương cùng chung vai đóng góp xây chùa, dựng Phật làm nơi giữ gìn truyền thống dân tộc, quê hương. Một người khó làm nên việc, nhưng vạn người đồng tâm với đức tin vào Phật đạo thì chuyện dựng đạo tràng nào có khó chi. Và Viên Giác tự thành hình bằng công sức của vị sư khả kính Thích Như Điển và các Phật tử ở khắp nơi trên nước Đức. Một mạng lưới tuyệt vời được Sư thành lập để nối tình dân tộc với nhau, tập sang Việt ngữ Viên Giác ra đời.

Báo Viên Giác phát hành mỗi hai tháng một số bằng Việt ngữ. Viết và đọc tiếng Việt để giữ truyền thống Việt qua tin tức, bài vở thi văn, sưu khảo, nói chung đó là một tạp chí đa dạng của chùa Viên Giác hướng về bè cũ & mớ đạo hơn đời do Sư chủ biên. Nhưng Sư không thể một mình gồng gánh việc chùa, việc báo và như có dun rủi của chữ duyên nên một ngày kia Sư và ông tình cờ gặp nhau. Sư tìm thấy nơi ông một khả năng đáng tin cậy để giao cho ông lãnh trách nhiệm thay Sư trông coi phần chữ nghĩa. Và để không phụ lòng tin cậy của Sư, ông dốc hết tâm trí chăm sóc tờ báo như chăm sóc một đứa con, một người tình hay nhiều hơn nữa như chính ông chăm sóc cho bản thân mình. Những bài viết khắp nơi đưa về như bướm lượn, như hoa thơm khi ông tổ chức một cuộc thi cho tất cả mọi giới không phân biệt những cây viết chuyên nghiệp hay dân "tài tử" thử vận thời. Cuộc thi thành công mỹ mãn, khởi đầu cái duyên viết lách của nào Nhật Hưng, Hương Cau, Hồng Nhiên, Phương Quỳnh, Hoa Lan, Thi Thi Hồng Ngọc...v.v.. Ông sàng lọc để báo đứng giữa con đường trung dung có Phật và vẫn rất đời. Nhóm Bút Nữ Viên Giác thành hình với hai quyển Những Cây bút Nữ VG 1 và 2 xuất bản thành công rực rỡ khiến ông thừa thắng xông lên cho ra đời Tập San Đặc Biệt Viên Giác mỗi năm khởi đầu từ năm 2018 cho đến lúc ông ra đi.

Hồi tưởng như một luồng điện vô hình thâm nhập tâm não, bà chợt thấy mình mạnh dạn hơn trước mặt Thầy Tổ và bao người đang chăm chú nhìn mình. Bà bước ra giữa sàn khán phòng, chắp tay nghiêng chào thưa các chức sắc trên trước và mọi người rồi bằng giọng run run đầy xúc cảm, bà nói trong hai hàng nước mắt cảm ơn ân tình của Thầy tổ, của bạn bè cũ và mới, bà mong mọi người nếu thương ông thì xin thương báo Viên Giác. Mong độc giả luôn ưu ái ủng hộ mỗi số báo ra, mỗi kỳ tập san đặc biệt hoàn thành. Mong thi, văn hữu khắp nơi thân tình viết bài đều đặn cho vườn hoa báo Viên Giác luôn đầy hoa sắc thắm trường tồn cùng năm tháng để chữ Việt còn ở hải ngoại cho hậu sinh những cánh thiên di ngày nào tiếp tục đọc và biết nguồn cội của mình. Bà tin nếu được như vậy thì dù ông không hiện diện trên cõi đời này nhưng đây đó trong hư vô nếu ông nghe thấy được chắc hẳn ông sẽ hài lòng siêu thoát.

Tiếng nói bà tan loãng trong không gian, ông giật mình tưởng chừng ông đã nói bằng giọng nói của bà vì đó há chẳng phải là kỳ vọng của ông sao? Khi bà dứt lời, những tràng pháo tay vang lên đồng tình với tâm ý của bà, tâm nguyện của ông. Hương linh không tuôn dòng lệ như người đời thường nhưng tự trong vô ngã ông nghe hình như mắt mình cay cay. Ngày nào còn bên nhau, vợ chồng ông chung vai sẻ chia mọi việc, Lúc ông ươn yếu chỉ mình bà gánh vác chăm lo. Vậy mà số kiếp khiến ông đi trước, để bà ở lại gồng gánh bao nỗi khổ trong ngoài. Như Trịnh công Sơn đã viết *"Cuộc đời cho ta bao nhiêu tiếng nói đôi khi yêu thương, cuộc đời cho ta bao nhiêu tiếng nói đôi khi ngậm ngùi"*, ngày ông còn tại thế, ông che chở bao bọc bà qua những thăng trầm thế sự, giờ ông như cây cải về trời để bà làm rau răm ở lại chịu bao điều đắng cay, những đắng cay thường tình của sân si trần tục.

Lời niệm Phật vang lên nho nhỏ từ trong chiếc máy ghi âm trên bàn hương linh, ông nghe và chợt tỉnh. Ông thấy buổi lễ hôm nay không mang sầu não như ngày đưa linh ông, mọi người chuyện vãn bình thường. Và Sư đang cùng Tuấn bàn về một số báo đặc biệt tưởng niệm ông trong ngày cúng giáp năm, bà cũng bàn bạc với bạn bè chuyện viết bài cho số báo ấy. Ông nghe mình thở dài, mới hôm nào ông viết cho những người ra đi, giờ đến lượt những ai ở lại đang viết cho ông. Vô thường là thế, còn mất chuyển luân như mây nước đầu ghềnh, như bọt bèo cuối biển như lời kinh Phật khi nói về các pháp hữu vi theo luật duyên khởi còn, mất của cuộc đời. "Còn Đó Những Tinh Anh" là lời Ông nghĩ và nhớ về những bằng hữu và văn hữu của Ông. Ông là đệ tử Phật, ông biết chuyện "mộng, huyễn, bào, ảnh" mà, bút hiệu của ông há chẳng phải là Phù Vân, những đám mây không chỗ trụ, mất còn theo gió,thành nước, thành mưa, số mã điện thư của ông ai cũng biết là "vô ngã tướng" để nói lên cái bản ngã không trường tồn đó sao. Vậy tại sao bây giờ ông nghe cay mí mắt, buồn tâm tưởng khi nhìn buổi lễ hôm nay.

Có cái gì đó như tiếng chuông cảnh thức gõ vào tâm trí ông. Cuộc đời này chỉ dành cho người sống, cho những cuộc chơi bên đời đang tiếp diễn. Trần gian là cõi đi về, còn duyên thì ở, hết duyên thì về. Duyên trần ông đã hết, lưu luyến chi nhiều chậm bước luân hồi. Bà rồi sẽ quen đời góa phụ như tờ báo Viên Giác sẽ quen với tân chủ bút, tên ông chỉ là hồi ức được ghi trang trọng trên bìa tờ báo Viên Giác ra đời vào ngày giỗ kỵ năm đầu và trong lòng những ai thật sự thương mến qua các bài viết về ông. Nhưng dòng đời, dòng thời gian sẽ cuốn trôi tất cả, khác biệt chăng là chuyện sớm muộn, trước sau theo duyên phần, nghiệp số mà thôi.

Ông nhìn lần cuối cảnh vật quen thuộc chung quanh mình, rồi nhẹ nhàng hòa mình vào làn khói cuối cùng của nén hương trên bệ thờ đang chớp lòe trước khi tắt ngấm. Ông thấy mình bay cao, cao mãi lên nền trời xanh.

Vang bên tai ông hình như có tiếng một cây bút nữ của báo Viên Giác đang nói khẽ với bà: *Em đang viết về anh chị đây. Em viết chuyện của "Cây Cải Về Trời, Rau Răm Ở Lại...". Chị cho phép nhé!* ■

Torino, ITALIA - 10.07.2024

Song Thư TTH

Con đường sinh tử

Tưởng niệm Tiểu Tường cố Chủ Bút Phù Vân

Ngoảnh nhìn lại thời gian như mộng ảo
Một năm trôi cứ ngỡ bóng chim câu
Áng Phù Vân khoảnh khắc thành sương khói
Tan biến rồi ảo ảnh khóc thương đau!

Như những lời tâm tình

Anh Phù Vân ơi!

Hồi tưởng gần một năm trước đây, khi nghe tin Anh mất, chúng em- Nhóm Bút Nữ đã bàng hoàng như đàn chim xao xác, ngơ ngác chưa biết phải làm gì trước hung tin này. Nhưng sau đó định thần lại, chúng em bảo nhau phải có bổn phận đáp đền tri ân đến vị Huynh Trưởng kính yêu. Em sẽ kể cho Anh nghe lại những gì chúng em đã Tưởng Niệm về Anh, để một nơi nào đó Hương hồn Anh hẳn sẽ mỉm cười hạnh phúc.

- Đầu tiên là Chị Cả trong nhóm - Chị Doãn (Nguyên Hạnh HTD) vội email dặn dò các em nên làm những gì ngay sau khi Anh ra đi vĩnh viễn.

- Chị Ngọc Nga tiếc thương nức nở với bài thơ dài thống thiết, trong đó hai vần thơ đầu:

Anh đã đi rồi Anh đã đi!
Phù Vân tan biến giữa vô thường.

- Cô em út trong nhóm - Thi Thi ngay sau đó cũng trải lòng mình kính dâng Nhà Thơ Tùy Anh (cố Chủ Bút Phù Vân), bài thơ dạt dào tiếc nhớ cánh chim Đại Bàng biểu tượng của Anh trong Đàn Chim Việt (ví von của NBN) đã bay vút vào hư vô nay còn đâu:

Nhớ xưa tung cánh Đại bàng
Chở che cho cả một đàn chim non.

- Hương Cau ngậm ngùi trong những vần thơ xót xa với viễn ảnh, dù chỉ là khoảnh khắc tình cờ cũng đủ xoáy sâu trong lòng nỗi mất mát đớn đau:

Một mai này tình cờ qua phố cũ
Tiếng chân Người mãi đồng vọng âm vang...

- Chị Nhật Hưng vừa viết Điếu văn vừa viết bài Tưởng niệm "Như áng Phù Vân".

- Chị Hoa Lan nhận nhiệm vụ quan trọng đọc bài Điếu văn. Chị phải dậy từ 03 giờ sáng để bắt chuyến tàu kịp đến dự Tang lễ vào ngày 27- 08-2023, 10 giờ- Lễ Truy Điệu - 12 giờ 30 Hỏa Táng tại Nghĩa trang Friedhof Öjendorf - Manshardtstr. 200, 22119 Hamburg.

- Song Thư là em cũng góp bài viết Tưởng niệm " Khóc Anh Phù Vân!"

- Cuối cùng là Hiền thê Anh - Chị Phương Quỳnh chỉ biết phủ phục bên quan tài chồng, trên đó giàn Hoa hồng trắng và hoa Ly trắng gói ghém nỗi lòng: "Ngàn giọt nước mắt. Thương tiếc Anh!"

Đó là tất cả những gì với "Thâm Tình Nghĩa Trọng" chúng em - Nhóm Bút Nữ xin kính dâng Hương hồn Anh chứng giám.

Đặc biệt trong ngày Tang lễ Anh, vòng Hoa hồng đỏ kết hình trái tim thật lớn đặt chính diện khán đài của đại Gia đình Anh: gồm Chị Huỳnh Thị Thúy Lan và các con cháu kính dâng với lời thâm tình: "Vô Cùng Thương Tiếc!"

Riêng em vừa viết xong bài Tưởng niệm ngay trong ngày Tang lễ Anh gởi tân Chủ Bút - Anh Văn Công Tuấn, em vội thu xếp hành lý để hai ngày sau đi Ý. Lòng dạ nào mà đi chơi lúc này nhưng đã book phòng Hotel từ gần một năm trước.

Vùng biển Rimini, Ý đầu thu vẫn nắng ấm chan hòa. Đi dạo bên chồng trên cát vàng, ngắm biển xanh mênh mông em lại chạnh lòng nhớ đến Anh, nhớ đến bài thơ cuối cùng của Anh trước khi ra đi vĩnh viễn "Biển vẫn mang màu xanh." Tự nhiên em rơi nước mắt, phải vội ngoảnh mặt ra biển lau nhanh dòng nước mắt vì sợ chồng... la!

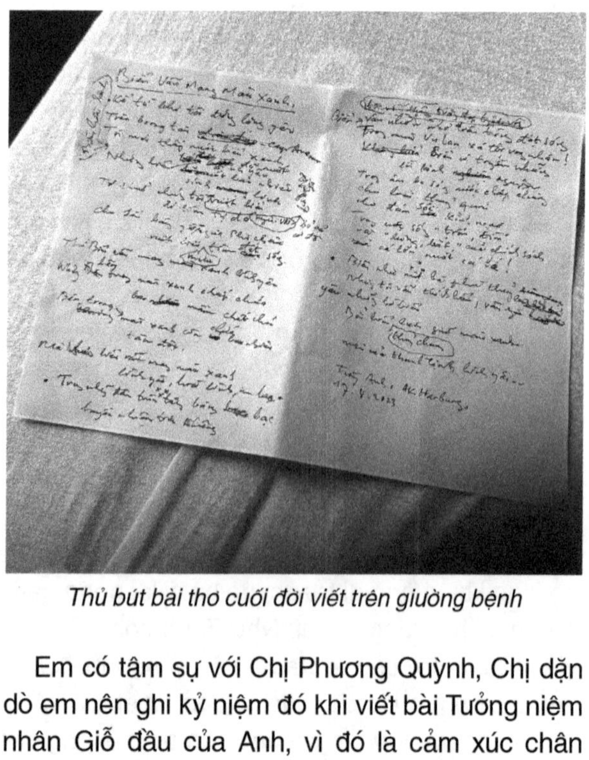

Thủ bút bài thơ cuối đời viết trên giường bệnh

Em có tâm sự với Chị Phương Quỳnh, Chị dặn dò em nên ghi kỷ niệm đó khi viết bài Tưởng niệm nhân Giỗ đầu của Anh, vì đó là cảm xúc chân thành của em đối với Anh.

Anh Phù vân ơi! Dù mai này, mai sau nữa... dù thời gian có phôi pha nhưng mỗi khi nhìn thấy biển cả:

Biển xanh màu bình yên thanh tịnh

Vẫn gọi trong em thoáng ngậm ngùi...

Một sự ngẫu nhiên cho đến bây giờ em còn nhớ. Khi cuốn Đặc san VHPG 2023 đã in xong và vừa phát hành thì Anh gởi tin nhắn cho em vào ngày 22. Juni 2023. Nguyên văn:

Song Thư, Em đã nhận được cuốn ĐS/ VHPG chưa? Trả lời cho anh biết nghen.

Em vội chạy xuống mở thùng thư đã thấy nó nằm sẵn rồi. Đem lên nhà chụp hình rồi hồi âm Anh ngay, gởi luôn hình tập sách. Không ngờ tay lướt nhanh quá lại dính luôn một tấm hình biển có duy nhất con tàu lẻ loi đang lênh đênh trên biển. Em vội xin lỗi và cám ơn Anh cũng như toàn Ban Chủ biên.

Đó là tin nhắn cuối cùng Anh đã gởi cho em. Không ngờ chỉ thời gian ngắn sau Anh đã bất ngờ ra đi vĩnh viễn. Lòng em rất đau buồn và hối tiếc dù biết Anh đang bị bệnh mà không viết tin nhắn hỏi thăm trực tiếp đến Anh hoặc là với Chị Phương Quỳnh chỉ vì không dám làm phiền Anh Chị; làm phiền Anh đang tịnh dưỡng và phiền Chị đó lu bu bao việc để chăm sóc Anh.

Bài thơ cuối cùng Anh viết về biển và con tàu Cap Anamur khiến em liên tưởng đến tấm hình biển và con tàu lẻ loi mà em đã gởi nhầm đến Anh. Âu đây là sự trùng hợp ngẫu nhiên và đánh dấu sự liên lạc cuối cùng.

Sau đó 49 ngày của Anh. Em mở Tập Đặc San VHPG năm 2023 - Tập Đặc san cuối cùng đối với Anh - chủ biên chung với Anh Văn Công Tuấn và Anh Nguyên Minh. Đọc bài viết của em trong đó, chỗ "Lời kết" theo Kinh Phật "Bồ Tát sợ nhân, chúng sinh sợ quả". Anh đã viết bổ túc thêm một đoạn như sau:

...

Đó là vì không ai có thể thay đổi được sự vận hành của nghiệp, đã gieo nhân ắt phải gặt quả. Người tu tập thấu triệt thì sẽ chấm dứt không tiếp tục tạo thêm nghiệp mới, nhưng nghiệp cũ đã tạo sẽ không thể tự nhiên mất đi, nên dù là Bồ Tát cũng vẫn phải nhận lãnh những nghiệp quả đã tạo trước đây. Do vậy, Bồ Tát sợ nhân là vì đã thấu triệt sự vận hành của nghiệp, nên biết được những nhân xấu ác đáng sợ như thế nào, do đó phải luôn thận trọng không dám gây nhân xấu ác. Ngược lại, chúng sinh si mê khi gieo nhân xấu ác không hề nhìn thấy quả ngay lúc đó nên chẳng hề khởi tâm sợ sệt, chỉ đến khi nhận lấy quả báo nặng nề thảm khốc do việc xấu ác đã làm thì lúc đó mới biết sợ, nhưng như vậy thì đã muộn màng.

Đọc đến đây, em cảm động vô cùng vì biết thời gian này bệnh Anh đã khởi phát, đi đủ các bác sĩ chuyên khoa, uống đủ mọi loại thuốc, chúng công kích nhau khiến Anh rất mệt mỏi và có khi đau đớn, nhưng Anh vẫn tiếp tục làm việc, vừa lo Tờ báo Viên Giác, vừa đảm nhiệm phần việc của Anh cho Tập Đặc san VHPG; đọc lần lượt các bài và tuyển chọn. Thế mà Anh vẫn cố sức chỉnh sửa bài viết của em cho Đặc san được hoàn chỉnh. Tấm lòng của Anh luôn nghĩ cho việc chung, mang lợi ích trong công việc, nhằm duy trì phát triển nền văn hóa Phật giáo tại hải ngoại. Nghĩ đến đây em bật khóc. Anh Phù Vân ơi! Không hiểu sao khi sự xúc động vỡ oà em lại bật lên tiếng khóc hu hu như một đứa trẻ con và nước mắt đua nhau tuôn chảy.

Những dòng lệ tuôn trào đó, không chỉ đơn thuần là những giọt nước mắt của đứa em khóc vị Huynh trưởng, mà còn là những dòng lệ tuôn trào kính ngưỡng sự cao cả của Anh - Người đã đem bao tâm huyết một đời lưu vong cống hiến cho những Thiện nguyện Xã hội, cho Văn hóa Phật giáo và Văn học Việt Nam tại hải ngoại.

Anh - cố Chủ Bút Phù Vân- Anh xứng đáng để ngàn giọt lệ phải tuôn trào thương tiếc Anh, và Anh xứng đáng được vinh danh như qua hai câu Thơ cảm khái của Bác sĩ Nguyễn Hoàng Cương:

Biển vẫn còn xanh sao Anh không còn nữa

Cho muôn đời còn đó những tinh anh!

Bìa Báo Viên Giác số 257

Con đường sinh tử

Tờ báo Viên Giác tháng 10-2023 số 257 đánh dấu sự kết thúc của cố Chủ Bút Phù Vân sau hơn ba mươi năm điều hành và là sự khởi đầu của tân Chủ Bút Nguyên Đạo Văn Công Tuấn. Trong số báo này đặc biệt dành một mục trang trọng dành riêng để Tiễn Biệt Chủ Bút Phù Vân gồm nhiều thơ văn, bài viết; tất cả đều gợi sự xúc động đủ nói lên tấm lòng của mọi người hướng về để Tưởng niệm cố Chủ Bút Phù Vân. Nhưng bên cạnh đó, vẫn đầy đủ những bài viết khác phong phú và giá trị. Điều đó chứng tỏ sự điều hành đầy kinh nghiệm của tân Chủ Bút Văn Công Tuấn dù chỉ là bước khởi đầu.

Thoạt cầm Tờ báo, hình bìa "Con Đường" - Ảnh chụp của Lương Nguyên Hiền đã làm tôi rất ấn tượng. Hơn nữa qua cái nhìn đầy thiền vị của tân Chủ Bút Văn Công Tuấn đã chọn tấm ảnh trên đăng vào hình bìa để trân trọng với hàng chữ đỏ "Tiễn Biệt Chủ Bút PHÙ VÂN".

Mỗi tấm ảnh hay bức tranh vẽ của nhà nghệ thuật, họa sĩ đều có sự gởi gắm một ý nghĩa nào đó từ tác giả. Tôi chợt nhớ một câu chuyện khi tôi còn nhỏ khoảng 13, 14 tuổi. Xin phép được kể nhanh bên lề:

Hồi đó Bố tôi có người bạn. Bác ấy tên T. là một nhà Điêu khắc và Họa sư. Học trò của bác đã có người thành danh tại Sài Gòn. Một lần Bác từ Sài Gòn về miền Trung thăm Bố tôi. Nhân một buổi tối tôi ngồi bên cạnh Bác trong phòng khách, bèn chỉ lên một bức tranh sơn mài treo trên tường, thắc mắc hỏi: "Bác ơi, tại sao trên bức tranh đó có hai con nai mà một con ngẩng đầu nhìn lên núi, còn một con thì cúi xuống uống nước suối vậy hở Bác?".

Nghe hỏi, Bác nhìn lên bức tranh một lúc rồi gật gật cái đầu giảng giải: "Con nai nhìn lên ngọn núi biểu tượng cho ngọn núi Thái Sơn, còn con còn lại cúi xuống suối uống nước là hình ảnh diễn đạt dòng suối có nguồn nước vô tận phát xuất từ lòng núi. Tổng thể bức tranh đó muốn nói lên rằng:

Công cha như núi Thái Sơn

Nghĩa mẹ như nước trong nguồn chảy ra".

Giờ đây, cầm Tờ báo Viên Giác trên tay với tấm hình bìa "Con Đường", tôi không còn là cô bé ngày xưa nữa để ngó ngẩn hỏi cắc cớ mà tôi nhìn ngắm nó bằng thái độ trầm tư. Mỗi người khi ngắm một bức tranh nào đó đều có sự suy nghĩ, quan điểm riêng của mình hoặc có người chỉ đơn giản ngắm vẻ đẹp hình thức mà không cần biết ý nghĩa của nó là gì.

Với hình bìa "Con Đường" trên Tờ báo Viên Giác, theo quan điểm của riêng tôi nó hàm chứa một ý nghĩa triết lý về lẽ sống chết trong cuộc đời. Theo quan niệm nhà Phật "sinh - lão - bệnh - tử"; từng bậc thang trên Con Đường như biểu tượng con người từ khi mới sinh ra rồi từng bước, bước đi trong cuộc hành trình vào đời trải qua cho đến tuổi già; là hình ảnh lá vàng ngập lối ám chỉ tuổi đã vào Thu và rồi bệnh tật, cuối cùng dẫn đến sự chết!

"Tiễn Biệt Chủ Bút Phù Vân"- Dòng chữ bên dưới Con Đường gợi cho người ta nghĩ ngay đến hình ảnh trang trọng, uy nghiêm quý Chư Tăng Ni, thân bằng quyến thuộc và Đạo hữu mọi người từng bước chầm chậm đưa tiễn Linh cữu Chủ Bút Phù Vân đến nơi an nghỉ cuối cùng.

Bên cạnh đó nó còn mang ý nghĩa sâu xa hơn qua cái nhìn của tôi, hình dung đến con đường mà đã là con người tất ai cũng phải đi qua. Đó là con đường sinh tử. Vậy con đường đó mang ý nghĩa thế nào?

Xin được trình bày sơ qua về hai quan niệm.

- Quan niệm sinh tử của người Ai Cập cổ đại

Người Ai Cập cổ đại quan niệm rằng, sự chết không phải là kết thúc mà nó chỉ chuyển tiếp đến một sự sống khác tốt đẹp hơn và quá trình này được các vị thánh phán định, xem ai khi sống trên trần thế làm những việc thiện lành, đạo đức thì sau khi chết sẽ được vào cảnh giới vĩnh hằng an nhiên đó.

Với quan niệm như vậy, họ cho rằng thế giới mới sau khi chết mới là sự khởi đầu cho cuộc sống đích thực quan trọng, còn khi tại thế chỉ là cuộc sống tạm thời ngắn ngủi. Vì thế để chuẩn bị cho cuộc sống vĩnh cửu sau khi chết thì linh hồn phải tồn tại trong một thể xác còn toàn vẹn, không bị thối rữa nên từ đó mới có tập tục ướp xác tinh vi, nổi tiếng của người Ai Cập từ thời cổ đại.

- Quan niệm Phật giáo về sinh tử

Phật giáo có nhiều Tông phái nên quan niệm về sinh tử cũng có đôi phần khác biệt. Tuy nhiên vẫn có một điểm chung, rằng sự sống và cái chết là một quá trình chuyển biến từ hai trạng thái hoàn toàn khác nhau lặp đi lặp lại qua nhiều kiếp không dứt gọi là luân hồi. Từ đó đưa ra ý niệm, chết không phải là kết thúc mà chỉ là một sự chuyển tiếp, một hiện tượng trên dòng tiếp nối liên tục của cuộc sống.

Ngoài ra có những tư tưởng cho rằng chết là sự đứt đoạn hay là sự không trường tồn. Với ý nghĩ này sẽ gieo vào lòng người sự bi thương thống khổ cùng cực; nên để làm nhẹ đi Phật giáo xem những biến cố, những hủy diệt, những mất mát v.v... xảy ra trong cuộc sống là sự "Vô Thường". Tự ý nghĩa của hai chữ này và một khi hiểu được thế nào là vô thường có thể làm người ta vơi đi sự đau khổ, cố gắng chấp nhận đó là sự hiển nhiên theo "quy luật tự nhiên" của tạo hóa, rằng có sinh phải có tử.

Khi Đức Phật còn là Thái tử du hành ngoài thành Ca-tì-la-vệ, Ngài đã chứng kiến những cảnh con người già nua, bệnh tật và chết nằm la liệt. Lòng từ bi trỗi dậy cũng như hiểu được đời chỉ là bể khổ, nên Ngài quyết từ bỏ hoàng cung, ngai vàng danh vọng trước mắt và vợ con để ra đi tìm chân lý ngõ hầu tìm con đường giải thoát cho chúng sinh có thể thoát được bể khổ trầm luân.

Cuối cùng, Ngài đã chứng quả giác ngộ trở thành vị Phật với danh hiệu Đức Phật Thích Ca Mâu Ni. Đức Phật thấu triệt sự vận hành của sinh tử và thấy được con người cứ mãi bị cuốn trôi trong vòng sinh tử luân hồi để mãi mãi khổ đau. Thế nên Ngài từng nói rằng: "Nước đại dương có một vị mặn; cũng vậy, Giáo pháp của ta chỉ có một vị - đó là vị Giải thoát".

Giải thoát sinh tử dưới nhãn quan nhà Phật thật cao siêu vô cùng và mục tiêu cuối cùng chính là Niết bàn. Đó là cảnh giới thoát khỏi vòng luân hồi sinh tử mà các bậc chân Tu, Thánh nhân đều mong mỏi. Đức Phật đã dùng phần đời của Ngài, 49 năm, sau khi giác ngộ đắc quả thành Phật để thuyết giảng cho chúng sinh con đường giải thoát.

Muốn đạt được sự giác ngộ giải thoát sinh tử đó, Đức Phật đã vạch ra phương thức quán chiếu thường xuyên Ngũ uẩn và tu tập để có Giới- Định- Tuệ. Điều này chỉ có các bậc cao Tăng hay Thánh nhân mới tu trì đến cảnh giới "bất khả tư nghì" thoát khỏi vòng luân hồi sinh tử.

Giải thoát qua ý nghĩa đời thường; con người trong đời phàm cõi tục chỉ mong sao có cuộc sống giàu sang, danh vọng, gia đình hạnh phúc v.v... Chúng ta chỉ mong sau khi chết được tái sinh ở kiếp sau theo như ý nguyện trên, nên khi sống cố gắng tu nhân tích đức để được phước báu ấy.

Dù có sự khác biệt trong phương cách giải thoát giữa đạo và đời nhưng tựu chung vẫn có một điểm chung- đã là con người thì bất cứ ai cũng phải trải qua duy nhất cuộc hành trình quan trọng trong đời. Đó là đi trên con đường sinh tử. "Nhân sinh tự cổ thùy vô tử" - có ai thoát được tử sinh bao giờ!

Anh Phù Vân - cựu Chủ Bút Viên Giác- cách đây gần một năm cũng đã hành trang chuẩn bị đi trên con đường ấy. Và "Lời từ biệt cuối cùng" - bài Thơ Anh viết vào ngày 04-07-2023 - gởi đến các bạn bè thân thương khi linh cảm mình không còn sống được bao lâu nữa trên trần thế:

... Thuận thế vô thường tôi sẽ phải ra đi!

Và cuối cùng vào ngày 18-07-2023, Anh đã nhẹ bước thong dong trên con đường sinh tử:

Con đường đó đưa Anh về chốn đó
Chốn an nhiên vĩnh cửu thoát hồng trần.

Chúng em- Nhóm Bút Nữ đồng kính bái. ■

Cuối tháng 5 -2024

THƠ THÍCH NHƯ ĐIỂN

(2 bài thơ của 50 năm trước lúc còn ở Nhật Bản)

Chuông khuya

Canh năm, cảnh vắng, chuông chùa gióng
Tiếng đổ từng hồi vọng vọng vang
Khách trần ai kẻ say mùi tục
Lắng tỉnh hồn đi tận cõi nào
Hồi chuông ai đổ nghe thanh thế?
Có phải chăng ai đã chạnh lòng
Chốn tục có không bao người đã
Đến đó tu hành kẻo đợi mong.

Tokyo ngày 16 tháng 11 năm 1975

Cảm đề

(nhân đọc xong cuốn sách Việt Nam Phật Giáo Sử Lược của Hòa Thượng Thích Mật Thể)

Tự cổ chí kim soi bằng sử
Vinh vinh nhục nhục vẫn hằng ghi
Phật Giáo sử nhà như Hòa Thượng
Quyết đem truyền đạt thảo thành thi
Để cho nhân loại đều biết đến
Dân tộc Việt Nam thuở bấy chừ
Vận nước, nghìn năm dân tộc Việt
Làm cho rạng rỡ mặt anh thư.

Tokyo ngày 21 tháng 11 năm 1975

Nguyên Trí Hồ Thanh Trước

Hành trình một chiều cuối cùng

Quan niệm về cái chết trong văn hóa và Tôn giáo

Nguồn: Internet

Anh Phù Vân kính mến đã từ giã chúng ta ra đi được một năm. Kỷ niệm ngày giỗ đầu của anh, tôi nhớ lại bài thơ cuối cùng *"Biển Vẫn Mang Màu Xanh"* anh viết ngay trên giường bệnh trước ngày ra đi, tôi cảm phục thái độ bình thản an lạc của anh trước cái chết. Qua tấm gương của anh và để tưởng nhớ đến người anh của chúng ta, tôi xin phép mạn đàm về *'cái chết'*, *'cái'* thường làm cho nhiều người trong chúng ta sợ hãi, nhưng tự cổ chí kim chưa có ai thoát qua được giai đoạn cuối này của một đời người, như nhà thơ danh tướng Nguyễn Công Trứ có nhắc đến trong bài Chí Làm Trai câu thơ:

Nhân sanh tự cổ thùy vô tử

xin tạm dịch: *Xưa nay đời người ai không chết*

Chúng ta thử nhìn cái chết dưới một góc cạnh nhẹ nhàng hơn.

Danh từ Hán-Việt, chết gọi là **"Tử"** và được viết nhiều cách khác nhau trong Hán ngữ và dĩ nhiên mang nhiều ý nghĩa khác nhau, xin đưa vài thí dụ dưới đây:

-Tử (籽): Hạt giống

-Tử (紫): Màu tím

-Tử (鋅): Kim loại trong Việt ngữ gọi là 'kẽm'

-Tử (仔): Tử tế, kỹ lưỡng

-Tử (子): Con (trai hoặc gái)

-Tử (死): -------

Nhưng chỉ chữ Tử cuối trong thí dụ trên đây được làm đề tài cho bài viết dưới đây. Chữ này chuyển sang Việt ngữ tùy theo được sử dụng trong tôn giáo, văn chương văn học hay văn chương bình dân hoặc tiếng lóng như sau: Về cõi Phật, Mãn phần, Khuất núi, Theo *"ông bà"*, Từ trần, Chúa gọi về, Tạ thế, Đi *"bán muối"*, Qua đời, Mất, Tắt thở, Về cõi Vĩnh hằng, Chầu trời, Ngủm (củ tỏi) …

Tất cả danh từ trên đây dùng để nói đến một danh từ rất đơn giản mà đa số trong chúng ta, ai cũng úy kỵ và muốn né tránh: **"CHẾT"**. Mặc dù bao nhiêu cố gắng tìm thuốc trường sanh từ xưa đến nay, chưa có người nào thành công trong việc tránh né cái chết một cách vĩnh cửu, để trở thành bất tử!

Đôi khi tôi có ý nghĩ ngộ nghĩnh, khôi hài để giảm bớt sợ hãi với danh từ này: Tử là chết bao gồm tất cả các ý nghĩa của các từ ngữ Tử khác trên đây, vì người chết đôi khi có *sắc tím*, ở Việt Nam khi tẩn liệm có người sử dụng quan tài *kẽm* trong quan tài gỗ (do công ty tống táng TOBIA trên đường Hai Bà Trưng sản xuất trước 1975), nếu người chết có phước nhiều *con cái* lo tang lễ, nếu là người nổi tiếng trong một lãnh vực nào đó sẽ để lại cho chúng sanh *chủng tử* tốt và người chết thường được mọi người đối đãi *tử tế*.

Định nghĩa khoa học

-Cái chết là sự chấm dứt vĩnh viễn, không thể đảo ngược của tất cả các hoạt động sinh học duy trì một cơ thể sống.

-Chết là một tình trạng không thể đảo ngược trong đó một cơ thể sống trước đây không còn phát triển và không có sự hoạt động trao đổi giữa các bộ phận trong cơ thể.

Định nghĩa pháp lý

-Theo quan điểm pháp y, cái chết của một con người là lúc cơ thể bắt đầu phân hủy, thời điểm mà tất cả các cơ quan trong cơ thể ngừng hoạt động: tim ngừng đập, ngừng thở, máu ngừng luân lưu, não ngừng hoạt động, v.v…

-Ở hầu hết các quốc gia tân tiến, người chết được các bác sĩ khám nghiệm, chứng thực và cấp "giấy khai tử" ghi rõ ngày và giờ, tên tuổi của người đã chết, nguyên nhân chết. Người chết không còn được coi là một người theo nghĩa pháp lý. Tuy nhiên, quyền được tôn trọng người đã khuất được luật pháp bảo đảm: *"Sự tôn trọng đối với cơ thể con người không chấm dứt khi chết. Hài cốt của những người đã qua đời, bao gồm cả tro cốt của những người đã được hỏa táng, phải được đối xử tôn trọng, trang nghiêm"*.

Trong một vài quốc gia tiên tiến, luật pháp còn chấp nhận *"Quyền xin được chấm dứt đời sống của chính mình (Euthanasia)"* vì lý do bệnh không thể chữa trị được. Người tự xin quyền này nếu được chấp thuận sẽ được các bác sĩ giúp thực hiện ước muốn của mình.

Quan niệm về cái chết trong văn học và Tôn giáo:

*** Văn học**

Không có một nền văn hóa hay văn minh nào trong lịch sử, dù của Thổ Dân Úc Châu hay của Hy Lạp thời cực thịnh, và cả ngày nay thời hiện đại mà không ca tụng những người đã đối diện cái chết với sự can đảm và uy nghi. Khi biết mình sẽ phải chết, họ đó vẫn bình thản; họ chinh phục cái chết bằng sự lãnh đạm đối với nó hay có thể nói là đi cùng với nó, hủy bỏ oai lực của nó, và do đó đạt sự bất tử đích thực. Hãy nghĩ tới Đức Phật Thích Ca Mâu Ni và các vị thánh tăng đệ tử của ngài, Đức Jesus Christ, Socrates triết gia Hy Lạp, Thomas More triết gia Anh quốc, Jeanne d'Arc vị nữ anh hùng Pháp Quốc, Lê Lai liều mình cứu chủ tướng của Việt Nam, cũng như bao anh hùng hữu danh hoặc vô danh vị quốc vong thân, và vô số những người bình thường khác bình tĩnh đối diện với cái chết. Đời sống và cái chết của các vị gây biết bao lòng cảm phục của chúng ta. Điều cống hiến cuối cùng của chúng ta cho đời sống là cái chết uy nghi.

Cái chết uy nghi, hay "tốt" là một cái chết mà ở trong đó không có sự kêu la hay vùng vẫy chống lại sự chết vốn không thể tránh được, và trên hết là một cái chết không buồn thảm, không ân hận, không lo sợ, không cay đắng, không khủng hoảng. Đó là chết một cách tự tại, tự nhiên, giống như đang ngủ, không bám giữ vào sự sống, mà "trôi theo dòng", chấp nhận và tuân theo một lực bí mật ở bên trong nay đã nắm quyền quyết định khi mọi sự tự tranh đấu đã chấm dứt.

Những danh nhân trên thế giới cũng đã nói về cái chết như sau:

-Trong kinh điển Giáo Phật có nói đến việc Phật hỏi, trước khi, ngài Phú Lâu Na đi thuyết giảng tại nước Duna xa xôi hẻo lánh, đường đi hiểm trở, dân tình lại rất dã man bạo ngược. *"Phật hỏi: Ông không sợ nguy hiểm sao? Giả sử đến Du Na người ta chửi rủa nhục mạ ông, thì ông nghĩ sao?*

Bạch Đức Thế Tôn! Họ vẫn còn tốt đối với con vì họ chỉ chửi mắng mà chưa đem gậy gộc để đuổi con.

Nếu họ dùng roi gậy đuổi ông thì ông nghĩ sao? Con thấy họ vẫn còn tốt, vì họ chỉ mới rượt đuổi mà chưa gây thương tích cho con.

Nếu họ dùng dao búa gây thương tích cho ông? Con vẫn còn cảm ơn họ vì họ còn lương tri chưa nỡ giết chết con.

Nếu họ giết ông?

Con lại cảm ơn họ bội phần, vì họ đã giúp con từ bỏ xác thân hư ảo, ô trược, sớm nhập Niết Bàn. Đó là một dịp may hiếm có, chết vì truyền bá chánh pháp, con sẵn sàng đón nhận mà không có gì ân hận.

-Trần Bình Trọng một danh tướng dưới triều Trần, khi bị quân Nguyên bắt, tướng Nguyên tìm mọi cách để khai thác thông tin, dụ dỗ hỏi ông có muốn làm vương đất Bắc không, Trần Bình Trọng khẳng khái trả lời: *"Ta thà làm quỷ nước Nam, chứ không thèm làm vương đất Bắc"*.

-Khổng Tử từng nói: *"Khi chúng ta không biết cuộc sống là gì, làm sao chúng ta có thể biết cái chết là gì?"*

-Theo Epicurus (Epíkouros) Triết gia Hy Lạp vào thế kỷ thứ 3 trước Dương lịch, đã viết về cái chết trong *La lettre à Mécénée sur la morale* (Thư gửi Ménécée về Đạo Đức): *"Bây giờ hãy quen với suy nghĩ rằng cái chết không là gì đối với chúng ta, vì cái tốt và cái xấu chỉ có trong cảm giác mà cái chết thì không có cảm giác. Vì vậy, điều xấu khiến chúng ta sợ hãi nhất là cái chết, nhưng nó không là gì đối với chúng ta, vì khi chúng ta tồn tại thì cái chết không có và khi cái chết đến, chúng ta không còn hiện hữu. Người khôn ngoan không sợ sống: vì cuộc sống không phải là gánh nặng cho họ; nhưng thực tế họ cũng không coi là không sống (chết) như một điều xấu"*.

-Sir Winston Churchill, cựu Thủ tướng Anh quốc thời đệ nhị thế chiến đã nói về cái chết như sau: *"Death and sorrow will be the companions of our journey ; hardship our garment, constancy and valour our only shield."* (Cái chết và đau khổ sẽ là bạn đồng hành của chúng ta; không còn y phục che thân, chúng ta chỉ còn được che chở bởi chính sự kiên trì và lòng dũng cảm).

-Charles De Gaulle, cựu Tổng Thống Pháp quốc đã từng nói: "*La fin de l'espoir est le commencement de la mort*" (Khi niềm hy vọng chấm dứt là lúc khởi đầu của cái chết).

-Sigmund Freud, Bác sĩ về Thần Kinh Học người Áo, cha đẻ ngành Phân Tâm Học cho rằng: "*Trên thực tế, không ai tin vào cái chết của chính mình, và trong vô thức, mọi người đều bị thuyết phục về sự bất tử của mình*".

*** Tôn giáo**

Mỗi tôn giáo có quan niệm và giải thích riêng biệt về cái chết. Ý nghĩa của cuộc sống và của cái chết, không hoàn toàn giống nhau theo các tôn giáo. Ngày nay, các tôn giáo lớn trên toàn thế giới đưa ra hai quan niệm giải thích về cái chết:

-Thuyết Luân Hồi (**Reincarnation**): Tái sinh theo thiện nghiệp hay ác nghiệp đã tạo.

-Thuyết Phục Sinh (**Resurrection** hoặc còn gọi là **Anastasis**): Sống lại sau khi chết, như sự phục sinh của Jesus Christ.

Quan niệm thứ nhất liên quan đến các tôn giáo châu Á như Ấn Độ giáo và Phật giáo, quan niệm thứ hai là tính đặc thù trong Do Thái giáo, Cơ đốc giáo và Hồi giáo.

Là Phật tử chúng ta chỉ chú trọng quan điểm Phật giáo về cái chết. Trong giáo lý và thực hành Phật giáo, cái chết đóng một vai trò quan trọng. Ý thức về cái chết là động lực thúc đẩy Thái tử Siddhartha nỗ lực tìm kiếm "giải thoát luân hồi sanh tử" và cuối cùng đạt được giác ngộ.

Trong học thuyết Phật giáo, cái chết có chức năng như một lời nhắc nhở về giá trị của việc được sinh ra làm người. Luân hồi trong sáu cõi chỉ khi tái sinh làm người được coi là trạng thái duy nhất mà chúng sanh có thể tu hành đạt được giác ngộ, vì các cõi khác hoặc quá sung sướng hoặc quá khổ khó có thể tu hành. Vì vậy, cái chết giúp nhắc nhở bản thân rằng không nên coi cuộc sống là điều hiển nhiên. Niềm tin về sự tái sinh của những người theo Phật giáo không nhất thiết phải xóa bỏ nỗi lo lắng về cái chết, vì tất cả sự tồn tại trong chu kỳ tái sinh được coi là đầy đau khổ, và tái sinh nhiều lần không nhất thiết có nghĩa là một người tiến triển.

Có một điều nghịch lý là mặc dù chúng ta thường thấy cái chết cướp đi mạng sống của mọi người chung quanh, nhưng chúng ta hiếm khi dừng lại để tự nhận thấy rằng chúng ta sớm hay muộn cũng trở thành nạn nhân của cái chết. Điều này được chứng minh rõ rệt qua "đại nạn Covid-19", trước cái chết của các nạn nhân Covid, nhiều người vẫn tiếp tục lợi dụng tình hình để làm giàu (tham, si) nhưng không biết rằng Covid đang đến gần họ. Một số người vẫn không tuân theo lệnh của chánh phủ vẫn đi du lịch, tổ chức họp mặt để rồi lãnh hậu quả Covid, tử vong và truyền bệnh sang nhiều người khác! Trước lễ Giáng sinh 2020, Thủ Tướng Angela Merkel đã khuyên: "Tránh họp mặt và du lịch trong dịp lễ đừng để đó là lễ Giáng sinh cuối của quý vị"; hậu quả, toàn Âu châu không ít người đã hưởng một Giáng Sinh 2020 cuối trong đời, và Covid Anh Quốc lan tràn nhiều nơi! Hơn nữa hậu quả đã dẫn đến biến thể Brazilian (Brazilian Covid variant), biến thể Nam Phi (South African Covid variant), biến thể Ấn Độ (Indian Covid variant), v.v...

Với sự gắn bó chặt chẽ của chúng ta với cuộc sống, chúng ta thường mang theo bên mình ý nghĩ sợ chết, mặc dù thực tế cái chết là một điều chắc chắn tuyệt đối. Chúng ta muốn gạt ý nghĩ "xấu" này càng xa càng tốt, tự dối bản thân rằng cái chết là một hiện tượng xa vời, một điều không cần phải lo lắng; chúng ta nên đủ can đảm để đối mặt với sự thật; chúng ta phải chuẩn bị để đối mặt với thực tế khắc nghiệt. Cái chết là một thực tế đang xảy ra trong từng Sát Na không phải khi liệm vào quan tài mới gọi là chết, các tế bào trong thân chúng ta chết trong từng Sát Na để các tế bào khác sanh ra thay thế. Nếu chúng ta đánh giá cao những sự kiện đó và trang bị cho mình nhận thức rằng cái chết là không thể tránh khỏi; thậm chí điều đó phải được chấp nhận như một điều bình thường và không phải là một sự kiện đáng sợ mà chúng ta có thể đối mặt với sự bình tĩnh, can đảm và tự tin.

Cái chết đến với tất cả chúng sanh và là một phần của vòng đời chúng ta. Một số chết trong thời kỳ trẻ và khỏe mạnh, những người khác ở tuổi già, nhưng tất cả đều phải chết. Không được mời, chúng ta đã đến thế giới này và không bị cấm đoán, chúng ta sẽ rời khỏi nó.

Những người có tín ngưỡng thường ít sợ hãi cái chết hơn những người theo chủ nghĩa duy vật, bởi vì những người theo chủ nghĩa duy vật đặc biệt quan tâm đến cuộc sống này để thỏa mãn những ham muốn, tham vọng của họ.

Nhưng theo quan điểm của Phật giáo, chết không phải là hết và mỗi lần sinh ra cũng không phải là bắt đầu của một cuộc đời. Đối mặt với cái chết là sự bắt đầu của cuộc sống và ngược lại, sinh ra là sự kết thúc của cuộc sống. Nó chỉ là một phần của toàn bộ chu trình, một chu kỳ tuần hoàn sinh ra, chết đi, tái sinh và chết đi một lần nữa. Nếu chúng ta hiểu biết về chu kỳ đang diễn ra này, cái chết bắt đầu mất khả năng tạo ra nỗi kinh hoàng trong chúng ta, bởi vì nó không phải là cuối cùng. Nó chỉ là sự kết thúc của một chu kỳ; chỉ một chu kỳ trên đường đi và sau đó con đường lại tiếp tục trong thời gian khác với các chu kỳ khác. Lá rụng khỏi cây, nhưng không phải là kết thúc. Chúng quay trở lại đất và nuôi dưỡng rễ cây; năm sau cây có lá mới. Đời người cũng vậy, nhân gặp duyên được sanh làm người rồi chết và tái sinh, sự hiểu biết về nguyên tắc cơ bản này giúp chúng ta giảm bớt nỗi sợ hãi về cái chết.

Trong Kinh điển và tài liệu Phật giáo có nói nhiều về cái chết như:

- Kinh Địa Tạng Bổn Nguyện

- Tử Thư Tây Tạng, nguyên tác **Bardo Thödol Chenmo** do ngài Padmasambhava (Liên Hoa Sinh) thuyết giảng vào thế kỷ thứ 8, và do Hoàng Hậu Yeshe Tsogyal của Tây Tạng truyền bá, được Giáo sư W.Y. Evans Wentz phiên dịch ra Anh ngữ năm 1924 với nhan đề "Tibetain Book of the Death"

- Living is Dying của Lạt Ma Jamgyang Khyentse Rinpoché

- v.v...

Đặc điểm của các kinh điển, tài liệu này không phải dành cho người chết (người chết không còn đọc được!) mà dành cho **người sống**, sống sao cho tốt hợp với đạo làm người để khi rời bỏ cuộc đời ngũ trược này được ra đi nhẹ nhàng thư thái không chút vướng bận.

Để chỉ định rõ đặc điểm này Đức Đạt Lai Lạt Ma nói phải gọi là Sinh Thư (Book of the Living) thay vì Tử Thư. Ngài nhấn mạnh: *"Đạo Phật là đạo dành cho người sống chứ không phải người chết"*. Ngài đã giảng: *"Trọn bộ Tử Thư có thể thâu gồm vào một ý chính như sau: Người nào biết sống một cách tỉnh thức thì sẽ chết tỉnh thức, và một khi đã tỉnh thức thì họ có thể chuyển thần thức, tránh được sự lôi kéo của nghiệp và thoát khỏi sinh tử luân hồi. Đa số con người vì bị vô minh che phủ nên không biết cách sống cho đúng với ý nghĩa của sự sống, thường thường nếu không hoài niệm về quá khứ thì họ cũng mơ tưởng về tương lai, họ luôn luôn **'lo lắng để sống'** chứ không hề ý thức rõ rệt sự sống. Vì sống một cách u mê, không tỉnh thức như vậy nên khi chết thì họ cũng không thể làm chủ được hoàn cảnh cận tử, dĩ nhiên họ sẽ hoàn toàn để nghiệp lực lôi kéo và trôi nổi trong sáu nẻo luân hồi"*.

Lời giải thích này là một chìa khóa quan trọng đã rọi một tia sáng cho những người muốn tìm hiểu cuốn Tử Thư Tây Tạng. Người ta có thể coi nó là một Sinh Thư, sách hướng dẫn cho người sống, khuyên họ phải sống làm sao để khi chết có thể tự chủ, tỉnh thức để thoát luân hồi, hoặc người ta cũng có thể coi nó là một Tử Thư, sách hướng dẫn cho người chết biết cách tìm đến những cõi giới tốt lành, tránh đọa lạc vào ba đường ác là Ngạ quỷ, Địa ngục và Súc sinh.

Ngoài sự chuẩn bị cái chết của riêng mình, một việc khác không kém phần quan trọng là giúp người khác có một cái chết tốt đẹp. Khi mới sinh ra đời, chúng ta đều là những hài nhi yếu đuối; nếu không nhờ sự săn sóc tử tế mà chúng đã nhận được, thì chúng ta đã không thể sống còn. Người sắp chết cũng thế, không thể tự túc được, nên ta phải giúp họ thoát khỏi những bất tiện và lo âu, và cố hết sức để giúp họ có một cái chết thanh thản. Điều quan trọng nhất là tránh làm điều gì khiến cho tâm người sắp chết thêm rối loạn. Mục đích trước nhất của chúng ta giúp người sắp chết là làm cho họ được thoải mái. Có nhiều cách để làm việc này. Với người đã quen tu tập, nếu khi họ sắp chết mà ta nhắc nhở chuyện tu hành, tinh thần họ có thể thêm phấn chấn. Một lời trấn an đầy từ ái của ta có thể gợi cho người sắp chết một thái độ bình an, thoải mái. ■

Thái Công Tụng

Mây và con người

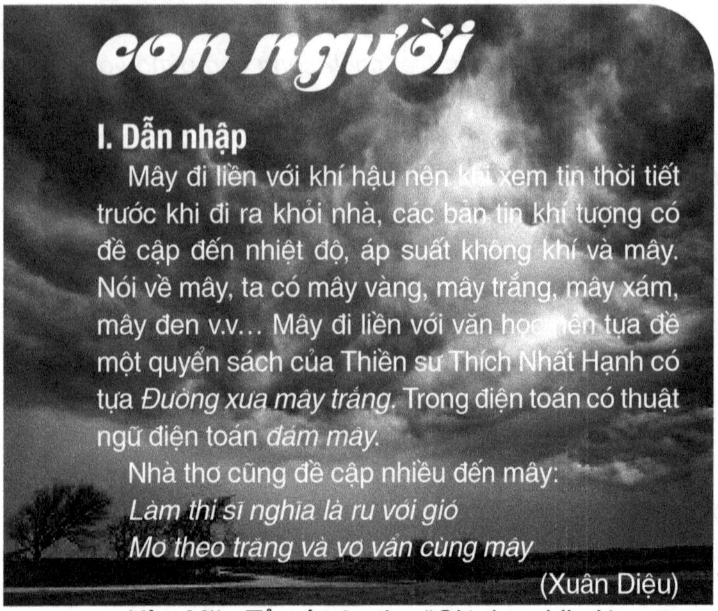

I. Dẫn nhập

Mây đi liền với khí hậu nên khi xem tin thời tiết trước khi đi ra khỏi nhà, các bản tin khí tượng có đề cập đến nhiệt độ, áp suất không khí và mây. Nói về mây, ta có mây vàng, mây trắng, mây xám, mây đen v.v… Mây đi liền với văn học nên tựa đề một quyển sách của Thiền sư Thích Nhất Hạnh có tựa *Đường xưa mây trắng*. Trong điện toán có thuật ngữ điện toán *đám mây*.

Nhà thơ cũng đề cập nhiều đến mây:

Làm thi sĩ nghĩa là ru với gió
Mơ theo trăng và vơ vẩn cùng mây

(Xuân Diệu)

Hàn Mặc Tử có câu thơ *"Gió theo lối gió, mây đường mây"*.

Nguyễn Khuyến ca tụng mây trời xanh ngắt:

Tầng mây lơ lửng trời xanh ngắt,
Ngõ trúc quanh co khách vắng teo.

Nhiều nhạc sĩ cũng dùng mây làm đối tượng bài hát nên ta bắt gặp đó đây Chiều tím, Chiều vàng v.v…

Chiều tím chiều nhớ thương ai, người em tóc dài
Sầu trên phím đàn, tình vương không gian,
Mây bay quan san, có hay?
Đàn nhớ từng cánh hoa bay, vầng trăng viễn hoài
Màu xanh ước thề, dòng sông trôi đi
Lúc chia tay còn nhớ chăng?

hoặc:

Trên đồi xanh chiều đã xuống dần
Mặt trời lấp ló sau đồi chiều vàng

Mây cũng có trong thành ngữ quen thuộc 'bèo giạt mây trôi' và được phổ biến thành nhạc đầy chất trữ tình với các yếu tố như chim, cá, mây, trăng, gió v.v… cho thấy cảnh vật sâu lắng tâm hồn của làng Việt, nông thôn Việt.

Truyện Kiều cũng có nhiều câu thơ có chữ mây:

- khi nói về thời tiết đẹp:

Gió quang, mây tạnh thảnh thơi

- khi nói về thời tiết xấu:

Đùng đùng gió đục mây vần
Một xe trong cõi hồng trần như bay

hoặc:

Nàng thì dặm khách xa xăm
Bạc phau cầu giá, đen rầm ngàn mây

Khi còn hy vọng, Cụ Nguyễn Du cũng dùng chữ mây vì sau cơn mưa, trời lại sáng:

Trời còn để có hôm nay,
Tan sương đầu ngõ, vén mây giữa trời

Hơi nước dưới đất bốc lên cao, gặp lạnh sẽ ngưng tụ tạo thành các giọt nước nhỏ hay tinh thể nước đá, cùng với hàng tỷ giọt nước nhỏ khác tạo thành mây mà con người có thể nhìn thấy. Nói khác đi, mây là khối các giọt nước ngưng tụ hay nước đá tinh thể treo lơ lửng trong khí quyển ở phía trên Trái Đất. Ta thường xem mây để tiên đoán thời tiết vì mây là một bộ phận quan yếu về thời tiết. Chẳng thế mà Liên Hiệp Quốc có Ngày Thế Giới về Mây, cũng như đã có Ngày Thế Giới về Rừng, Ngày Thế Giới về Nước, Ngày Thế Giới về Khí Tượng v.v…

Tiên đoán thời tiết cũng phần nào dựa vào mây vì mây có vai trò quan trọng trong điều tiết khí hậu, trong chu kỳ nước. Thế nên Tổ chức Khí tượng Thế giới của Liên Hiệp Quốc lựa chọn chủ đề Ngày Khí Tượng Thế Giới năm 2017 là "Hiểu biết về mây" nhằm nhấn mạnh tầm quan trọng của mây trong chu kỳ nước, trong điều tiết khí hậu và truyền tải thông điệp về sự cần thiết của việc tăng cường đầu tư nghiên cứu, phổ biến thông tin, kiến thức và nâng cao hiểu biết về mây, góp phần nâng cao hiệu quả việc tiên đoán thời tiết cũng như nhận thức của cộng đồng về tầm quan trọng của hoạt động khí tượng, thủy văn trong các hoạt động kinh tế, xã hội, phòng, tránh và giảm nhẹ thiên tai.

II. Mây trong ca dao tục ngữ Việt

Ca dao Việt cũng dùng mây để tiên đoán thời tiết. Nhiều câu ca dao sau đây cho thấy nông dân Việt thường nhìn mây hoặc sao ban đêm để tiên đoán thời tiết:

-Vàng mây thì gió, đỏ mây thì mưa.
-Trời hôm mây kéo bối bừa
Trời còn nắng ráo ta chưa vội gì
Bao giờ kéo vảy tê tê
Sắp gồng, sắp gánh ta về kẻo mưa.
-Mây kéo xuống bể thì nắng chang chang
Mây kéo lên ngàn thì mưa như trút.
-Mây xanh thì nắng, mây trắng thì mưa.
-Chớp đông nhay nháy Mà gà gáy thì mưa
-Chớp đằng đông, vừa trông vừa chạy
-Đêm trời trăng, trăng sao không tỏ,
Ấy là điềm mưa gió tới nơi.
Đêm nào sao sáng xanh trời,
Ấy là nắng ráo yên vui suốt ngày.
Những ai chăm việc cấy cày,

Điềm trời trông đó, liệu xoay việc làm.
-Sao dày thì mưa, sao thưa thì nắng

III. Các màu sắc của mây

Màu sắc mây có được là do mây phản chiếu lại ánh sáng mặt trời; ánh sáng mặt trời gồm nhiều màu, mỗi màu có độ dài bước sóng riêng:

-Tia tử ngoại là tia sóng ngắn, từ 10 đến 380 nm (nanomet), mắt thường không nhìn thấy được. Hầu hết các tia sóng ngắn nhỏ hơn 290nm gây độc cho cơ thể bị lớp khí quyển hấp thụ ở độ cao 25-30km.

–Ánh sáng nhìn thấy có độ dài bước sóng 380-780nm, gồm nhiều tia có màu sắc khác nhau: tia tím, tia xanh, tia lục, tia vàng, tia đỏ.

-Tia hồng ngoại có độ dài bước sóng lớn (trên 780nm), mắt thường không nhìn thấy được.

Trong quang phổ, màu lam và lục là có bước sóng tương đối ngắn, trong khi đỏ và vàng là có bước sóng dài. Các tia sóng ngắn dễ dàng bị tán xạ bởi các giọt nước, còn các tia sóng dài dễ bị hấp thụ.

Màu sắc của mây là do phản xạ từ ánh sáng Mặt Trời đến toàn bộ 7 độ dài bước sóng ánh sáng nhìn thấy (vàng, đỏ, cam, lục, xanh, lơ và tím), do vậy có màu trắng, nhưng chúng cũng có thể có màu xám hay đen nếu chúng quá dày hoặc quá đặc do ánh sáng không thể đi qua.

Các đám mây cũng có thể dày hay mỏng: đám mây dày có thể đạt đến 7 – 8 nghìn mét, đám mây mỏng thì chỉ có mấy chục mét.

Ánh sáng mặt trời khi đến bầu khí quyển của Trái Đất sẽ bị khuyếch tán ra nhiều phía bởi đủ mọi loại khí trong không khí; tuy nhiên, ánh sáng màu xanh bị khuyếch tán nhiều hơn các màu kia vì độ dài sóng ngắn hơn; đó là lý do tại sao ta thường thấy bầu trời màu xanh, đúng như trong bài hát Bức họa đồng quê của nhạc sĩ Văn Phụng:

Trời xanh xanh bao la mây trắng trắng trắng xóa
Tia nắng tưng bừng chiếu trên đồng lúa vàng
Đàn chim, chim chim non đang ríu ríu rít hót
tung cánh bay nhẹ lướt trên cành la đà

Câu ca dao sau đây phân biệt 3 loại mây:
Trên trời có đám mây xanh
Ở giữa mây trắng chung quanh mây vàng

Quang Dũng nói về mây trắng:
Vầng trán em mang trời quê hương
Mắt em dìu dịu buồn Tây phương
Tôi nhớ xứ Đoài mây trắng lắm
Em đã bao ngày em nhớ thương?

Nhiều bản nhạc Việt như Chiều vàng, Chiều tím, Giọt nắng hồng, v.v... đủ nói lên nhiều sắc màu của mây trong nhạc Việt. Mây trên trời đa phần đều là màu trắng pha một chút xám. Nhưng mây cũng có nhiều màu sắc khác nhau: có mây màu hồng, có mây màu vàng, màu xám, màu tím, màu đỏ v.v..., tùy điều kiện thời tiết:

– Mây vàng.

Bà Huyện Thanh Quan có câu thơ tả cảnh hoàng hôn:

Chiều trời bảng lảng bóng hoàng hôn

Bảng lảng vì chen lẫn giữa sáng và tối. Vào lúc mặt trời lặn, ta bắt gặp nhiều màu ở chân trời: ánh nắng mặt trời đều chiếu nghiêng qua một tầng khí quyển rất dày, -dày 10 lần nhiều hơn khi Mặt Trời ở chân trời so với lúc Mặt Trời ở thiên đỉnh- nên các tia sóng ngắn (tím và xanh) bị tán xạ dần hết, chỉ còn tia màu đỏ hay màu da cam là tia sóng dài mới dễ bị hấp thụ, khiến chúng bị nhuộm thành một màu cam đỏ hay màu vàng.

Nhà nhạc sĩ ca tụng Chiều tím, Chiều hồng:

-Chiều nay sương khói lên khơi. Thùy dương rũ bến tơi bời. Làn mây hồng pha ráng trời. Sóng Đà Giang thuyền qua xứ người. Thuyền ơi, viễn xứ xa xưa. Một lần qua giạt bến lau thưa. Hò ơi, giọng hát thiên thu. Suối nguồn xa vắng, chiều mưa ngàn về

-Trời tây lãng đãng bóng vàng (Kiều)
-Chiều hôm đón mát cổng làng
Gió hiu hiu thổi, mây vàng êm trôi (Bàng Bá Lân)

-Mây hồng: vào mùa hè, trời nắng đẹp nên mây có màu hồng như trong bài hát Hè về của Hùng Lân:

Trời hồng hồng, sáng trong trong
Ngàn phượng rung nắng ngoài song

hoặc trong thơ:

Mây hồng dừng lại sau đèo
Ngàn cây nắng nhuộm bóng chiều không đi

-Mây xám:

Ngàn mây xám, chiều nay về đây treo lững lờ
Và tiếng hát về ru mình trong giấc ngủ vừa
Rồi từ đó, loài sâu nửa đêm quên đi ưu phiền
Để người về hát đêm hồng
Địa đàng còn in dấu chân bước quên.
(Bài hát Dấu Chân Địa Đàng)

-mây trắng. Thơ của Lý Bạch có nói đến loại mây trắng trong bài Hoàng Hạc Lâu:

Hoàng hạc nhất khứ bất phục phản,
Bạch vân thiên tải không du du.

Dịch nghĩa:

Hạc vàng một khi bay đi đã không trở lại,
Mây trắng ngàn năm vẫn phiêu diêu trên không.

-Mây đen vì ánh sáng Mặt Trời không xuyên qua

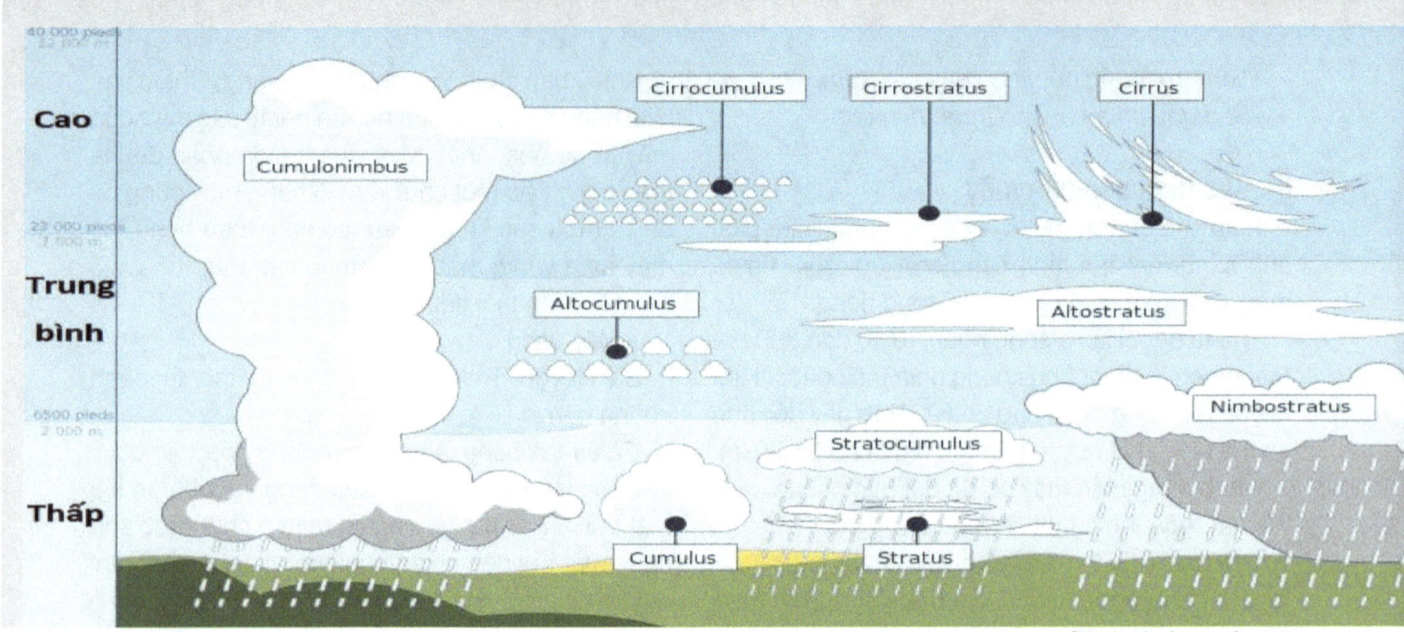

Các hình dạng của mây

được một tầng khí quyển dày:

Trời đêm mây kéo tối rầm,

Rầu rầu ngọn cỏ, đầm đầm cành sương (Kiều)

–Mây trắng vì các hạt nước trong mây có đủ để phân tán độ sáng của 7 độ dài bước sóng khác nhau (đỏ, cam, lục, xanh, tím, tím lợt), hoặc gặp lúc trời nắng ráo hay nhiều mây, lượng mây trên bầu trời rất ít, được mặt trời chiếu sáng.

Ngoài màu sắc của mây, phải đề cập đến độ dày của mây vì có đám mây dày có thể đạt đến 7-8 nghìn mét, đám mây mỏng thì chỉ có mấy chục mét:

-nếu là các đám mây mỏng, ánh sáng đi qua dễ dàng ta thấy có màu trắng.

-nếu là đám mây dày thì ánh sáng mặt trời khó có thể xuyên qua được, vì thế mây có màu xám

Mây không cố định một chỗ vì mây cũng bị gió cuốn đi, như lời ca trong bản nhạc nọ:

Mây kia ở đậu từng không

Mưa nắng ở trọ bên trong mắt người

Mây đỏ, da cam, hồng xảy ra chủ yếu vào lúc bình minh hay hoàng hôn, và chúng là kết quả của sự tán xạ ánh sáng của khí quyển. Mây tự bản thân nó không có những màu này, chúng chỉ phản xạ các tia sóng dài (không tán xạ) của ánh sáng là những bước sóng chính trong khoảng thời gian đó. Nhiều bản nhạc ca ngợi màu tím lúc hoàng hôn như trong bài Chiều tím:

Chiều hoàng hôn tím cả dòng sông

Đò neo bến vắng mà nhớ anh tha thiết trong lòng

Người anh sang sông quên lời ước

Để lại tình em mênh mông sông nước

Con sáo sổ lồng sáo bay theo pháo đỏ rượu nồng.

IV. Các hình dạng của mây

Mây trong quá trình biến đổi liên tục thể hiện bằng nhiều hình dạng, song có thể quy định một số loại hình chủ yếu luôn luôn quan sát được trong khí quyển, chúng có thể kết hợp thành nhóm lớn. Căn cứ vào cấu trúc vật lý, hình dạng, sự phát triển và độ cao của mây, quy định gồm 10 loại mây thuộc 3 tầng là: mây tầng trên, mây tầng giữa và mây tầng dưới.

Căn cứ vào cao độ của tầng mây, dựa vào các tiền từ sau đây:

Cirro-: chỉ các loại mây tầng cao (trên 6000 mét)

Alto-: chỉ các loại mây tầng giữa (giữa 2000 và 6000 mét)

Strato-: chỉ cac loại mây tầng thấp (dưới 2000 mét)

Căn cứ vào hình dạng mây, cũng có nhiều danh từ tiếng Latin dùng để chỉ:

Stratus: mây xám đầy trời, chứa giọt nước mịn

Cirrus: với nhiều tơ trời trắng, chứa tinh thể nước đá

Cumulus: mây màu trắng xóa, phía trên trông như cải hoa

Nimbus: mây báo trời mưa

Người ta gom lại các từ ghi trên để xác định được các loại mây sau đây, theo độ cao của tầng mây:

Tầng cao: trên 6000 mét

1. Mây ti (cirrus, viết tắt Ci): có những dải mỏng, không gây mưa, thời tiết tốt. Mây ti là những đám mây riêng lẻ mảnh dẻ có kiến trúc sợi không có bóng, thường có màu trắng, nhiều khi có vẻ sáng như tơ. Bao giờ mây ti cũng cấu tạo bởi những tinh thể băng, mây ti không gây nguy hiểm cho hoạt động bay. Mây này không gây mưa.

Độ cao trung bình của mây này khoảng từ 7-10km.

2. Mây ti tích (cirrocumulus, viết tắt Cc): mây màu trắng, mỏng, phân bố thành hàng cụm hoặc như vết gợn trên bãi cát bờ biển, không gây mưa. Độ cao trung bình của loại mây này vào khoảng 6-8km.

3. Mây ti tầng (cirrostratus, viết tắt Cs): mây màu trắng, không gây mưa, có khi che phủ cả bầu trời.

Tầng trung bình: 2000-6000 mét:

4. Mây cao tích (altocumulus, viết tắt Ac): tương tự mây ti tích, nhưng các mảng riêng rẽ và lớn, sẫm màu hơn; độ cao 3-6 km

5. Mây cao tầng (altostratus, viết tắt As): như tấm màn màu xám, hơi trắng đục, gây ra mưa; độ cao 2-5km.

Tầng thấp: dưới 2000 mét:

6. Mây tầng tích (stratocumulus, viết tắt Sc): mây màu trắng, dạng nấm, sóng hoặc luống; mây màu trắng, giữa xám là đục; độ cao 1-2km; mây này gây ra mưa nhỏ rải rác.

7. Mây vũ tầng (nimbostratus, viết tắt Ns): có màu xám đồng nhất, bao trùm bầu trời, gây ra mưa lớn và kéo dài.

8. Mây tích (Cu) độ cao 500-1500 mét, cho mưa rào.

9. Mây vũ tích (Cb) cho mưa lớn, mưa rào to, kèm theo sấm chớp.

V. Kết luận

Mây trời đa dạng về màu sắc cũng như về độ cao. Có mây mới có mưa, giúp khí hậu bớt khô hạn. Mây trời là nguồn cảm hứng cho nhà thơ, nhà văn, nhà nhạc. Bình minh vàng, hoàng hôn tím là những đối tượng cho văn nhân, thi nhân. Nhà nhạc sĩ cũng gửi gắm lòng mình qua 'Lời gọi chân mây'. Nhưng mây cũng chỉ là một giai đoạn trong chu kỳ nước của Trái Đất ta đang ở. Nếu bầu không khí bị ô nhiễm do xe cộ, nhà máy cứ tự do phát thải lên cao thì mây cũng có lúc nặng trĩu hơi nước và rơi lại xuống đất, làm nước ngầm, nước sông suối trở lại ô nhiễm vì '*nước trôi ra biển lại mưa về nguồn*'. Do đó, bổn phận con người là giữ môi trường không khí cho trong sạch, vì không khí có trong sạch thì mây mới trong sạch, tạo điều kiện cho mưa trên trời không ô nhiễm khi rơi lại xuống trái đất. ■

Lâm Minh Anh

CHỮ ***"VIÊN"*** HOÀN MỸ

Ngày Rằm tháng Tư đi dự lễ Phật đản tại chùa Viên Quang khi trở về, tiện đường ông Tư liền ghé thăm ông Lý, trước là uống trà, sau là đàm đạo chữ nghĩa cho vui. Thời buổi này, có tuổi, bạn tri kỷ dành thời gian cho nhau, đến mà không cần hẹn trước khó có được lắm! Thế nên hai ông thật tương thân tương đắc. Vào đến nhà, thấy trên bàn đang có quyển kinh Viên Giác, ông Tư hoan hỉ nói ngay:

- Hôm nay đi chùa Viên Quang, nghe phần hồi hướng về "Phật sự viên thành", đến nhà bác lại thấy kinh Viên Giác, tôi cảm thấy thật là một ngày "viên mãn". Lại nữa, tôi nghe nói và cũng nhìn thấy có nhiều tự viện được đặt tên bắt đầu với chữ "Viên", phải chăng chữ này chỉ dùng riêng trong nhà Phật?

Ông Lý mỉm cười nhẹ lắc đầu nói:

- Không hẳn là vậy mà là vậy. Thật ra chữ "Viên" có khá nhiều ý nghĩa và được sử dụng rộng rãi trong nhiều lãnh vực, chẳng hạn:

● Chữ Viên 圓 khi chỉ về hình thể trên mặt phẳng được định nghĩa: Từ điểm giữa (viên tâm) đo ra vành ngoài (viên chu) đều có khoảng cách như nhau. Khi dùng để chỉ về người được mang nghĩa phẩm cách hoàn bị, chu toàn... Còn theo thuật ngữ nhà Phật, nói về tịnh tâm tịnh niệm như " sự khoan thứ tức là Viên ".

● Chữ Viên như trên, theo Nho tự, vốn được cấu thành theo phép tượng hình và hội ý của Giáp cốt văn dựa trên nguyên thủy từ Đào văn, cần phân tích mới hiểu nghĩa gốc của nó.

Thoạt kỳ thủy, người cổ đại sớm quan sát và phát hiện từ những thiên thể như trăng sao vào ban đêm khi chớp khi tắt những điểm chấm, vết khi lớn khi nhỏ.... Sau đó, dần theo năm tháng tích lũy kinh nghiệm kèm theo kiến văn, họ mới có được khái niệm về dạng hình tròn, vòng tròn, hình cầu...

1/ Mặt trời: khi nhìn vầng dương xuất hiện vào sáng sớm trên đường chân trời với hình dạng mặt trời, chữ viết được biểu thị 日 (nhật).

2/ Mặt trăng: Khi nhìn vầng nguyệt xuất hiện trong đêm Rằm với hình dạng mặt trăng, chữ viết được biểu thị 月(nguyệt).

3/ Ngôi sao: khi nhìn những vì tinh tú lấp lánh

trong những đêm thanh với hình dạng ngôi sao, chữ viết được biểu thị 星 (tinh).

Trong hình vòng tròn biểu thị của 3 thiên thể trên, mặt trăng đặc biệt gợi cho người cổ đại chú ý nhất, bởi lẽ từ khi trăng non vừa mới chớm hiện hình với dấu chấm (ngày Sóc), từ từ biến đổi thành vầng trăng khuyết, cuối cùng thành hình tròn đầy (ngày Rằm). Như thế, trải qua một thời gian dài quan sát quá trình này, người cổ đại mới có ý niệm rõ ràng và xác định được hình dạng viên tròn. Cho nên, khi chữ Viên mang nghĩa tròn, thuật ngữ Phật giáo "Viên đảnh phương bào" 圓頂方袍 (Đầu tròn áo vuông) là chỉ bậc thầy tỳ kheo. Tô Đông Pha cũng có câu: Nguyệt hữu âm, tình, viên, khuyết 月有陰晴圓缺 (Trăng có khi mờ, khi tỏ, tròn và thiếu). Và khi Viên mang nghĩa là Trời, trong Hoài Nam Tử có câu: Đới viên lý phương 載圓履方 (Đội trời đạp đất). Tuy nhiên, chữ Viên này đến đời Chiến quốc có sự giải thích khác: Cho rằng nó vốn xuất phát từ dạng cái vạc dầu hoặc cái đỉnh chung 鼎 (đỉnh) được đơn giản hóa mà thành hình, còn được phân biệt:

1/ Viên 圓: Dùng để chỉ loại chữ hình dong (đồ vật thông thường tức biểu vật).

2/ Viên hay Hoàn 圜: Theo nghĩa thành hình từ vạc đỉnh dùng để chỉ hình tròn của thiên thể. Phần giải thích này được viết trong sách cổ: Tự tùng đỉnh giả, thị kỳ như thiên thể chi Viên, nhi dĩ vật Hoàn vi bổn nghĩa 字從鼎者示其如天體之圓而以物圜為本義.

Trong một sách khác, lại giải thích: Chữ Viên 圓 sơ khởi phát xuất từ chữ Vi 圍 của bộ Vi 囗, đồng nghĩa với chữ Hoàn 圜 cũng từ bộ Vi mà ra. Lại cho rằng: Cả 3 chữ trên, đều có thể dùng để diễn đạt biểu vật lẫn biểu cảm.

Nhưng nói cho cùng, chỉ chữ Viên 圓 này, mới là chữ viết được dùng phổ cập từ xưa đến nay, nó đã có một chiều dài lịch sử và ý nghĩa trong những nền văn hóa khác nhau nếu hiểu văn hóa như là tất cả sinh hoạt tinh thần và nét đặc trưng của nhân loại. Bởi lẽ từ thời thái cổ, khi con người biết dùng đá mài, đất nung, gốm sứ, rồi lấy dây mây rừng, tre nứa để đan bện cho đến khi tiến đến biết khai thác đồng, thiếc, bạc, vàng, ngọc… làm nên những đồ vật có mẫu hình tròn, vòng tròn để tiện dụng trong đời sống. Chẳng hạn trong:

- Văn hóa ẩm thực: nồi niêu, ấm, bình, chén, ly, tách, nong nia, thúng mủng, rổ rá….

- Văn hóa trang sức và vũ nghệ: vòng kiềng, hoa tai, nhẫn đeo tay, chuông trống, cồng chiêng…

- Văn hóa giao thông vận tải: trục tròn, bánh xe… đó là một trong những phát minh quan trọng nhất của loài người.

Nghe đến đây, ông Tư tỏ ra rất thích thú vì những điều giải thích mà ông giờ mới biết. Sau khi cạn tách trà nóng được ông Lý mời, ông Tư ngỏ ý:

- Cảm ơn bác, bây giờ mong bác vui lòng nói qua một ít về chữ Viên trong sử sách, danh ngôn từng đề cập để tôi mở rộng tầm hiểu biết được chăng?

Ông Lý tươi cười nói:

- Trước hết xin liệt kê chữ Viên trong một số từ ngữ thông dụng để chỉ:

- Về hình học như viên cầu 圓球, viên trụ 圓柱
- Về hình dạng như viên hình 圓形 (hình tròn), viên chu 圓周 (vòng tròn). Một điều thú vị là khởi từ thời Võ Chu 武周 (690–705) Nữ hoàng Võ Tắc Thiên, triều đại Đường cho tới ngày nay, vòng tròn còn được dùng để biểu thị số học, hàm nghĩa số 0.
- Về bầu trời rộng lớn như viên không 圓空.
- Về mặt trăng như viên quang 圓光, viên ảnh 圓影, viên cảnh 圓景.
- Sự chu toàn như viên mãn 圓滿, viên dung 圓融, đoàn viên 團圓.
- Sự kiết hung như viên mộng 圓夢.
- Sự vô ngại như viên thông 圓通
- Sự nhân tâm thông đạt như viên hòa 圓和.

Kế đến chữ Viên theo sử sách ghi chép:

* Sơn Hải Kinh, viết: Đan sơn chi dương, hữu phụng chi viên 丹山之陽,有鳳之圓 (Núi Đan tỏa nắng, chim phụng đoàn viên).

* Kinh Dịch, Hệ từ thượng, viết: Thi chi đức, viên nhi thần. Quái chi đức, phương dĩ tri 蓍之德、圓而神. 卦之德,方以知 (Cỏ thi thân tròn tượng trưng Trời và linh ứng. Quẻ đức vuông tượng trưng Đất và xoay vần thuận).

* Đại Đới Lễ Ký, Tăng Tử thiên viên, viết: Thiên đạo viết viên 天道日圓 (Đạo lý Trời là tròn đầy).

* Hoài Nam Hồng Liệt (Lưu An), thiên Nguyên Đạo viết: Viên giả thường chuyển 圓者常轉 (Hình tròn thì hay xoay vần).

Về nghĩa ngôn thuyết của các danh gia chư tử:

— Mặc tử, thiên Pháp Nghị viết: Bách công vi phương dĩ củ, vi viên dĩ quy 百工為方以矩為圓以規 (Trăm người thợ lấy hình vuông làm mẫu, lấy hình tròn làm quy tắc).

— Mạnh tử, Ly Lâu thượng, viết: Bất dĩ quy củ, bất năng thành phương viên 不以規矩,不能成方圓 (Không theo quy tắc lễ nghi thì khó thành người có nhân cách).

— Hàn Phi tử, thiên Sắc Tà, viết: Tả thủ họa viên, hữu thủ họa phương, bất năng lưỡng toàn 左手畫

圓右手畫方不能兩全 (Tay trái vẽ tròn, tay phải vẽ vuông, không thể hoàn thành cả hai cùng một lúc).

Ông Tư cười nói:

- Câu này theo như tục ngữ tiếng Việt là "bắt cá hai tay, cuối cùng chẳng được con nào" chứ gì? À! Hôm nay nói về chữ Viên, tôi chợt nhớ đến vào cuối đời Minh đầu nhà Thanh có danh nữ Trần Viên Viên 陳圓圓, vốn nguyên họ tên Hình Nguyên 邢沅, người Tô Châu, nhan sắc khuynh thành, ca hay múa đẹp, tài sắc vẹn toàn, thế nhưng số mệnh đa truân. Trong văn học có tác giả Ngô Vĩ Nghiệp sáng tác Viên Viên Khúc 圓圓曲, trở thành khúc hát kinh điển với lời ca não nuột ở phần kết:

Vi quân biệt xướng Ngô cung khúc
為君別唱吳宮曲
Hán thủy đông nam nhật dạ lưu
漢水東南日夜流
Tạm dịch:
Hát chi Ngô khúc nghẹn ngào,
Ngày đêm Hán thủy dạt dào về đông.

Còn nữa, theo tôi được biết Tết Trung Thu ở một số nước Châu Á cũng gọi là Tết Đoàn Viên, ngày này trăng tròn và sáng nhất trong năm. Đây cũng là dịp cho gia đình đoàn tụ. Thật ra chữ Viên còn nhiều từ đồng âm dị nghĩa nữa phải không bác?

Ông Lý mỉm cười gật đầu đáp:

- Đúng vậy! Như bác nói trên, chữ này có đến 16 từ nhưng tôi chỉ nêu ra 3 từ mang nghĩa đặc biệt, chẳng hạn như:

1/ Viên 媛: Chỉ nét đẹp thuyền quyên. Theo Nhĩ Nhã viết: Mỹ nữ vi viên 美女為媛 (Viên là cô gái đẹp).

2/ Viên 園 có 2 nghĩa:

- Chỉ nơi lăng tẩm, bia mộ của vua chúa hoặc phi tần thời xưa.
- Chỉ vườn tược như hoa viên, công viên... hoặc chỉ chỗ đất trống để trồng rau, hoa quả..., Thơ chữ Nho của cụ Phan Khôi đề tặng sư Viên Thành có câu: Thảo thụ kỳ Viên tân Phật quốc 草樹祇園新佛國 (Vườn kỳ hoa dị thảo hiện cảnh Phật).

3/ Viên 猿,(猨): Con vượn. Có câu "tâm viên ý mã" 心猿意馬 là lời ẩn dụ trong triết lý Phật giáo nói về Tâm và Ý (khởi tâm rồi, sinh ra ý). Trong sách Tham Đồng Khế, Ngụy Bá Dương mở rộng nghĩa trên: Tâm viên bất định, ý mã nan truy, nghĩa là: Tâm vượn không định, ý ngựa khó theo. Bởi tâm và ý gắn liền nhau, luôn bay nhảy không ngừng nên muốn tâm định thì phải kiểm soát ý.

Từ nghĩa triết học trên, tôi liên tưởng đến Lạc Thư với họa đồ vòng tròn tức Viên Như 圓如. Thật ra, Lạc Thư 洛書 chỉ là một trong ba họa đồ từ xa xưa (hai cái kia là Bát Quái 八卦 và Hà Đồ 河圖) có nguồn gốc từ toán học và thần học của văn hóa Hoa Hạ (trong đó có tộc Bách Việt). Ở đây chỉ nhắc đến vòng tròn của Lạc Thư trên trống đồng Ngọc Lũ của Lạc Việt, nó vốn dĩ để giải thích nguồn gốc Tết nguyên đán của người Việt.

Cũng từ góc nhìn triết học, tôi nghĩ đến Thái Cực đồ 太極圖 của Đạo gia, cũng mang biểu tượng vòng tròn để mô tả thuyết Âm Dương trong văn hóa Phương Đông. Tóm lại, khi nêu ra vòng tròn của các đồ hình trên, tôi muốn gợi lên đặc tính quan trọng của nó trong tư duy của con người liên quan đến ý nghĩa tìm hiểu vũ trụ và nhân sinh.

Thấy ông Tư cứ chăm chú nhìn vào quyển kinh trên bàn, ông Lý chợt hiểu ý, nói:

- Tôi nghĩ chắc bác đang muốn biết đôi chút về chữ Viên trong thuật ngữ nhà Phật. Thật ra, trong Phật giáo, ngoài chữ Viên đứng riêng, còn thường dùng những chữ mang tính từ kép như viên dung, viên thành, viên mãn, viên đức, viên giác... vốn mang sắc thái giàu biểu cảm và tịnh niệm để diễn đạt tính trung hòa và hoàn thiện.

- Viên, theo Kinh Viên Giác: Cụ túc chúng đức xưng Viên 具足眾德稱圓 (Đức hạnh đối với chúng sinh trọn vẹn gọi là Viên). Trong Kinh còn nói: Viên là tròn đầy rộng lớn, không trở ngại, bao trùm khắp pháp giới, ngoài thời gian và không gian, là nguồn gốc sinh ra vạn pháp, diệu dụng không thể nghĩ bàn.
- Viên dung, theo Kinh Hoa Nghiêm chỉ sự lý viên dung vô ngại, mang nghĩa dung hòa thông suốt, chu biến khắp nơi, là lý tính của chư pháp, bất vô biệt nhị. Như sóng với nước, sóng tức là nước.
- Viên thành như bác nói ban đầu là lời tán thán thường nghe trong các pháp hội, sau phần hồi hướng, ước nguyện thành tựu trong sự thừa hành Phật đạo của người con Phật.
- Viên mãn là tính từ kép được sử dụng trong đời thường là chỉ trạng thái hài lòng mãn nguyện ở nơi người. Còn trong Phật giáo là đầy đủ những điều tốt đẹp, kỳ diệu một cách trọn vẹn, hoặc ai đó sẵn lòng rời bỏ thế gian sau khi thành tựu trọn vẹn phát nguyện Đạo pháp. Thật ra Viên và Viên mãn đôi khi được dùng gần nghĩa với nhau để diễn tả ý niệm về hoàn mỹ chân thiện. Nhưng viên trong viên mãn là nghĩa bóng của Viên tức trọn.
- Viên đức 圓德 chỉ đức tính thiện hành viên mãn về Từ bi, Trí tuệ, Thanh tịnh trong đạo Phật. Còn Theo Câu Xá Luận nói về sắc thân và công đức thần thông của Đức Như Lai.

● Viên giác 圓覺 : Chữ Viên đã được giải thích ở trên, sau đây đến chữ Giác. Theo Thuyết văn giải tự, Hứa Thận (thế kỷ thứ 2, triều Hán) viết: Giác, ngộ dã 覺, 悟也 (Ngộ tức là trực nhận, hiểu xuyên suốt). Theo Kinh Viên Giác, viết: Chiếu phá vô minh vi Giác 照破無明為覺 (Soi thấu bên trong để phá vô minh là Giác). Khi kết hợp thành Viên Giác là nói về tuệ giác viên mãn thông qua tu hành đạt được quả vị Chánh đẳng Chánh giác. Ngài Khuê Phong Tông Mật trong Khuê Phong Viên Giác Sơ Tự Chú, viết: Viên giác giả dã, viên mãn chi linh giác dã 圓覺者也圓滿之靈覺也 (Viên Giác tức là giác tính linh viên mãn) và giải thích: Vạn pháp không thật, nhờ đủ duyên mà sinh ra, pháp sinh ra vốn dĩ không, hết thảy duy thức, với tâm thanh tịnh sẽ hiểu được rốt ráo, liền khai ngộ viên mãn tức viên giác 萬法虛偽綠會而生生法本無一切唯識但是一心心入寂而知目之為圓覺.

— Về xuất xứ từ ngữ Viên Giác được ghi lại như sau: Xuất hiện sớm nhất trong Viên Giác Nhẫn của Nhân Vương Hộ Pháp Kinh (Ngài Trúc Pháp Hộ dịch vào đời Tấn Vũ Đế, Tây lịch 267) . Sau đó, trong Đại Thừa Khởi Tín Luận Nghĩa Sơ, Đại sư Tuệ Viễn (334–416) giải thích: Cứu cánh giác là nguyên gốc từ tâm giác ngộ, tu hành để trở về viên giác 圓覺詞早出現於仁王護國經的圓覺忍其次慧遠大師的大乘起信論義疏解釋究竟覺心源故修歸圓覺也.

— Về xuất xứ Kinh Viên Giác, tương truyền có 2 thuyết sau đây thường đề cập:

1/ Ngài La Hầu Mặc Kiện vào đời Sơ Đường (Tây lịch 647) dịch từ Phạn văn sang Nho văn, tại đạo tràng Bảo Vân ở Đàm Châu. Thuyết này theo Viên Giác Đại Sở của Ngài Khuê Phong (ít phổ biến).

2/ Ngài Phật Đà Đa La Chúng (thường gọi Cứu Giác) cũng dịch từ Phạn văn sang Nho văn vào đời Đường (Tây lịch 693) tại chùa Bạch Mã, ở Đông Đô, Lạc Dương. Tuy nhiên quá trình dịch thuật không rõ để đối chiếu, bởi bản gốc Phạn văn không còn, chỉ có bản Nho văn được lưu truyền rộng rãi đến nay. Trong đó, Kinh có câu:

"Tri huyễn tức ly, bất tác phương tiện, ly huyễn tức giác, diệc vô tiệm thứ". Nghĩa là, đối với thiền môn thì không có giải thích theo trước sau, đã là huyễn thì đâu còn chấp thật. Hễ không chấp thì chẳng cần phương tiện, lìa huyễn tức giác, cho nên, sự giác ngộ ấy cũng chẳng cần thứ tự.

* Trong tác phẩm "The Buddha and His Teaching" (Đức Phật và Phật Pháp) của Ngài Narada Maha Thera giải thích rằng: Có 3 phương cách biểu đạt được quả vị giác ngộ tức Viên giác.

a/ Thinh văn giác: Quả vị giác ngộ của bậc A La Hán.

b/ Độc giác Phật: Quả vị giác ngộ đơn độc của một người đạt được mà không phải trải qua bởi một ai chỉ bảo hay giúp đỡ. Tuy nhiên, quả vị Phật này, chỉ nêu gương đức hạnh và trí dũng, chứ không dẫn dắt ai đến giác ngộ bởi đặc tính giác ngộ vốn đơn độc.

c/ Viên giác Phật: Bậc đã chứng đắc Đạo quả tối thượng siêu việt Chánh Đẳng Chánh Giác, hoặc Chánh Biến Trí. Đây là bậc có năng lực dẫn dắt chúng sinh đến quả vị Phật, tức giác ngộ (hoàn toàn giải thoát).

Ông Tư trầm ngâm, như nhớ điều gì bèn lên tiếng:

- Những gì bác vừa giải thích, khiến tôi nhớ đến trong Kinh Viên Giác có Phật kệ như sau:

Nhất thiết chư chúng sinh 一切諸眾生
Vô thủy huyễn vô minh. 無始幻無明
Viên giác tâm kiến lập. 圓覺心建立
Do như chư Như Lai. 猶如諸如來

Tạm dịch:

Tất cả chúng sinh;
Vô minh huyễn vô thủy;
Đều do cái tâm viên giác của Như Lai.

Lời kệ trên, đức Phật trả lời khi Bồ tát Phổ Hiền đặt câu hỏi về ý nghĩa Viên Giác. Sau đó, đức Phật trả lời Bồ Tát Kim Cang Tạng qua thi kệ:

Sinh tử dữ Niết bàn. 生死與涅槃
Phàm phu dữ chư Phật 凡夫與諸佛
Đồng vi không hoa tướng. 同為空花相
Tư duy do huyễn hóa 思惟猶幻化
Hà huống cật hư vọng 何況詰虛忘
Nhược năng liễu thử tâm. 若能了此心
Nhiên hậu cầu viên giác 然後求圓覺

Tạm dịch:

Sinh tử và Niết bàn
Phàm phu cùng chư Phật
Vốn sắc hóa trong không
Suy tư đều huyễn hoặc
Huống là kết hư vọng
Nếu hay rõ tâm này
Nhiên hậu cầu Viên Giác.

Ông Tư ngừng lời nhìn ra ngoài, hoàng hôn đang xuống dần, mặt trời như một trái cam lớn đỏ tươi đầy đặn, đồng thời ánh trăng rằm cũng xuất hiện tròn trịa xa xa. Ông chỉ cho bạn thấy cảnh tượng ngoạn mục ấy và thốt lên:

- Bác xem kìa! Thật là một **"Chữ Viên Hoàn Mỹ".** ■

Lương Nguyên Hiền

NGUYỄN CÔNG TRỨ
Con người của hành động và hưởng lạc

Hôm nay trời trở lạnh và mưa dai dẳng, tôi ngồi ngó ra ngoài cửa sổ, cả mấy tháng nay rồi tôi vẫn ngồi như thế, không đi đâu xa và cũng chỉ quanh quẩn trong nhà bởi mấy con virus Corona đang hoành hành trở lại. Covid tới làm loài người phải cách ly với xã hội, phải xa bạn bè, xa người thân và tôi phải xa những quán café quen thuộc trong phố, nơi gặp gỡ những bạn già vào buổi xế chiều. Tự dưng tôi cảm thấy lòng mình chùng xuống có phải vì "cảnh buồn người có vui đâu bao giờ". Loay hoay mở máy tính, tôi tìm đọc một cái gì cho qua ngày đoạn tháng. Lang thang trên mạng, tôi bắt gặp mấy câu thơ của Nguyễn Công Trứ trong bài "Chí làm trai" mà tôi đã học được từ thuở xa xưa, hồi còn mài đũng quần trên ghế nhà trường ở Nha Trang trong những giờ dạy văn chương.

Vòng trời đất dọc ngang, ngang dọc
Nợ tang bồng vay trả, trả vay
Chí làm trai nam bắc đông tây
Cho phỉ sức vẫy vùng trong bốn bể

(Chí làm trai)

Đây là một bài thơ viết theo thể hát nói hay còn gọi là ca trù, là một trong những bài xuất sắc nhất của Nguyễn Công Trứ viết khi ông còn trẻ đang hăm hở lên đường lập công danh, muốn để lại sự nghiệp cho đời, cho người. **Bài thơ đầy nhạc tính, âm điệu hùng tráng, tạo nên một ấn tượng khí phách hiên ngang, nào là "dọc ngang, ngang dọc", "nợ tang bồng", "vay trả, trả vay", "nam bắc đông tây", "vẫy vùng trong bốn bể".** Ta thấy hiện lên hình ảnh rất đẹp của một đấng **nam nhi** đang tung hoành ngang dọc trong "vòng trời đất", đang vẫy vùng cho thỏa chí trong "bốn bể" để trả nợ tang bồng. Tang bồng từ chữ "tang bồng hồ thỉ" có nghĩa là cây cung bằng gỗ dâu và mũi tên bằng cỏ bồng, tục truyền ngày xưa khi sinh ra con trai, người ta bắn 4 mũi tên 4 hướng đông, tây, nam bắc và 2 mũi tên lên trời xuống đất. Tượng trưng cho chí hướng đi bốn phương và tung hoành giữa trời đất. Trả nợ tang bồng là trả nợ đời, nợ người, nợ đất, nợ nước và cả nợ vua tôi. Người muốn trả nợ tang bồng phải có chí lớn cỡi cơn gió mạnh, đạp bằng cơn sóng dữ **[1] chứ không thể ru rú trong xó nhà.** Bài **"Chí làm trai" của** Nguyễn Công Trứ thể hiện một nhân sinh quan của kẻ sĩ là nhập thế giúp đời, mang bình yên lại cho mọi người:

Làm trai cho đáng nên trai
Xuống Đông, Đông tĩnh, lên Đoài, Đoài yên[2]

Thân thế sự nghiệp

Nguyễn Công Trứ sinh ngày 19 tháng 12 năm 1778, biệt hiệu Hy Văn, người làng Uy Viễn, huyện Nghi Xuân, tỉnh Hà Tĩnh. Ông sinh trưởng trong một gia đình có truyền thống Nho giáo. Cha là Nguyễn Công Tấn, đậu Cử nhân từng làm tới Tri phủ thời Lê. Sau khi quân Tây Sơn ra chiếm Thăng Long, Nguyễn Công Tấn đứng lên khởi nghĩa phất cờ "phù Lê" chống lại nhưng không thành. Ông mang gia đình về quê và mở trường dạy học.

Nguyễn Công Trứ lớn lên trong cảnh nghèo nàn, như có lần ông tự thán "Ngày ba bữa, vỗ bụng rau bình bịch, người quân tử ăn chẳng cầu no" (Hàn Nho Phong Vị Phú). "Ăn chẳng cầu no" mà thi cử thì lận đận, mãi đến năm 1819, sau ba lần thi Hương, ông mới thi đậu Giải nguyên lúc 41 tuổi và được bổ đi làm quan năm 42 tuổi. Ông hăm hở lên đường để trả nợ công danh, nhưng con đường hoạn lộ của ông thì thăng trầm với bao nhiêu vinh và nhục. Trong 28 năm làm quan cho nhà Nguyễn, Nguyễn Công Trứ trải qua 3 đời vua: Minh Mạng (làm vua từ 1820 đến 1841), Thiệu Trị (làm vua từ 1841 đến 1847), Tự Đức (làm vua từ 1847 đến 1883). Ông đã giữ 26 chức vụ khác nhau, từ chức vụ Hành tẩu là chức vụ thấp nhất trong quan trường cho đến những chức vụ cao nhất như Binh bộ Thượng thư, Tổng đốc Hải An, Phủ Thừa phủ Thừa Thiên, Dinh điền sứ, hai lần làm chánh chủ khảo trường thi. Tuy là quan văn, nhưng bốn lần ông được phong làm tướng cầm quân, 3 lần dẹp loạn, 1 lần đánh quân Xiêm. Ông đánh đâu thắng đó, nên được người đương thời tôn vinh là Uy Viễn tướng quân. Ông được vua Minh Mạng ban thưởng và còn gọi ông là "Nho tướng". Thế nhưng:

Ra trường danh lợi vinh liền nhục
Vào cuộc trần ai khóc lộn cười

(Làm quan bị cách).

Ông bị bốn lần giáng cấp vì bị vu cáo và có lần bị kết tội "trảm giam hậu", giam lại rồi chém sau, vì dám trái lệnh vua Minh Mạng. Một lần bị đày xuống làm lính thú ở Quảng Ngãi vào năm 1843. Ông không buồn mà nói "làm tướng, tôi không lấy làm vinh, thì nay làm lính, tôi cũng không lấy làm nhục". Đối với Nguyễn Công Trứ chữ công danh không phải chỉ đơn thuần là danh và lợi. Ông ra làm quan chỉ để có đất dụng võ, để thi thố tài năng của mình và là nơi để trả nợ tang bồng với hoài bão là để lại tấm lòng son sắt cho ngàn sau:

Nhân sinh tự cổ thùy vô tử,
Lưu thủ đan tâm chiếu hãn thanh [3]
(Dịch: Xưa nay có ai mà không chết
Hãy để lòng son chiếu sử xanh).

Nguyễn Công Trứ không chỉ là một con người có tài văn và võ mà ông còn là một người có tài kinh bang tế thế (trị nước cứu đời). Được vua cử làm Dinh điền sứ (1828), ông đã có sáng kiến chiêu mộ dân nghèo, di dân lập ấp, khai khẩn đất hoang, đắp đê lấn biển, lập lên hai huyện mới Tiền Hải (thuộc tỉnh Thái Bình) và Kim Sơn (thuộc tỉnh Ninh Bình). Dân hai huyện nhớ ơn ông đã lập đền thờ ngay lúc ông còn sống.

Đền thờ Nguyễn Công Trứ ở Kim Sơn, Ninh Bình (ảnh Wikipedia)

Về văn chương, ông là một nhà thơ xuất chúng đã để lại cho hậu thế một sự nghiệp khá phong phú: 1 bài phú (*Hàn nho phong vị phú*), 52 bài thơ đường luật, 63 bài hát nói, 21 đôi câu đối Nôm, 2 bản tuồng (*Tửu hội* và *Lí Phụng Công*) [4]. Tuy là người theo Nho học giỏi chữ Hán, nhưng ông chỉ làm một bài thơ duy nhất viết bằng chữ Hán (Thất thập tự thọ) còn lại toàn bằng chữ Nôm. Chủ yếu thơ của ông tập trung vào ba đề tài: chí làm trai, thế thái nhân tình và triết lý hưởng lạc. Ngôn ngữ trong thơ mộc mạc, dân dã nên dễ đi vào dân gian và lúc nào trong thơ cũng thể hiện một tinh thần lạc quan, khí phách hào hùng và nhiều khi ngang tàng. Đặc biệt ông làm rất nhiều bài hát nói hay còn gọi là ca trù. Đây là một thể tổng hợp giữa thơ và ca nhạc, có tính chất phóng khoáng tự do, không gò bó nên dễ gởi gắm vào đó tâm sự hay hoài bão của tác giả. Mặc dù hát nói đã xuất hiện rất sớm ở Việt Nam, nhưng phải đợi đến thế kỷ thứ 19, với sự tài tình của ông, hát nói đã trở thành một nghệ thuật đặc sắc và độc đáo của văn hóa Việt Nam. Có thể nói Nguyễn Công Trứ đã có công hoàn thiện hát nói. Những bài hát nói tiêu biểu như Vịnh Tỳ bà hành, Chí làm trai, Bài ca ngất ngưởng, Ngày tháng thanh nhàn, Yêu hoa, Duyên gặp gỡ, Chơi xuân kẻo hết xuân đi, Kiếp nhân sinh,... vẫn là những bài ca được yêu thích và được phổ biến trong nhân gian cho đến ngày hôm nay.

Nguyễn Công Trứ con người của hành động

Vào đầu thế kỷ 19, sau hơn một trăm năm chục năm Trịnh Nguyễn phân tranh, nội chiến điêu tàn, nhà Nguyễn đã thống nhất được đất nước. Triều đình nhà Nguyễn cai trị hà khắc, độc đoán và hay nghi kỵ. Dưới thời Gia Long, Minh Mạng, Thiệu Trị giặc giã nổi lên khắp nơi, còn dưới thời Tự Đức lại thêm quân Pháp rình mò xâm lược. Để củng cố uy quyền của mình, nhà Nguyễn đã đặt ra "tứ bất lập": không lập Hoàng hậu, không lập Tể tướng, không phong tước Vương và không lấy Trạng nguyên. Để thu phục nhân tài, triều đình Huế mở các khóa thi và tạo nên một giai cấp Nho sĩ. Các sĩ tử thời ấy chỉ có một con đường duy nhất lập thân là cố gắng dùi mài kinh sử để thi đậu thành ông Cống, ông Nghè rồi "tiến vi quan", đi làm quan, còn chẳng may công không thành danh không toại thì "thối vi sư", lui về nhà gõ đầu trẻ hay gác bút nghiên hưởng nhàn, thoát tục làm hàn sĩ. Là con người thấm nhuần Nho giáo, ông đã chọn con đường "chính danh" mà cũng là con đường duy nhất để lập thân là lấy trung quân ái quốc, trung hiếu làm đầu:

Thượng vị đức, hạ vị dân,
Sắp hai chữ "quân, thân" mà gánh vác, [5]

(Phận Sự Làm Trai).

Nguyễn Công Trứ *không đi tìm* "an bần, lạc đạo". Ông lạc quan và tin tưởng vào một đất nước vừa mới được thống nhất và tương đối thanh bình khi nhà Nguyễn đã củng cố xong được địa vị độc tôn. Ông *nhập thế hăm hở lên đường lập "công danh":*

Không công danh thà nát với cỏ cây.
Chí tang bồng hồ thỉ dạ nào khuây,
Phải hăm hở ra tài kinh tế
Người thế trả nợ đời là thế

(Phận Sự Làm Trai)

Nung nấu một niềm tin mãnh liệt vào tài năng của mình *"Trời đất cho ta một cái tài"* (Cầm kỳ thi tửu)*, ông q*uyết tâm lập "danh" để lại tiếng cho đời. Và chữ "danh" không còn là hư danh, mà thành một món nợ phải trả. Kẻ sĩ trả nợ công danh bằng sự dấn thân, đem tài kinh bang tế thế của mình ra để giúp đời, giúp người, để thỏa chí tang bồng hồ thỉ, vẫy vùng bốn bể. Ông dùng hình tượng "nam nhi" để nói lên nhân cách trung dũng của kẻ sĩ đứng giữa càn khôn, đầu đội trời chân đạp đất, chí ở bốn phương và mang hết *"sở tồn làm sở dụng"*, trong triều đình là trụ cột của quốc gia, ngoài biên thùy vung kiếm trấn ải:

Đem quách cả sở tồn làm sở dụng,
Trong lăng miếu ra tài lương đống.
Ngoài biên thùy rạch mũi can tương,
Sĩ làm cho bách thế lưu phương,

(Luận kẻ sĩ).

Với quan niệm sống tích cực, ông chọn *"hành động" làm kim chỉ nam cho đời mình. Ông coi mọi chuyện trên đời, mình đều phải có trách nhiệm:* "Vũ trụ nội mạc phi phận sự" **[6].** Ông không từ nan một việc gì. Đang từ một thư sinh trói gà không chặt, ra làm quan văn rồi được phong làm *tướng cầm quân, ông vẫn hăng hái lên đường ba lần dẹp loạn để an dân, từng đánh đuổi quân Xiêm gìn giữ bờ cõi.*

Năm 1858 khi ông 80 tuổi, thực dân Pháp tấn công vào Đà Nẵng, ông xin vua Tự Đức đi đánh giặc. Nhưng ông chưa kịp lên đường, thì mất vào tháng 11 năm đó.

Con đường "hành động" của ông không chỉ để *"bách thế lưu phương" (lưu tiếng thơm trăm đời) mà trên hết* "một lòng vì nước vì dân*"*. Năm 1827, được *làm tướng* cầm quân dẹp loạn Phan Bá Vành, vua Minh Mạng bảo ông phải trừ diệt hết mầm mống nổi loạn. Ông đã thưa lên vua rằng những người làm loạn là những dân nghèo vô tội bị túng quẫn, bị áp bức mà nổi lên như vậy nên phải mở đường sống cho họ. Ông xin cấp tiền và khai khẩn đất hoang để dân nghèo lập nghiệp. Vua Minh Mạng nghe theo cử ông làm Dinh điền sứ (1828). Ông đã khai đất hoang đắp đê lấn biển để có 38.095 mẫu đất cho 4.000 người cùng đinh. Ông đã "an dân" bằng cách mở "nhà học" cho trẻ em, phát gạo cho dân nghèo, dẹp bọn cường hào ác bá,... "Tay kiếm cung mà nên dạng từ bi" *(*Bài ca ngất ngưởng) đã nói lên cái tâm của Uy Viễn tướng quân.

Nguyễn Công Trứ không phải là loại người cong lưng, cúi đầu, chỉ "nhai văn nhá chữ" nên bị triều đình ghen tị và đố kỵ. Những chuyện bất bình trên đường hoạn lộ nhiều khi tới như "mưa tuôn sóng vỗ", nhưng điều đó không làm ông nản lòng. Cuồng phong trong đời chỉ là thước đo ý chí của kẻ sĩ vì *"trả nợ đời là thế":*

Cũng có lúc mưa tuôn sóng vỗ
Quyết ra tay buồm lái với cuồng phong

(Chí làm trai).

Năm 1840, ông được vua Minh Mạng cử qua Trấn Tây Thành (Nam Vang) dẹp loạn. Thấy tình hình ở đó bất lợi cho triều đình Huế, ông xin lui quân để củng cố vùng đồng bằng sông Cửu Long và tránh được nạn binh đao cho dân lành. Vua Minh Mạng không đồng ý, bắt ông phải mang quân đi dẹp. Ông án binh bất động nên bị nhà vua tuyên án "trảm giam hậu", giam lại rồi chém sau. Sau này vua Minh Mạng tự thấy vô lý nên tha. Đến đời Thiệu Trị, vua theo kế của ông, kéo quân về.

Ông đã dâng sớ 6 lần xin triều đình giữ nghiêm luật lệ, nghiêm trừ giặc cướp và nghiêm trị nạn cường hào ác bá. Nên ông bị bọn quyền thần trong triều ghen ghét. Có lần bị vu cáo, ông bị đày xuống làm lính thú ở Quảng Ngãi. Ít lâu sau ông được giải oan và được phục chức. Mặc dù con đường lập công danh thật nhiều gập ghềnh, nhưng ông lúc nào cũng chứng tỏ tinh thần nhập thế hành đạo tích cực của mình là giúp người, giúp đời, lập công nơi chiến trường mang lại bình yên cho trăm họ.

Văn dìu cánh phượng yên trăm họ,
Võ thét oai hùm dẹp bốn phương.

(Vịnh văn võ)

Nguyễn Công Trứ con người của hưởng lạc

Sau nhiều lần xin về hưu, đều bị vua Thiệu Trị từ chối. Nhân vua Tự Đức mới lên ngôi, ông lại xin lần nữa và năm 1848 ông được chấp nhận về hưu lúc 70 tuổi. Từ đó:

Đường mây rộng thênh thênh cử bộ
Nợ tang bồng trang trắng vỗ tay reo

(Chí làm trai).

Và khi "*Nợ tang bồng trang trắng vỗ tay reo*", ông thường cưỡi bò vàng cổ đeo nhạc ngựa, tiêu dao vào cõi hưởng lạc:

Năm ba chú tiểu đồng lếch thếch
Tiêu dao nơi cùng cốc thâm sơn
Nào thơ, nào rượu, nào địch, nào đờn
Đồ thích chí chất đầy trong một túi.

(Luận kẻ sĩ).

Này thơ, này rượu, này đàn, này cờ vui chơi (hành lạc) cho thỏa chí:

Cuộc hành lạc vẫy vùng cho phỉ chí.
Thơ một túi gieo vần Đỗ, Lý,
Rượu lưng bầu rót chén Lưu Linh.
Đàn Bá Nha gảy khúc tính tang tình,
Cờ Đế Thích đi về xe pháo mã.

(Cầm kỳ thi tửu).

Mà đồ thích chí của Uy Viễn Tướng Công không chỉ là "cầm kỳ thi tửu", còn có cái "yến yến hường hường" cho đời thêm thú vị:

Có yến yến hường hường mới thú
Khi đắc ý mắt đi mày lại

(Tài tình).

Ông ngất ngưởng hưởng thụ cuộc sống:

Gót tiên theo đủng đỉnh một đôi dì
Bụt cũng nực cười ông ngất ngưởng

(Bài ca ngất ngưởng).

Còn ai ngất ngưởng hơn ông!

Giai thoại kể lại năm 73 tuổi ông lấy cô vợ lẽ thứ 10. Trong đêm tân hôn, cô dâu trẻ thỏ thẻ hỏi chồng được bao nhiêu tuổi. Chú rể trả lời, cách đây năm mươi năm ta mới được hăm ba:

Tân nhân dục vấn: Lang niên kỷ?
Ngũ thập niên tiền nhị thập tam

Những giai thoại về những cuộc tình của chàng trai làng Uy Viễn phong lưu, đa tình và mê hát kể ra không hết. Mà nổi tiếng nhất là câu chuyện "*Giang san một gánh giữa đồng, Thuyền quyên "ứ hự" anh hùng nhớ chăng?*" với nàng ca kỹ Hiệu Thư mà hầu như ai cũng biết. Mà rồi với ông "vui chơi" cũng chỉ là một cái nợ, đó là "nợ phong lưu". Nợ phong lưu cũng như nợ công danh, nợ tang bồng, có nợ thì phải trả, có vay thì phải hoàn:

Cõi trần thế nhân sinh là khách cả
Nợ phong lưu kẻ giả người vay

(Nợ phong lưu).

Đã mang tiếng trả "nợ phong lưu" thì phải trả sao cho thanh lịch, cho đài các, "cho người biết tay". Bởi "nghề chơi cũng lắm công phu" (Kiều) chứ không phải là thứ đòi hỏi dễ dàng thấp hèn:

Chơi cho lịch mới là chơi
Chơi cho đài các cho người biết tay

(Cầm Kỳ Thi Tửu)

Nguyễn Công Trứ đã đưa tư tưởng hưởng lạc lên thành một triết lý sống. Ông sống tự do mà hành xử cũng tự do không bị ràng buộc vào những "giáo điều" do phong kiến đặt ra. Nho giáo đề cao "cương thường" gồm tam cương (nghĩa vua tôi, cha con, vợ chồng) và ngũ thường (nhân, nghĩa, lễ, trí, tín) là những gông cùm vô hình trói buộc tự do con người và được các vua chúa sử dụng như là một công cụ để củng cố quyền lực của mình. Quan niệm về hưởng lạc của Nguyễn Công Trứ có thể nói là đi trước thời đại và như là một tuyên ngôn đề cao tự do cá nhân và đả phá "vòng cương tỏa" của truyền thống Nho giáo. Ông cũng là con người hiếm hoi trong lịch sử Việt Nam dám đưa triết lý hưởng lạc vào văn chương. Triết lý hưởng lạc của Nguyễn Công Trứ và chủ nghĩa lãng mạn ở châu Âu ở cuối thế kỷ XVIII đầu thế kỷ XIX có thể nói gặp nhau ở một điểm là đối kháng với sự gò ép, trói buộc nghiêm ngặt của chủ nghĩa cổ điển, đề cao sự tự do của cá nhân và mở ra một chân trời mới về nhân sinh quan.

Cuối cùng

Nguyễn Công Trứ là một con người sống với hai

triết lý: *hành động và hưởng lạc.* Khi còn trẻ, ông hăm hở lên đường lập công danh, trả nợ tang bồng. Ông là một mẫu nhà Nho lấy "cương thường" làm phương châm hành động của mình, sống có trên có dưới và sống sao cho trọn nghĩa vua tôi "không quân thần, phụ tử đếch ra người". Với hoài bão nhập thế giúp đời, ông đã phải dựa vào vương quyền để thi thố tài năng và thực thi triết lý hành động.

Khác với Nguyễn Du *(1766-1820)*, Nguyễn Công Trứ hăm hở lên đường bao nhiêu, thì thi hào *Nguyễn Du, một con người đã trải qua hai triều đại Lê và Nguyễn, nên khi bị bắt buộc ra làm quan cho nhà Nguyễn, đã mang tâm trạng "hàng thần lơ láo* phận mình ra đâu?*" (Kiều) vì vẫn còn hoài Lê.* Với Cao Bá Quát (1809-1855) Nguyễn Công Trứ cũng khác, hai người cùng làm quan dưới triều vua Thiệu Trị và Tự Đức, đều có ý thức dấn thân, nhưng nhà thơ họ Cao theo đuổi con đường khác hẳn, dứt khoát đả phá chế độ phong kiến, phất cờ khởi nghĩa chống lại triều đình nhà Nguyễn. Cao Bá Quát cho thêu hai dòng chữ lớn trên lá đại kỳ:

Bình Dương, Bồ Bản vô Nghiêu, Thuấn
Mục Dã, Minh Điều hữu Võ, Thang.

Như là khẩu hiệu hành động của mình: ở Bình Dương và Bồ Bản không có những ông vua hiền như Nghiêu, Thuấn. Thì ở Mục Dã, Minh Điều có những người như Võ, Thang đứng lên chống lại. Nhưng cuối cùng cuộc nổi dậy bị thất bại, vua Tự Đức ra lệnh tru di tam tộc họ Cao. Không biết hành động và cái chết của Cao Bá Quát có làm thay đổi sự suy tư của Nguyễn Công Trứ hay không? Nhưng có một lần trong bữa tiệc chúc mừng sinh nhật 70 của Nguyễn Công Trứ, Cao Bá Quát có họa lại bài thơ *thọ bảy mươi* **(chữ Hán là** Thất thập tự thọ) như là một câu hỏi để suy ngẫm:

Nghe nói người muốn quay về ngọn núi Hồng,
Lẽ nào sáu mươi chín năm qua đều là sai cả?
(Bản dịch bài Họa bài "Tự mừng bảy mươi tuổi"
của Uy Viễn*)* **[7]**

Sau khi trải qua bao thăng trầm"*khóc lộn cười*", về hưu lúc 70 tuổi, Nguyễn Công Trứ nhìn ra sự thật của lẽ sống. Bởi vì tất cả chỉ là phù du ảo mộng như nồi kê chửa chín:

Ba mươi năm hưởng thụ biết chừng nào,
Vừa tỉnh giấc nồi kê chửa chín.

(Vịnh Nhân Sinh).

Ông đã vượt qua được gọng kìm Nho giáo để sống trong tự do phóng khoáng hưởng lạc. Nếu như dấn thân để giúp đời, giúp người là một nhiệm vụ, thì hưởng thụ cũng là một quyền lợi. Người không biết hành lạc đúng nghĩa là người chưa biết sống thật sự:

Nhân sinh bất hành lạc
Thiên tuế diệc vi thương
Dịch: Đời người không hành lạc
sống hàng ngàn năm cũng như chết non

(Đánh thức người đời).

Cùng quan điểm về hưởng lạc với Nguyễn Công Trứ, thi hào Johann Wolfgang von Goethe (1749-1832), người Đức, trong tác phẩm "Faust" đã để nhân vật Faust được trải nghiệm qua tất cả các vui thú trần gian như là một cách để đả phá những cái ràng buộc của chế độ quân chủ thời đó. Ngoài ra Nguyễn Công Trứ và Goethe còn có chung thêm một cái nhìn về triết lý hành động. Câu "Khởi thủy là hành động" của Goethe, nói lên quan niệm về hành động, chỉ có hành động mới thay đổi được con người, được xã hội, được thiên nhiên.

Nguyễn Công Trứ là con người đặc biệt, độc đáo, dám nghĩ, dám làm và dám sống. Ông sống ngang tàng ngất ngưởng, là người mang chí lớn và lập lên sự nghiệp lẫy lừng. Nhưng điều đáng quý nhất ở con người ông là không để chân vướng vào *vòng "danh"* và áo không bị hoen màu vì "*lợi*":

Vào vòng cương tỏa chân không vướng
Tới cuộc trần ai áo chẳng hoen.

(Uống rượu tự vịnh) ■

--

[1] Bà Triệu Thị Trinh (226-248): "Tôi muốn cưỡi cơn gió mạnh, đạp bằng sóng dữ, chém cá Kình ở biển Đông, đánh đuổi quân Ngô, giành lại giang sơn, cởi ách nô lệ, chứ tôi không chịu khom lưng là tì thiếp người ta"

[2] Đoài là một quẻ trong Kinh Dịch, tượng trưng cho hướng tây. Câu ca dao này nghĩa là làm trai cho đáng nên trai. Xuống hướng đông thì đông tĩnh, lên hướng tây thì tây yên.

[3] Có nghĩa là "Đời người xưa nay ai chẳng chết. Để lại lòng son rọi ngàn thu". Đây là 2 câu thơ của Văn Thiên Tường một vị anh hùng của Trung Quốc, mà Nguyễn Công Trứ dùng trong bài hát nói "Chí làm trai".

[4] "Tư tưởng của Nguyễn Công Trứ về nhân sinh" Nguyễn Bình Yên.

[5] Lấy trong câu Kinh thư "Vi *thượng vị đức, vi hạ vị dân*" có nghĩa là trên vì người có đức (vua) dưới vì thứ dân. Quân thân là vua và cha mẹ.

[6] Câu này trong bài "Bài ca ngất ngưởng" có nghĩa là: Mọi việc trong trời đất, chẳng có việc nào không phải phận sự của ta.

[7] Hai câu trong nguyên bản bài thơ chữ Hán của Cao Bá Quát "Họa Uy Viễn Thất thập tự thọ"

Văn đạo Hồng phong dục hồi thủ,
Khởi ưng lục thập cửu niên phi!

Tràm Cà Mau

Vợ hiền

Vợ Dũng không phải là một người đàn bà có nhan sắc khuynh nước đổ thành. Bởi Dũng, vốn tài mạo tầm thường và cũng không có nhiều may mắn bất ngờ để lọt mắt xanh những cô có nhan sắc chim sa cá lặn. Vả lại Dũng cũng thường nghe ông bố tuyên truyền nhồi nhét trong đầu từ nhỏ rằng, đẹp đến mấy rồi cũng trở thành méo mó xấu xí, và vợ đẹp là vợ người ta. Vợ Dũng cũng không có tài ba xuất chúng, bởi Dũng vốn nể sợ và có thành kiến với những người đàn bà tài giỏi, vì họ thường kiêu ngạo và hay thành "độc tài vợ trị". Độc tài đảng trị thì có thể bỏ nước chạy ra biển chết, chứ độc tài vợ trị thì không chạy đâu cho thoát cả!

Vợ Dũng chỉ là một người đàn bà trung bình trên tất cả mọi mặt. Với một vóc dáng tầm thường bên ngoài, không vêu vao xấu xí khó nhìn. Bên trong nàng mang một tấm lòng hiền hậu, bao dung, biết hành xử khôn ngoan khéo léo, để đem lại cho gia đình hạnh phúc êm ấm lâu bền mà Dũng vô cùng biết ơn mỗi khi nghĩ đến. Trong nhiều năm chung sống, chưa bao giờ nàng nặng lời với Dũng, chưa bao giờ có cử chỉ hay ngôn ngữ thiếu lịch sự, cũng chưa lần nào khóc lóc giận hờn đòi hỏi điều này điều kia, hoặc đặt điều kiện làm khó, hay so đo chuyện nhà với gia đình người khác. Ngoài tình cảm thắm thiết chia sẻ của vợ chồng, nàng âu yếm như một người tình, khoan dung rộng lượng như một người mẹ và hiểu biết như một người tri kỷ.

Năm Dũng hai mươi tám tuổi, mẹ nóng ruột thúc hối ép lập gia đình. Bà đưa cái công thức cổ xưa của mấy ông Tàu bày ra là "tam thập nhi lập". Dũng cũng chưa đến ba mươi, mẹ cứ gán đại thêm cho hai tuổi để dễ bề nói ép uổng. Tuổi đó, thích được quen nhiều bạn gái, bạn thôi thì được, nhưng nghe đến chuyện hôn nhân là xanh mặt. Vì qua kinh nghiệm bạn bè, kinh nghiệm giao tiếp trong sở, Dũng thấy đa số mấy anh có vợ rồi thì dường như bị khép chặt trong cái vòng chuyên chính của bà vợ nhà. Cái vòng tuy lỏng lẻo và êm ái, nhưng bằng sắt, rất chặt và siết cứng.

Một anh bạn thân, lâu lâu giận vợ, đến nhà Dũng ở lại, nằm rũ ra trên giường như đống mền rách, rầu rỉ nói: "Tao chỉ mong có được một ngày an bình, sung sướng như mầy, một ngày thôi cũng đủ". Nghe thế thì không sợ sao được?

Trong sở Dũng, có mấy anh bạn bị vợ cào rách mặt và phải lấy cớ là dao cạo râu cắt. Ai cũng biết chuyện gì đã xảy ra, vì mặt mày các anh láng lẩy, trơn tru, có sợi râu nào đâu mà phải cạo cho dao cắt! Một ông lớn tuổi khác, vợ vào tận sở xé áo và kêu bằng mày tao, còn tố cáo ông mang bằng kỹ sư giả bên Pháp về. Nhan nhản những tấm gương gia đình u ám trước mắt như vậy, thì chỉ có ngu quá hoặc liều mạng mới không sợ mà thôi.

Dũng khất lần mãi không được, phải bẽn lẽn theo mẹ, đi ra mắt, và xem mặt nhiều cô con gái các gia đình mà bà quen biết. Dũng theo lời dạy của một anh "quân sư quạt mo", cứ mang bộ mặt đưa ma đến nhà người ta và ăn nói nhát gừng cộc lốc, thì không ai muốn gả con gái cho, và các cô thấy vậy thì cũng ớn lạnh mà giạt ra. Thế mà cũng có nhiều nhà khen Dũng hiền lành, ít nói, muốn gả con gái cho. Dũng tìm đủ lý do nói riêng với mẹ để chê bai, từ khước. Cô thì chê mặt dài, cô thì chê mũi lớn, cô khác chê mắt có đuôi, cô thì mồm như có râu. Toàn những lý do vu vơ cả. Mẹ phiền muộn thở dài, vì biết con trai bà cũng chẳng có sự nghiệp gì sáng giá, chẳng có một phong cách đặc biệt nào, mà đòi hỏi quá đáng chăng?

Không nỡ để mẹ buồn, Dũng đem Lam, người bạn gái thân thiết nhất về giới thiệu với mẹ, bà vui vẻ chịu ngay. Bà khen Lam láu lỉnh, bặt thiệp và xinh đẹp. Mẹ Dũng đến thăm xã giao nhà Lam hai lần để dò xét gia thế, và quyết liệt chống đối cuộc hôn nhân, lấy lý do là mẹ Lam hung dữ và có cách cư xử thiếu lễ độ với chồng. Dũng nói: "Con cưới Lam chứ cưới bà ấy đâu mà mẹ sợ?". Mẹ Dũng nhất quyết tin rằng, mẹ hổ thì khó sinh được con cừu. Vì cách đối xử của cha mẹ, ảnh hưởng đến tính tình con cái. Cha mẹ dữ dằn, con cái khó mà hiền lành được, vì ngày ngày học cách ăn nói, cách đối xử, tiêm nhiễm những thói quen của cha mẹ, và đem ra xử sự với đời mà không biết đó là xấu. Dũng cố bào chữa cho Lam, nhưng mẹ Dũng đã nhất quyết, không lay chuyển được. Bà nói: "Mẹ thương con, mẹ không muốn sau này con khổ vì đời sống gia đình thiếu hạnh phúc. Vì không có gì khổ bằng có vợ dữ dằn, hỗn láo, có thể làm người chồng buồn phiền sinh ra rượu chè, cờ bạc, trai gái hư hỏng. Mẹ thương con, lo cho tương lai con nên mẹ không chịu". Dũng định nói với mẹ rằng, con trai của mẹ cũng chẳng hiền lành chi mà chê thiên hạ. Nhưng sợ mẹ buồn nên im lặng. Mẹ của Lam biết được ý kiến của mẹ Dũng, nổi tự ái, nói nhiều lời tàn nhẫn, tổn thương đến gia đình Dũng, và tuyên bố không bao giờ gả Lam cho Dũng.

Khi bị trắc trở, ngăn cấm thì tình yêu càng thêm tha thiết bốc lửa, nên Dũng và Lam càng quyết vượt qua hàng rào ngăn cản của gia đình. Muốn sống cho nhau, và sống chết vì tình yêu.

Một lần chiều ý mẹ, Dũng miễn cưỡng đi xem mặt một cô mà mẹ gọi là gia đình phúc hậu đàng hoàng. Dũng chẳng tha thiết gì, chỉ giữ đủ lịch sự tối thiểu để cho mẹ khỏi mất mặt. Lần đó Lam biết được, nàng giận dữ xỉ vả Dũng: "Anh là một thằng đểu cáng, xấu xa đê tiện, một kẻ hèn nhát núp váy mẹ, không dám làm gì cả. Anh không xứng đáng với tình yêu của Lam". Dũng nghe mà bàng hoàng, như bị sét đánh. Hai đứa giận nhau. Dũng chợt nhớ tới lời nhận xét của mẹ, và thấy bà cũng có lý phần nào. Nhưng tim Dũng vẫn nát tan xót xa vì chuyện tình đổ vỡ. Ngay sau đó, Lam có người yêu mới là Tuân. Tuân cũng là trong đám bạn bè quen biết lâu dài với Dũng, tính tình Tuân hiền lành, chịu đựng, và Tuân đã bền bỉ theo đuổi Lam từ lâu. Nửa năm sau, Dũng đi dự đám cưới Tuân, Lam với trái tim vỡ nát, nhưng cũng vui mừng vì Lam lấy được chồng hiền lành và đàng hoàng có thể bảo đảm đời sống tinh thần vật chất cho gia đình sau này. Dũng thật tình nghĩ rằng, Dũng không bằng được Tuân về nhiều mặt. Lam bỏ Dũng là phải.

Mẹ Dũng làm như lấy vợ cho bà, cứ khóc lóc thúc giục mãi. Dũng tâm sự với một người bạn cũ. Anh cười và nói: "Hay là cậu thử tìm hiểu Mai, em gái mình xem sao. Nó cũng sẵn có cảm tình với cậu đó. Mai hiền lành lắm". Được bạn khuyến khích, Dũng bắt đầu tìm hiểu Mai. Nàng không đẹp, không xấu, chăm chỉ, hiền lành. Trước đây, đến nhà bạn chơi, Dũng chỉ thấy Mai thấp thoáng đâu đó sau bàn học, hoặc lẳng lặng rút lui sau khi cúi đầu chào lễ phép. Dẫn Mai đi chơi, Dũng không tìm hiểu được chi nhiều về Mai, vì nàng quá thụ động, khi nào cũng nhẹ nhàng chiều chuộng, ít đưa ý kiến riêng. Khi hỏi ý, nàng thường bảo: "Dạ, anh cho em đi đâu cũng thích cả, anh vui thì em cũng vui". Dũng đem nhận xét về cái hiền lành của Mai nói với một người bạn. Anh cười hô hố và nói: "Trời ơi, khi mới quen thì em nào mà không hiền lành như thánh mẫu, dịu dàng như tiên cô. Khi cưới về thì cái đuôi dài thòng mới lòi ra, và dữ như chằn tinh. Em nào cũng vậy cả". Dũng hỏi thẳng anh của Mai, anh trả lời: "Con nhỏ hiền lành, biết nhường nhịn và rất dịu dàng. Cậu có phước lắm mới gặp nó. Không phải vì nó là em gái mà mình khen đâu".

Mẹ Dũng đến thăm gia đình Mai nhiều lần, khen mẹ của Mai phúc hậu, hiền lành, cư xử lịch sự, phải phép với chồng. Bà nghĩ rằng, nhất định Mai cũng học được nề nếp gia đình của mẹ, không nhiều thì ít. Bà thúc Dũng làm đám cưới ngay. Dũng xin hoãn một thời gian để tìm hiểu thêm, mẹ không chịu, và bảo: "Lấy vợ thì lấy liền tay, chớ để lâu ngày lắm kẻ dèm pha". Dũng nói rằng, nếu nghe được lời gièm pha đúng, thì cũng là điều tốt, mình khỏi phải xét đoán lầm người. Mẹ Dũng lại giảng dạy rằng, chín mươi phần trăm cách cư xử của con cái là do ảnh hưởng sinh hoạt tốt xấu của cha mẹ. Cha mẹ gieo vào đầu con cái thứ tư tưởng nào, thì nó sẽ hành động theo lối đó. Thương mẹ, Dũng tạm quên kinh nghiệm ghê gớm trong đời sống gia đình của bạn bè và đồng sự, liều thân lấy vợ cho mẹ vui lòng. Có một ông bạn bảo rằng, lại thêm một thằng đàn ông ngu muội đi vào vết xe đổ nghìn năm của nhân loại.

Dũng cưới Mai, nàng như cái bóng dịu hiền bên nhau. Dũng thấy tan loãng vào tình yêu êm đềm, và chợt nhận ra đời sống gia đình êm ái, thoải mái và hạnh phúc hơn nhiều lần đời sống độc thân. Không thấy gò bó tù túng trong dây ràng buộc của gia đình như nhiều người thường bảo. Mai lo lắng cho Dũng những thứ cần thiết lặt vặt trong cuộc sống bình thường, bổ khuyết cho Dũng những thiếu sót, dịu dàng an ủi Dũng những khi lo buồn. Dũng nói với vợ: "Anh ngu quá, biết lấy vợ mà sung sướng hạnh phúc như thế này, thì đâu để độc thân đến gần ba mươi tuổi. Uổng thật". Những khi vợ chồng có ý kiến trái ngược, Mai dịu dàng phân tách thiệt hơn, rồi để cho Dũng quyết định. Sau khi quyết định xong, dù có trái ý nàng, Mai cũng vui vẻ cố gắng giúp Dũng hoàn thành công việc. Không như các bà khác, những lúc chồng làm trái ý, thì các bà mong cho ông chồng thất bại để chứng tỏ ý kiến của bà là đúng, là hay. Mai thường nói: "Thuận vợ thuận chồng tát bể Đông cũng cạn. Nếu ai cũng khăng khăng giữ ý của mình, thì chẳng làm nên được việc gì cả". Cũng có khi quyết định của Dũng sai lầm, đưa đến kết quả không tốt. Những lúc này, Mai thường hết lời dịu dàng an ủi, và cho rằng Dũng không có lỗi gì cả, vì ai cũng có thể sai lầm, và Mai cho rằng nàng cũng có một phần lỗi, vì chưa tận tình giúp Dũng đầy đủ ý kiến để quyết định đúng. Từ đó, Dũng cảm thấy mình phải lắng nghe ý kiến của vợ nhiều hơn. Dũng nghĩ, nếu những lúc này mà Mai dằn vặt, nằng nặc buộc tội chồng, thì chưa chắc Dũng đã thấy mình lầm lỗi.

Mai không như một số đàn bà khác, đúng hay sai cũng đổ lỗi cho chồng, và những khi chồng thất bại trong đời, là cái dịp cho các bà chê bai, mai mỉa, nói những lời tàn nhẫn. Ngoài xã hội, có những lúc Dũng vô tình hoặc thiếu may mắn, gây nên những sai lầm với người khác, Mai tự đứng ra, gánh vác trách nhiệm hóa giải vấn đề. Dũng thấy thương và quý vợ nhiều hơn. Mai bảo: "Chuyện nhỏ, để em gánh vác giúp, anh để tâm trí làm những việc khác ích lợi hơn". Dũng thầm nghĩ, Dũng thì làm chi có việc lớn mà gánh vác.

Những năm mới lấy nhau, tài chánh gia đình khó khăn, đắp trước bù sau hằng tháng. Áo quần đơn sơ, ăn uống dè sẻn. Thế mà Mai bao giờ cũng vui vẻ, chưa bao giờ nghe Mai thở than hoặc so sánh với các bạn bè khác. Nàng thường nói: "Chúng ta nghèo vật chất, nhưng giàu hạnh phúc, tinh thần thanh sạch, thế là đủ. Đời sống biết đủ là đủ".

Chính vì Mai không than thở, nên Dũng thấy mình có trách nhiệm nhiều hơn về tài chánh gia đình. Buổi chiều về, Dũng đi dạy thêm cho các lớp đêm. Ngày nghỉ, Dũng mở lớp dạy kèm luyện thi cho từng nhóm nhỏ. Tài chánh gia đình nhờ đó mà dồi dào hơn, có thêm tiền, nhưng Mai không vui, mà chỉ lo cho Dũng thiếu sức khỏe sinh bệnh hoạn.

Năm đó, Dũng không chịu theo bè cánh với nhóm tham nhũng, chúng đày Dũng về một tỉnh nhỏ xa xôi. Dũng buồn phiền lắm. Không đi thì không được, đi thì bỏ hết công chuyện làm ăn riêng tư. Mai khuyên Dũng nhẫn nhịn, và gắng tìm vui trong hoàn cảnh mới. Khi về tỉnh nhỏ, Mai thường an ủi và nâng đỡ tinh thần Dũng, đặt mua các thứ sách báo Dũng thích, để giải trí và quên đi phần nào nỗi buồn nơi tỉnh nhỏ. Mai xin được việc ở một nhà dạy trẻ, để phụ thêm kinh tế cho gia đình. Mỗi ngày, Mai thường đọc báo, và khoanh cho Dũng các bài hay, các tin tức cần thiết. Nàng ghi danh cho Dũng học ở Đại học Luật khoa Sài gòn, mua bài gởi về tỉnh. Nàng đọc và làm tóm tắt từng bài học, ghi các ý chính của từng đoạn vào bên lề giấy. Nhiều đêm trước khi đi ngủ, Mai đọc bài cho Dũng nghe và nói lại đại cương của vấn đề. Ban đầu, Dũng chiều vợ mà nghe những bài học khô khan đó. Nghe lơ là, không quan tâm lắm. Nhưng về sau, Dũng thấy cũng hiểu được nhiều điều hay của luật pháp, kinh tế, các vấn đề xã hội khác. Dũng thành chăm chỉ. Nhờ vậy mà ngày tháng ở tỉnh lẻ thành bận rộn trong êm đềm. Sau bốn năm, hai vợ chồng đều tốt nghiệp Cử nhân Luật khoa và Dũng xin chuyển ngành. Dũng thường nói đùa với bạn bè rằng, vợ Dũng là giáo sư duy nhất của Dũng trong chương trình Cử nhân Luật khoa. Dũng thật sự khâm phục vợ, vừa đi dạy trẻ kiếm thêm tiền, vừa chăm sóc con cái, nấu nướng, và học bài, ôn bài cho Dũng mà khi nào cũng vui vẻ, dịu dàng, không than phiền, kêu ca.

Khi chạy vội về Sài Gòn vào năm 1975, gia đình Dũng mất tất cả, trở thành trắng tay. Dũng lo lắng và muộn phiền lắm, nhưng nhờ thái độ trầm tĩnh và chịu đựng của Mai mà Dũng bớt bối rối. Trước ngày miền Nam sụp đổ, gia đình bàn nhau là nên ở hay đi. Ý Mai thì nên đi để bảo toàn tính mạng cho gia đình, khi yên ổn thì quay trở về cũng chẳng mất mát gì. Phần Dũng thì vì yêu mến quê hương một cách lãng mạn, quyết ở lại, muốn cùng chia sẻ khổ đau, sống chết cùng quê hương. Chủ nghĩa đối với Dũng không quan trọng, Dũng nghĩ chính thể nào cũng thế thôi, cũng cùng là người Việt, cùng dòng giống tổ tiên, thì việc gì mà phải bỏ chạy?

Dũng đã lầm to. Thảm họa trùm xuống khắp miền Nam. Đau khổ, lao tù, đói lạnh, đè nén, áp bức. Dũng cũng ôm gói đi tù như mọi người. Trong tù, Dũng vô cùng ân hận về quyết định sai lầm, để thân xác mình bị tù đày, để vợ con bơ vơ, đau khổ, đói rách, không vốn liếng không tài sản.

Ba tháng sau khi Dũng đi tù, Mai thấy chồng chưa được thả về, đã xoay xở rất mau. Nàng mua áo quần cũ, cắt ra may thành áo quần trẻ em đem bỏ mối bán tại các chợ trời hè phố. Đêm nào cũng may đến mười hai giờ khuya. Một mình nuôi chồng tù tội, nuôi con thơ dại, ngược xuôi trong cuộc đổi đời. Những năm tháng nằm tù, có nhiều thì giờ suy nghĩ, Dũng mới sâu sắc nhận ra mình mang ơn vợ quá nhiều. Tình cảm nàng dành cho Dũng tràn đầy dịu dàng, bao dung, âu yếm và hy sinh. Dũng biết mình là kẻ có phước được vợ hiền.

Bằng tiền bạc, Mai mua chuộc được tên cán bộ cai tù, cho nó một cái đồng hồ, hứa hẹn cho thêm cái đài (radio) và hứa thêm khi Dũng được thả về, sẽ cho một chiếc xe đạp. Đó là ba niềm ước mơ cao sang của "nhân dân anh hùng" miền Bắc dạo đó: "Đạp, đồng, đài", ai có ba thứ này thì được xem như tột đỉnh giàu có. Thanh niên có đủ "đạp đồng đài" thì có thể cưới bất cứ cô gái nào trong xứ. Tên cai tù đã tiếp tế cho Dũng thuốc men, mì gói và các thức cần thiết và phục vụ Dũng như một tên đầy tớ trung thành. Nhờ thuốc từ gia đình, Dũng thoát chết qua hai lần bệnh nặng không hy vọng sống sót. Sau này, gã cai tù tội nghiệp đã trở thành kẻ chịu sự sai khiến của Dũng trong trại cải tạo. Dũng đã sai nó mua cho anh em nhiều thứ cần thiết, bí mật đưa tin tức về cho gia đình.

Trong thời gian Dũng đi tù, một người bạn cũ

của người anh vợ, trước kia có theo đuổi Mai, sau vào bưng biền theo cộng sản, hắn đã đến viếng thăm và nói xa gần, rằng muốn giúp đỡ nếu Mai chịu hắn. Hắn sẽ xin việc làm cho Mai và sẽ tìm cách bảo lãnh cho Dũng. Mai đã khéo léo nói cho nó bỏ đi và về sau tránh tiếp xúc.

Khi Dũng được ra tù, thể xác tiều tụy, tinh thần suy nhược, đời sống bất ổn, bị đe dọa thường trực. Hằng tuần bị tên công an khu vực đến thúc giục đuổi đi về vùng kinh tế mới và nói lời hăm dọa. Dũng nản lòng bàn với Mai để dọn về vùng kinh tế mới cho yên thân. Nàng đã khôn ngoan giải thích rằng, bằng mọi giá phải bám vào thành phố, để sống còn và để bớt bị độc tài áp bức, bớt khốn khổ vì cái u mê của chế độ hành hạ. Nàng thường khuyên Dũng: "Mình hãy xem cuộc đời này như một trò chơi không vui, đừng quá quan tâm đến những gì xảy ra cho mình, cho thiên hạ chung quanh. Những đau khổ mà mình đang chịu đựng cũng là một thứ thử thách, làm cho mình lớn thêm lên, trưởng thành hơn, và cứ vui với những gì nhỏ nhoi nhất có thể có trong thời gian này. Không xấu xa nào có thể tồn tại mãi mãi được, ánh sáng tương lai sẽ có ngày chiếu rọi trên quê hương".

Mai đã an ủi, khuyên nhủ và dịu dàng dắt Dũng đi qua quãng đời đau khổ trong chế độ lạ lùng vô nhân kỳ quái này. Vợ chồng Dũng bữa đói bữa no dắt nhau đi trong đời sống mịt mù của "xã hội chủ nghĩa". Khi Dũng ngỏ ý tham gia một tổ chức phục quốc chống lại chính quyền cộng sản trong thành phố, thì Mai đồng ý ngay. Nàng nói: "Chúng ta đã vất súng đầu hàng, chỉ mong được bình yên sống và góp phần dựng xây lại quê hương. Nhưng kẻ chiến thắng đọa đày nhân dân xuống vực thẳm. Không cho ai yên sống. Chính họ đã buộc chúng ta đứng dậy, cầm lại súng. Việc đáng làm thì phải làm. Nếu ai cũng trốn tránh cả, thì đau khổ này biết bao giờ dứt được? Nhưng phải thận trọng để khỏi phí thân làm việc dã tràng".

Dũng cùng bạn bè cũ mới, tổ chức mua súng, liên lạc với các nhóm kháng chiến khác. Ra một tờ báo bí mật chuyền tay. Mai đã ngược xuôi giúp đỡ, mang tin tức, chuyển vận hàng hóa. Mọi người mơ mộng một ngày ánh sáng tự do chiếu rọi trên quê hương, trở lại đời sống không còn áp bức kẹp kềm.

Một vài người trong nhóm bất cẩn, tổ chức bị lộ, đa số anh em bị bắt. Dũng chạy thoát được với cái áo có nhiều lỗ đạn bắn thủng bên hông. Mai nhờ người nhắn Dũng bình tĩnh chờ nàng sắp đặt.

Nàng vay mượn và bán hết đồ đạc trong nhà, đóng tiền cho Dũng bí mật vượt biên. Ngày chia tay, Mai rất bình tĩnh, mà Dũng thì trong lòng nhũn ra vì yếu mềm, cố cầm dòng nước mắt cho khỏi tuôn trào. Mai dặn dò: "Anh phải giữ gìn sức khỏe. Em đủ sức lo cho các con và bản thân. Đừng bao giờ quên cả dân tộc đang khổ đau, đợi chờ! Thôi anh đi". Dũng ôm vợ vào lòng, nước mắt chảy tràn đầy gò má. Dũng cố cầm tiếng nấc cho Mai đừng biết Dũng đang khóc. Lời dặn dò của vợ làm Dũng cứ ngỡ mình đang ôm cả khối hào quang sáng rực, ôm cả mặt trời chói lọi trong vòng tay. Dũng tự hứa sẽ không phụ lòng kỳ vọng của vợ trong phút chia ly. Dũng tự hứa, ra đi không phải chỉ để tìm tự do riêng cho bản thân mình thôi.

Chuyến đi không thành, phải dời lại một tháng sau. Nhiều người bỏ cuộc nên thuyền trống chỗ. Phút cuối chủ thuyền cho vợ con Dũng cùng đi với lời hứa trả tiền sau. Dũng cám ơn Trời Phật đã xui khiến cho vợ chồng còn có bên nhau trong đời.

Trên biển đói khát, Mai nhường phần ăn uống cho con, cho chồng, với lý do là Dũng cần sống hơn nàng, và có thể làm được nhiều việc ích lợi hơn. Nhưng theo ý Dũng, thì chính Mai mới xứng đáng để sống sót vì đời sống nàng có nhiều ý nghĩa, tốt đẹp hơn.

Những ngày khó khăn nắng cháy cực khổ tại trại tỵ nạn, nàng giành làm hết tất cả việc vặt vãnh như lãnh thức ăn, xách nước, nấu nướng, chăm sóc con cái. Để cho Dũng có thì giờ tham gia tiếp tay phụ giúp các công tác chung trong trại. Mai dặn Dũng tránh xa những nơi có tranh giành, có chút quyền lợi, chỉ kê vai gánh vác những việc có ích chung mà không ai làm. Với sự khuyến khích và an ủi của vợ, Dũng làm được nhiều việc hữu ích cho cộng đồng. Trong lúc đó, một vài anh bạn Dũng, tham gia việc cộng đồng mà như làm việc quốc cấm, bị vợ cằn nhằn, ngăn cản, mỉa mai rằng việc nhà thì nhác, việc chú bác thì siêng. Nhiều người than vãn về những thiếu thốn, khó khăn cực khổ trong trại tỵ nạn. Mai thì khi nào cũng vui vẻ,

lạc quan, và cho rằng tương lai được sống đời tự do đang rõ ràng trước mắt. Những thiếu thốn, khó khăn trong trại tỵ nạn là đương nhiên. Ở đây cũng còn sung sướng gấp trăm lần những ngày tháng sống với chế độ cộng sản u ám, bất trắc, chèn ép, sợ hãi. Những khi các con chê cơm, Mai nhắc nhở cho chúng những ngày khoai sắn qua bữa, những ngày đói khát trên biển khơi, thì chúng vội vàng ăn ngon lành những chén cơm trong trại tỵ nạn.

Vợ chồng Dũng đến Mỹ vào mùa đông, tuyết phủ ngút ngàn, trắng xóa cả đất trời. Chưa biết có thể làm gì để nuôi sống gia đình trong miền đất mới, nhưng nhờ trợ cấp xã hội trong thời gian đầu, đắp đổi tạm sống qua ngày. Dù không dư dả, tiền trợ cấp xã hội được Mai chia ra làm ba phần, hai phần ba nuôi sống gia đình với chi tiêu dè sẻn tiện tặn, một phần ba gởi về nuôi những bạn bè đang đói khó khắc khoải trong lao tù, trong các vùng kinh tế mới. Trong vòng ba tháng, vợ chồng Dũng đi xin việc cả trăm nơi khác nhau, đâu cũng gõ cửa, đâu cũng xin việc. Hai vợ chồng lội bộ dắt nhau đi tìm việc và không nản lòng. Dũng tìm được một chân rửa chén bát tại khách sạn Holiday Inn. Mai tìm được một chân làm bánh ngọt Donut. Gia đình tự túc được rồi, và từ đó mà tiến lên, Dũng tìm được công việc khác trong hãng tiện có đồng lương khá hơn. Dũng bắt liên lạc với bạn bè xa gần, và ao ước được đóng góp phần nào vào nỗ lực làm vơi khổ đau trên quê nhà. Thơ của bạn bè hồi âm với lời lẽ bi quan, nhiều người khuyên tạm quên chuyện quê hương đi mà lo cho đời sống bản thân và gia đình trước đã. Khi bỏ nước ra đi, hầu như ai cũng mang trong lòng một hứa hẹn, một trách nhiệm âm thầm, không nói ra nhưng vô cùng tha thiết. Nhiều đêm Mai thì thầm: "Chúng ta có yên lòng hưởng hạnh phúc, tự do khi cả quê hương đang chìm đắm trong khổ đau? Có thể nào quên được bao nhiêu người đang kỳ vọng chúng ta nơi quê nhà? Liệu chúng ta có làm được gì không, hay chỉ mải mê lo cho đời sống riêng tư?".

Một hôm, Mai đưa tất cả tiền dành dụm cho Dũng làm lộ phí, để đi một vòng quanh nước Mỹ dò xét tình hình, xem việc kháng chiến phục quốc có cơ may nào không. Dũng đi một vòng từ Boston về New York, Washington DC, Philadelphia, New Orleans, Florida, Houston, San Diego, Los Angeles, San Jose, Seattle và về lại. Chuyến đi mất gần hai tháng. Dũng trở về với nỗi sầu muộn không giấu được, Mai không hỏi han nhiều, chỉ an ủi: "Thôi, mình ráng làm ăn, rồi làm được những gì nhỏ nhất có lợi cho quê hương thì làm. Em tin tưởng sẽ có một ngày nào đó, chúng ta sẽ có cơ hội đóng góp cho quê hương nhiều hơn".

Dũng đi làm việc toàn thời gian và làm thêm những việc sửa chữa lặt vặt cho các gia đình trong nhà thờ họ đạo. Các bà cụ dành việc làm cho Dũng với tinh thần giúp đỡ, trả cho Dũng những thù lao nhiều hơn trị giá thực sự. Vợ chồng Dũng chỉ để dành một số tiền nhỏ phòng khi bất trắc và ăn tiêu hết sức tiện tặn. Hằng tháng, Mai gởi tiền giúp đỡ các bà con, bạn bè đang đói khó, và gia đình những người còn đau khổ trong tù đày, các bạn đang quay quắt ở các vùng kinh tế mới. Giúp nhiều nhất cho những người tù không có thân nhân bới xách, thiếu thốn thuốc men, thiếu thốn chất bổ dưỡng. Vợ Dũng thường bảo, dù cho những giúp đỡ này như muối bỏ biển trong một quê hương đầy đói rách, nhưng có còn hơn không. Mai vui sướng trong việc sẻ chia chút dư thừa vật chất cho những người cùng khổ.

Chưa bao giờ Dũng nghe Mai phàn nàn, tị nạnh với Dũng về công việc trong nhà. Chưa bao giờ nàng lên giọng sai bảo Dũng hút bụi, quét nhà, rửa chén bát... Nếu rảnh thì Dũng làm, nếu Dũng bận xem những trận thể thao hấp dẫn thì thôi. Nhiều lúc Mai không cho Dũng rửa chén bát, giành lấy mà làm, vì những lúc đó nàng rảnh rang. Dũng cùng làm việc nhà trong tinh thần chia sẻ, không phải trong trách nhiệm phân chia việc nào chồng làm, việc nào vợ làm. Mai chưa bao giờ tranh hơn thua với chồng. Nàng quan niệm rằng, vợ chồng không cần tranh hơn thua nhau, hơn chồng cũng không được gì mà chỉ tổ tình yêu bị thương tổn. Chưa bao giờ Mai lớn tiếng hay khăng khăng quyết đoán việc gì. Khi nào cũng dịu dàng thảo luận và sẵn sàng chờ lúc thuận tiện để thuyết phục thêm. Dũng đã nghe và thấy vợ của nhiều người bạn, sẵn sàng xẵng tiếng với chồng, mở miệng ra là nói nặng lời, nói điều chua chát khó nghe. Nhờ đó Dũng biết mình may mắn có vợ hiền. Dũng đem nhận xét này nói với Mai, nàng cho rằng những người đàn bà đó chỉ đáng thương, vì không ai dạy cho họ điều khôn ngoan phải đạo mà có lợi cho họ hơn là có hại.

Những lúc Dũng gặp khó khăn ngoài xã hội, bực bội và không vui, Mai thường khuyên Dũng rằng: "Mục tiêu tối thượng của đời người là đi tìm hạnh phúc. Đi làm kiếm tiền cũng chỉ để mua hạnh phúc. Hạnh phúc đích thực của cuộc sống là gia đình vui vẻ, ấm êm và dễ chịu. Không tội chi đem cái khó khăn bực bội của bên ngoài về nhà cho mất vui, mà phí phạm ngày tháng yên ấm của gia đình. Dù giàu sang danh vọng đến mấy, mà gia đình thiếu hạnh phúc thì đời không còn ý nghĩa gì". Thế là Dũng tìm được nguồn vui và yên tĩnh tâm hồn.

Khi Dũng bị thất nghiệp, Mai càng an ủi vỗ về Dũng nhiều hơn, để Dũng không có mặc cảm vô tích sự, sống nhờ vào người khác. Nàng nói, cứ từ từ rồi tìm việc khác, đừng nóng lòng, không gấp chi, nàng đang có việc làm, nếu ăn tiêu tiện tặn lại thì cũng không thiếu thốn. Vả lại công việc thì nếu cửa này đóng sẽ có cửa khác mở. Mai khuyên Dũng ở nhà nghỉ ngơi một thời gian cho khỏe. Bởi vậy nên Dũng không hốt hoảng lo âu như vài người bạn khác. Một anh nói chuyện trong lúc trà dư tửu hậu, đùa rằng: "Phải đi tìm việc gấp chứ, không thì ăn được của vợ một miếng cơm, phải mửa ra ba miếng máu". Dũng không tin và không vui khi nghe câu đùa cợt đó.

Nhiều khi nằm bên nhau, Dũng hỏi Mai: "Sao hơn mười mấy năm sống bên nhau, chưa bao giờ em làm cho anh buồn lòng, chưa bao giờ em làm cho anh phải nổi giận. Em có khi nào buồn giận anh không?". Nàng nói: "Ngày xưa đọc sách, em không nhớ tác giả nào đã viết rằng, con chó suốt đời không làm gì cả mà được mọi người thương yêu, vì cách xử sự của nó. Nó không giận hờn, không đòi hỏi, không trách móc. Cho đi tình thương chân thành, thì được nhận lại bằng tình thương. Nhiều người đàn bà đòi hỏi ở chồng quá đáng, ngoài khả năng của chồng. Bao nhiêu cũng không thỏa mãn cả. Họ không nhìn thấy sự hy sinh của người khác, mà chỉ cố bươi móc những lỗi lầm cỏn con của chồng để mà trách móc, giận hờn. Làm thế không có lợi gì cả, mà chỉ là cách phá hoại hạnh phúc gia đình hữu hiệu nhất".

Dũng thành thực nghĩ rằng, đã học rất nhiều điều tốt của vợ. Nàng càng dịu dàng, càng thu mình nhỏ lại, thì Dũng càng thương yêu trang trải bù đắp cho vợ nhiều hơn. Mỗi khi đi làm về, thấy nét mặt tươi vui hân hoan của vợ, thì bao nhiêu mệt nhọc bực bội trong ngày đều tiêu tan.

Khi Dũng phạm phải lỗi lầm, hành động sai quấy, vợ Dũng thường an ủi rằng, mình là con người chứ đâu phải là thần thánh chi mà không có sai lầm. Đừng buồn, cái thiệt hại này cũng là bài học tốt về sau. Những an ủi, khuyến khích tinh thần của vợ làm cho đời sống Dũng nhẹ nhàng, êm ái, thư giãn, không bị dồn ép, không bị áp lực cuộc sống, không có căng thẳng gia đình như nhiều bạn bè khác.

Trên bước đường tha hương, một lần vợ chồng Tuân-Lam ghé thăm vợ chồng Dũng. Tuân là bạn cũ, Lam là người tình xưa. Vợ Dũng biết rõ mối tình cũ giữa Dũng và Lam, nhưng nàng tin chồng và rất lịch sự, vồn vã đón tiếp họ hết lòng. Có lẽ Mai cũng biết chuyện xưa của Dũng đã nguội lạnh từ lâu, chẳng ai còn tiếc thương chi. Tuân vẫn hiền lành phúc hậu như xưa, nét mặt chịu đựng. Đêm khuya Dũng vẳng nghe tiếng Lam đay nghiến dằn vặt chồng ở phòng bên cạnh, nói những lời thiếu lễ độ. Về sau, mỗi lần nghĩ đến Lam, lòng Dũng phơi phới, vì may mắn cuộc đời không phải gắn liền với một người đàn bà như Lam. Dũng biết ơn mẹ nhiều hơn. Kinh nghiệm sống của mẹ đã giúp cho cuộc đời Dũng có hạnh phúc. Rồi Dũng biết thương yêu, nể trọng vợ hơn nhiều.

Một chị bạn, gia đình không được hạnh phúc, hỏi vợ Dũng bí quyết để được chồng thương yêu nể nang. Mai cười nói: "Không có bí quyết nào cả. Chỉ có câu chuyện sau đây..." Dũng thuộc nằm lòng câu chuyện này từ thời còn đi học. Chuyện ở trong sách tập đọc của Pháp. Rằng, có một anh nông dân đem bò ra chợ tỉnh bán. Suốt ngày không bán được dẫn bò về. Đường xa mệt nhọc, con bò trở chứng không chịu đi. Có người gạ đổi con bò lấy con ngựa hồng tung tăng. Anh tưởng được ngựa sẽ thong thả giong cương ra về, nhưng con ngựa lạ chủ không chịu cho anh cưỡi và cũng trì kéo dằng dai. Một người khác dẫn con heo nái ngoan ngoãn đi qua, gạ đổi heo lấy ngựa, anh đổi liền. Đường xa mệt nhọc, con heo cũng nằm ì không chịu đi, bí quá, anh đổi heo lấy một con dê nái. Con dê càng cứng đầu khủng khiếp, anh vật lộn với dê phờ phạc. Đêm đã tối mịt mù, một hành khách đề nghị đổi dê lấy một con gà trống lớn. Vừa đói, vừa khát, vừa mệt, anh ôm con gà vào quán đổi lấy một bữa cơm. Thế là một bữa ăn trả giá bằng một con bò. Ăn xong, anh nông phu thong thả ra về, vừa đi vừa ca hát khỏe khoắn. Khi về đầu làng, có bạn quen hỏi đi đâu mà về khuya thế. Anh kể chuyện đi bán bò, và cuối cùng đổi con gà lấy bữa cơm. Người bạn hoảng hồn, khuyên anh khoan về nhà, vì bà vợ mà nổi cơn tam bành lên, không khéo vợ chồng xô xát gây ra án mạng. Anh nông dân bảo rằng, chắc vợ anh cũng thấy việc làm của chồng là có lý. Anh bạn ức quá, đánh cá một con bò, nếu chị vợ mà không gây gổ, thì anh nông dân sẽ được một con bò, còn ngược lại, thì phải mất một con bò khác. Người bạn đi theo núp bên ngoài nghe cuộc đối thoại của vợ chồng anh nông dân. Chị vợ hỏi anh, đã ăn gì chưa, đi đường có mệt lắm không, bò bán có được giá không? Anh đáp rằng đã ăn rồi, con bò không bán được mà trên đường về nó không chịu đi nên đã đổi con bò lấy con ngựa. Chị vợ nói rằng, có con ngựa cũng tốt, nó sẽ kéo xe, giúp mình di chuyển mau chóng hơn. Anh chồng cho biết con ngựa không chịu cho anh cưỡi nên đã đổi lấy con heo nái. Chị vợ cũng tán thành ngay và còn dự trù con heo mùa sau sẽ sinh ra một bầy heo khác, rất có lợi. Anh chồng cho biết thêm, con heo cũng trở chứng không chịu đi nên đổi lấy một con dê cái. Chị vợ tiếp liền, là con dê cũng rất có lợi, từ nay mỗi sáng gia đình sẽ có sữa dê mà uống. Anh chồng lắc đầu và cho biết đã đổi con dê ương ngạnh lấy con gà trống lớn. Chị vợ anh nông phu tiếp rằng, có con gà cũng tốt, mỗi sáng nghe nó gáy cũng vui tai. Anh chồng bảo là buổi sáng ra đi không đem tiền theo, đói quá, đã vào quán đổi con gà lấy bữa cơm.

Nghe xong, chị vợ anh nông phu đến quàng hai tay, ôm vai chồng và nói rằng: “Anh làm như thế là phải. Lấy của che thân, chứ đừng lấy thân che của. Đi cả ngày mệt nhọc đói khát, không ăn chịu sao nổi. Em đã để sẵn khăn, múc sẵn nước, anh đi tắm cho khỏe”. Thế là anh nông dân thắng cuộc với bạn và được lại một con bò.

Mai kết luận: “Muốn được chồng thương cũng rất dễ, đừng bao giờ tranh hơn thua với chồng, việc gì đã lỡ, thì cho qua luôn, vui vẻ chấp nhận, và dịu dàng, nhường nhịn chồng là yếu tố căn bản để được chồng thương”.

Ngoài cha mẹ ra, Dũng biết ơn vợ nhiều nhất. Đời sống Dũng có ý nghĩa hơn, sung sướng hơn, hạnh phúc hơn nhờ vợ khôn ngoan, dịu dàng. Nhiều đêm thức giấc Dũng nhẹ hôn lên mắt vợ, thầm so sánh tấm lòng hiền chân của vợ với trái tim của một vị nữ thánh. Phần nàng thì luôn luôn: “Em chỉ muốn làm cái bóng nhỏ và âm thầm bên đời anh thôi”. Mai chưa hề đọc thánh kinh, nhưng nàng đã biết chọn chỗ ngồi thấp nhất để được nâng lên cao nhất trong lòng chồng con. ■

Ảnh chụp của Lương Nguyên Hiền

Elena Pucillo Truong

Một phút tự do

(Nguyên tác: 'Un istante di liberta')
Bản dịch của Trương Văn Dân

"Kính chào bà Tiến sĩ De Rossi"

Tôi vừa bước ra thang máy thì một trong các cô thư ký đã mang đến tách cà phê đầu tiên trong ngày. Tôi nói đầu tiên vì sau đó hãy còn nhiều tách nữa, không biết là bao.

Một cô thư ký khác vội chạy đến giúp tôi cởi chiếc áo choàng, còn tôi, bó mình trong chiếc tailleur cực kỳ sang trọng, đi vòng qua phía sau vị trí điều hành, đặt chiếc cặp da có đựng notebook lên bàn làm việc.

Biết bao kẻ muốn được mó tay vào chiếc máy tính cá nhân này! Chỉ cần nhấn vài nút bấm là tất cả những áp phe quan trọng của các công ty lớn, những chuyển dịch hằng triệu đô-la trên sàn chứng khoán sẽ tuần tự hiện lên bằng các mã số, để đảm bảo an toàn.

Một cú nhấp chuột... thế là tất cả những kế hoạch chi tiết và toàn bộ hồ sơ tuyệt mật của công ty Intracodex sẽ nằm gọn trong tay tôi. Định bật máy và liếc mắt vào công việc... nhưng mùi cà phê thơm phức đang kích động khứu giác làm tôi dừng lại.

Cầm tách cà phê nóng, tôi bước đến cạnh bức tường và nhìn xuống dòng đời từ tầng thứ 23! Ở trên đây không bao giờ nghe thấy tiếng ồn đô thị và dường như trong không gian luôn có một lớp sương mù nên quang cảnh trông có vẻ lãng đãng, giống như nhìn từ một giấc mơ.

Rồi trong lúc áp môi lên tách cà phê lên tôi bất chợt nhìn thấy bóng mình phản chiếu lên tấm kính.

Tôi đang đứng đối diện với tòa nhà bằng kính. Mái tóc đen và dài, chiếc tailleur trang nhã bó sát người, như thể người thợ may khéo léo ướm xấp vải vào thân mình trước khi đo cắt. Đôi chân khỏe và dài, còn được kéo dài thêm với đôi giày son cao gót. Chuyên nghiệp, quyền hành và nữ tính. Tất cả những vũ khí tối cần cho thế giới này. Thế giới của tôi.

Nhưng nét xanh xao tái nhợt trên khuôn mặt dường như tương phản với đường viền bằng son đỏ trên môi. Hai bờ môi thẳng nếp, mỏng manh mà sắc bén như một lưỡi lam, lạnh lùng như cái nhìn khinh mạn khi tôi quắc mắt. Bỗng dưng tôi không thể nhấm tiếp mùi vị cà phê. Hình như lúc này nó có vị chát của acit.

Phản chiếu trên tấm kính tôi nhìn thấy sau lưng mình ba cô thư ký tay cầm xấp hồ sơ đang chờ tôi ký. Cả ba căng thẳng đi qua đi lại sau lưng, hồi hộp chờ tôi quay mặt để trình bày công việc, báo cáo những cú điện thoại, nhắc nhở các cuộc hẹn và chờ tôi ra lệnh... nhưng tôi không thể tách đôi mắt đang nhìn bóng mình trên kính. Tôi không còn nhận ra mình nữa... sao mà tôi có thể biến thành một con người khô cứng và lạnh lùng đến thế?

Mười năm trôi qua như một ánh chớp... và bất thình lình tôi cảm thấy chúng đè nặng lên vai, một con mụ già cáu gắt. A! đúng rồi, đây chính là cái tôi đang nhìn thấy trên kính, một mụ đàn bà khô khốc, khó tính và cáu kỉnh.

Tất cả bắt đầu như một phản ứng.

"Con sẽ không bao giờ giống mẹ!" tôi nghe vọng lại tiếng mình hét vào mặt mẹ. Bà yếu đuối, vâng lời, cam chịu, thụ động và chấp nhận mọi thứ... không bao giờ dám phản ứng, ngay cả những lúc ba tôi đối xử với bà bằng bạo lực, trước khi ruồng bỏ. Thế mà bà vẫn nhẫn nhục và chịu đựng. Rồi, không thèm nói một lời, ông lặng lẽ bỏ đi. Bỏ lại bà một thân một mình với nhiều món nợ. Gồm cả giấy cầm cố căn nhà. Và chỉ vài ngày sau đó mẹ con tôi phải dọn đi.

Và thế là tôi không thể sống giống mẹ mình. Tôi không cần trái tim. Tôi không còn tình cảm. Chỉ lao đầu vào việc học, làm mọi thứ để tích lũy kinh nghiệm, giẫm đạp lên mọi thứ và mọi người. Tôi là mẫu người đàn bà của sự nghiệp, hay đúng hơn là một gã đàn ông trong thân xác một con đàn bà. Bởi vì tôi không còn giới tính, không có tình yêu; dĩ nhiên tôi vẫn có đàn ông, nhưng họ chỉ là những công cụ để tôi sử dụng rồi quên ngay, vì họ không cho tôi được gì mà tôi cũng chẳng để lại cho họ chút gì.

Cho đến lúc ấy tôi chưa bao giờ dừng lại để nhìn thấy mình đã trở thành người như thế nào. Chắc rồi... tôi đang đứng trên đỉnh cao của danh vọng, vị trí cao ngất mà mọi người thèm muốn... nhưng đó thực ra là thứ danh vọng gì? Bao nhiêu người đang cho rằng tôi đang thành đạt.

Đúng rồi, mà "đạt" được gì? Đã bốn mươi tuổi mà tôi không có một mái gia đình, không có một đứa con, chẳng có một ai đó thỉnh thoảng hỏi tôi có khỏe không và quan tâm đến việc tôi có vui vì những công việc của mình không. Không ai cả. Gia đình, thậm chí một người bạn.

Chậm rãi, tôi xoay lưng lại, thật khó nhọc rời hình ảnh của mình trên kiếng. Bàn tay tôi run rẩy khi đặt tách cà phê lên bàn. Bỗng dưng tôi cảm thấy như có một cơn nôn mửa đang trồi lên từ phía dưới.

Tôi đã không muốn sống như mẹ mình, nhẫn

nhục, cam chịu... nhưng vì thế mà tôi đã trở thành một bản sao của ba tôi. Tôi hận ông! Thế nhưng bây giờ tôi thấy mình giống ổng, tôi đã cư xử với mọi người giống ổng, có khi còn tệ hơn.

Đối với tôi không còn ai cả, không một người nào, chẳng chút tình cảm... và tiền bạc thực ra chỉ là một phương tiện để tiếp tục giẫm đạp lên người khác.

Lạnh lùng và minh mẫn, tôi mạnh mẽ bước đến chiếc ghế bành bọc da và chễm chệ thả người lên đó trong lúc ba đôi mắt đang hồi hộp nhìn tôi từ phía bên kia bàn giấy.

"Mấy cô nhìn cái gì? Đặt mọi thứ lên bàn đi. Một lát nữa tôi sẽ gọi!"

Tôi nói to, làm cả bọn giật mình.

Ngay lúc đó tôi cũng chẳng nhớ tên của bọn họ là gì. Tôi chỉ muốn ngồi lại, một mình. Tôi mệt mỏi lắm rồi! Trong lúc áp đầu vào giữa hai tay, bàn tay áp chặt vào mắt để khỏi phải nhìn thấy sự thật đang phản chiếu từ khung kính. Hằng ngàn khuôn mặt, tất cả đều là những góc cạnh của chính mình. Tất cả để cuối cùng chỉ còn lại một mình. Cô độc. Cô độc trong công việc. Cô độc giữa đám đông. Hoàn toàn cô độc. Cố tình cô độc. Rồi, như bất thình lình, cơn nôn mửa vụt biến thành cơn giận dữ, và bằng tất cả sức mạnh, tôi cầm lấy chiếc tách cà phê, ném thẳng vào mặt kính.

Vô ích!

Mặt kính chỉ hơi rạn một chút chứ chẳng hề hấn gì. Đó chỉ là hành động vô ích nhằm giải thoát cơn giận. Thôi, đủ rồi! Tôi thấy mình ngạt thở. Tôi không thể nào tiếp tục ngồi đây.

Phủ vội chiếc áo khoác lên người, tôi cầm chiếc túi xách rồi chạy ào ra thang máy.

Bàn tay run rẩy, tôi nhấn nút đi xuống, im lặng chờ xuống mặt đất, luồn lách giữa dòng người vô danh mà chưa bao giờ tôi muốn thân quen. Ra ngoài thôi, hít chút không khí giữa đất trời mở rộng.

Ánh nắng ngoài đường làm tôi lóa mắt. Một tay che mắt, còn tay kia nắm chặt bâu áo khoác để che cơn gió lạnh vừa ập đến lúc bước ra khỏi cửa. Cho đến lúc đó, đối với tôi chưa bao giờ có nắng, có mưa, có ánh đỏ hoàng hôn hay tiếng cười, giọng khóc.

Máy bay, điện thoại di động, bàn giấy, máy tính... tất cả khô khan, vô cảm... tôi luôn luôn chạy đua với thời gian mà chẳng biết mình đi đâu, ngược lại, hình như chỉ để rời xa thêm cái cuộc đời mà tôi muốn có mà chỉ lúc này tôi mới biết là mình đã đánh mất. Tôi đã sinh ra mà chưa từng sống và lúc này mới đau đớn nhận ra là cả cuộc đời mình trống rỗng và vô ích.

Thiếu chút nữa là tôi bị một chiếc xe hơi đụng phải. Tôi ngơ ngác không biết mình đang làm gì và cứ băng qua đường mà không nhận biết. Nhưng không phải phản xạ đã giúp tôi tránh được tai nạn... mà có một bàn tay vừa nắm cánh tay tôi, giật mạnh. Tôi xoay người theo bản năng để nhìn xem đó là ai.

Một đôi mắt màu hạt dẻ là cái đầu tiên mà tôi nhìn thấy. Nhưng nó không xa lạ với tôi. Đó là đôi mắt của một trong ba cô thư ký...

Sao lại có thể như vậy được?

"Tôi đây, Lidia đây mà, thưa bà Tiến sĩ. Bà theo tôi... chúng ta đến chỗ kia ngồi một lát nhé!".

Như đứa bé, tôi để cô gái kéo mình đến một chiếc băng dài, tâm trạng gần như vui thích vì có một ai đó để ý và quan tâm đến mình.

"Đây rồi, bà đã đỡ chưa? Có chút nắng nữa. Sau mấy ngày mưa mặt trời sẽ sưởi ấm chúng ta". Có lẽ tôi chẳng nghe cô ấy nói gì nhưng tôi bắt đầu thấy mình bình tỉnh lại, giọng nói của cô gái làm tôi an tâm.

Cô ta tiếp tục mà dường như tôi không hiểu hết những gì cô ta nói. Điều bất ngờ là những giọt nước mắt bỗng dưng lăn dài xuống má, chảy xuống cằm và tôi phải dùng bàn tay để lau. Lidia vội lấy khăn giấy và nhẹ nhàng chặm mắt cho tôi". Bà cứ để tôi lau cho, còn mấy vết đen nằm dưới mắt nữa kìa!". Lâu lắm rồi chẳng còn ai để ý và chăm sóc tôi". Bây giờ đỡ rồi đấy. Đi! Chúng ta phải về lại văn phòng ...".

Tôi vùng vẫy, cố gỡ bàn tay của cô gái đang nắm chặt lấy cánh tay mình.

Cô ta giữ lại trong khi tôi cố vùng ra để trốn chạy, thật xa cái tòa tháp mạ vàng lâu nay cứ làm mình ngộp thở.

"Mình đi lên nhé... còn bao nhiêu việc phải làm. Bao nhiêu hồ sơ đang chờ bà ký... Bà chưa thể bỏ đi được đâu...".

Bàn tay thép của cô gái như đang siết chặt hơn. Lidia kéo tôi, và từng bước chúng tôi bước vào cửa tháp, bên trong những bức tường bằng kính và tôi như không còn sinh lực, cứ để mặc cho cô ta kéo mình vào bên trong nhà ngục. ■

Nguồn hình: Internet

Lê Hứa Huyền Trân

MÙA THỨ NĂM

Anh hay nói với tôi anh rất thích "mùa thứ năm" và lúc ấy tôi vẫn hay tròn mắt hỏi ngoài "xuân hạ thu đông" liệu vẫn có một mùa nào mà tôi chưa biết sao? Những lúc ấy anh sẽ phì cười cốc nhẹ vào đầu tôi và buông ra một từ "ngốc". Anh lãng mạn, sự lãng mạn của một chàng sinh viên khoa văn, dưới bóng chiều hay ngồi ôm ghi-ta đàn hát. Mùa thứ năm không có thật nên anh yêu nó, vì anh hay dùng nó để chứng minh sự vô hạn mà tình yêu anh dành cho tôi.

Anh hay bảo với tôi rằng anh sẽ yêu tôi cho đến khi mùa thứ năm kết thúc. Tôi hay hờn dỗi anh vì mùa là một khoảng thời gian hữu hạn, tất nhiên rồi sẽ đến lúc nó phải kết thúc để chuyển giao. Thế nhưng anh chỉ cười. Thế khi nào mùa ấy bắt đầu? Lúc đó tôi mới chợt hiểu, vốn không hề có mùa thứ năm, tình yêu anh dành cho tôi vốn được định sẵn sẽ không có ngày tàn rồi. Nhiều khi đi trên những đoạn đường đã cũ, tôi hay vòi anh hình dung ra cho tôi một khoảng thời gian nào đó, cho tôi mường tượng mùa mà anh yêu, vì nếu nó không có thật sao anh lại yêu nhường vậy. Anh lại cười: "Vì nó vô thực nên anh yêu. Khi anh yêu một ai đó, một điều gì đó, anh so sánh với mùa vô thực ấy vì nó vốn không tồn tại, sẽ không thể nào kết thúc được".

Tôi chạm hờ vào khung cửa kính, nơi đang chia cách tôi giữa bóng nắng chói chang ngoài kia và tôi. Những tán phượng đỏ phe phẩy từng chùm như không hiểu sắc màu rực rỡ của nó càng khiến cho người nhìn thấy cơn nắng càng thêm rực lửa. Nắng trở thành nữ hoàng của mùa hè, và những chùm phượng như chiếc vương miện tô điểm. "Mùa thứ năm có đẹp không anh?". "Nếu anh nói anh yêu em nhiều đến khi mùa thứ năm kết thúc theo em nó có đẹp không?". "Tất nhiên là đẹp rồi, nó phải đẹp". "Vậy đấy, kể cả mọi sắc đẹp của từng mùa mà em thấy theo cách cảm nhận của mỗi người đều khác nhau".

Anh và tôi đã nắm tay nhau đi suốt những khoảng thời gian thật dài, suốt cả thời sinh viên vốn tràn đầy mộng tưởng. Mùa hè lại đến, mùa hè lại đi, cái ánh nắng chói chang khi tôi nhìn vào ngày hôm ấy vẫn đang thiêu đốt tôi từng cơn cháy bỏng. Ngày ấy, tôi trốn ánh nắng nên thu mình vào bên trong khung cửa, tôi huyễn hoặc cơn nắng thuộc về bên ngoài, chỉ cần tôi trốn thì sẽ không bao giờ chạm tới tôi được. Nhưng tôi đã không biết, dù ở trong bóng mát đến độ nào, khi tôi nhìn quá nhiều ra nắng, ánh nắng vẫn có thể thiêu đốt tôi, nó làm mắt tôi cháy đỏ. Thậm chí khi tôi đứng quá lâu, sự bỏng rát cũng có thể từ từ ảnh hưởng tới tôi đến độ tôi không nhận ra. Lúc ấy tôi cũng từ từ hiểu được, thì ra không phải cứ sa vào niềm đau, cứ trốn tránh niềm đau thì sẽ thoát khỏi nó, đôi khi chỉ cần đi bên lề là đã chịu ảnh hưởng của nó rồi.

Giống như khi nhìn vào một ánh sáng quá lâu khi nhìn qua chỗ khác con người ta cũng dễ sinh ra hư ảnh. Nó tượng hình không rõ, chỉ là vốn chỗ đó nó không tồn tại, và rồi nó xuất hiện thu bé lại vừa bằng một nỗi đau. Anh và tôi chia tay khi những mùa kết thúc, không một lý do cũng không có ai nói lời tạm biệt. Vì không có lời tạm biệt nên nó đã làm tôi chờ đợi cả một khoảng thời gian rất dài chỉ để ngóng tin anh. Tôi tin vào mùa thứ năm anh từng nói, chỉ cần tôi còn đợi, tôi tin anh sẽ quay về. Cho đến khi tôi chợt nhận ra, khi thời gian bắt đầu luân hồi, khi bốn mùa đi theo đúng con đường của nó, vốn dĩ mùa thứ năm không có chỗ chen chân.

Anh nói đúng, người ta thấy mùa thứ năm đẹp không vốn là cảm nhận của từng người. Tôi huyễn hoặc trong mối tình anh trao cho, huyễn hoặc và tin vào những điều vô thực, nhưng vốn dĩ là vô thực, nó thực sự mơ hồ trong cách cảm nhận. Chẳng phải, ngày anh đi anh đã nói với tôi: "Hãy đợi anh, khi mùa thứ năm kết thúc anh sẽ quay về".

Chẳng phải vốn dĩ sẽ không có ngày về hay sao? Thực sự là do cảm nhận của mỗi người, và tôi vốn dĩ tin vào sự mù quáng của tôi chứ anh không hề là người có lỗi.

Anh đã tạm biệt rồi, chỉ là lời tạm biệt đó tôi đã không nhận ra, bởi tôi trốn tránh... ■

Diễm Châu (Cát đơn Sa)

người vợ mất tích

Tranh vẽ: Cát Đơn Sa

Từ bao lâu nay, người ta nghe nói đến mẹ mìn bắt cóc con nít, chứ không ai bắt người lớn cả… Nhưng nhà ông Bút mới bị mất tích bà vợ, đang bấn loạn không hiểu sao lại xảy ra sự việc này. Ông Bút ngồi thừ người, nghĩ lại những câu hỏi từ Cảnh Sát, mà không sợ cho bằng khi trả lời những vặn vẹo và cặp mắt sắc như dao từ bà chủ nhà, nơi vợ ông làm việc giữ đứa con trai gần một năm tuổi, thằng bé cũng mất tích theo bà:

- Bà ấy tên thật là Nguyễn Thị Nhu? Bao nhiêu tuổi?

- Năm mươi mốt.

- Ông bà có con không?

- Không.

- Bả có ăn học gì không?

- Bả xong Trung học thì lấy chồng, không đi học nữa.

- Vậy là thấy có mánh mung rồi.

- Mánh mung sao, thưa cô?

- Thì bà ấy biết cách tính toán bắt cóc con tôi để đòi chuộc tiền, hoặc giả vì không có con nên thèm thuồng, bắt con tôi để làm con bà ấy!

- Cô đừng nghĩ bậy! Sao cô không nghĩ rằng vợ tôi bị ép phải bồng bé đi theo tụi bắt cóc?

Dù trả lời bà chủ nhà, nhưng chính ông Bút cũng hoang mang. Từ khi bà Nhu nhận làm công việc giữ trẻ cho người ta, hàng ngày bà cứ mong cho trời mau sáng, để leo lên xe Bus tới chỗ làm gặp mặt thằng bé. Bà mê nó như điếu đổ, không ít lần chính tai ông đã nghe bà thốt lên như vầy:

- Thằng cu con này nó dễ thương quá ông ạ, phải chi nó là của riêng mình… để tha hồ được hun hít, ôm ấp nó, chưa từng thấy con ai mà dễ thương như nó.

- Bà nói nghe hay, con người ta thì ban ngày giữ nó bà muốn ôm hay nựng nịu gì chẳng được, tối về để giờ còn lo cho chồng chứ!

- Bộ ông ghen hay sao? Mình không có con nên tui mới ao ước như vậy.

Bà ngẫm nghĩ rồi nói thêm:

- Nếu như má nó có chuyện gì, thì tui sẽ nuôi thằng này!

- Bà nói vậy là sao? Tui không hiểu… Chuyện gì là chuyện gì?

- Ví dụ như bả gặp tai nạn, hay bịnh liệt nằm một chỗ, rồi lấy ai săn sóc cho nó?

- Trời ơi là trời, bà nghĩ chuyện gì mà xa xôi, tầm bậy tầm bạ! Mẹ con người ta đang yên hàn với nhau, lại trù ẻo vậy là sao!

- Tui đâu có trù ẻo, tui ước thôi mà!

- Còn nói! Bà độc mồm độc miệng lắm rồi đó, biết không. Cùng lắm thì mình đi xin con nuôi, chứ ai mà nghĩ ác như vậy, bỏ đi!

Bà Nhu nghe chồng gắt thì im. Nhìn bà ngồi bất động, ông không biết bà có thôi đi sự suy nghĩ vớ vẩn đó hay không? Mà cái bà này cũng lạ, lấy nhau hai chục năm rồi họ đâu có cần con nít. Nay mới đi làm công việc bất đắc dĩ này được vài tháng cho có thêm tí tiền, mà bà đã làm ra chuyện rồi!

Những gì ông nghĩ về vợ mình đều được giữ kín trong lòng. Tính vợ ông thì ông quá rành. Bà là người thẳng tánh nhưng cứng đầu, ít chịu nghe ai. Thích chuyện gì là phải làm cho bằng được, cho dù chuyện đó có sai trái hay chướng khí, bà cũng bất cần!

- Hay là bả bắt thằng bé để làm của riêng?

Ông Bút không tin là bà dám thực hiện

chuyện đó, vì trước hôm xảy ra sự việc, ông bà cũng có gây nhau một trận, chỉ là chuyện vớ vẩn ngoài đường... nhưng bữa đó ông tức nên không thèm nhịn, mà "tới luôn bác tài". Trời, lần đó ông nói đã cái miệng, khiến bà tức đến tím cả mặt! Cho nên sáng hôm sau trước khi đi làm, bà không thèm hỏi han ông một tiếng. Chẳng lẽ trong phút nóng giận, bà đã làm gì sai khi gặp mặt thằng cu chăng?

- Cô đã hỏi cha nó về vụ này hay chưa?

Trả lời câu hỏi của Cảnh sát, cô chủ ụ nét mặt:

- Anh ta lấy vợ mới, đang đi hưởng tuần trăng mật ở Hawaii, một tuần nữa mới về.

Vậy là bao nhiêu sự nghi ngờ lại đổ dồn vào bà Nhu tăng lên cao. Dù không muốn tin vợ mình là kẻ bắt cóc, thì ông Bút vẫn hoang mang với ý nghĩ:

- Tại sao bả lại không về đây? Không điện thoại hay nói cho mình biết chuyện? Sao bà ấy ngu vậy Trời! Sự thật là như thế nào?

o o o

Bà Nhu mở cửa bước vào nhà, không gian vẫn còn tối mờ, tiếng nước chảy ào ào trong phòng tắm cho biết như thông lệ, giờ này cô chủ đang tắm để chuẩn bị đi làm. Có tiếng thằng cu khóc o oe trong phòng, bà lật đật để cái giỏ xuống chạy vào trong.

- Hi Yoyo, có bác đây, dậy rồi hả? Đói phải không?

Thằng bé nghe tiếng bà là nín khóc, nhoẻn miệng cười ngay. Thấy thương thật, nhìn mặt nó là bà quên hết mọi sự, êm ái trong lòng, chưa có đứa trẻ nào mà ngoan như thế. YoYo luôn miệng cười, chỉ khóc khi bị ướt tã và đói bụng. Không phải nó cười với người quen mặt, mà cười với bất kỳ ai. Bà Nhu thay tã cho Yoyo xong, ẵm cháu ra bên ngoài, vào phòng ăn đặt ngồi vào chiếc ghế dành cho trẻ con nơi đầu bàn, rồi lấy một miếng bánh mì mềm và cắt nửa trái chuối cho YoYo ăn sáng. Thằng bé cầm trái chuối đun vào miệng, nhóp nhép thật dễ thương. Thoáng một cái đã xong, YoYo tiếp tục xé miếng bánh mì, vừa ăn vừa bóp nát trên tay chơi. Bầu sữa để kế bên đã tu hết từ trước.

- Dì Nhu ở nhà coi bé, tui đi làm đây.

Bà Nhu nhìn cô chủ đứng nơi cầu thang, cô có dáng người vừa phải, khuôn mặt xinh xắn nhưng tính tình thì vô cùng khó. Cô khó với đối với mọi người, cách ăn nói của cô không được tử tế, hay chì chiết người khác! Mẹ như thế nhưng YoYo lại khác, thằng bé ai cũng yêu, người ta tạm quên đi nỗi bực tức vì lời lẽ hộc hằn mà má nó thường xuyên thốt ra, khiến nhiều người khó chịu.

Đâu có ai ưa mẹ YoYo, cả bố của nó cũng thế. Ngay ngày đầu tiên chung sống, anh ta đã mục kích những sự khó khăn chỉ trích thốt ra từ cái miệng xinh của vợ. Ngày một ngày hai, cho đến lúc anh ta chịu không nổi phải bỏ nhà, ngủ lại trong sở làm. Cứ nghĩ đến sự chì chiết của vợ là anh ta ớn óc!

Thời gian sau, anh chồng phải lòng một cô bạn làm cùng sở, có giọng nói ngọt ngào, khác hẳn với vợ. Thế là con tim anh mở cửa cho cô ta bước vào, mặc dù anh biết là vợ mới cấn thai, nhưng mặc kệ, không thể chôn vùi đời mình vào một người lúc nào cũng độc mồm độc miệng, khó khăn như thế được! Chờ cho lúc vợ sinh xong, anh chồng báo tin muốn chia tay. Lúc đó YoYo mới được hai tháng. Cô vợ không ngờ anh chồng dám ly dị cô! Cứ nghĩ có đứa con với nhau là ràng buộc chặt hơn, tha hồ cô sẽ đì chồng, muốn nói gì thì nói.

Thua tình, cô trút hận lên đầu người chung quanh nhiều hơn. Dĩ nhiên là cô cũng đâu có ưa bà Nhu, nhưng vì thấy bà thật tình thương YoYo, nên cô đành phải nén câu "đuổi cổ" trong họng! Kiếm người thương con nít, cẩn thận như bà Nhu không dễ, trước bà cô đã đuổi cả chục người, cô rất ghét cách nói chuyện của bà này!

- Cô cần tui làm gì thì cứ bình tĩnh mà dặn dò, không phải to tiếng như thế! Tui có điếc đâu!

- Bình tĩnh cái gì, ngu vừa chứ lại còn hay nói! rửa có mấy chai sữa thì phải lấy cái thau hứng vào, đây rồi tiền nước tăng bà có chịu trả không?

Nghe cô quát, bà Nhu trả lời:

- Thau mắc ngâm mấy cái yếm của thằng bé rồi, tui chỉ rửa một lần này thôi, ai có vặn nước ào ào đâu mà cô nói!

- Bà còn trả treo hả, bà dám trả thêm tiền nước không? Còn nữa, đã dặn trong nhà đừng có mang dép, thế mà bà vẫn mang là sao?

- Tui không quen chịu lạnh cái chân, đôi dép này là dép nỉ chỉ mang trong nhà, đâu có sợ dơ mà cô la!

- Sao bà hay cãi quá vậy! tui không muốn dép của bà cào hư sàn gỗ của tui, rồi ai đền? Ai đền hả!

- Trời, cô nói kỳ quá, cào sàn hư là tại mấy đôi giày cao gót nhọn hoắt của cô đó, tui mang dép vải sao hư sàn nhà được!

- Bà im cái mồm đi! Già mà ngu! Nhà tui thì tui có quyền đi chứ!

Đó, cách nói của cô chủ với người đối diện, cô chỉ còn chửi bà là già cho xong! Lúc đầu bà Nhu cũng tức, nhưng rồi khi nghĩ lại bà hết tức! Già thì chấp nhận già, thế thôi! Thành thử hai bên đều thấy đối phương có lý, nhưng họ vẫn tranh chấp, đôi co.

Cô chủ đi rồi, YoYo cũng lăn ra ngủ. Ngồi không, bà Nhu cảm thấy bực ông chồng, bực cô chủ, giận đời vì bà không có được cuộc sống vương giả như những người bạn! Lẽ ra bà nên mở TV đài "Món Ăn" mà coi thì hơn, lại ngồi nghĩ quẩn. Có tiếng chuông cửa, ai tới giờ này?

- Ông hỏi ai?

- Chào chị, tôi là ba của bé YoYo, cho tôi vào thăm con được không ạ?

Nhì anh chàng trẻ tuổi đứng bên ngoài, anh ta cũng khá dễ thương và lễ phép, bà Nhu mở rộng cánh cửa. Từng nghe bà chủ chê bai, hờn oán anh chồng, bây giờ bà Nhu mới được diện kiến. Khác hẳn với cô vợ, anh chồng rất dễ thương, ăn nói mềm mỏng, có thưa có gởi, cho dù bà Nhu chỉ là một người giữ trẻ, nhưng thái độ của anh ta lúc nào cũng lịch sự, không tỏ vẻ phách lối. Bà Nhu tự nhiên thấy có cảm tình với anh chồng, nhất là lúc anh ta chơi với bé YoYo. Hai cha con họ thật là hạnh phúc.

- Nghe nói chú mới làm đám cưới?

- Phải, hôm nay mới có thì giờ nghỉ ngơi. Tôi sẽ đi Hawaii chiều nay, muốn đưa bé YoYo đi cùng, nhưng cô ấy không cho!

- Sao lại không cho?

- Cô ấy nói là tôi không biết giữ trẻ con, nếu có người giữ trẻ thì mới cho đi, nhưng người ấy không phải là vợ mới cưới cuả tôi.

- Vậy thì tui giữ cho.

Anh chồng trố mắt nhìn bà Nhu, rồi hỏi:

- Dì đi được hả? Chắc không?

- Sao không, tui đi liền bây giờ, nếu chú mua vé thì tui sẽ đi theo giữ bé YoYo giùm cho.

- Vậy được, để tôi đặt thêm vé máy bay cho dì và YoYo.

Loay hoay với máy computer một lát, anh hân hoan đứng lên:

- Xong rồi, máy bay vẫn còn trống chỗ nhưng vé khá cao. Vậy dì sửa soạn quần áo và đồ ăn cho bé YoYo nhé, mình sẽ đi sớm vì từ đây tới phi trường hơn hai tiếng.

- Có báo cho cô chủ biết không?

- Nói thiệt với dì hồi xưa còn ở với cổ, có bao giờ cổ nói cho tôi biết sẽ làm gì, đi đâu! giờ tôi cũng làm lại một lần cho cổ có cảm giác!

Đang bực lung tung, nghe anh chồng nói vậy bà Nhu OK ngay. Bà lấy cái xách tay nhỏ đựng quần áo và hai chai sữa, cùng mấy gói "cereal" cho YoYo, còn bà thì không cần, ra tới đó bà sẽ mua vài bộ cũng được.

Ngày xưa người ta nói tiền bạc thì phải dính theo người. Bà Nhu có ít tiền, không chịu đi gởi trong hộp nhà băng, mà lúc nào cũng kè kè bên mình. Ông Bút biết bà có tiền riêng, đã nhiều lần cảnh cáo nhưng bà đâu có nghe. Ông hăm doạ:

- Coi chừng có ngày mấy thằng ăn cướp mà nó biết được, thì chúng nó sẽ giật lấy hết, có khi còn nguy hiểm đến tánh mạng!

Bà suy nghĩ khi nghe ông nói vậy, nhưng rồi bà kết luận:

- Không mang theo tiền trong người, để ở nhà thì ông chồng lấy cũng mất, lại còn bị tra vấn "tiền đâu mà có" nghe càng mệt hơn. Thà ăn cướp lấy được chửi đỡ tức hơn người thân lấy!

Nay thì bà thấy tiện, vì không cần phải về nhà chi cho mệt. Từ lâu rồi, bà ao ước được đi Hawaii một chuyến cho biết, như mấy bà bạn rủng rỉnh tiền của thường hay du lịch đây đó rồi về khoe um lên. Bà thấy số họ sao sướng quá, chồng yêu chiều, đưa đi chơi biết được nhiều nơi. Cứ mỗi lần nghe bà than thân trách phận thua kém chị em, ông Bút lại hay bĩu môi dài cả thước!

Ông Bút chẳng những ít tiền, mà lại còn cái tính cù lần không thích đi đâu, cứ ru rú ở nhà, chán chết! Bà Nhu hăm nếu bà trúng số, thì bà sẽ cho ông ở trong căn nhà bạc triệu mà trồng rau, còn bà thì sẽ đi du lịch khắp nơi trên thế giới cho mở mang kiến thức. Giờ đây đi du lịch lần này, bà cảm thấy vui vì đã mang lại cho cha con YoYo niềm vui hạnh phúc bên nhau. "Cho mẹ nó một phen hoảng hồn"!

Ra tới Hawaii lần đầu tiên, bà được ở riêng một phòng trong khách sạn năm sao sát bờ biển với thằng bé. Trời ơi là vật gì cũng sang trọng. Phen này khi về, nghe bà kể chuyện, mấy bà kia sẽ lác mắt.

Hàng ngày thức dậy sớm, bà hay ẵm thằng YoYo xuống sảnh ăn sáng. Đủ các món hấp dẫn, tươi ngon sạch sẽ. Ai cũng nghĩ bà là bà ngoại hay nội của YoYo, có người còn tưởng nó là con bà, làm bà cảm thấy mình trẻ trung và vui quá sá.

Ăn xong hai bà cháu đi ra biển, ngồi dưới một cây dù, thằng bé no sữa chơi một tí là lim dim ngủ, bà thả hồn mơ mộng bên tiếng sóng rạt rào của biển khơi, thấy lòng êm dịu. Khung cảnh hữu tình như thế này mà ông già nhà mình không thích đi, thì cù lần biết chừng nào!

Cô vợ mới của bố YoYo rất là tế nhị. Lâu lâu cô chơi với bé YoYo một chút, nói năng dịu hiền, không như bà chằng lửa má YoYo. Đi đâu về cô cũng hay mua cho bà Nhu một món quà nhỏ. Nhìn họ, bà lẩm bẩm:

- Bố YoYo thật là có phước, đã kịp thời bỏ bà chằng để lấy một nàng tiên.

Qua ngày thứ ba, họ tham gia một cuộc làm phước thiện, đó là gia nhập một nhóm người Việt tình cờ gặp ngoài biển, cùng đi giúp người vô gia cư. Nhóm này cho biết họ đi làm việc này cũng lâu rồi, nhưng nhiều nơi khác nhau. Mục đích là vừa đi chơi, vừa làm một điều gì đó tốt đẹp cho xã hội. Dĩ nhiên là họ khoảng tuổi trung niên và cao niên.

Bà Nhu đeo cu YoYo sau lưng, cùng bước theo nhóm người đi phát những vật dụng cần thiết cho người lang thang, nghèo khó. Đâu đâu cũng có những người này. Buổi trưa, họ chia nhau những ổ bánh mì thịt, chai nước lọc... để rồi sau đó lại tiếp tục hành trình. Đến ba giờ chiều coi như công việc hoàn thành, họ hẹn gặp lại nhau lần tới ở một nơi chưa biết trước được, bằng những số phôn đã trao đổi.

Những ngày còn lại bà Nhu theo hai vợ chồng trẻ đi Tour. Những Tour ngắn hạn một ngày thật là tiện lợi. Họ đến những nơi có vườn trái cây nhìn háo hức. Những trái xoài treo lủng lẳng ngay trước mắt, những buồng chuối sứ mập mạp, những trái chôm chôm, sầu riêng, mận chín hồng, muốn ăn bao nhiêu cũng được free, chỉ tính tiền khi mua đem về.

Trước đây, bà Nhu chỉ biết Hawaii qua tài liệu sách báo, phim ảnh. Nay đặt chân đến Hawaii mới biết sơ là Hawaii có 8 đảo lớn và trên 124 đảo nhỏ, rải rác ra như một chuỗi ngọc trai (pearl) dài trên 1,500 miles. Trong số 8 đảo chính: Oahu, Maui, Hawaii (còn gọi là Big Island), Kauai, Molokai, Lanai, Kahoolawe không có người ở, và Niihau do tư nhân làm chủ.

Xuống phi trường Honolulu, thủ phủ của Hawaii và cũng là trung tâm chính của đảo Oahu, ai cũng phải công nhận đây là nơi tiếp đón hành khách "đến" một cách rất thân thiện, niềm nở hơn bất kỳ phi trường nào. Chỗ thuê xe và hầu hết các dịch vụ services đều có thái độ vui vẻ, nên dù bị móc hầu bao ở „thiên đường hạ giới" này, ai nấy đều chấp nhận, cảm thấy OK.

Theo bản đồ, họ lái xe đến Chinatown tìm một nhà hàng Việt mà ăn uống cho lại sức, rồi sau đó mới lấy phòng khách sạn, thăm biển, tìm mua trái cây vùng nhiệt đới, vì ra đây là phải ăn cho đỡ thèm trái cây Việt Nam.

Nghe thiên hạ nói ở đây thì tha hồ ăn mít, vú sữa, xoài, măng cụt, sầu riêng, sapochê, đu đủ, ổi, mãng cầu xiêm, mãng cầu dai... nghĩa là y như bên Việt Nam, nên bà Nhu và cô vợ mới của bố YoYo rất là háo hức. Từ phi trường thẳng ra xa lộ 1, vào exit Liliha quẹo phải, gần tới đường King là gặp Chinatown. Nhà hàng Việt ở đây nhỏ thôi, nhưng đa số chủ quán và nhân viên đều thân thiện, niềm nở. Họ sẵn sàng hướng dẫn đường đi nước bước, dặn dò kỹ lưỡng.

Chinatown nơi đây đã hình thành từ thế kỷ 17 (1800) khi những người Hoa đầu tiên di dân đến để làm phu lao động cho các đồn điền mía, và họ đã lập ra phố Tàu này trên khu đất rộng 25 mẫu ở góc đường River & Beretania. Cho đến ngày nay, họ vẫn giữ gìn ngôn ngữ, sắc thái, sinh hoạt buôn bán truyền thống qua kiểu kiến trúc Trung Hoa, như những khu phố Tàu ta thường thấy khắp nơi trên thế giới.

Kế bên Chinatown là khu thương mại và nhà bưu điện. Trên đường King có khá nhiều công trình kiến trúc như Viện bảo tàng, cung điện Iolani với đền thờ, tượng vua Kamehameha I, người đã dời đô ra Waikiki, nhà thờ Mission House Museum và Tòa Án.

Chinatown nằm giữa đường King & Nimitz Hwy chạy dọc theo bờ biển Honolulu nên sau khi ăn uống, đi chợ mua trái cây xong, thì cứ lái xe tà tà theo Nimitz Hwy đổi thành Ala Moana Blvd rồi cứ cặp theo bờ biển Waikiki mà tới khu khách sạn nằm trên đường Kalakaua, giữa bãi biển Waikiki và Kuhio, cũng gần kênh Ala Wai.

Thấm thoát thế mà thời gian trôi thật nhanh. Mãi ngắm cảnh, đi chơi những nơi đầy thú vị, bà Nhu quên mất đã đến ngày về. Tối nay bà giật mình khi nghĩ ngày mai mình sẽ đối diện thực tại! Bà không biết khuôn mặt và thái độ của ông Bút sẽ ra sao khi thấy mình lù lù trở về! Bà đi kiếm anh chồng hội ý:

- Mai về mình phải làm sao?

- Đâu có sao, hồi giữa tuần tôi có gọi cho cô ấy biết rồi, không sao hết!

- Ủa, chú gọi rồi! Sao không nói cho tui biết?

- Nói làm chi. Chỉ cần "sư tử Hà Đông" biết là đủ.

- Chắc cô ấy cằn nhằn dữ lắm?

- Thì tự nói tự nghe chứ sao.

- Vậy mà mấy hôm nay tui cũng lo cho chú!

- Dì lo xa làm gì cho mất công, bả đâu phải vợ tôi nữa mà có quyền "xỉ vả" tôi như hồi trước!

Nghe anh chồng nói, bà Nhu cũng nghĩ vậy! Thôi thì cứ đi ngủ, chuyện gì mai tính sau.

Khi bồng cu YoYo đứng trước cửa, bà Nhu hơi tần ngần lúc đưa tay bấm chuông. Anh chồng đã khôn ngoan không vào, mà thả cho hai bác cháu xuống trước nhà rồi chạy luôn! Chắc anh ta có quá nhiều kinh nghiệm trong việc này. Bà tuy không ngán cô chủ, vì nếu cô có to mồm thì bà sẽ đổ tội cho anh chồng, nhưng bà vẫn thấy ngại sao ấy.

Trong lúc bà đang ngần ngừ, thì cánh cửa bật mở. Ông Bút xuất hiện ngay trước mặt làm bà ngạc nhiên quá đỗi!

- Ủa, sao ông ở đây?

- Tui đi đón bà chứ sao. Thôi đưa cháu cho cô rồi còn về kẻo trễ, tui đợi bà lâu lắm rồi đó!

- Rồi, YoYo đây cô, thằng bé đi chơi với ba nó thích lắm.

Cô chủ đưa tay đón con mà không nói một câu. Chuyện này hơi lạ. Thấy cô ôm hôn thằng nhỏ thắm thiết, bà và chồng vội từ giã ra về. Trên xe bà đợi ông lên tiếng cằn nhằn, nhưng ông chẳng nói gì làm bà sốt ruột:

- Ông muốn chửi thì làm mau cho rồi, đợi mệt quá!

Ông lườm bà một phát hơi tình tứ, rồi mở miệng:

- Tui cám ơn bà.

- Sao vậy? Chuyện lạ à nghe!

- Nhờ bà đi vắng mà tui nghĩ lại mới thấy lo lắng, nhớ và thương bà.

Nghe ông nói, bà tưởng ông giỡn, nhưng khi nhìn kỹ mặt ông, bà thấy ánh mắt ông hiện lên sự chân thành.

Bà Nhu thở phào nhẹ nhõm, bà đang nghĩ đến những chuyến đi "bất ngờ" trong tương lai, và mỉm cười thú vị…

Hoàng Quân

Lặng Lẽ, tranh Hoàng Thanh Tâm

Từ Những Góc Nhìn

Người Bán Hàng Ở Siêu Thị

Tôi dần dà để ý đến một cặp vợ chồng Á Châu. Không hiểu tại sao, tôi đoan chắc họ là vợ chồng, chứ không thể là tình nhân, hay hàng xóm. Họ đến mua hàng hầu như mỗi ngày ở siêu thị tôi đang làm việc. Tất nhiên, trong con mắt người Âu Châu, chúng tôi thường đoán sai, sai rất xa, tuổi của người Á Châu. Riêng đối với cặp vợ chồng này, tôi hoàn toàn mù tịt, không thể nói họ bao nhiêu tuổi. Bề ngoài, tôi nghĩ họ dưới 40. Nhưng kiểu coi hàng hóa trong chợ, tẩn mẩn, chậm chạp, làm tôi nghĩ đến những người trên 60.

Họ đi chợ nhiều giờ khác nhau, có khi cả trong giờ hành chính. Như vậy, phải chăng họ không đi làm việc. Ông vào chợ trước, đến thẳng khu bán đồ ngọt, bánh kẹo, sô-cô-la, vơ vài món bỏ vào xe. Bà lúc thúc theo sau. Đến cầm món hàng lên, nho nhỏ nói gì với ông, như cố thuyết phục ông đừng mua. Dùng dằng, ông có vẻ không hài lòng, bỏ đi, bà thảy mấy bịch kẹo, bánh vào xe, lật đật đẩy xe theo ông. Ông đến khu hàng các loại nước uống, xách ngay một bịch sáu chai *Cola*. Bà hốt hoảng, chạy tới, đỡ lấy bịch nước. Nhưng nhất định không cho ông mua, khệ nệ để lại trên kệ hàng. Hai ông bà bàn bạc nhau. Cuối cùng, ông vẫn khuân bịch nước bỏ vào xe. Bà đẩy xe đến quầy trả tiền, ông lững thững ra ngoài chờ. Bà bê các món hàng đặt lên quầy. Hàng hóa chủ yếu là các loại bánh kẹo, trái cây. Không thấy thịt cá và những mặt hàng gia dụng khác. Tôi nhanh tay tính tiền. Bỗng nhiên, bà lộ vẻ lúng túng, lí nhí xin lỗi tôi, cho bà để lại bịch nước *Cola,* không mua.

Có lần, ở khu vực hàng rau quả, bà lấy một hộp loại nửa ký cà chua để trong xe. Ông đến, dường như không hài lòng hộp cà chua bà đã chọn. Ông đặt hộp cà chua lại kệ hàng, lúi húi lựa hộp khác. Bà đứng cạnh, nhìn ông, nét mặt buồn xo.

Tôi không thể nào đoán hai vợ chồng thuộc thành phần nào trong xã hội. Chắc chắn họ không phải vừa nhập cư. Cách ăn mặc của họ giản dị, nhưng tươm tất. Khi trả tiền, bà xài thẻ thông thạo. Lúc bà xin lỗi không mua bịch *Cola*, tiếng Đức của bà rất chính xác. Tôi chịu thôi. Bao nhiêu câu hỏi không có câu trả lời.

Người Hàng Xóm

Cô cậu người Việt là láng giềng gần của tôi. Họ có một cậu con trai, xong trung học, xa nhà đã vài năm nay. Họ ở tầng một, tôi ở tầng trệt, cùng nhìn ra sân chơi trẻ con và bãi đậu xe đạp. Chỗ đậu xe hơi dưới hầm của tôi đối diện chỗ đậu xe của họ. Đôi khi trùng giờ đi làm, cùng đoạn đường ngắn ra xe với cậu, chúng tôi tán dóc đôi câu vô thưởng, vô phạt. Cả cô cậu đều tươi tắn, thân thiện. Xem ra, cậu có vẻ mau mắn hơn, lúc nào cũng chào hỏi vui vẻ, nhanh nhẹn. Cậu đi làm bằng chiếc xe *BMW X5* to tướng. Thỉnh thoảng, tôi thấy cô cậu đi cùng nhau. Có điều, chỉ thấy cậu cầm tay lái, tôi chưa bắt gặp cô lái xe hơi.

Những chiều trời đẹp, khi đứng đón nắng, ngắm trời, tôi thấy cô đạp xe lòng vòng một mình. Bẵng đi vài tuần, tôi không hề gặp cậu đi làm. Chiếc xe lúc nào cũng ở chỗ đậu, khi tôi đi ngang qua. Thật ra, tôi cũng không để ý chuyện này, cho đến khi tôi tình cờ nhìn ra sân chung, thấy cô cậu đi dạo loanh quanh trong xóm. Ồ, như vậy, không phải cô cậu nghỉ phép vắng nhà. Tôi hơi lấy làm lạ. Bởi, từ ngày tôi dọn về đây, đã mấy năm, tôi chỉ thấy cô đi dạo một mình vào mùa ấm, chứ chưa thấy cậu đi dạo bao giờ. Thấy hai người đi ngang qua, tôi vẫy vẫy tay, chào, hỏi khỏe không, cô hơi dừng chân, ngước lên chào đáp. Cậu nhìn tôi, dửng dưng như không quen.

Mấy ngày sau, bỗng dưng, tôi ưa đứng hóng gió ngoài sân vào buổi chiều, sau khi đi làm về. Tôi ngạc nhiên hơn, thấy cả cô cậu cùng chạy xe đạp. Lạ nhỉ, không lẽ xăng nhớt lên giá quá độ, làm cho cô cậu chuyển từ xe hơi qua xe đạp. Tôi buồn cười cho tính tò mò của mình. Họ đạp xe đi rồi, tôi chăm chút cắt tỉa mấy chậu cây trên bệ cửa sổ, mà hình như lóng ngóng xem bao giờ họ về. Tôi khỏi đợi lâu. Khoảng tiếng đồng hồ sau, họ trở về. Hình như họ đi chợ. Cô loay hoay khóa xe. Cậu bận rộn với túi đồ đạc. Dần dà, tôi có thói quen mới, đứng thơ thẩn trong sân, quan sát cô cậu. Có hôm đổi trời, gió hây hây, cậu đã yên vị trên xe đạp, cô chạy vào nhà, rồi chạy ra, với nón len và khăn quàng cổ. Thấy cô ríu rít nói với cậu, cậu miễn cưỡng quàng khăn và đội nón. Họ đạp xe đi, cậu chạy trước. Hình như cậu muốn đi hướng nào, cô theo hướng đó. Cứ như vậy, đã nhiều tuần lễ...

Bạn Đồng Nghiệp

Tôi mới vào hãng được hơn năm nay. Chị thân với tôi hơn những bạn đồng nghiệp thâm niên khác. Tôi nghĩ, chị hơn tôi vài tuổi. Nhưng tôi đã há hốc mồm, khi chị khoe hình chụp chung với "con trai nhỏ", chị âu yếm gọi, *my little son*. Nếu nó 13, 14 tuổi, thì cu cậu quá già so với tuổi. Chị nói, cháu 23 rồi đó cô, đôi năm nữa xong đại học. Tôi tròn mắt, chẳng lẽ chị có con lúc 15 tuổi? Chị không mang nữ trang các loại vòng vàng đá quý. Trang sức của chị là các loại khăn quàng. Xuân, hạ, thu, đông, lúc nào y phục của chị cũng thích hợp, trang nhã và sang trọng, trong con mắt một người sống lâu ở Paris như tôi. Ngày nào chúng tôi cũng bâng quơ trò chuyện đôi câu, thật thú vị.

Tôi nghỉ phép một tuần trở về, thấy vắng chị. Hỏi đồng nghiệp, được biết, chị có việc riêng, làm việc ở nhà, chỉ vào hãng nếu có họp hành quan trọng. Xếp tôi thông báo sơ trong nhóm, vì lý do gia cảnh, chị tạm thời ngưng những chuyến công tác xa nhà. Xếp phân công cho những người cùng phòng làm thay chị. Tuần sau, chị vào hãng, khá trễ. Tôi giật mình, chị xuống sắc quá. Vẻ mặt bơ phờ, mắt có quầng. Ngang qua bàn tôi, chị chỉ nói: *"Hi"*, rồi tất tả rảo bước về chỗ chị. Tôi ngạc nhiên quá đỗi, sao chị lạnh nhạt với tôi như vậy. Định bụng sẽ hỏi thăm chị vào giờ nghỉ trưa. Đi họp ra, ngang qua bàn chị, không thấy chị ở đó, bàn đã gọn gàng ngay ngắn, không có *laptop* trên bàn. Chị đã về sớm. Ngày sau, chị vào trễ, cũng vội vội, vàng vàng như vậy. Thấy chị vào bếp cà phê, tôi chạy theo. Đến bên chị, bây giờ tôi mới thấy tóc chị bạc lấm chấm. Nhìn chị hôm nay, tôi bỗng dưng so tuổi chị với tuổi mẹ tôi. Tôi lắc lắc tay chị:

- Chị, chị khỏe không? Sao mấy hôm nay chị có vẻ bệnh vậy?

Chị nói nhỏ:

- Cám ơn, mình cũng thường.

-Thật không? Em thấy chị mệt mỏi quá đó. Có chuyện gì không? Em có thể giúp được gì không?

Tôi thấy chị chớp nhanh mắt, nhưng vẫn không giữ được những giọt nước mắt trào nhanh qua mi. Tiếng chị nghèn nghẹn:

- Mình không sao. Nhưng ông xã mình bệnh, đang nằm bệnh viện.

Bác Sĩ Gia Đình

Tôi là bác sĩ gia đình của ông bà. Qua đôi lần trao đổi, tôi được biết ông bà là người Việt, có quốc tịch Đức, đến Đức khi tuổi vừa ngoài đôi mươi. Dù là bác sĩ gia đình của ông bà, tôi biết không nhiều về ông bà, bởi hồ sơ bệnh sử của ông bà rất đơn giản. Bà đến tôi mỗi năm một lần để khám tổng quát, thử máu... Mùa xuân bà ghé qua lấy toa thuốc dị ứng. Vậy thôi. Ông, đôi lần hiếm hoi, lấy hẹn vào khám bệnh, để nhận giấy nghỉ bệnh vì cảm cúm.

Đây là lần đầu tiên, cả ông bà cùng đến phòng mạch của tôi. Bà cho biết, ông đã vào cấp cứu cách đây hơn hai tuần và đã nằm điều trị ở đó cho đến ngày hôm qua. Bà trao cho tôi xấp hồ sơ của bệnh viện.

Thật quá bất ngờ, tôi biết quá ít về bệnh sử của ông. Trước mắt, tôi tiếp tục ghi toa của những món thuốc bệnh viện cho ông dùng. Dặn dò bà những điều cần thiết trong thời gian thuốc men điều trị. Kể ra, ông rất may mắn, ca bệnh chỉ ở mức độ nhẹ, không để lại di căn trầm trọng. Ông chỉ có chút vấn đề với trí nhớ ngắn hạn. Tôi thấy bà xanh xao, thần sắc mệt mỏi. Tôi khuyên bà không nên quá lo âu, nhắc bà phải giữ gìn sức khỏe để còn chăm sóc ông. Qua những lần nói chuyện với bà, thấy bà thật rành rẽ về thuốc men và những thuật ngữ y khoa. Hỏi ra, bà không làm trong ngành y hay dược, bà làm trong lãnh vực tài chính. Bà kể, bà chỉ mới tìm hiểu kỹ càng từ khi ông bệnh.

Vợ Chồng

Ở phòng hồi sức, sau khi vắn tắt kết quả chẩn đoán bệnh, bác sĩ vỗ nhẹ vai nàng, trấn an: "Xin bà bình tĩnh. Tình trạng sức khỏe của ông nhà hiện giờ đã qua giai đoạn nguy kịch. Ông nhà ở khu *Intensive Care* trong đêm. Chúng tôi theo dõi liên tục. Mai sáng, chúng tôi sẽ chuyển ông qua khu vực giải phẫu thần kinh não bộ." Những ngày sau đó, nàng và con cùng nhau vào thăm chàng, gặp bác sĩ, y tá để biết thêm thông tin. Tối về, hai mẹ con thay phiên nhau tiếp điện thoại của gia đình.

Tranh vẽ: Cát Đơn Sa

chọn mua. Chàng săm soi, rồi đổi lấy món khác. Nàng biết ý, định mua gì, nàng cũng kêu chàng đến "tham khảo ý kiến", nói chàng lựa giúp. Đi bộ mua hàng xách nặng không tiện, chàng nàng chuyển qua xe đạp. Trời chiều se lạnh khi chạy xe đạp, thấy chàng mặc áo phong phanh, nàng vội trở lại nhà lấy áo, nón cho chàng. Chàng vùng vằng: "Bộ, hễ em thấy lạnh là anh cũng phải lạnh theo sao?" Vậy mà, khi chị bạn nhắc chàng mặc áo ấm kẻo bị cảm, chàng cảm động, xuýt xoa lời cám ơn. Chàng muốn mình là người quyết định mọi việc, cho dù là những việc nhỏ nhặt không quan trọng. Từ chuyện đi siêu thị Lidl hay Aldi, đến chuyện lên nhà dùng thang máy hay chạy bộ, chàng sẽ làm ngược lại nếu nàng quên, không để chàng nói ý của chàng trước. Dần dà, nàng tập thói quen, phu xướng phụ tùy.

Sau hai tuần nằm trong phòng, bác sĩ cho phép hai mẹ con đưa chàng đi dạo. Ba người đi quanh quẩn trong hành lang mươi lăm phút. Chàng nói mệt, muốn trở về phòng. Nhưng chàng đứng ngẩn ngơ, không định được phòng mình ở đâu để trở về. Nàng buồn xót xa, mặc dù bác sĩ đã cho nàng biết, trí nhớ ngắn hạn của chàng có vấn đề.

Trong thời gian ngắn, cuộc sống của hai vợ chồng thay đổi không ngờ. Nàng thôi không đi làm xa khỏi thành phố. Nàng hết tham gia những lớp tập huấn nâng cao nghiệp vụ. Nàng chấm dứt những sinh hoạt ngoài giờ làm việc với đồng nghiệp.

Chàng rời bệnh viện, nhưng vẫn phải đến dự các chương trình phục hồi trí nhớ đôi lần trong tuần. Nàng sắp xếp với hãng, làm việc ở nhà. Lúc có họp hành quan trọng, nàng chạy ào vào văn phòng, họp xong về nhà ngay. Sức khỏe chàng phục hồi nhanh chóng. Sau hai tháng, chàng đi đứng đã bình thường. Theo lời bác sĩ dặn, chàng nên đi dạo thường xuyên và vận động chân tay đều đặn. Chàng bảo: "Đi dạo không không, chẳng có mục đích gì, mất thì giờ, chán lắm". Chàng chỉ muốn đi đến các siêu thị gần nhà. Nàng chiều ý chàng. Ngày nào nàng cũng "hộ tống" chàng đi hai ba chợ. Chàng thích đi hướng nào, nàng cứ vậy đi theo. Vào chợ, chàng mua nhiều loại bánh, kẹo, sô-cô-la, nước ngọt. Khi nàng nhắc, không nên ăn đồ ngọt nhiều, chàng bực dọc chau mày: "Thứ gì cũng nhịn! Vậy sống để làm gì? *Wozu lebt man?"* Nàng đành chịu, để chàng mua. Rồi về nhà, nàng bỏ bao, len lén đưa cho bạn bè, nhờ dùng bớt giúp.

Chàng tỏ vẻ không hài lòng các loại hàng nàng

Nàng thấy chàng ăn say sưa trái anh đào khi ở chơi nhà người bạn. Hôm sau, nàng ghé hàng rau quả, mua ít anh đào. Nàng rửa sạch, bỏ vào dĩa trắng cho đẹp mắt, cẩn thận kèm chén nhỏ để nhả hạt. Chàng đang xem ca nhạc Việt Nam, nàng hí hửng mời. Chàng chăm chăm nhìn màn ảnh, nói: "Cám ơn vợ, em ăn giúp anh đi. Anh không thích ăn loại trái này." Nàng chưng hửng, rầu rầu đem dĩa trái cây bỏ vào tủ lạnh. Ban đầu, những khi chàng nóng giận vô cớ, nàng vừa buồn, vừa tủi. Đôi lần, nàng gọi cho chị bạn, khóc tấm tức với chị. Chị bạn vỗ về: "Em à, ráng lên nhe. Nó không được khỏe trong người, nên mới như vậy đó. Chớ nói chuyện với nó, chị biết, nó thương em lắm." Nàng biết chứ. Bây giờ, lúc chàng cầm tay nàng nói lời cám ơn, có lẽ nàng cũng cảm động như mấy chục năm trước chàng nói lời yêu.

Nàng gặp riêng bác sĩ để xin thêm lời khuyên. Bác sĩ bảo nàng: "Thật may mắn! Bà đã lập tức gọi cấp cứu khi ông ngã bệnh. Bệnh trạng của ông nhà xem ra rất nhẹ. Sức khỏe ông nhà bình phục quá nhanh. Tuy nhiên, ít nhất sáu tháng, ông nhà mới có thể đi làm trở lại. Bà cố gắng kiên nhẫn, tận tình chăm lo ông nhà. Những bệnh nhân như vậy rất cần chỗ dựa tinh thần. Tình thương yêu trong gia đình, người thân vô cùng cần thiết cho họ. Dẫu gì, xin bà đừng quên, ông nhà đã trải qua một cơn xuất huyết não." ■

(Qua bài Thơ
Chùa Hương - Nguyễn Nhược Pháp
thì Thiên Ký Sự của cô gái ngày xưa
tưởng đến đây là hết.
Ngờ đâu, sáu mươi năm sau người ta
còn tìm thấy được những dòng chữ này,
những dòng Thơ chiêm nghiệm về mối
tình của cô gái ấy qua khoảng thời gian
rộng rã của một đời người)

Nguyễn Chí Trung

Chùa Hương (2)

*(tiếp theo Thiên Ký Sự xưa, bài Thơ
Chùa Hương của Nguyễn Nhược Pháp)*

*Hôm xưa hoa cỏ mờ sương
Cùng nhau đi lễ Chùa Hương lần đầu
Sớm ra tắm rửa gội đầu
Áo the quần lĩnh yếm đào là em*

*Em đang ở tuổi trăng rằm
Mà đời mai mối hỏi thăm quá nhiều
Tuổi thiên thần có bao nhiêu
Cho em giữ mãi những điều ước mơ*

*Đường đi sông chảy ngập bờ
Thuyền đưa đến những bất ngờ nơi đâu ?
Bấp bênh dòng nước ngầu ngầu
Nửa hồn em thấy chút sầu dâng ngang*

*Trông ra khói sóng mơ màng
Nửa hồn kia đã muôn vàn mơ theo
Nhìn trông cô lái đò chèo
Tiếng khua mặt nước còn gieo vào lòng*

*Gần xa em nghĩ mông lung
Có cần ai đó cùng chung chuyến đò ?
Có cần tim phải đem cho ?
Và hồn là để đem đo buồn sầu ?*

*Có cần không, những khổ đau ?
Hay em cứ giữ nguyên màu ban sơ ?
Sống như là một bài Thơ ?
Vì Thơ là một Giấc Mơ Ban Đầu*

*(Bấy giờ em đã biết đâu ?
Rằng Thơ là chính Nỗi Sầu Nghìn Năm
Một khi sầu đã về thăm
Thì sầu vây bọc hồn giam suốt đời)*

*Em đang mơ ngó nhìn trời
Tự dung cảm giác có người nhìn em
Tuy người còn lạ "chưa" quen
Mà nghe ngây ngất đã len vào hồn*

*Tim em dao động dập dồn
Trên chừng núi biếc mây dồn dã dâng
Lòng em hụt hẫng bâng khuâng
Nghe trong choáng váng lúc gần lúc xa*

*Rồi người cất giọng ngâm ca
Lời Thơ trong suốt về qua cõi đời
Lời Thơ buồn có hơn người ?
Lời Thơ dài cả hơn hơi thở dài*

*Em nghe thoáng cõi trần ai
Về cô đọng lại trong bài hôm nay
Tuy em chỉ hiểu một vài
Thấy người đã khổ đau thay cho người*

*Thơ người bay bổng giữa trời
Hay là lưu lạc giữa đời trầm luân ?
Hay là sâu thẳm vô ngần ?
Phải bao năm tháng mới dần nhìn ra ?*

*Thơ người một bài Thán Ca
Ở trong có những âm ba thảm sầu
Vài câu ôi chỉ vài câu
Mà em cảm nhận Mối Sầu Nghìn Năm*

*Thơ người dường quá xa xăm
Thoảng vừa ngâm, đã mất tăm đâu rồi
Còn chăng là nỗi bồi hồi
Đưa em tư lự những nơi chốn nào*

*Thơ người còn có Lời Chào
Gửi về Thế Kỷ Mai Sau cho người
Bấy giờ cỏ chẳng còn tươi
Xác xơ phần mộ chôn đời Thi Nhân*

*Em nghe xúc động bội phần
Lời Thơ chừng đã ngấm dần tủy xương
Lòng em vừa cảm vừa thương
Tiếng ngâm dứt, hồn Thơ dường đâu đây*

Thuyền đi, ngày đã qua ngày
Ghé ngang Bến Đục đã hay lòng buồn
Suối quanh dòng dẫn vào truông
Hồn em thất lạc cõi nguồn sầu đau

Trên ngàn, Cây Lá đổi màu
Hoang mang khỉ vượn gọi nhau không ngừng
Cổng chùa thầm lặng sau Rừng
Em nên cầu nguyện để đừng thương ai ?

Lao đao một đám ăn mày
Chực chầu Cửa Phật qua ngày thê lương
Em vào thắp một nén hương
Nguyện rằng mãi mãi sẽ thương nhớ người

Đêm em mở mắt nhìn trời
Gối chăn thao thức mong thời gian ngưng
Lòng em như cỏ phân vân
Một trăm ý nghĩ để phần cho ai

Đêm ôi chừng quá là dài
Chờ chuông điểm sáng gọi ngày mở lên
Rộn ràng chim hót hai bên
Lòng em rạo rực mỗi niềm chờ mong

Ta vào đi lễ Chùa Trong
Thấy người, em vẫn còn mong thấy người
Thấy nhau mà chẳng đôi lời
Xa nhau biết có còn Lời cho nhau?

Em mong đừng bước quá mau
Để em, người, ở thật lâu chốn này
Bây giờ tay chẳng cầm tay
Biết đâu hội ngộ là ngày vĩnh ly

Giải Oan Chùa ấy cũng khi
Cho sau này, nếu một khi yêu rồi !
Trao bài Thơ thảo rồi thôi
Em nghe nức nở trong hồi cách chia

Rụng rời nước mắt đầm đìa
Tìm trong hơi thở đã lìa nhau chưa ?
Em là cô gái khi xưa
Mà tim giờ đã tìm đưa cho người

Em yêu người cũng vì Lời
Bài Thơ, chứng tích tận đời tủy xương
Hôm qua đi lễ Chùa Hương
Mà trong mây gió còn vương một điều

Chúc Thanh

«Đưa người ta không đưa qua sông...»

Tưởng nhớ nghệ sĩ tài danh Bích Thuận

Nghệ sĩ Bích Thuận (1924-2024), một nghệ sĩ lão thành của sân khấu Cải lương Việt Nam

Cách nay 70 năm về trước, khoảng năm 1954-1955 trước cuộc di cư vĩ đại do hiệp định Genève ký kết, chúng tôi sống ở Hải Phòng, có lúc ở Hà Nội, tùy theo công việc làm di chuyển của ông thân tôi. Khi tôi được khoảng 9, 10 tuổi, có lần tôi được theo ba tôi đến rạp hát Trần Mỹ Ngọc ở phố Tám Gian, thành phố Hải Phòng. Hôm đó chúng tôi coi hát tuồng và chèo cổ, tuồng "Tứ Trạng Đồng Khoa" có cô Bích Thuận, cô Kim Chung, cô Bích Sơn và kép Khánh Hợi thủ những vai chánh, họ diễn rất xuất sắc, truyền cảm. Tôi theo dõi và say mê bốn ông trạng nguyên đồng khoa và tôi ưng ý nhất là ông trạng do cô Bích Thuận lồng vai. Trên sân khấu, mà tôi ngây ngô, tưởng như trong cuộc đời, họ đẹp quá, đẹp về đạo đức, ngôn ngữ qua cách đối đáp thưa gửi và cử chỉ lễ phép giao tình... Không phải mình tôi mê mẩn đâu nhe, mà toàn rạp hát cũng vậy, vãn tuồng mà khán giả không chịu đứng lên ra về ngay, còn nấn ná, còn ngẩn ngơ…

Hôm nay, hơn quá nửa thế kỷ trôi qua, chợt nghe tin cô Bích Thuận ra đi mãi mãi, tôi nghĩ không phải mình tôi, mà có rất nhiều người cùng ngẩn ngơ, tiếc nuối :

«… Đưa người ta không đưa qua sông,
Sao có tiếng sóng ở trong lòng?»

(Thơ Thâm Tâm)

Hai câu thơ này của tác giả Thâm Tâm thật là đúng và linh nghiệm trong hoàn cảnh mà nữ nghệ sĩ Bích Thuận vừa thuận thế quy thường, được Chúa gọi về, ở tuổi 100 năm đại thọ, ngày 25.06.2024 tại Hoa Kỳ. Xin cúi đầu tưởng niệm và phân ưu cùng tang quyến.

Tài năng đức độ và sự nghiệp cống hiến của nghệ sĩ Bích Thuận, đã có bao nhiêu tác giả nói đến. Nơi đây, chỉ xin mạo muội nói lại một vài kỷ niệm về bà như vẫn còn long lanh nơi ký ức :

«… Nắng chiều không thắm không vàng vọt,
Sao đầy hoàng hôn trong mắt trong?»

(Thâm Tâm)

***

Bà Bích Thuận (1924-2024) là một ngôi sao Bắc đẩu trên vòm trời ca kịch cải lương của Việt Nam. Bà có viết cuốn hồi ký *"Từ làng Vân Hồ đến UNESCO"*, cuốn sách của bà được Giáo xứ Việt Nam tổ chức buổi ra mắt vào ngày 18/04/2004.

Nội dung hồi ký, bà trình bày tỉ mỉ về thời đại hoàng kim của nền ca kịch cải lương tại miền Nam Việt Nam trước 1975. Song song đó, là nền tân nhạc, thơ ca ngâm diễn trong các chương trình truyền thanh và truyền hình của thời Việt Nam Cộng hòa.

Một nội dung sâu sắc hơn, nói về cuộc đời của bà, từ nơi sinh quán Bắc Ninh, về ngày thơ ấu, về khi bắt đầu học hỏi tới lúc thành đạt, tất cả, như tự nhiên, mà nêu cao một giá trị đạo đức, một tấm gương can đảm học hỏi, phấn đấu không ngừng nghỉ trong suốt cuộc đời tới thành đạt. Tất cả là một bài học công dân giáo dục xuất sắc và ưu tú cho giới trẻ và toàn bộ chúng ta.

Lối hành văn của tác giả Bích Thuận trong hồi ký *Từ làng Vân Hồ đến UNESCO* là những lời tâm sự ấm lạnh, thổ lộ thâm tình và thân tình, có giá trị truyền đạt và ân cần nhắc nhở. Cuốn hồi ký gợi lại cho người đọc nhiều kỷ niệm thật xa và cũng thật gần. Những kỷ niệm riêng tư xen lẫn những kỷ niệm chung, còn như mới hôm qua!

Từ trước năm 1975, trở về trước đó, 1945-1954, bà Bích Thuận hoạt động văn nghệ văn hóa ở miền Bắc Việt Nam.

Xin cho phép tôi gọi là cô Bích Thuận, vì thời điểm đó, 10 năm trước hiệp định Genève, cô còn tươi trẻ, đầy sức sống, với tài năng đang đỉnh điểm thăng hoa sung mãn. Khi đó, cô ngoài 20 tuổi, và cô ở trong đoàn kịch nghệ "Tiếng Chuông Vàng" thủ đô của nghệ sĩ chánh Kim Chung và chồng bà là ông Trần Viết Long.

Cô Kim Chung tài sắc, là đào chánh của Tiếng Chuông Vàng Thủ Đô, Bích Thuận và Bích Sơn trụ ở hai bên phải và trái. Sau khi soạn giả Phạm Ngọc Khôi cho diễn vở "Tứ Trạng Đồng Khoa" ở Hải Phòng rất thành công, ông soạn tiếp vở "Kim Vân Kiều" và mang lên Hà Nội dựng tuồng. Kịp lúc bấy giờ, ông nhìn ra tài diễn xuất và gương mặt hơi pha trộn phảng phất vẻ Á Âu của cô Bích Thuận. Ông dành cho cô Bích Thuận vai Thúc Sinh bên cạnh cô Kiều Kim Chung. Chỉ sau một buổi diễn đầu tiên, Bích Thuận được khán giả Hà Nội cổ võ, yêu mến nồng nhiệt, vỗ tay gần như vỡ rạp!

Từ đó, cô trở thành vai nam tích cực bên cạnh Kim Chung: nếu Kim Chung là Thúy Kiều, thì Bích Thuận là Thúc Sinh; Kim Chung là Kiều Nguyệt Nga, Bích Thuận là Lục Vân Tiên; Kim Chung là Huyền Trân công chúa, thì Bích Thuận là Trần Khắc Chung; Kim Chung là Điêu Thuyền, Bích Thuận thủ vai Lữ bố.

Bích Thuận là kép, Kim Chung là đào. Cặp đào kép này đang tuổi xuân thì, rực rỡ, tài năng thiên phú, họ ở thời điểm thăng hoa tột đỉnh (1950).

Cả hai, họ đã xinh đẹp, lại chịu khó, khổ công, chăm chỉ tập luyện võ công với võ sư Trần Quang Cầu. Họ học văn chương, học nhịp, học trống, phách với vị thầy nghiêm khắc Đào Bá Chính, nên phải nói họ là cặp đào kép văn võ song toàn. Cả hai đều có nhan sắc trời cho xinh đẹp, vóc mình thanh tú, hài hòa. Dưới ánh đèn sân khấu, cả hai đều rực rỡ và lôi cuốn.

Trong vở *Kim Vân Kiều*, trên sân khấu, chàng Thúc Sinh Bích Thuận rất hào hoa đa tình, tay xòe quạt, miệng mủm mỉm cười, tán tỉnh kiều nương Kim Chung; vẫn không quên một giây liếc mắt đưa tình khán giả, chỉ một chớp mắt thôi, cũng có bao con tim hí hửng, xao xuyến đến ngẩn ngơ!

Chàng Thúc Sinh Bích Thuận, hội ngộ Thúy Kiều Kim Chung rồi cả hai tương đắc bên nhau như đôi chim khuyên liền cánh.

Cảnh đó lưu diễn ở miền Nam, dân Nam bộ hưởng ứng hết lòng và đã ca ngợi:

"… Nếu Kiều còn sống ở đời
Gặp cô Bích Thuận, tưởng người tình xưa!"

Hay là:

"Nguyễn Du để lại bút thần
Kim Chung làm sống trên trần Kiều nương."

Cô Bích Thuận thủ vai nam rất thành công, một thành công tuyệt hảo, từ bước đi nhún nhẩy, lui tới hào hùng, thi triển võ công… tới bàn tay vung lên, hoa đường kiếm Đốc Hoa Sơn tuyệt luân từ thầy Quang Cẩn khổ công đào luyện.

Nhưng mà còn thú vị hơn rất nhiều khi coi cô Bích Thuận làm Lữ Bố hí Điêu Thuyền. Vẫn vậy, Lữ Bố là Bích Thuận, Điêu Thuyền là đào Kim Chung. Khi cây gậy phang đùng đùng vài nhát xuống sân khấu, rồi mở màn nhung, tất cả khán giả, im phăng phắc, chỉ còn dán mắt lên sân khấu, sân khấu Tố Như, sân khấu chưa có diễn viên, mà là hoạt cảnh dinh quan Vương Tư Đồ khang trang lộng lẫy, mà vắng hoe, chưa có ai ra. Chỉ nghe thấy có tiếng hát hồ quảng trong veo và sang sảng của cô Bích Thuận từ hậu trường vang vang, vang vang, vọng ra. Rồi, đó, cô Bích Thuận, trong vai Lữ Bố, đệ nhứt anh hùng Hậu Hán bước ra, oai phong lẫm liệt trong áo bào anh kim óng ánh rực rỡ, đầu đội mũ anh quan có gắn lông công cao nghều nghều, chân đi hia, tay cầm thiên phương hoạt kích. Chàng Lữ Bố Bích Thuận đi vài đường võ căn bản ra oai, rồi vung kích múa chào, miệng ca hồ quảng giọng sang sảng mừng tới gia trang nhà họ Vương.

Tiếng hoạt cảnh sân khấu lung linh ngoạn mục, đúng là một gia trang lộng lẫy, quyền quý, của một thời phong kiến rất xa xưa… Khán giả như đi lạc về thiên thai?

Sân khấu như được thêm ánh sáng, rực rỡ trội hơn.

Sau vài tuần rượu thù tiếp với quan Vương Tư Đồ. Lữ Bố B.T hơi trầm ngâm, thì chợt vang lên giọng hát trong veo, đậm tình lôi cuốn của Điêu Thuyền K.C. Lữ Bố đa tình, mắt sáng rỡ như sao, tai vểnh lắng nghe và dáo dác chờ đợi… chàng chờ đợi người đẹp Điêu Thuyền xuất hiện, rồi cung kích ngả nghiêng, rồi hai mắt cùng liếc, hai lòng cùng ưa. Lữ Phụng Tiên B.T cũng không bỏ lỡ cơ hội giương oai diễn võ cao cường, tỏ lộ khí phách anh hùng, và la hét om sòm… thị uy trước quân tham tàn khiến Điêu Thuyền K.C. liền tay chuốc rượu và nỉ non tình tự… Đúng vậy, quan Lữ Bố Bích Thuận có thị uy oai phong ồn ào, mà ồn ào kiểu lôi cuốn và tình tứ… cho thấy cách võ quan thời phong kiến tán tỉnh mỹ nhân như thế nào! Cô Bích Thuận đi đúng bài bản, cô la hét cũng om sòm và ca hồ quảng rất sảng khoái. Vừa đa tình vừa phong độ không hơn không kém. Khán giả ra về, tấm tắc khen, đúng là đệ nhất anh hùng thời Hậu Hán, Lữ Phụng Tiên tái thế.

Nhưng rồi với thời gian vùn vụt trôi qua, với lịch sử đưa đẩy cuốn hút, đệ nhất anh hùng thời Hậu Hán tái thế, là cô Bích Thuận tới Pháp định cư năm 1983. Cô Bích Thuận chịu ảnh hưởng nhập thế sâu đậm theo Ki-tô giáo. Cô nhằm đem cái giới hạn nhân sự, hòa nhập vào biến đổi của thời thế vì cô quan niệm, thời thế tạo anh hùng. Cô làm thơ, mang máng tư tưởng thơ của thiền sư Mãn Giác: *Ai biết đón xuân thì xuân đến!*

Cứ thế, cô quan niệm thế, cô bắt đầu ở hải ngoại là đi tiếp hành trình văn hóa dân tộc. Từ đó tới nay, như khách trọ trần gian, mà cô vẫn góp phần vào công việc truyền bá, sinh hoạt cho chữ nghĩa văn chương Việt Nam không ngừng nghỉ.

Cô đi khắp nơi, trình diễn văn nghệ, thi nhạc Việt Nam cùng khắp. Thật cảm động lúc cô diễn ngâm cả hai bài thơ bằng tiếng Pháp: *Le pont Mirabeau* của Guillaume Apollinaire và *Le Sonnet d'Arvers* của Félix Arvers tại hội trường Pháp Quốc Hàn Lâm viện Khoa học Hải ngoại năm 1984:

"Mon âme a son secret, ma vie a son mystère
Un amour éternel en un moment conçu
Le mal est sans espoir, aussi j'ai du le taire
Et celle qui l'a fait n'en jamais rien su" … [1]

Tôi nhớ mãi hình ảnh một bà đầm Tây, sau khi nghe xong hai bài thơ của cô Bích Thuận ngâm, bà rút khăn tay chậm nước mắt. Nhạc sĩ Lê Mộng Nguyên[2] khẽ nói là: "Bà xã tôi đó, bả mít ướt lắm!"

Như thế đó, cô Bích Thuận mang tình tự quê hương đi khắp nơi, tới nhiều miền trên thế giới. Cô kiên nhẫn và vững vàng, lần đi với tuổi đời, từng bước, từng bước với thành đạt cùng với lòng nhân ái!

Năm 1995, chúng tôi có dịp hội ngộ với cô và phu quân của cô, trong một lần may mắn ở giáo xứ Paris quận 17. Hôm ấy, sau buổi giới thiệu ra mắt

---

1 Ghi chú của BBT Viên Giác: Bài thơ nổi tiếng *Le Sonnet d'Arvers* hay *Un Secret* của thi sĩ và kịch tác gia người Pháp Félix Arvers (1806-1850), nhà văn Khái Hưng (Tự Lực Văn Đoàn) đã dịch tài tình sang tiếng Việt dưới nhan đề „Tình Tuyệt Vọng". Bốn câu đầu bài thơ này Khái Hưng dịch là: *Lòng ta chôn một khối tình / Tình trong giây phút mà thành thiên thâu / Tình tuyệt vọng nỗi thảm sầu / Mà người gieo thảm như hầu không hay…*

2 Theo WIKIPEDIA: Lê Mộng Nguyên (1930–2023) là tác giả ca khúc nổi tiếng *Trăng mờ bên suối*. Ông còn là giáo sư, tiến sĩ Luật và Khoa Học Chính trị, được bầu vào Hàn lâm Viện Khoa học Hải ngoại của Pháp (Ghi chú của BBT VG).

cuốn hồi ký *Từ làng Vân Hò đến UNESCO* thì anh chị Nguyễn Quý Toàn bầy một bàn ăn thịnh soạn mời khách (tiếc là cha Đinh Đồng Thượng Sách bận rộn phần việc nhà chung và ngài vắng mặt). Nhưng chị Toàn vẫn hào sảng dọn ra một bàn ăn đầy đủ, nem chua, gỏi đu đủ, chả giò, xôi mặn, lạp xưởng, bánh cuốn, bánh bột lọc, rau xào nấm đông cô, súp măng cua…

Chúng tôi vừa ăn vừa hàn huyên. Cô Bích Thuận ở đó, rất rực rỡ và cảm động lúc gặp đồng hương. Phu quân cô thì ít nói, cô cùng mọi người nói, bàn đủ thứ chuyện, từ xã hội, kinh tế, chính trị đến văn chương và nhạc kịch, cả hát bội nữa, quan họ Bắc Ninh nữa.

Cô thân mật và cảm động nhắc lại tên mọi người rất đúng, dù mỗi người mới giới thiệu về mình có một lần lúc vô bàn ăn… cô bảo cố nhân gặp lại cố nhân…

Mới hay đời đã lưng chiều
Bóng cây viễn xứ hiu hiu sắc sầu

(thơ Phạm Quang Ngọc)

Rồi cô bỗng vụt đứng lên, với tay nâng ly uống ực một hơi hết cạn ly nước cam tươi. Cô nói, đừng buồn, chúng ta đừng buồn, hoàn cảnh nào, ta vui với hoàn cảnh ấy:

«Anh còn có mỗi mỗi cây cò,
Anh đem đem bán nốt anh theo theo cô nàng!»

Ca xong một câu dí dỏm… cô bảo cây cò, không cây đàn; rồi cô lại cười, vui cười, rồi hỏi chủ nhà là chị Toàn: "Cho đây mượn cái kéo chủ nhà Toàn ơi!"

- Chị muốn cái kéo để cắt cái gì? Chả giò em cắt rồi mà.

- Mình muốn cắt nhỏ nữa, nhỏ tinh tươm ra, Toàn ơi, vì răng cỏ tụi mình yếu xịu rồi, nhất là răng ông Hiếu nó yếu lắm, mà ổng lại rất ngưỡng mộ món chả giò của bồ… *anh còn còn có mỗi mỗi cây cò… anh…* Vừa cắt nhỏ chả giò, mà cô gọi là nem rán, vừa nhắc nhở ai ai cũng phải ăn cho no, cho đủ. Ai chưa đụng đũa món nào, cô đều chia phần, không quên một ai. Lạ là bà ấy có con mắt quan sát rất tổng quát.

Khi tiệc vơi dần, cô Bích Thuận nhanh nhẹn đứng lên. Tưởng cô cần ra ngoài, nhưng không, vừa đứng lên, là cô khoan thai rủ tôi đi dẹp chén dĩa, muỗng, đũa, đã dùng xong. Bà Toàn phản đối, nhưng cô xua tay, "tới lần tụi tôi, tụi tôi làm thể thao chút xíu."

Rồi vừa dọn dẹp chén bát, lau, rửa, lau khô… cô vừa nhỏ nhẹ nói bên tai tôi cho vừa đủ nghe: "Chị em mình dẹp rửa như vầy, được một công đôi việc, vừa tiêu cơm, vừa biết đâu, ngày này sang năm, gia chủ còn nhớ tới cái màn lau chén dĩa này, mà họ lại mời tụi mình tới ăn nữa. Ăn thì ít mà nói thì nhiều… nãy giờ nói nhiều quá xá, giờ đụng tay chân cho tiêu cơm…"

"Thôi, bỏ qua cái vụ rửa bát đi, em muốn hỏi cô một điều, một điều vắn tắt là, sao hồi đó, hồi còn ở Hà nội những năm 1950-1955 đó, tại sao cái ông soạn giả Phạm Ngọc Khôi đấy, ổng lại dựng cảnh Kiều gặp Thúc Sinh, mà ổng không soạn và dựng cảnh Kiều gặp Kim Trọng… có phải mê ly hơn không?... Cô biết không, khán giả mộ điệu ở dưới, họ mơ ước được nhìn tận mắt một thưởng ngoạn thống khoái của cô Bích Thuận lồng vai Kim Trọng!"

Cô cười duyên dáng :

"Đúng thế, mà khi mình mới vào nghề, soạn giả chỉ sao mình phải làm đúng như vậy… Ờ ờ, hẹn khán giả chuyến sau, hay là một đời sau nào đó, nếu tụi chúng mình còn có duyên hội ngộ…"

Tiếp đến nghe chủ nhà kêu vọng xuống:

"Café nóng, café nóng, bánh ngọt, lên ngay kẻo nguội". Tụi tôi vội lau tay, lên nhập tiệc!

***

Thưa, giờ, cô Bích Thuận đã ra đi về nước Chúa. Với lòng kính thương, lòng ngưỡng mộ, ngậm ngùi, chúng tôi tưởng niệm cô. Ngày 25.06.2024 cô đi về phương trời miên viễn.

Cô đã đi về phương trời miên viễn
Quên niềm vui và quên hết ưu phiền
Quên thành phố phía sau dài yêu dấu
Quên vần thơ và quên những đêm mưa

Cô đã đi về phương trời miên viễn
Quên người thương và quên hết tơ vương
Quên chiều tắt và bao mùa lá đổ
Quên đường xưa dài nhung nhớ xa đưa

Trân kính
Paris hè 2024

năm, tôi vẫn chưa thể một lần đến với Balan. Dù tôi có khá nhiều bạn ở đó. Hôm rồi, gã bạn Vũ Quang Vinh cựu sinh viên Đại học tổng hợp Katowice (từ cuối thập niên bảy mươi của thế kỷ trước) điện bảo: „Bệnh thật rồi, Đỗ Trường sang với tôi ngay nhé!"

Lấy quan điểm của "đảng ta" mà soi rọi, thì cái gã Vũ Quang Vinh này thuộc dạng hạnh kiểm yếu kém. Học xong không chịu về nước, lại còn ẵm thêm một em mắt xanh, mỏ đỏ, nhìn ngứa mắt lắm.

Bặt tin Vũ Quang Vinh đã rất lâu. Khoảng chục năm trước, tôi nhờ nhà báo Việt Hồng (Đàn chim Việt-Balan) tìm gã. Rất may, nhà báo Việt Hồng biết Vũ Quang Vinh. Bởi chồng chị cũng du học Balan sau Vinh một năm. Tuy nhiên, sau những năm tháng dài cùng vợ làm tham tán, hay an ninh gì đó của Sứ quán Balan ở nước ngoài, gần đây Vũ Quang Vinh đã xách vali đến ở ké anh chị em người Việt buôn bán ngoài chợ rồi. Vậy là gã đã trở về với cái món văn hóa nước mắm của mình. Rất may, hắn gặp được một tâm hồn Việt đồng cảm. Tuy rổ rá cạp lại, song xem chừng sóng gió đã dịu êm. Do vậy, nhìn kỹ thấy mồm miệng gã vẫn còn cong cong, tròn tròn, chứ chưa đến nỗi lẩm bẩm, méo xệch như đám gà chọi (cựu lưu học sinh) ở Đức, hay Tiệp.

Căn bệnh quái quỷ đến bất ngờ, có thể sẽ làm cho tinh thần Vũ Quang Vinh dao động mạnh, nên chúng tôi sang ngay. Để cho Vũ Quang Vinh thật yên tĩnh nghỉ ngơi, điều trị, chúng tôi thuê khách sạn Ibis budget Warszawa Reduta gần nhà gã.

Từ Leipzig, xe chúng tôi qua Dresden đón vợ chồng Bình Thu. Đã lâu Bình Thu cũng không sang Warszawa. Nhân thể vợ chồng Bình Thu thăm luôn mấy người em đang hành nghề bán buôn hàng vải ở Chợ Người Việt, thuộc ngoại ô Warszawa.

Đường Autobahn (cao tốc) số 4 chạy vắt ngang nước Đức cho đến vùng biên Görlitz. Từ đây được nối với con đường cùng tên (số 4) đến tận Wroclaw (Breslau) Balan. Dường như, đường cao tốc vùng

Đỗ Trường

BALAN,
LAN MAN CHUYỆN

Dường như, cái tên Balan (Poland) đã sớm đi vào tuổi thơ tôi. Và ký ức mang theo cái dấu ấn ấy cứ dai dẳng, thật khó gọi thành tên. Để rồi, từ đó lớn lên tôi không chỉ yêu Công đoàn Đoàn kết, mà khoái luôn cả cái món bóng đá Balan, với những cái tên: Boniek, Lato… Nguyên nhân có lẽ cũng bởi cái ngày ấy, ông cậu út từ Balan về. Ông không chỉ kể về đất nước, con người nơi đây, mà còn tặng cho mẹ tôi chiếc máy may mới kính cong còn trong hộp. Dù còn bé tí, tôi vẫn tò mò tập đạp, tập may làm gãy hết cả mấy hộp kim dự phòng. Mẹ tôi không mắng, nhưng nhìn có vẻ xót xa lắm…

Sau này, cuộc sống đưa đẩy, tôi đi vào con đường buôn lậu máy khâu, máy vắt sổ. Hết mua gom hàng (cáy) tàu biển, rồi đến hàng thùng của những người từ Đức, từ Tiệp mang về. Thi thoảng tôi bắt gặp những đầu máy may của Balan, khoái nhất là máy zickzack. Tuy giá tiền rẻ hơn máy may Nhật, đắt hơn Veritas của Đức, nhưng: *Máy Balan cày vải bạt, quần bò thì thôi rồi.* (Đấy là lời của những người thợ may gia công, hàng chợ).

Chẳng vậy, vào giữa thập niên tám mươi, khi sang Đức, tôi tìm mua ngay máy may zickzack Balan trang bị cho các thợ may quần bò đều. Ông bà nào cũng khoái. Bởi, máy Balan không những khỏe, mà đường kim mũi chỉ còn rất đẹp, và không kén vải…

Vậy mà, sống giữa trời Âu đã gần bốn chục

phía Tây Balan được xây dựng mới, hay cải tạo lại hoàn toàn. Tuy không nhiều làn (xe) bằng Đức, nhưng những điểm dừng, nghỉ như một công viên xanh thu nhỏ vậy. Với hệ thống nhà vệ sinh nước nóng, lạnh thoáng, sạch đẹp không hề thu phí. Thật tuyệt vời! Và nghe nói, từ Đức sang Warszawa chỉ có con đường này không thu tiền thuế đối với xe hơi? Kể cũng lạ, các ông Tiệp, Pháp, Balan… sang Đức, xe chạy tẹt ga, chẳng mất đồng thuế má, phí tổn nào, thế mà xe từ Đức sang các bố cứ nọc ra nã tiền đều đều.

Chưa thể nói là đi nhiều, song những nước tôi đã đến, có lẽ không đâu đường phố nhiều cây xanh, bóng mát như Warszawa, kể cả các thành phố của Đức. Thả bộ dọc con đường từ khách sạn Ibis budget đến nhà Vũ Quang Vinh, nối tới khu chợ hoa của người Việt, đâu đó thoang thoảng mùi hoa sữa, chúng tôi cứ ngỡ mình đang đi trong (phố) công viên vậy. Mỗi bên phố, vỉa hè rất rộng, với vạch ngăn đôi người đi bộ và xe đạp. Nó được kẹp giữa bởi hai hàng cây cổ thụ sum suê, cao ngất. Và chúng tôi bắt gặp, nhiều con phố có đến bốn hàng cây như vậy. Trước cửa nhà ở, hay nhà hàng, quán ăn có những ô thảm cỏ, hay bụi cây xanh rờn. Tôi đã bước đi, nhưng Bình Thu còn tần ngần ngoái lại, lẩm bẩm: *Chẳng cứ Việt Nam, kể cả ở Đức cũng vậy, những khoảnh đất đẹp như tranh vẽ này, chắc chắn chính quyền đã cho thuê hàng quán, chỗ ngồi nhậu từ lâu rồi…*

Tôi không ngờ, tinh thần Vũ Quang Vinh vững vàng, lạc quan trước bệnh tật đến vậy. Mấy tuần trước, bác sĩ đã mổ cắm vào khí quản hắn một cái ống thở, có van mở ra đóng vào. Khi muốn nói chuyện hắn phải đóng cái van đó lại mới có tiếng. Vậy mà, bảy giờ hắn đã lái xe đến khách sạn, gọi bảo, đón chúng tôi đi ăn sáng. Chúng tôi đã đặt ăn cả ngày ở khách sạn, nhưng thấy Vinh lọ mọ đến, thật cảm động. Do vậy, chúng tôi bỏ ăn sáng ở khách sạn, lên xe đi cùng Vinh. Hỏi bà Nguyễn Yến (vợ Vinh) đâu? Vinh bảo, Yến đã đạp xe ra trước đặt bánh cuốn rồi.

Xe chạy một đoạn, chợt có tiếng vịt kêu quạc quạc ngay trong xe làm cho mọi người giật cả mình. Bình Thu đưa mắt nhìn quanh, rồi hỏi:

- Ông vừa đi bắt vịt về đấy hả? Bệnh tật, sức khỏe thế này vẫn không bỏ được cái món ấy sao.

Vinh lấy tay xoay xoay cái ống thở, cười cười:

- Cái ống ở cổ của tôi nó kêu đấy! chứ vịt gà gì. Mấy nay sát trùng xong, tôi còn rửa cái van đóng bằng nước nóng, nên nó bị co giãn, méo mất một chút. Do vậy, thỉnh thoảng nó kêu, đâm nhớ quê, nhớ thuở còn đi chăn vịt đồng ông ạ. Đã điện cho bệnh viện, họ bảo mai tôi vào thay cho cái mới.

Không phải là người dễ bị xúc động, nhưng ngồi bên cạnh nhìn cái ống thở phì phò, đôi lúc rít lên quạc quạc trên cổ Vinh, tự nhiên nước mắt tôi muốn ứa ra. Vinh quay sang tôi:

- Sụt sịt cái gì? Còn ngon lành. Bệnh tật chưa vật được tao đâu!

Tôi gượng cười, với cái cười như thiếu mắm muối vậy, rồi lẩm bẩm trong họng: „Sang thăm hỏi động viên an ủi nó, không ngờ nó xoa nắn tinh thần lại cho mình".

Do vậy, để che lấp sự ngượng ngùng, tôi chuyển ngay sang đề tài học hành thi cử ở Balan…

Mới quá bảy giờ sáng, vậy mà chợ hoa đã tấp nập. Các quán ăn rậm rịch những bước chân. Tiếng hò, gọi nhau như réo vọng hồn quê Việt. Chúng tôi đang ngơ ngác nhìn quanh, chợt có mấy ông người Digan, hay Bun, Ru gì đó, đi cứ như muốn đâm thẳng vào mình vậy. Không hiểu sao chợ này lắm người vật vờ đến thế. Mặt mũi ông nào nhìn cứ thấy gian gian, chẳng khác gì mấy ông người Việt chuyên nghề đập đá, đi bay ở chợ Berlin. Vinh bảo, cẩn thận mấy ông mãnh này.

Vào hàng đã thấy Yến đang so bát đũa bên những đĩa bánh cuốn chả còn bốc khói. Quả thực, ở cái tuổi lục tuần, ăn uống nhiều khi cũng phải nhìn trước ngó sau rồi, nhưng bánh cuốn nơi đây rất ngon, nên chúng tôi quất thật lực. Ăn xong, để cho các bà dạo quanh chợ, Vinh gọi thêm ấm trà, ba thằng ngồi chờ. Sợ Vinh mệt, tôi bảo:

- Ông về nghỉ đi, vài ba cây số chút nữa chúng tôi đi bộ về cũng được. Bọn mình sáng nào chẳng đi bộ dăm, bảy cây quen rồi. Nhất là được đi bộ trên phố trong rừng của Warszawa thật tuyệt vời.

Vinh bảo, không sao đâu, ông sang tự nhiên tôi phấn chấn, khỏe hơn ra, rồi đột nhiên hỏi:

- Đỗ Trường còn nhớ thằng Hà Vũ, trường chuyên (cấp 3) ở Đại học Tổng hợp, rồi sang Balan cùng tôi không?

- Nhớ. Vũ là bạn học và cùng làng Đồng Quỹ, Giáo Phòng gì đó với Ngô Thanh Hoàn. Năm 1978, tôi và Hoàn đến ông, có gặp Vũ mấy lần ở Trường ngoại ngữ Thanh Xuân. Nghe đâu nó đã mất. Chắc chắn ông biết rõ cái chết của nó. Và hình như, mấy năm trước khóa đại học của ông đã đưa hài cốt Vũ từ Balan về Việt Nam.

Đã đưa tách trà lên môi, song nghe tôi hỏi, Vinh vội đặt xuống:

- Đúng vậy! Có thể nói, cuộc sống, hoàn cảnh của Vũ và tôi khá giống nhau. Nhưng nó không may mắn, số khổ. Học xong, tôi và nó đều bùng, không về nước. Tuy nhiên, tôi kịp cưới cô bạn học người Balan, cho nên việc ở lại cũng đơn giản hơn. Còn Vũ trốn về vùng quê ở nhờ một gia đình người Balan. Và lúc này hắn cũng đã có một cô bạn gái. Nhưng Vũ học sĩ quan chỉ huy tàu biển, do quân đội quản lý. Trốn ở lại, có nghĩa là đào ngũ. Do vậy, an ninh Việt Nam càng truy tìm ráo riết. Và Vũ đã bị an ninh Balan bắt giữ. Trên đường áp giải bàn giao cho an ninh Việt Nam, chuyện trò thế nào, an ninh Balan mới biết, Vũ can tội ở lại Balan chỉ vì tình yêu. Vậy là an ninh Balan đã lập tức quay ngược đầu xe, trả Vũ về với tình yêu, và giúp đăng ký kết hôn, ổn định giấy phép cư trú. Thời gian đó, tôi đi bán hàng rong ngoài chợ trời, nuôi cô vợ sinh viên và hai thằng con sinh đôi. Còn Vũ chui hầm đào than. Một công việc nặng nhọc và nguy hiểm. Và số Vũ nhọ thực sự. Hôm ấy, nó và hai thằng Balan chui hầm. Đào mệt các bố lôi rượu ra uống. Và Vũ nhìn lên trần hầm, hình như có hiện tượng sạt lở. Cũng như mọi lần, Vũ kiểm tra, chống, và vít lại những nơi đó. Hai thằng Balan mặc kệ sạt lở, mặc kệ đời, cứ ngồi ực đều đều. Lúc sau, chỗ Vũ đang loay hoay tìm cách chống đỡ, thì than và gỗ đổ ập xuống. Trần sập một đoạn, và còn nghe tiếng kêu rên của Vũ, nhưng không hiểu sao hai gã Balan không gọi cứu hộ? Có lẽ, do rượu chăng? Vậy là cái chết từ từ đến với Vũ trong tột cùng đớn đau, và sợ hãi...

Sợ Vũ Quang Vinh quá xúc động làm tiếng vịt kêu nơi (van) khí quản tăng tần suất, tôi cắt ngang lời Vinh bằng câu hỏi:

- Một thủ khoa khóa đại học của ngành tàu đường biển như Vũ, mà không tìm được công việc nào khác chăng?

Uống cạn tách trà, và dường như câu hỏi của tôi chạm đúng vào mạch suy nghĩ, nên Vinh cười cười:

- Không phải không tìm được việc khác, cùng lắm tạm thời đi bán hàng rong như tôi, hằng tháng thu nhập cao gấp mấy lần chui hầm đào than. Nhưng Vũ chỉ khoái công việc đó. Không những vậy hắn còn vẽ ra tương lai tươi sáng của cái nghề này. Âu đó là cái gàn gàn, dở dở của Vũ. Thật ra, cái sự học, sự đào tạo ở Balan cũng khác xa với Việt Nam. Đưa sang Balan, hay Nga, Đức, Tiệp học phải là những đám "gà chọi" như có lần Đỗ Trường đã viết. Tuy là những học sinh giỏi ở trong nước, nhưng sang đây chúng tôi cũng chỉ học cùng với phần đông sinh viên trung bình của Balan. Về toán, lý cơ bản năm đầu, sinh viên Balan hỏi chúng tôi có thể giúp anh ta không. Nhưng những năm cuối chuyên ngành vẫn chính sinh viên Balan ấy hỏi lại: Chúng tôi có cần sự giúp đỡ của anh ta không.

- Như vậy, có nghĩa là sự đào tạo ở Việt Nam cơ bản là học vẹt, học chay, kể cả bậc đại học, và sau đại học? Bình Thu từ nãy ngồi chỉ gật gù, đột nhiên hỏi lại Vinh như vậy.

Không trả lời thẳng câu hỏi của Bình Thu, nhưng Vinh bảo:

- Tôi có một kỷ niệm thật khó quên với một giáo sư gốc Hungary dạy năm đầu đại học... Nói không ngoa tẹo nào nhé, tôi là một trong những sinh viên giải toán nhanh của khóa học. Do vậy, có lần giáo sư đưa cho một bài toán, bảo mang về nhà làm, xong đưa lại cho ông. Ngay buổi tối hôm đó tôi giải xong, và đưa lại cho giáo sư. Đọc xong, ông lắc đầu, bảo chưa được. Tôi mang về nhà giải theo cách khác, cũng có kết quả như vậy. Hí hửng mang ngay đến cho giáo sư. Tưởng được lời khen, không ngờ ông vẫn lắc đầu, không được. Bực mình tôi cãi lại, và đưa hết các công thức, định luật của bác học này, nhà toán học kia, mà mình đã dựa vào đó để để lập luận, chứng minh... Để tôi tuôn ra hết, lúc đó giáo sư vỗ nhẹ vai tôi bảo: „Giải theo những công thức định luật có sẵn, thì tôi cần anh làm gì. Cái tôi cần, bài toán giải theo cách nghĩ, công thức của riêng anh, và không cần biết kết quả đến đâu, như thế nào". Lúc đó, tôi mới hiểu ý của giáo sư, và sững người lại khi chợt nhận ra cái sự học gạo của mình từ trước đến nay, làm cho tập sách trên tay rơi tuột xuống đất. Quay lại, định nói một điều gì đó với giáo sư, nhưng bóng ông đã khuất sau cánh cửa nơi giảng đường...

Không để cho Vinh nói hết, Bình Thu bóp nhẹ vào vai hắn bảo:

- Chẳng cứ toán học, đến văn học cũng vậy. Đọc những bài nghị luận, phê bình, chẳng thấy cái mới, cái tôi của tác giả đâu, mà chỉ thấy trích dẫn câu nói của triết gia này, nhận định của thi bá kia, như một cái khiên/chắn cho lập luận cũ rích của mình vậy. Chán hơn cơm nếp nát. Chán hơn nữa là dẫn dắt câu nói ba lăng nhăng của ông to bà lớn hù dọa người đọc. Cái trò này, tôi chán ngấy phải học, đọc ngay từ cái thời cấp hai, cấp ba, cùng cái mớ văn mẫu vớ vẩn chẳng hiểu do đám ăn hại đái nát nào nghĩ ra...

Mặt trời đã lên ngang ngọn cây, với những tia nắng sớm vắt qua cửa sổ nơi chúng tôi ngồi. Và câu chuyện bị cắt ngang, bởi các bà vợ đã quay trở lại. Vinh đứng dậy định chở chúng tôi về khách sạn, nhưng một tài xế Taxi từ đâu đi tới, nói một tràng tiếng Balan. Vinh hỏi lại người lái xe, rồi quay lại bảo chúng tôi: „Có ông bà Giang Huyền đã thuê Taxi này đến chở mọi người thăm phố cổ Warszawa."

Vợ chồng Giang Huyền là em con ông cậu của Bình Thu. Giang Huyền cựu sinh viên Đại học bách khoa Hà Nội khóa 25. Với mái đầu tóc gió thôi bay, gặp lần đầu cứ ngỡ gã học khóa 15. Nên tôi gọi hắn bằng anh, xưng em rất kính cẩn, lễ độ. Hắn vội chắp tay: „Xin bác đừng làm đàn em tổn thọ".

Chẳng biết hắn có dính dáng gì đến đánh đấm, thương tật thời chiến biên giới phía bắc hay không, mà đôi chân so le với bước đi bật bông, cứ như chửi nhau vậy. Chẳng phải chỉ có dáng dấp đối nghịch, mà tâm hồn hắn cũng vậy. Gặp nhau vừa ghệ đít ngồi đã nghe hắn chửi. Hắn chửi tuốt tuồn tuột từ trên xuống dưới, từ Balan về đến Việt Nam. Có lẽ, gã này mắc chứng nghiện chửi? Mấy bà vợ đi cùng rỉ tai nhau như vậy. Nhưng với tôi, đó là nỗi ấm ức của kẻ sĩ lỡ vận, chỉ có gã mới thấm, và hiểu…

Dòng sông Vistula không chỉ là nơi quần tụ, làm nên thành phố, mà còn là linh hồn Warszawa. Khi chúng tôi đến, những con phố cổ dường như mới bắt đầu tỉnh giấc. Nhưng nơi góc phố nhỏ đã có người nghệ sĩ già đang mải miết chơi, và bán những đĩa nhạc Chopin cũ. Tôi không phải người nghiên cứu văn hóa, nên chỉ cảm nhận được cổ thành, hay những con phố cũ ở châu Âu nơi nào cũng có nét hao hao giống nhau. Để tìm ra đặc trưng riêng của mỗi nước, mỗi thành phố cần lắm một người nghiên cứu am hiểu lịch sử văn hóa sắc tộc, vùng miền.

Viết đến đây, làm tôi nhớ một lần chở vợ chồng nhà thơ Trần Mạnh Hảo sang Praha. Ở đó nhà văn Trần Ngọc Tuấn đón chào bằng món tiết canh, và nhậu thơ, rồi rong chơi. Qua lâu đài, và những cây cầu, với tình sử thuộc khu phố cổ, bác Tuấn luôn miệng hướng dẫn giảng giải. Mới đầu, bác Hảo hơi nhíu mày. Lúc sau có lẽ không nhịn được nữa, bác Hảo gắt: „Trần Ngọc Tuấn dừng lại, không chỉ râu ông nọ cắm cằm bà kia, mà còn bịa ra rất nhiều điển tích". Bác Tuấn biết là bị bắt vở, nên gãi đầu gãi tai: „Gớm! em chịu bác. Nhiều đoàn Việt Nam sang, hay từ các nước khác đến, nghe em hướng dẫn, giảng giải cứ gọi là tít thò lò".

Sà vào nơi bán đồ uống, rồi đến khu bán đồ lưu niệm, mặt trời đã đứng bóng, chúng tôi vòng về quảng trường chợ phố cổ Warszawa. Đi một đoạn, thấy có một cô gái Balan rất đẹp đứng giữa đường chụp ảnh lấy ngay, với giá không đồng. Thấy cũng lạ, chúng tôi dừng lại. Vừa lúc cô gái đưa cho cặp người Đức tấm ảnh vừa chụp, và in ra bằng máy tự động. Có lẽ, do ảnh ghép lạ, khung cảnh, thần thái mang mang chất cổ phong nên vợ chồng người Đức khoái, nhận ảnh và bỏ 2€ vào túi của cô thợ ảnh. Có thể nói, đây là một kiểu phục vụ, kinh doanh đánh đúng vào tâm lý con người, tâm lý khách hàng. Nếu cứ ấn định giá mỗi bức ảnh một hoặc 2€ chưa chắc đã có người chụp. Nhưng chụp không mất tiền, vẫn có ảnh, rất nhiều người tò mò chụp thử. Khi khách du lịch đã cầm bức ảnh của mình, cảm thấy vừa lòng, thì có lẽ không ai tiếc mấy đồng tiền lẻ. Chẳng vậy Bình Thu kéo chúng tôi chụp bằng được. Nhận ảnh gã khoái, móc ví rút tờ 20€ bỏ vào túi cô thợ ngay tắp lự. Không chỉ cô thợ ảnh ngạc nhiên, cảm ơn nhiều lần, mà tôi và Hòa cũng giật mình. Bà Thu Bình cười cười, nhưng miệng lẩm bẩm:

-Già rồi, mà trông thấy gái đẹp cứ tít cả mắt vào. Có ngày nó thiến sống…

Sáng hôm sau còn đang ngủ, Giang Huyền gọi điện đến bảo: „Hôm nay các bác về Đức, đường cao tốc nào cũng buộc phải đi qua khu chợ người Việt. Do vậy, em mời các bác vào thưởng thức món phở Hà Nội ở đây rất tuyệt vời". Nghe có lý, do vậy ở khách sạn chúng tôi chỉ uống café, bỏ phần ăn sáng.

Khi chúng tôi đến, chợ còn vắng khách. Giang giục vợ đưa chúng tôi đi thưởng thức món phở Hà Nội ngay. Hỏi, ông không đi cùng sao? Các bác cứ đi, sáng nào cũng vậy, dậy một phát là em phải múc ngay. Tôi hơi bị mất hứng. Nhưng không đi ăn, ngồi lại nghe gã chửi, tuy khoái cái lỗ tai, nhưng cũng hơi bị nhức đầu.

Buổi sáng, không hiểu sao hàng phở vẫn vắng khách. Có thể nói, mỗi người có khẩu vị khác nhau, ngon với người này, chưa hẳn ngon với người khác. Đã ăn phở ở Berlin, ở Praha, ở Budapest… nhưng với tôi không đâu chán như hàng phở Hà Nội ở chợ người Việt thuộc ngoại ô Warszawa. ■

Leipzig ngày 10-6-2023

Steven N.

TRUYỆN NGẮN VÀ RẤT NGẮN

TÔNG PHONG DIỆU SIÊU

Thuở nhỏ Daito Kokushi đã có dấu hiệu khác thường, không thích vui chơi như những trẻ em khác, chỉ thích chiêm nghiệm và tìm hiểu Phật pháp, thích thăm viếng chùa chiền. Sư xuất gia tu học ở Vạn Thọ, Liêm Thương và được thiền sư Nam Phố Thiệu Minh ấn khả. Sau khi ngộ, sư rút lui khỏi thiền viện ra sống dưới gầm cầu cùng với những người ăn xin trong thời gian dài. Tuy ẩn dật nhưng "hữu xạ tự nhiên hương", Thiên Hoàng Hoa Viên đích thân tìm đến gầm cầu với một giỏ dưa và thử: "Dưa thuộc về kẻ nào nếu đến lấy mà không dùng đôi chân". Ngài lập tức đáp: "Đưa cho ta dưa mà không được dùng đôi tay".

Daito Kokushi là một trong những vị sư sáng lập tông O-To-Kan thuộc dòng Lâm Tế Phù Tang. Tông phong của sư uy nghiêm, dũng mãnh, tối giản. Sư soạn bản Di Giới rất nổi tiếng. Các chùa thuộc Lâm Tế tông Phù Tang đều dụng. Thời gian sống ở gầm cầu sư có bài kệ:

Khi hành giả nhập định
Thấy kiếp người phù sinh
Thoát đến rồi chợt đi
Qua chiếc cầu thế thái
Trước khi tịch, sư lại đọc kệ:
Phật, tổ ta đã đoạn
Tóc bay đã hết rối
Bánh xe tự tại chuyển
Chân không bèn nghiến răng

Ghi nhận đạo hạnh và công đức của ngài, Thiên Hoàng Hoa Viên đã phong sư Daito Kokushi là Hưng Thiền Đại Đăng quốc sư.

TÔNG PHONG HÀNH KHẤT NƠI GẦM CẦU SỐNG THANH BẦN TỐI GIẢN THỂ NHẬP NHƯ LAI PHẬT TÁNH;

DIỆU SIÊU QUỐC SƯ CHỐN KINH ĐÔ HÀNH THIỀN ĐỊNH TINH CHUYÊN DỰNG LẬP LÂM TẾ PHIÊN MÔN.

Daito Kokushi (1283-1338)
Tranh: Warren Tang. Nguồn: Internet

LÝ THUYẾT SUÔNG

Tim Nguyễn thấy mấy người mẫu thân hình nở nang, bụng sáu múi nên hâm mộ lắm bèn quyết tâm đi gym. Anh mua đủ thứ dụng cụ hỗ trợ tập luyện, tài liệu hướng dẫn, lên youtube xem bài mẫu... Sau một thời gian dài mà thể hình vẫn y như cũ. Thằng Eddie khịa:

- Đi gym, mua sách báo và dụng cụ quá trời mà sao cũng chẳng có múi nào hết vậy mậy?

Tim thú thật:

- Đóng tiền tập nhưng có tập đâu, tài liệu có nhưng cũng chỉ lướt qua rồi bỏ, tập mệt quá mầy ơi, nhậu sướng hơn.

Thầy nghe hai đứa nói chuyện vui vẻ, nhân dịp đó nhắc nhở đại chúng:

- Anh Tim này giống hệt mấy Phật tử ở chùa ta. Lý thuyết sắc – không, lục độ, tứ vô lượng tâm, thậm chí bát nhã... cũng biết nói, ấy vậy mà cuối cùng cũng chẳng có chi thay đổi cả! Quý vị thấy đấy, phải thực hành chứ lý thuyết suông thì chẳng đến đâu. Thầy còn mần thơ nữa:

Thao thao bất tuyệt sắc – không
Thực hành chẳng có đừng mong đến bờ
Kết quả chẳng thể nghi ngờ
Nội công gắng sức chớ chờ ngoại nhân

CHUYỆN CÔNG ÁN

Ở trai đường, hai Phật tử ngồi nói đủ chuyện đạo, chuyện đời, chuyện thiền… Một người bảo:

- Đọc sách thiền các công án xong tôi thấy khó hiểu quá. Các vị đối đáp cứ như ông nói gà bà nói vịt, chẳng ăn nhập gì với nhau.

Người kia cười:

- Tụi mình thấp quá sao hiểu nổi! Tui mà hiểu được các thiền sư đối đáp thì chết liền!

Thầy ngồi nghe, cười tủm tỉm:

- Chẳng thể dùng lý luận hay nghĩa lý thông thường để hiểu công án, muốn hiểu công án bằng cách ấy khác chi dùng vợt bắt cá để hốt mây trời.

Hai Phật tử đồng thanh:

- Vậy đọc công án hóa ra vô ích sao thầy?

- Không đến nỗi, tuy không nhập, không ngộ nhưng chí ít cũng có thể làm phong phú kiến thức. Biết đâu một kiếp nào các anh lại ở vào một trong các trường hợp của công án ấy.

PHẬT PHÁP VÀ XỎ XUYÊN

Con nhỏ Rebecca xinh đẹp, duyên dáng vô cùng, ngũ quan cân đối, tóc vàng, da trắng… ai nhìn thấy cũng dễ sanh cảm tình. Ấy vậy mà bản thân con nhỏ lại không vừa lòng, nó đi xăm khắp cả người, tai xỏ cả chục cái khuyên, mũi gắn vòng, mí mắt, mũi, môi, rốn… đều gắn khuyên, tay, chân, cổ đeo lỉnh kỉnh đủ thứ lắc. Bấy giờ nhiều người tiếc cho nó. Thằng Mario nói với thằng Steven:

- Trời, uổng quá! Con nhỏ đẹp dễ sợ vậy mà xăm xỏ làm hư mất cái đẹp tự nhiên.

Steven bảo:

- Chưa hết đâu, nó còn đi bơm vú, độn mông, xẻ môi, gắn bi… nữa kìa!

Cả đám làm chung tiếc cho con Rebecca. Đêm ấy trong giấc ngủ, Steven nằm mơ:

"Con Rebecca sao giống Phật pháp thế gian này vậy ta! Căn bản Phật pháp là tứ diệu đế, bát chánh đạo, ba mươi bảy phẩm trợ đạo… ấy vậy mà qua thời gian người ta gắn thêm vào bao nhiêu thứ tà pháp, nào là: xin xăm, bói toán, bùa chú, phong thủy, cầu an, cầu siêu, cúng sao, giải hạn, coi ngày giờ, sao kiết hung, hô thần nhập tượng, khai quang điểm nhãn… Phật pháp dạy buông xả vậy mà giờ thì ôm vào, ôm đủ thứ, gắn thêm, xăm, xỏ, xuyên tùm lum".

GIẢI

Quán cà phê cuối tuần đông đảo lắm, người chơi game, kẻ chặt hẻo… Có mấy khứa lão sồn sồn quan tâm thời sự kháo nhau, một ông nói:

- Anh Bảy khi còn hét ra lửa đã gào lên nhà văn An Nam phải đoạt cho được giải thưởng Nobel, thế rồi ảnh bị về vườn sớm trong khi ấy bọn quan chức đàn em xộ khám cả đám. Chúng xạo xạo giải cứu nhưng thực chất trấn lột người bị mắc kẹt trong vụ dịch vừa qua.

Ông khác cười to:

- Nhằm nhò gì ba cái lẻ tẻ, năm xưa giải phóng làm phỏng giái cả miền Nam. Sau đó giải thiêng thì lộ ra bao nhiêu ông thần đỏ có bộ mặt đen. Một ông già có vẻ đạo mạo, ít nói nhưng thấy vui nên cũng góp lời:

- Dân mình ăn bánh vẽ, nhận giải rút lưng quần còn bao nhiêu tiền của sản vật quan chức chia nhau hết. Bọn bợm nhậu uống rượu giải sầu. Nhóm tu sĩ giải đãi, giải trọc lại thêm phiền. Học sinh đi học khổ cực chỉ chờ giải lao. Cái cần thiết nhất là dân mình cần giải mê và giải ảo.

Bàn bên cạnh có người ngứa miệng:

- Giải Cộng thoát Trung thì giang san ắt được giải nguy, dân tộc giải thoát, tiền đồ quốc gia sẽ giải chướng.

CHƠI KHÔNG LẠI

Như lệ thường mọi năm, cứ đến gần tết thì Việt kiều rần rần kéo về nước ăn tết. Kevin cũng vậy, về đến nơi là ăn chơi mát trời ông địa, nổ banh nhà lồng luôn. Một lần chơi vũ trường đụng độ với đám con ông cháu cha và bị chúng chơi cho sát ván. Kevin tức mà hổng dám ho he vì "rừng nào cọp nấy" mà, thà ôm nhục chứ cự lại thì nó bề hội đồng, có mà về nhà má nhận hổng ra. Bạn Kevin nói:

- Việt kiều tụi bay chơi hổng lại đâu, tụi nó giờ giàu kinh khủng lắm, tiền bạc như lá, xài như vỏ sò.

Kevin ngu ngơ hỏi:

- Lương lậu bổng lộc mỗi tháng chừng vài trăm đô sao mà giàu dữ thần vậy?

- Trời, mầy khờ thiệt, có thằng nào sống bằng lương đâu? sống bằng lậu không hà!

- Vậy có nghề tay trái hay kinh doanh sản xuất gì không?

- Cần gì phải làm vậy, chỉ cần ký tá nguệch ngoạc là tiền vô như nước, tha hồ xài.

QUAN CHỨC TRUNG ƯƠNG BỔNG LỘC RẤT SƠ SÀI CỚ SAO THÀNH ĐẠI GIA TÀI SẢN NHIỀU NHƯ LÁ ĐẠO ĐỨC THÌ THIẾU THỐN;

NHÂN VIÊN ĐỊA PHƯƠNG LƯƠNG LẬU CỰC ÍT ỎI VẬY MÀ NÊN TRIỆU PHÚ TIỀN BẠC TỢ VỎ SÒ NHÂN CÁCH CÀNG HIẾM HOI.

Georgia, 0224

WHO - Tổ chức Y tế Thế giới định nghĩa tình trạng

WHO - Tổ chức Y tế Thế giới định nghĩa tình trạng sức khỏe tốt là: "Sức khỏe không chỉ đơn thuần là không mắc bệnh hay tật nguyền, mà là trạng thái toàn diện về thể chất, tinh thần và giao tiếp xã hội" – "Health is a state of complete physical, mental and social well-being and not merely the absence of disease or infirmity". ẤY CHÍNH LÀ TRẠNG THÁI **THÂN TÂM AN LẠC**

Bác sĩ Nguyễn Ý-Đức

Dinh Dưỡng với *Cao Huyết Áp*

- Cụ ạ, tôi bị cao huyết áp hơn mười năm, uống thuốc gì cũng không khỏi. Mới đây người ta mách tôi uống nước lá ổi. Mỗi ngày chỉ uống một lá thôi. Thế mà khỏi dứt đấy!

- Còn bà nhà tôi ấy à, chẳng cần thuốc men gì, chỉ tập thể dục mà huyết áp xuống trông thấy.

Nói với nhau về cao huyết áp là chuyện đầu môi trong những dịp gặp gỡ của nhiều người, vì đây là bệnh rất thường xảy ra. Có người sống với bệnh cả dăm bảy năm mà không biết hoặc không thấy có triệu chứng gì, cho tới khi bị biến chứng bất ngờ như thận suy, cơn đau tim hoặc tai biến não, thì đã quá trễ.

Vậy thì xin cùng quý thân hữu tìm hiểu về bệnh "tension" một chút, để coi xem bệnh này là cái gì mà thiên hạ cứ e ngại nhắc nhở tới hoài.

Huyết áp là áp lực hay sức ép của máu vào thành động mạch. Áp lực này được tạo ra khi trái tim bóp, đẩy máu vào huyết quản. Tùy theo số lượng máu và sức cản của động mạch mà áp suất cao hoặc thấp. Huyết áp được diễn tả bằng hai con số:

-huyết áp tâm thu (systolic) khi tim bóp vào để đưa máu sang đại động mạch;

-huyết áp tâm trương (diastolic) khi tim thư giãn giữa hai nhịp đập và máu từ động mạch chạy vào các mao quản để nuôi cơ thể.

Trước hết xin ôn lại một chút về sinh lý học.

Thí dụ sau khi đo, cô y tá nói: huyết áp cụ là 120/80, có nghĩa rằng áp suất tâm thu là 120 và áp suất tâm trương là 80. Huyết áp tính bằng milimét thủy ngân= 120/80 mmHg.

Nguồn hình: pixabay

Trung bình, người từ 18 tới 50 tuổi có huyết áp dưới 140/90. Buổi sáng khi mới ngủ dậy, huyết áp thường thường thấp; huyết áp cao hơn từ sáng tới chiều. Huyết áp cũng tạm thời nhích lên khi ta có xúc động hoặc vận động.

Tự đo huyết áp là việc đáng khuyến khích để ghi sự thay đổi áp suất trong ngày, giúp thầy thuốc dễ bề điều chỉnh thuốc men. Ta có thể đo hai lần một ngày trong hai tuần rồi một lần mỗi ngày trước khi uống thuốc. Khi huyết áp đã tương đối bình thường thì chỉ cần đo vài lần trong tuần. Xin hết sức thư giãn, thoải mái khi đo huyết áp.

Về máy đo thì có hai loại: Loại máy bơm bằng tay, có kim đồng hồ chỉ số huyết áp trong khi ta nghe nhịp tim bằng ống nghe, và loại máy mà số huyết áp hiện trên màn ảnh nhỏ. Loại trên dễ mang khi di chuyển, giá tiền vừa phải từ 20-30 mỹ kim. Nhưng máy có vài điểm bất tiện là dễ hư hao, không chính xác, không thuận tiện cho người nghểnh tai vì phải nghe nhịp tim bằng ống nghe.

Máy digital hiện nay phổ thông hơn, dễ đọc vì con số hiện trên màn ảnh, đôi khi lại in kết quả luôn, dễ sử dụng, tiện lợi cho người bị kém thính giác vì không phải nghe nhịp tim.

Bất tiện của máy trước hết là đắt tiền hơn, từ 40 tới 100 mỹ kim, độ chính xác của máy thay đổi khi cơ thể cử động hay khi nhịp tim không đều, máy cũng cần cục pin để điều hành.

Trong cơ thể, huyết áp được giữ ở mức trung bình nhờ có hệ thần kinh giao cảm và thận.

Khi huyết áp xuống thấp, hệ giao cảm tiết ra chất norepinephrine làm mạch máu co căng, tăng lực cản và nâng cao huyết áp.

Thận tiết ra chất Renin để điều hòa thăng bằng khối lượng dung dịch chất lỏng ở ngoài tế bào.

Rồi ta nói tới cao huyết áp.

Vì mới đây, các nhà chuyên môn đề nghị thêm một tiêu chuẩn coi như bị tiền-tăng-huyết-áp nếu tâm thu từ 120-139 mmHg và tâm trương từ 80-90 mmHg. Những người này trong tương lai gần có nhiều nguy cơ bị bệnh cao huyết áp hơn, nếu không giữ gìn, đề phòng.

Cao huyết áp là rủi ro lớn đưa tới tai biến động mạch não đồng thời cũng là yếu tố gây bệnh trầm trọng của cơn suy tim và bại thận.

Nên nhớ huyết áp cao là bệnh kéo dài suốt đời nên cần dùng thuốc liên tục để duy trì huyết áp ở mức độ bình thường. Huyết áp chỉ chữa lành ở một số trường hợp gây ra do một nguyên nhân rõ ràng và có thể giải trừ được. Thí dụ cao huyết áp vì bệnh co hẹp của mạch máu ở thận hoặc do u bướu nang thượng thận

Chỉ có khoảng 5% trường hợp cao máu là do sự suy yếu, hư hao của một cơ quan như trái thận, còn 95% các trường hợp khác đều không rõ nguyên nhân nhưng một số nguy cơ gây bệnh đã được nêu ra.

Thế thì ông lang phải nói về nguy cơ đưa tới cao huyết áp chứ!

Vâng, có một số yếu tố có khả năng đưa tới cao huyết áp như:

1-Di truyền- Huyết áp thường hay xảy ra cho những người trong một gia đình.

2-Chủng tộc- Theo thống kê, người châu Phi, châu Á, châu Mỹ La Tinh thường bị cao huyết áp hơn các sắc dân khác.

3-Tuổi tác- Tuổi càng cao thì nguy cơ tăng huyết áp cũng lên theo. Đàn ông thường bị cao huyết áp sớm, nhưng tới tuổi 45- 50 thì các bà cũng bị cao huyết áp nhiều như các ông.

4-Béo phì- Người béo phì dễ bị cao huyết áp và mắc các bệnh của động mạch vành

5-Muối. -Muối ăn làm tăng huyết áp ở người mẫn cảm với tiêu thụ nhiều muối.

Ngoài ra, một số nguy cơ khác cũng có thể gây cao huyết áp, nhưng chưa có chứng minh cụ thể. Đó là tiêu thụ nhiều rượu, thuốc lá, stress, cam thảo (licorice). Cho nên dùng các chất này một cách vừa phải là điều nên làm để tránh rủi ro.

Còn Ăn Uống có liên hệ tới Cao Huyết Áp không nhỉ?

Dạ thưa cứ nhìn ở những nguy cơ vừa kể thì ta thấy huyết áp có một chút liên hệ nào đó với sự *tiêu thụ muối và bệnh béo phì*. Đây là hai yếu tố mà con người có thể thay đổi được. Chúng ta cùng "nghiên cứu" xem có thực hiện được hay không.

1- Về Muối.

Cách đây dăm thập niên, khi chưa có dược phẩm hiệu nghiệm để kiểm soát cao huyết áp thì giới hạn tiêu thụ muối là phương tiện chính. Đã có nhiều đời thầy thuốc chỉ áp dụng hạn chế muối, ăn cơm lạt và vận động cơ thể để làm giảm cao huyết áp. Ngày nay, giảm muối không còn là phương thức căn bản, nhưng vẫn có vai trò quan trọng trong việc phòng ngừa và điều trị cao huyết áp ở một số người.

Đã có nhiều ý kiến khác nhau về việc giới hạn lượng muối tiêu thụ hàng ngày.

Một số nghiên cứu cho là muối không có ảnh hưởng gì đối với người có huyết áp bình thường. Với người tăng huyết áp thì giới hạn muối chỉ hạ thấp một tỷ lệ rất nhỏ. Do đó các nhà nghiên cứu của nhóm này không tin tưởng nhiều vào công hiệu của tiết giảm muối trong việc trị cao huyết áp. Giới sản xuất muối dĩ nhiên là rất hoan nghênh kết quả nghiên cứu này vì họ sẽ bán được nhiều muối.

Trong khi đó lại có nhóm nghiên cứu khác quả quyết là có một sự liên hệ giữa cao huyết áp và dùng nhiều muối, đặc biệt là ở người trung niên và cao tuổi. Theo họ, giới hạn tiêu thụ muối là điều cần để chữa và phòng ngừa cao huyết áp.

Nhiều người rất nhạy cảm với một lượng lớn muối, khiến cơ thể giữ nhiều nước để cân bằng dung môi chất lỏng. Hậu quả là máu huyết nhiều hơn, mạch máu căng ra, làm huyết áp tăng lên. Trái tim và thận cũng phải làm việc nặng nhọc hơn để lưu hành máu phụ trội. Với những người này thì giới hạn muối là điều nên làm trước khi huyết áp lên cao.

Đồng ý là nhiều muối chỉ nâng cao huyết áp ở một số người (10-20%) nhưng đây cũng là con số đáng kể. Hơn nữa, quá nửa quý vị lão niên đều có cao huyết áp mà không biết. Có thể là do dùng nhiều muối trong lúc thiếu thời đã làm suy yếu sự bảo vệ của gene di truyền với bệnh này.

Nhận xét về cách ăn uống của một số sắc dân trên thế giới cho thấy rằng, nhóm dân nào dùng nhiều muối thì tỷ lệ cao huyết áp gia tăng và ngược lại, khi tiêu thụ ít muối thì ít bệnh.

Theo các chuyên viên dinh dưỡng, ta chỉ nên dùng dưới 2000mg muối mỗi ngày, tương đương với một thìa muối. Đấy là bao gồm toàn thể số lượng muối cho mọi việc ăn uống, nấu nướng trong một ngày.

Đa số thực phẩm làm sẵn như đồ hộp, thực phẩm đông lạnh đều có nhiều muối. Các nhà sản xuất đã cố gắng cắt giảm muối trong thực phẩm chế biến, nhưng phân lượng dùng vẫn còn cao. Lý do là khi thêm muối thì món ăn sẽ hấp dẫn hơn so với một món ăn nhạt phèo. Vì thế, các vị cao niên thường dùng nhiều muối gấp hai người thường, để thỏa mãn khẩu vị. Thành ra, đời cha ăn mặn, đời cha cao máu là vậy.

Để giảm muối thì cũng không khó khăn lắm, mà chỉ cần sự quyết tâm.

Khi nấu, nên cho muối hơi nhạt, rồi chêm mặn thêm khi ăn, nếu cảm thấy cần; xả bớt muối trong rau đóng hộp; để ý số lượng muối sodium trong nước uống vì nhiều nơi có lượng rất cao; đọc kỹ nhãn hiệu trên thực phẩm để biết rõ số lượng muối trong món ăn và dùng muối thay thế.

2- Rồi đến chất béo.

Chất béo trong máu nhiều quá sẽ làm các thành phần khác của máu kết dính với nhau, tim phải tăng sức co bóp để đẩy máu dính cục này vào động mạch và áp suất động mạch tăng theo.

Một số nghiên cứu cho thấy khi giảm chất béo thì huyết áp cũng giảm theo. Có ý kiến cho rằng giảm chất béo làm hạ huyết áp tốt hơn là giảm muối. Một vài loại cá chứa nhiều béo omega-3 lại làm hạ bệnh cao huyết áp.

3-Bệnh mập phì.

Rất nhiều kết quả nghiên cứu chứng minh sự liên hệ nhân quả giữa mập phì và huyết áp cao. Người mập có nguy cơ bị cao huyết áp hơn người không béo từ hai tới sáu lần. Theo một vài thống kê thì tới 60% người cao máu đều mập.

Lý do là khi ta mập thì trái tim phải làm việc liên tục nhiều hơn để cung cấp đủ máu cho khối lượng tế bào lớn hơn của cơ thể. Một lý do nữa là người mập dễ bị tiểu đường loại II, mà tiểu đường là một trong nhiều nguy cơ đưa tới cao huyết áp. Do đó, giảm ký thường là bước đầu trong việc trị cao huyết áp ở người mập.

Giảm tổng số calories tiêu thụ, giảm muối, tăng vận động cơ thể là những phương thức hữu hiệu để giảm ký. Bớt mập béo cũng giảm cholesterol, giảm tiểu đường và cuối cùng là giảm các nguy cơ bệnh tim mạch.

4-Một chút Rượu.

Thống kê cho hay, từ 5 tới 7% người cao huyết áp đều tiêu thụ nhiều rượu các loại. Chỉ cần 3 oz (100 phân khối) là đủ để nâng áp suất mạch máu lên 3 mmHg. Do đó, để ngừa cao huyết áp và nếu có uống rượu thì nên giới hạn ở mức độ 2 drinks mỗi ngày. Mỗi drink là 50 cc rượu mạnh, 150 cc rượu vang và 350 cc la de.

5-Vài muối khoáng như potassium (K), Magnesium, Calcium cũng có vai trò tuy khiêm nhường nhưng tốt đối với huyết áp.

Theo một số nghiên cứu, K giảm huyết áp bằng cách làm thư giãn mạch máu, lòng mạch máu rộng hơn, giảm lực cản máu lưu thông; làm tăng sự bài tiết nước và muối sodium khỏi cơ thể; làm giảm renin tiết ra từ thận. K có nhiều trong chuối, trái cam, trái bơ, khoai tây, hạt đậu.

Magnesium làm hạ huyết áp bằng cách làm giãn mở mạch máu, giảm lực cản động mạch. Mg có nhiều trong các rau có lá xanh, các loại hạt, thịt, cá, trứng.

Calcium làm giảm cao huyết áp gây ra do ăn nhiều muối sodium. Calcium có nhiều trong rau lá xanh, sữa, phomát, sữa chua, cá hộp sardine, salmon.

6- Nhiều Rau, Trái cây.

Thực phẩm thực vật cũng làm giảm cao huyết áp, đó là nhờ chất xơ trong trái cây và các chất chống oxy hóa như sinh tố C. Các chuyên nhà chuyên môn dinh dưỡng đã đưa ra một bản đề nghị dùng nhiều loại rau, trái cây, các loại hạt khác nhau. Tỏi, rau cần tây, mướp đắng, đã được dân gian ta dùng từ nhiều ngàn năm để chữa cao huyết áp vì tính cách lợi tiểu của chúng.

Ngoài ra, để kiểm soát huyết áp, người bệnh cũng cần có một chương trình vận động cơ thể đều đặn, vừa sức mình. Người không vận động dễ bị cao huyết áp hơn người vận động tới 30%. Sự vận động cơ thể đều đặn có thể làm hạ huyết áp tâm trương và tâm thu từ 6-7 mmHg.

Và Xin Có Đôi Lời Kết Luận Xây Dựng.

Nhiều thầy thuốc, nhiều nhà nghiên cứu y khoa học đã coi bệnh cao huyết áp như những "tên sát nhân thầm lặng". Vì nhiều người mắc bệnh cả dăm năm mà không biết cho tới khi tình cờ khám phá ra khi đi khám bệnh.

Có bệnh mà không điều trị thì tuổi thọ còn khoảng vài chục năm kể từ khi triệu chứng xuất hiện. Khi đã có biến chứng mà không thuốc thang thì sống được dăm bảy năm là giỏi. Còn nếu điều trị đàng hoàng thì tuổi thọ sẽ bình thường hơn.

Thành ra, sự lựa chọn là ở trong tầm tay của mọi người, có phải không thưa quý thân hữu?! ■

Các Infografik về Y khoa thường thức của nhóm Bác sĩ CN St (Đức)

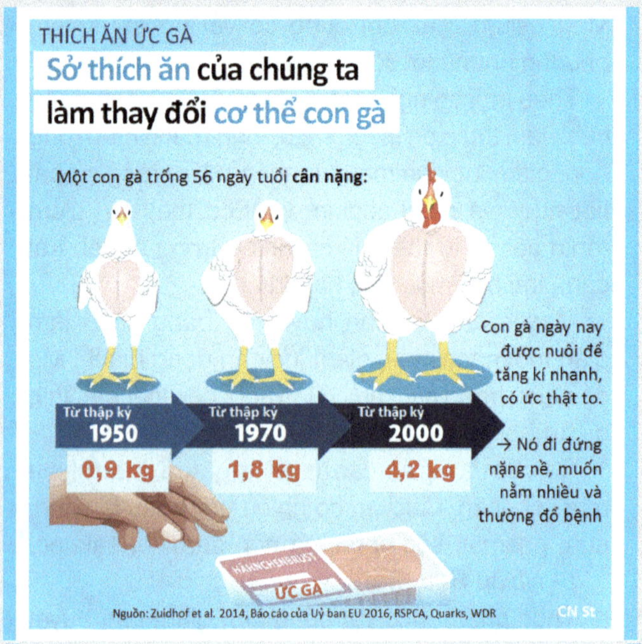

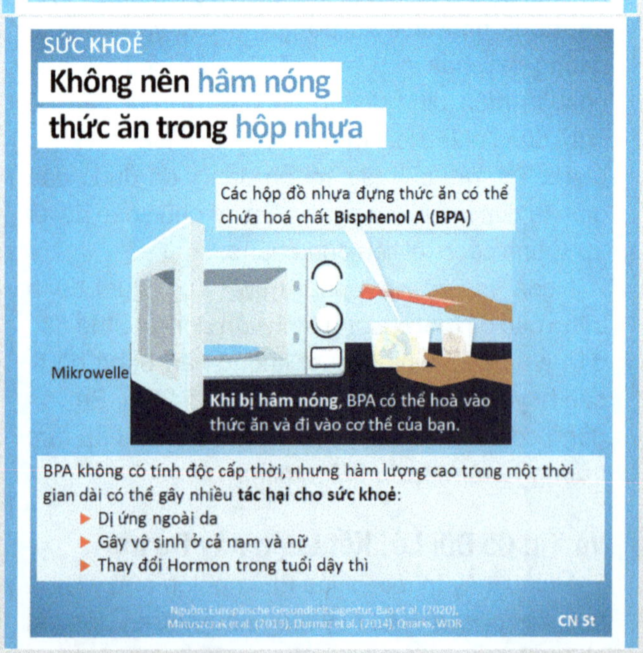

TIN PHẬT SỰ

Nguyên Đạo phụ trách

* LỄ ĐẶT VIÊN ĐÁ XÂY DỰNG HỌC VIỆN PHẬT GIÁO VIÊN GIÁC

Buổi sáng 25.05.24 trời quang mây tạnh, nhân dịp hàng ngàn Phật tử quy tụ về Tổ đình Viên Giác để đón mừng Đại Lễ Phật Đản Phật lịch 2568, Hòa Thượng Phương Trượng Thích Như Điển, Thượng Tọa Trụ Trì và chư Tôn Đức Tăng Ni long trọng tổ chức Lễ Đặt Viên Đá Đầu Tiên Xây Dựng Học Viện Phật Giáo Viên Giác.

Về phía quan khách người Đức nhận thấy có

- Bà Monica Plate, Thị trưởng thành phố Hannover (là Thủ đô tiểu bang Niedersachsen)

Quan khách Đại diện Quận Döhren-Wülfel, nơi Chùa Viên Giác đang trú ngụ, gồm có:

* Ông Jens Schade, Bezirksratsherr, Vorsitzender Sozialverband SoVD Hannover-Süd

* Bà Sarah Röttger, Fraktionsvorsitzender SPD * Đại diện Fraktionsvorsitzenderin Bündnis 90/Die Grünen.

*Kiến trúc sư Hoàng Thu Trang và các Kiến trúc sư, Kỹ sư cộng sự cho công trình xây dựng Học viện.

Và đông đảo những thành viên khác của chính quyền địa phương, cũng như đại diện Hội Phật Giáo, thân hữu của Chùa và Phật tử.

Mở đầu đoàn Lân của Gia Đình Phật Tử Đức Quốc cung thỉnh chư Tôn Đức Tôn Ni quang lâm khu lều dựng trên đất xây dựng học viện. Sau thời Kinh cầu nguyện Hòa

Thượng Phương Trượng nói về ý nghĩa việc Xây dựng Học Viện. Đây là một công trình không chỉ có ý nghĩa cho Phật Giáo Việt Nam tại nước Đức, mà còn mang ý nghĩa một khởi đầu cho việc đóng góp của văn hóa Phật Giáo nói chung, văn hóa Phật Giáo Việt Nam nói riêng vào công cuộc phát huy đạo Phật trên toàn cầu, ở mức độ hàn lâm. Đây chính là dấu mốc lịch sử quan trọng về sự hội nhập và phát triển của Phật Giáo Việt Nam của chúng ta tại xứ người. Từ bao lâu nay Trưởng lão Hòa Thượng Thích Tuệ Sỹ đã mong ước xây dựng một đại học Phật Giáo Việt Nam có tầm vóc học thuật và đào tạo, có thể sánh vai ngang hàng với các đại học Phật Giáo khác trên toàn thế giới.

Sau đó Thượng Tọa Trụ Trì, Kiến trúc sư Thu Trang trình bày về công trình xây dựng.

TT Hạnh Định, KTS Hoàng Thu Trang và Nhóm Kiến trúc Xây dựng

Hình thức cơ sở Học Viện có năm tầng từ dưới lên trên như hình trên gồm:

1) Tầng hầm rộng 1.000 m2 làm chỗ sinh hoạt cho Gia Đình Phật Tử và các phòng liên hệ khác.

2) Tầng trệt cũng 1.000 m2 gồm phòng đa dụng để hội họp, thuyết trình, giảng pháp, sinh hoạt văn nghệ, văn phòng, vệ sinh công cộng v.v...

3) Tầng 2 và tầng 3 gồm những lớp học, thư viện, chỗ lưu trú của các vị Giảng Sư và của Phật Tử.

4) Tầng cuối cùng gồm hai phần. Một phòng toạ Thiền rộng rãi cho Tăng Ni và Phật Tử và một nhà tưởng niệm Hòa Thượng khai sơn Tổ Đình Viên Giác.

Tổng kinh phí xây dựng dự khoảng 7.500.000,- Euro, dự định hoàn thành vào 2029, nếu chúng ta đủ kinh phí.

Bà Thị trưởng thành phố Hannover phát biểu

Đại diện Chính quyền Quận Döhren-Wülfel

Trong phần phát biểu của mình, bà Thị trưởng Thành phố Hannover nhắc lại những ấn tượng sâu sắc trong lần tiếp kiến Đức Đạt Lai Lạt Ma khi Ngài ghé thăm thành phố. Bà ca ngợi Phật Giáo là một tôn giáo yêu chuộng hòa bình và hy vọng công trình sớm hoàn thành. Cũng có nhiều phát biểu khác của đại diện các đảng và hội đoàn. Có nhiều quan khách và Phật tử đã xin cúng tịnh tài cho công trình, số lượng từ vài trăm Euro đến số lớn nhất là 40.000 €.

Buổi lễ kéo dài 3 giờ, kết thúc bằng phần "Đặt Viên Đá". Sau đó quan khách đi thăm viếng Chùa Viên Giác và dùng cơm trưa.

Chùa xin kêu gọi Quý Phật Tử xa gần hỗ trợ bằng cách đóng góp mỗi người hay nhiều người một mét vuông trong một hay nhiều lần, *một mét vuông xây dựng trị giá 1.500, Euro.*

Xin gởi tiền mặt hay chuyển vào Konto sau đây:

Người nhận: Viên Giác Institut
Nhà Bank: Sparkasse Hannover
Account Nr. 910 570 655
IBAN: DE 90 2505 0180 0910 5706 55
BI C(SWIFT Code) SPKHDE2HXXX

* Khóa Tu Học Phật Pháp Âu Châu Kỳ thứ 35, từ thứ hai 15.7.24 đến hết 24.7.2024 tại Na Uy.

Khi Báo Viên Giác số 262 này chuẩn bị lên khuôn thì GHPGVNTN Âu Châu khai mạc Khóa Tu Học Phật Pháp Âu Châu Kỳ thứ 35, từ *thứ hai 15.7.24 đến hết 24.7.2024 tại Oslo, Na Uy.* Chúng tôi sẽ có bản tin đầy đủ về Khoa Tu này vào số báo tới. Ở đây chỉ xin ghi sơ bộ vài con số và một số hình ảnh ban đầu.

Tổng cộng học viên tham dự: **868** vị.

Trong số đó có:

*__Chư Tăng Ni: 150 vị__

(chư Tăng: 64 vị, chư Ni: 86 vị).

*__Quý Học Viên Cư sĩ: 718 vị__

(Nam 191 vị, Nữ 401 vị),

*Học Viên **Đại Học Oanh Vũ 56 em**,

***Gia Đình Phật Tử Âu Châu 70 vị**.

Tuổi nhỏ nhất sinh ngày 24/3/2022 là 3 tuổi và lớn nhất 16/6/1927 - 98 tuổi. ■

Sau đây là một số hình ảnh tiêu biểu:

CHƯƠNG TRÌNH HOẰNG PHÁP & VẬN ĐỘNG XÂY DỰNG HỌC VIỆN

TẠI HOA KỲ TỪ 05.10 ĐẾN 20.10.2024

Chùa Viên Giác

Hannover Đức quốc

Phái Đoàn Hoằng Pháp Âu Mỹ tại Hoa Kỳ

Chương trình Nghe Pháp / Huân tu / Bữa Cơm Chay & Văn Nghệ nhằm

Gây Quỹ Xây dựng
Học Viện Phật Giáo Viên Giác tại Đức Quốc

TRƯỞNG ĐOÀN
Hòa Thượng Thích Như Điển -
Phương Trượng Tổ đình Viên Giác Đức quốc

05.10.24
-
20.10.24

Chư Tôn Đức thành viên Đoàn gồm có

Hòa Thượng
Thích Thông Triết

Thượng Tọa
Thích Hạnh Đức

Thượng Tọa
Thích Hạnh Tuệ

Thượng Tọa
Thích Hạnh Định

Thượng Tọa
Thích Thiện Trí

& Chư Tôn Đức tháp tùng

Chương trình gồm (rút gọn)

Sáng: Tụng Kinh và huân tu Tịnh Độ
Chiều: Huân tu Tịnh Độ, Nghe pháp
Tối: Buổi cơm chay, văn nghệ

Thứ bảy, ngày 05.10.24 TRUNG TÂM SANGHA 7641 TALBERT AVE **HUNTINGTON BEACH, CA 92648**	**Thứ bảy, ngày 12.10.24** Trường YERBA BUENA HIGH SCHOOL 1855 LUCRETIA AVE **SAN JOSE, CA 95122**	**Chủ nhật, ngày 20.10.24,** DALLAS 3677 W EMPORIUM CIR, **MESQUITE, TX 75150**

Nguyên Đạo phụ trách

GIỚI THIỆU SÁCH MỚI

Trương Văn Dân

Trò Chuyện Với Thiên Thần, Những Tai Họa Thế Giới Và Giấc Mơ Việt Nam

NXB Tổng Hợp TPHCM, 2020

376 tr., khổ 16x24 cm.

(…) Trong tiểu thuyết "Trò chuyện với thiên thần" nhà văn Trương Văn Dân mời chúng ta suy nghĩ theo hướng tích cực, nhưng không phải là những suy nghĩ trừu tượng vì anh luôn đi bằng đôi chân chạm đất, nhìn sâu vào quan hệ giữa người với người cũng như quan hệ của những thành viên trong gia đình. Anh mời chúng ta suy nghĩ về vai trò của con người trong xã hội, đồng thời vạch cho chúng ta thấy tất cả những khía cạnh về vai trò làm cha, làm mẹ, làm con trong một thế giới đang ầm ầm lao tới phía trước bằng một vận tốc kinh hoàng.

Đây là một quyển sách để chúng ta dừng lại và suy nghĩ: "Người ta cho rằng toàn cầu hóa đã biến trái đất thành 'phẳng', chúng ta có thể đến mỗi điểm, mỗi nơi trên trái đất trong tức khắc, kỹ thuật đã giúp kết nối mọi nước trên trái đất, nhưng con người thì càng lúc càng cô đơn"….

(Trich Elena Pucillo Truong: *Lắng nghe. Dừng lại và Suy ngẫm*).

Nguyễn Sĩ Long

MÙA XUÂN TRONG KHÓI SÚNG

Tuyển tập thơ văn

Trầm Sen, 2024

285 trang, khổ 20,5x13,5 cm.

(…) Đây là những câu chuyện với nội dung được kể lại sát với thực tế về những gì đã xảy ra ở trong và ngoài nước mà tác giả đã có một thời cư trú như ở Huế (1965-1974), Sài Gòn (1974-1987), Palawan (1987-1988) và cuối cùng là ở Áo từ 12.1988 cho tới bây giờ…

(trích "Lời Ngỏ" của tác giả Nguyễn Sĩ Long)

Lâm Minh Anh
TẢN MẠN VỀ NHO TỰ VÀ VĂN HÓA HOA HẠ

Viên Giác Tùng Thư, 2023
Xuất bản và phát hành trên mạng Amazon.
493 tr., khổ 6x9 inches

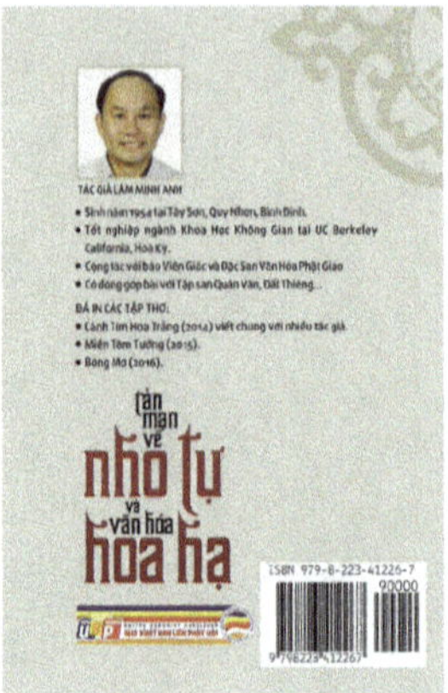

[...] Tại Việt Nam, từ thời xa xưa cũng đã quen gọi những người có học thức là nho sĩ. Chữ Nho luôn được xem là biểu tượng của tri thức. Như vậy, danh xưng Nho tự hay chữ Nho đã được dùng để chỉ hệ thống chữ viết của Trung Hoa từ rất sớm. [...]

Do vậy, trong sách này vẫn dùng tên gọi Nho tự. Độc giả có thể xem đây là những bài viết giới thiệu sơ lược, trình bày đủ loại đề tài, thể dạng, ôn lại những chuyện cổ xưa trên nhiều lãnh vực như văn chương, thi ca, ngôn ngữ, giáo dục, tôn giáo, chính trị, xã hội... thông qua hạt nhân văn hóa Nho tự để những nét của chữ viết tự nó diễn giải. Độc giả cũng sẽ dễ dàng nhận ra người viết đã khai triển mạch sống theo tinh thần "ôn cố tri tân" từ nhiều góc nhìn với một hoặc nhiều trích dẫn theo một số kinh điển, thư tịch của cả Nho, Lão, Phật, trong mối tương quan nhân sinh...

(trích "Lời Thưa" của tác giả Lâm Minh Anh).

Tác giả và Viên Giác Tùng Thư đã tổ chức buổi Giới thiệu sách tại Tổ đình Viên Giác Hannover trong dịp Đại lễ Phật Đản Pl. 2568 (5/2024). Số tiền thu được qua việc phát hành 40 cuốn sách tác giả đã cúng hoàn toàn vào Quỹ Xây Dựng Học Viện Phật Giáo Viên Giác tại thành phố Hannover Đức Quốc). ■

Tường thuật buổi Lễ Gây Quỹ Xây Dựng Học Viện Phật Giáo Viên Giác

tại Bad Homburg ngày 13.07.2024

Sáng sớm ngày thứ bảy 13.07.2024, vừa bước vào cửa Vereinshaus Gonzenheim Bad Homburg tôi đã thấy mọi người có mặt và đã mặc áo tràng chuẩn bị cho khóa lễ. Gặp ngay một người có khuôn mặt quen chạy tới ôm chào hỏi "Ô! cô, lâu quá con mới thấy cô, cô nhớ con không?". Tôi hơi ngượng lắc đầu, ngập ngừng: "Lâu rồi không sinh hoạt cộng đồng, cho cô xin lỗi, cô không nhận ra " – "Con là Hợp" – "Ồ cô nhớ ra rồi, Hợp là người hay nấu thức ăn chay cho mỗi khóa tu, một phật tử thuần thành, chỉ lo cho người tu học mà quên mình. Công đức vô lượng ".

Hợp cười vui vẻ bảo: "Cô lên lầu ngay đi, sắp tới giờ lễ Phật rồi". Cảm động làm sao! Cám ơn Hợp nhiều lắm.

Hòa Thượng Như Điển gặp chú ốc trên đường đi dạo, nâng chú trên tay và làm lễ Quy y cho chú (Ảnh minh họa của Nguyên Đạo).

Tôi vội mặc vội áo tràng đi nhanh lên lầu, tới nơi nhìn vào phòng Chư Tăng đã thấy Chư Tôn Đức ngồi đó đông đủ. Thầy Phương Trượng (HT Như Điển) vẫy tay gọi con vào đây. Thầy lại hỏi: "Có biết thầy này không? Những vị này?". Tôi thưa: "thưa Thầy con không biết". Thầy giới thiệu "Đây là thầy Hạnh Hòa, sư cô Tịnh Nghiệp, sư cô Chân Đàn, sư cô Trung Dung" con chắp tay cung kính chào từng vị.

Thầy lại nói tiếp: "đây là cô Diệu Danh đọc và thu âm các bài của Thầy, cho chùa Viên Giác, Quảng Đức, rất là tốt, dù đôi khi không khỏe". Lúc đó con hết sức cảm động, con không ngờ, nhân duyên này do chị Diệu Trí cách đây bốn năm chở con đến Tổ Đình Viên Giác dự lễ thất tuần Đức Đệ Ngũ Tăng Thống, Thầy đã tạo cơ hội cho con để con có duyên lành được đọc kinh điển và những lời dạy của chư Tôn Đức, để con trưởng dưỡng tâm linh, cái mà hầu như suốt cuộc đời con quên lãng.

Nhân có anh chị Thành cúng dường chậu sen, Thầy đọc:

"Hôm qua tát nước đầu đình
Để quên cái áo trên cành hoa sen"

Thầy hỏi : *Hoa sen hay sim?*

Chị Thành nhanh nhẩu trả lời: *Hoa sen làm sao được, gãy cành!*

Mọi người đều cười vui vẻ.

Thật là vui trong tình thầy trò khi trở về với mái ấm gia đình tâm linh.

Nhân việc Phật tử Chí in hình Thầy cầm con ốc trên tay với nụ cười hiền hòa như đang nói chuyện với chú ốc. Đây là bức hình mà con cho là đẹp nhất, thể hiện tâm từ bi qua lời kinh Đức Phật dạy:

"Không bỏ sót một hữu tình nào
Kẻ ốm yếu hoặc người khỏe mạnh
Giống lớn to hoặc loại dài cao
Cỡ trung bình hoặc ngắn, nhỏ, thô.
Có hình tướng hay không hình tướng
Ở gần ta hoặc ở nơi xa
Đã sinh rồi hoặc sắp sinh ra
Cầu cho tất cả đều an lạc"

Thầy kể cho chúng con nghe, qua Úc Thầy đã quy y cho cả ngàn con kiến, con sên. Con thưa: "trong đó có con từ kiếp nào".

Cảm tác khi nhìn bức hình Thầy con viết:

Bóng Hoàng Y

Nhìn hình ảnh minh họa
Thầy cầm ốc trên tay
Với nụ cười hiền hậu
Tay nâng con ốc sên
Đang lăn tròn xuống cỏ
"Ốc ơi, ốc đừng sợ!
Đến đây Thầy quy y
Kiếp sau thoát thân ni
Trở thành người tu học
Biết rõ lối đi về"
Bóng hoàng y lộng gió
Thầy thả chú ốc bò
Trên cỏ rêu xanh mịn
Khí trời hôm nay đẹp
Gió Thanh Lương thổi nhẹ
Văng vẳng tiếng chuông chùa
Ốc không còn bơ vơ!
Chân thiền sư rảo bước
Mây trắng nhè nhẹ bay.

Đúng mười giờ rưỡi buổi lễ bắt đầu. Hôm nay

mọi người đến đông, không khí thật trang nghiêm, thanh tịnh, mọi người đều hoan hỷ như trong một gia đình lớn, khác hẳn buổi lễ ở Hanau ngày 2.6.2024 vừa qua mà con cũng đã tham dự.

Chúng con rất vui. Anh chị Thành cũng như con đều nói nhờ có Thầy về, nhờ đức độ của Thầy, và nhất là bốn chương trình gây quỹ cho chị Nguyên Ngọc phát khởi được đăng trên báo Viên Giác số 260 nên mọi người biết đến và hăng hái về tham dự.

Chúng con đồng hướng về Tam Bảo đọc tụng kinh cầu an, đặc biệt hôm nay chư Đại Đức Tăng Ni có buổi lễ cầu siêu cho ông Nguyễn Văn Định, pháp danh Đồng Huệ Chí vừa mất hôm thứ sáu tuần trước 5.7.2024, các người con hiếu hạnh của Ông đã nhân dịp có Phương Trượng Tổ Đình Viên Giác về làm chủ lễ đã thỉnh cầu Hòa Thượng Phương Trượng cùng chư Tăng Ni làm lễ cầu siêu cho cha mình. Tăng Đoàn đã hoan hỷ nhận lời.

Sau thời kinh HT Phương Trượng có bài pháp thoại. Lẽ ra Hòa Thượng giảng về Tâm Kinh Bát Nhã, như một Phật tử thỉnh cầu, nhưng Hòa Thượng nói: Vì thời gian ngắn, hơn nữa đề tài này rất cao, sợ những người sơ cơ không hiểu, nên Hòa Thượng chuyển qua đề tài phù hợp cho ngày hôm nay nhân có lễ cầu siêu cho hương linh phật tử Đồng Huệ Chí đó là đề tài về *Trung Ấm Thân,* có nghĩa là một tâm thức sau khi mất sẽ đi đầu thai như thế nào (sau khi thân tứ đại ở cõi Ta Bà này chấm dứt, giữa khoảng thời gian đã chết và thời gian chưa tái sanh vào cảnh giới khác, trải qua 49 ngày, người chết có một cái thân gọi là thân trung ấm hay thần thức mà người ta gọi là linh hồn) để khai thị cho hương linh người quá cố, và cho các con của ông Định hiểu thêm, cũng là để an ủi, xoa dịu cho các con của Ông.

HT Phương Trượng cũng giải thích mọi thắc mắc về nghi lễ, về việc thất tuần cầu siêu cho người quá cố, Hòa Thượng nhắc nhở các người con nên ăn chay trong vòng bốn mươi chín ngày, làm việc phước thiện để hồi hướng cho cha mình.

Kèm theo để bầu không khí bớt căng thẳng, được vui tươi, HT Phương Trượng đã kể một câu chuyện vui về việc thủ tiết thờ chồng, cả đạo tràng đều vỗ tay tán thưởng.

Con được biết ông bà Nguyễn Văn Định khi xưa tặng Chi Hội một tượng Phật để lập bàn thờ cho trang nghiêm, mỗi khi có khóa tu bà con tụ hội về đảnh lễ Phật. Sau này HT Phương Trượng tặng cho mỗi chi hội một tượng Phật, tượng của ông bà Định tặng trước đây được mang về Viên Giác. Âu đó cũng là nhân duyên, là quả phước mà ông Định đã nhận được, lúc ông mãn phần: HT Phương Trượng về để cầu siêu, để tiễn hương linh ông Định về thế giới Cực Lạc.

Sau thời pháp, Thầy mời chị Nguyên Ngọc Phạm Thị Bích Thủy là người khởi tâm làm bốn chương trình gây quỹ cho việc xây dựng học viện lên phát biểu, chị quỳ cung kính bẩm bạch Ôn, thành kính tri ân Ôn đã thành lập ngôi chùa Viên Giác đầu tiên, giọng chị nhẹ nhàng, lên trầm xuống bổng, chị nói lưu loát, tiếc rằng con không nghe rõ, nên không viết lại từng câu, từng chữ được.

Thầy kết thúc buổi cầu nguyện và thuyết pháp, rồi mời đại chúng dùng ngọ. Hôm nay chúng con được cùng chung với quý Thầy, Cô dùng bữa cơm chay thanh tịnh, khắn khít trong tinh thần lục hòa, nên cơm ăn rất ngon, khác hẳn lần gây quỹ đầu tiên ở Hanau.

Thầy cũng không quên trước khi thọ trai đã mời năm người trong ban ẩm thực, nấu thức ăn cúng dường Chư Tôn Thiền Đức và cho đại chúng dùng, để ngợi khen và tán thán, mà thầy Trụ Trì có nhắc tới: công đức này những người nấu ăn nhận được một nửa. Mọi người đều vỗ tay để tỏ lòng cám ơn, khen ngợi.

Sau bữa ăn, chúng con được nghỉ nửa tiếng rồi thầy trụ trì Hạnh Định hướng dẫn đi kinh hành, ngồi thiền và nghe pháp. Cuối cùng thầy Hạnh Định tâm tình về sự hoằng dương Phật Pháp, đưa giáo lý Phật Đà vào xã hội Tây Phương, Thầy nói sơ về việc công trình xây dựng viện Phật Học Phật Giáo Viên Giác:

Hình thức cơ sở học viện có 5 tầng từ dưới lên trên:

1- Tầng hầm rộng 1000 m^2 làm chỗ sinh hoạt cho Gia đình Phật Tử và các phòng liên hệ khác.

2- Tầng trệt cũng 1000 m^2 gồm phòng đa dụng

để hội họp, thuyết trình, giảng pháp, sinh hoạt văn nghệ, văn phòng, vệ sinh công cộng v.v...

3- Tầng 2 & 3 mỗi tầng cũng 1000 m^2 gồm những lớp học, thư viện, chỗ lưu trú của các vị Giảng Sư và của Phật tử.

4- Tầng cuối cùng 1000 m^2 gồm hai phần: một phòng tọa thiền rộng rãi cho Tăng Ni và Phật tử và một nhà tưởng niệm Hòa Thượng khai sơn Tổ Đình Viên Giác.

Dự định năm tới sẽ khởi công, tới năm 2029 hy vọng công trình sẽ thành tựu.

Tới đây thì HT Phương Trượng bước vào, Hòa Thượng trình bày bổ túc, và cám ơn những bàn tay đóng góp trong đó có cô Kiến trúc sư Thu Trang vẽ họa đồ và cố vấn cho cả công trình xây dựng. Lẽ ra Chùa phải trả 10%, nhưng cô phát tâm cúng dường cho chùa. Số tiền lên đến khoảng tám trăm ngàn.

Hòa Thượng Phương Trượng mời bác sĩ Hà Thị Ánh Lan lên cho biết kết quả thu góp hôm nay. Trong niềm hoan hỷ, bác sĩ bạch với Hòa Thượng được tất cả 4.500€ chung với những tiền mà cô quyên góp khắp nơi kể cả bệnh nhân. Thật là công đức không nhỏ, vừa là bác sĩ chữa thân bệnh cho bệnh nhân, vừa là bác sĩ giúp người tưới tẩm hạt giống bồ đề, đáng được mọi người tán dương. Ngoài ra các người con của ông Định cúng dường 5000€ để hồi hướng cho Cha trong việc xây dựng Phật Học Viện. Một vị Phật tử mà con không biết tên cũng đứng lên phát tâm xin cúng dường 10% khi cô bán được miếng đất 200m^2 ở Việt Nam.

HT Phương Trượng cũng yêu cầu thầy Trụ Trì Thích Hạnh Định bật mí số tiền ở Đức đến nay thu được khoảng 900.000€, quả là số tiền không nhỏ trong thời gian ngắn, mọi người đều vui mừng. HT Phương Trượng cám ơn và hồi hướng công đức cho tất cả.

Sẵn dịp này chị Nguyên Ngọc Phạm thị Bích Thủy cũng xin phép Hòa Thượng cho tổ chức khóa tu cho những lần tới, cũng để quyên thêm tịnh tài xây cất Học viện. Hòa Thượng ôn tồn dạy: "Ở đây Thầy cũng cám ơn sự quan tâm, nhưng Thầy đề nghị gom lại một lần thôi, chứ như kỳ này bốn lần cũng đã mệt mỏi cho các Phật tử rồi". Lời nói của Thầy làm mọi người vô cùng cảm động, Thầy luôn để ý, quan tâm cho Phật tử. Buổi tụng kinh, thuyết pháp, tâm tình đến đây kết thúc, Thầy mời tất cả phật tử lên chụp chung tấm hình để lưu niệm.

Xong, Thầy đi quan sát, thăm hỏi ngợi khen các Phật tử gần xa đã về đây cùng nguyện cầu, của ít lòng nhiều, người góp công, kẻ góp của. Thầy từ giã chúng con và cho biết Thầy lên ngồi chờ buổi văn nghệ mở màn để Thầy lên nói vài lời. Nghĩa cử ấy của Thầy là bài học dạy cho chúng con rằng: lòng biết ơn người đã góp phần cho ta trong cuộc đời này, dù nhỏ bé.

Thầy lên ngồi đó đợi khoảng mười lăm phút, một mình giữa những hàng ghế trống trơn thì Tuyết một Phật tử ở Odenwald tới nhắc chị Nguyên Ngọc, 6 giờ chiều mới bắt đầu chương trình văn nghệ, còn tới hai tiếng nữa, nên lên thưa với Hòa Thượng để Ngài nghỉ ngơi. Các chị sợ không dám thưa với Thầy, con nói để con lên bạch với Thầy, sau khi nghe con thưa trình, Thầy nói vậy Thầy phải đi kẻo trễ. Nhìn theo bóng Thầy ra cửa chúng con cùng cầu nguyện cho Thầy luôn khỏe, một ngày thật tràn đầy an lạc, vì có bóng hoàng y của Thầy đã đem lại sự hòa hợp, niềm hoan hỷ cho mọi người quên hết cả muộn phiền, tranh chấp nhỏ nhoi, từ đó con nhận ra rằng: bất cứ việc làm gì mà mình vì lợi ích chung, không vì tự ngã của mình thì đều thành tựu.

Năm giờ con cũng về, thấy ca sĩ và mọi người đang từ từ tới, những chiếc áo dài lộng lẫy, trời hôm nay nắng đẹp long lanh như cùng chung niềm vui với mọi người.

> Tới giờ khi ngồi viết những dòng chữ này con vẫn thấy niềm hỷ lạc, và con ước mong tất cả đều được như vậy, hãy cho nhau những gì đẹp từ tâm mình. Cám ơn Thầy và Tăng Đoàn đã đến cho chúng con niềm vui.

Cám ơn tất cả những người hiện diện trong buổi lễ này đã trở về nơi đây để cùng hòa nhịp trong mái nhà tâm linh, bất vụ lợi.

Cám ơn đất trời hôm nay cho màu nắng ấm để rồi trong niềm vui đó đã đem được sự hỷ lạc, an vui cho tất cả.

Cầu nguyện cho hương linh ông Nguyễn văn Định, pháp danh Đồng Huệ Chí sớm vãng sanh Cực Lạc.

Nguyện đem công đức này
Hướng về khắp tất cả
Đệ tử và chúng sanh
Đều trọn thành Phật Đạo ■

Đức Quốc 15.7.2024

TIN SINH HOẠT CỘNG ĐỒNG

Đại Nguyên phụ trách

Tin tại Đức: Ngày 28/ 6 Lễ Cầu Siêu Và Chiếu Phim Thuyền Nhân Hành trình 50 Năm Tại Chùa Viên Giác, trước khi chiếu phim được Hòa Thượng Thích Như Điển cùng Tăng Ni, Phật tử và đồng hương đọc kinh cầu nguyện cho Linh hồn những người đã mất trên đường vượt biển đã qua đời. Buổi trình chiếu phim này được Vũ Nhân phóng viên của báo SBTN tường trình trên youtube.com. Từ tháng 6 đến tháng 7 trong những dịp cuối tuần qua nhiều nơi đã trình chiếu phim Thuyền Nhân Hành trình 50 năm của đạo diễn Thanh Tâm, được đồng hương là Thuyền nhân người Việt ủng hộ khắp nơi.

Ngoài ra chúng tôi cũng nhận tin của Hội cựu Quân Cán Chính VNCH tổ chức buổi kỷ niệm ngày QUÂN LỰC VNCH 19/6. tại Odenwald ngày 22/6.

Tin tại Hoa Kỳ: WESTMINSTER, California (NV) – Thứ Bảy, 15 Tháng Sáu. Lễ Kỷ Niệm Ngày Quân Lực VNCH lần thứ 59 do Liên Hội Cựu Chiến Sĩ VNCH Nam California tổ chức tại Tượng Đài Chiến Sĩ Việt-Mỹ.

Nghi thức khai mạc Kỷ Niệm Ngày Quân Lực

(Hình: Lâm Hoài Thạch/Người Việt)

Đây cũng là dịp để vinh danh và truy điệu hương linh các tử sĩ thuộc quân, binh chủng Quân Lực VNCH và đồng minh đã hy sinh để bảo vệ miền Nam Việt Nam trước năm 1975.

Đã 49 năm qua, các cựu chiến sĩ VNCH, tuy không còn tại ngũ nhưng vẫn tề tựu bên nhau trong lễ kỷ niệm Ngày Quân Lực, nhằm hun đúc ý chí đấu tranh và nhắc nhở nhau trách nhiệm vẫn chưa tròn. Họ là những người không ngừng tranh đấu cho tự do, dân chủ, nhân quyền, và sự vẹn toàn lãnh thổ Việt Nam.

Lễ kỷ niệm Ngày Quân Lực có sự tham dự của nhiều cựu quân nhân thuộc nhiều binh chủng VNCH, các Hội đoàn của Cộng đồng Việt Nam, cùng quan khách, dân cử địa phương, và đồng hương xa gần.

Chủ tọa là cựu Trung Tá La Trinh Tường, nguyên Tiểu Đoàn Trưởng Tiểu Đoàn 1 Nhảy Dù Quân Lực VNCH. Điều hợp chương trình là Không Quân Nguyễn Văn Chuyên và Hải Quân Đinh Quang Truật. Sau nghi thức khai mạc là phần phát biểu của Mũ Đỏ Nguyễn Văn Hùng, Chủ tịch Liên Hội Cựu Chiến Sĩ VNCH, Trưởng ban Tổ chức.

Ông nói: "Sau cuộc chính biến, đảo chánh lật đổ Tổng Thống Ngô Đình Diệm vào năm 1963, sự bất ổn của chính quyền và quân đội VNCH bị suy yếu trầm trọng bởi tình trạng chỉnh lý, tranh giành quyền lực giữa các tướng lãnh quân đội, cũng như nền kinh tế của miền Nam lúc đó thật bi đát. Lợi dụng tình thế bất ổn này, Cộng Sản Bắc Việt đưa quân chính quy ồ ạt xâm nhập vào miền Nam. Trước tình trạng nguy ngập đó, chính phủ dân sự Phan Khắc Sửu quyết định trao trách nhiệm và quyền hành lãnh đạo quốc gia cho quân đội VNCH".

"Sau đó, một buổi lễ ra mắt Ủy Ban Lãnh Đạo Quốc Gia và Ủy Ban Hành Pháp Trung Ương được long trọng tổ chức tại thủ đô Sài Gòn vào ngày 19 Tháng Sáu 1965. Hai Ủy ban này đã tuyên thệ trung thành với tổ quốc, chỉ huy quân đội VNCH trong công cuộc bảo vệ đất nước. Từ đó, ngày 19 Tháng Sáu là một ngày lịch sử, có tên là Ngày Quân Lực".

Ông La Trinh Tường phát biểu: "Sau 49 năm nhìn lại, vai trò của các cựu quân nhân VNCH vẫn chưa tròn nhiệm vụ của người trai thế hệ là chiến đấu để bảo vệ lãnh thổ và đồng bào miền Nam, trước 1975. Anh em cựu quân nhân chúng tôi vẫn luôn trăn trở với châm ngôn 'Tổ Quốc, Danh Dự và Trách Nhiệm'."

"Vì thế, chúng tôi vẫn luôn mong mỏi và kêu gọi sự đoàn kết của các cựu quân nhân VNCH sát vai cùng đồng hương hải ngoại. Vì tập thể, vì tiếng nói chung, xin anh em bỏ qua những dị biệt cá nhân để chúng ta cùng xây dựng một Cộng đồng người Việt tỵ nạn Cộng Sản tại hải ngoại, luôn đấu tranh cho Việt Nam được tự do, dân chủ, và nhân quyền thật sự. Hằng năm, chúng ta tổ chức kỷ niệm Ngày Quân Lực, chúng ta không quên tưởng nhớ đến những anh hùng tử sĩ đã vị quốc vong thân, trong đó có đồng đội và đồng minh đã nằm xuống cho lãnh thổ và sự an bình của đồng bào miền Nam".

Trong hàng hậu duệ Quân Lực VNCH đến dự, có Bác Sĩ Nguyễn Hoàng Quân, Giám đốc Viện Bảo Tàng Quân Lực Việt Nam Cộng Hòa. Ông nói: "Suốt 21 năm đấu tranh gian khổ chống lại tập đoàn độc tài CSVN, những người lính VNCH đã thể hiện lòng dũng cảm và kiên cường khi đối mặt với địch quân. Họ đã chiến đấu với quyết tâm và thể hiện sự cam kết với sứ mệnh 'Bảo Quốc, An Dân', nhằm bảo vệ lãnh thổ miền Nam và nền dân chủ của VNCH".

"Tinh thần của Quân Lực VNCH vẫn sống mãi trong ký ức của những cựu chiến sĩ, và trong di sản lâu dài của tự do, dân chủ mà họ đã chiến đấu để bảo vệ. Hôm nay, khi chúng ta đang đứng ở đây, trên mảnh đất tự do này, chúng ta hãy biết ơn những người chiến sĩ can đảm. Sự phục vụ và hy sinh của họ đã mở đường cho cuộc sống tự do và cơ hội thịnh vượng, mà tất cả chúng ta đang tận hưởng tại Hoa Kỳ hôm nay".

Sau đó là nghi thức đặt vòng hoa của nhiều Hội đoàn, lễ truy điệu, và lễ dâng hương trước bàn thờ Tổ Quốc. Cuối cùng là nghi thức đặt và thâu quân kỳ rủ. Cô Michelle Đỗ, đại diện Thượng Nghị Sĩ Janet Nguyễn, trao bằng khen cho Ban tổ chức. Buổi lễ còn có chương trình văn nghệ hát cho Ngày Quân Lực, do các ban văn nghệ của nhiều hội đoàn trình diễn.

19/06/2024 Tin tóm lược báo Người Việt

ĐẠI LỄ KỶ NIỆM NGÀY KHAI SÁNG PHẬT GIÁO HÒA HẢO

Santa Ana– vào lúc 10 giờ sáng Chủ Nhật ngày 23 tháng 6 năm 2024. Tại Hội Quán Phật Giáo Hòa Hảo số 2114 W. McFadden Ave, Santa Ana CA 92704 do Đồng Đạo Trần Văn Tài làm Hội trưởng Ban Trị Sự Phật Giáo Hòa Hảo Miền Nam California đã long trọng tổ chức Đại Lễ 18 Tháng 5 Kỷ Niệm Năm Thứ 85 Ngày Đức Huỳnh Giáo Chủ Khai Sáng Nền Đạo Phật Giáo Hòa Hảo.

Buổi lễ có sự hiện diện của ông Nguyễn Thanh Giàu, Hội Trưởng Ban Trị Sự Trung Ương Hải Ngoại/Giáo Hội PGHH; Ông Trần Văn, HT. Thích Minh Mẫn, Viện Chủ Chùa Huệ Quang, dân cử có Dân Biểu Tiểu Bang ông Tạ Đức Trí cùng một số đông quý vị nhân sĩ, đại diện các chính đảng, các Hội đoàn, Đoàn thể trong cộng đồng, các cơ quan truyền thông và đồng hương.

Mở đầu buổi lễ với phần nghi thức lễ chào quốc kỳ Việt Nam Cộng Hòa, Hoa Kỳ, đạo kỳ PGHH và phút mặc niệm. Tiếp theo, ông Nguyễn Đắc Thành, Phó Hội Trưởng Nội Vụ BTS/PGHH/Miền Nam Cali và là Trưởng Ban tổ chức Đại Lễ lên chào mừng quan khách và tuyên bố khai mạc...

Trong dịp này Dân Biểu Tạ Đức Trí, trong lời phát biểu ông đã cảm ơn Ban tổ chức đã cho ông có đôi lời bày tỏ về sự ra đời của nền đạo PGHH và sau đó ông cũng đã trao bằng tưởng lệ của văn phòng Quốc Hội Tiểu Bang đến Ban Trị Sự Phật Giáo Hòa Hảo Nam California.

Ngoài ra, cuộc gặp gỡ này sẽ không thực hiện được nếu không có sự giúp đỡ của Giáo sư Pascal Bourdeaux, một nhà sử học chuyên nghiên cứu về tôn giáo Phật Giáo Hòa Hảo cùng một số chuyên gia trong lĩnh vực này. Giáo sư Pascal cũng gửi lời chào đến quý vị và hy vọng sang năm ông cũng sẽ đến đây gặp gỡ và thảo luận cùng quý vị về cuốn sách của ông mới xuất bản. Cuốn sách có tựa đề là BOUDDHISM HOA HAO, D'UN ROYAUME L'AUTRE, viết bằng Pháp ngữ, ông cũng mong rằng sẽ được dịch sang Anh ngữ trong tương lai...

Sau hết, lời cảm tạ của ông Trần Văn Tài, Hội Trưởng Ban Trị Sự PGHH/Miền Nam California gởi đến quý quan khách và đồng đạo đến tham dự buổi lễ. Ông cũng chân thành cám ơn quý đồng đạo đã góp công sức trong việc tu bổ sửa chữa Hội Quán Phật Giáo Hòa Hảo Miền Nam California được khang trang. Ông cũng gởi lời mời quý quan khách và đồng đạo dùng bữa cơm chay do Ban Phụ Nữ PGHH khoản đãi.

Đại Lễ 18 Tháng 5 Kỷ Niệm Năm Thứ 85 Ngày Đức Huỳnh Giáo Chủ Khai Sáng Nền Đạo Phật Giáo Hòa Hảo năm 2024 được kết thúc tốt đẹp trong tinh thần cởi mở, thân thiện đầy đạo vị và tình cảm thân thương của của các thân hữu và đồng đạo đang sinh sống tại miền Nam California.

Tin tóm lược của (Bình Sa) Việt báo.

HAMBURG: LẦN ĐẦU TIÊN LỚP VIỆT NGỮ CHO MỌI HỌC SINH TRUNG HỌC Ở ESTHER BEJARANO SCHULE HAMBURG

Tin của Đoàn Hải Yến

Tháng hai năm 2023, trường Esther Bejarano ở Hamburg-Bahrenfeld đã mở ra thành công một lớp học tiếng Việt cho các em học sinh từ lớp 5 đến lớp 11 theo chương trình "Tiếng nói của cội nguồn" do thành phố Hamburg đài thọ.

Cô giáo bộ môn với tất cả nhiệt huyết và tâm chí chăm chút đến từng em học sinh. Cô lập ra những buổi học ngoài trời, cùng nấu ăn, tìm hiểu trang phục truyền thống… Mặc dù trình độ của từng em học sinh thật khác biệt, nhưng sau một năm các em không những đã nắm vững được bảng chữ cái mà còn hiểu một phần ngữ pháp, cũng như cách đặt câu trong tiếng Việt. "Phong ba bão táp không bằng ngữ pháp Việt Nam", ai đã từng học tiếng Việt hẳn đã nghe câu nói này.

Trên trang thông tin của trường Esther Bejarano cũng nói về mục đích và sự đánh giá của việc truyền lại tiếng Việt cho các em Việt Nam đã sinh ra hay lớn lên tại Đức:

"Đa ngôn ngữ là một kỹ năng giá trị: *Rất nhiều em học sinh của chúng tôi lớn lên với khả năng đa ngôn ngữ. Sự đa ngôn ngữ với chúng tôi là một kỹ năng cao cấp cần được thúc đẩy. Tuy nhiên học sinh nắm vững ngôn ngữ cội nguồn của gia đình ở các mức độ khác nhau. Mục tiêu của chúng tôi là ngày càng nhiều học sinh có thể nói, đọc và viết ngôn ngữ cội nguồn ở cấp độ ngôn ngữ giáo dục".*

Hơn nữa là mỗi thứ tiếng mình học sẽ tặng thêm cho mình một bản sắc dân tộc và mở ra cho mình thêm một đất nước mới với nền văn hóa mới, khiến cuộc sống càng thêm phong phú và đa dạng. *"Nhiều trẻ em và thanh thiếu niên ở Hamburg lớn lên với nhiều ngôn ngữ. Sự đa ngôn ngữ này không chỉ là một năng lực mà còn là một cơ hội để xác định bản thân".* Tìm về cội nguồn, tìm hiểu về gốc rễ của gia đình để có cơ hội biết rõ hơn về chính mình, hãnh diện vì mang trong mình hai, ba, bốn, năm… tiếng nói với những tính dân tộc, với những nền văn hóa khác nhau.

Chúng tôi là những thầy, cô giáo có tâm huyết truyền lại tiếng nói cội nguồn đến các em học sinh, rất mong được sự ủng hộ và giúp đỡ của các bậc phụ huynh cũng như những người Việt ở mọi nơi trên hoàn cầu, khuyến khích các em, các bạn học sinh đến dự lớp học miễn phí của trường Esther Bejarano nói riêng và các lớp học tiếng Việt nói chung.

Lớp học tiếng Việt của chúng tôi mở vào thứ tư hàng tuần từ 16h đến 18h15, trừ những ngày nghỉ hè và nghỉ lễ theo lịch của nhà trường thành phố Hamburg.

Để biết rõ hơn về thông tin này xin vui lòng nhấn vào mục **"Angebot - Herkunftssprachen"** của trường "Esther Bejarano Schule" ở Hamburg-Bahrenfeld.

https://www.esther-bejarano-schule.de/angebote#herkunftssprachen

Phụ huynh và các em học sinh vui lòng sử dụng mẫu đăng ký. Xin hãy điền nửa trên của tờ điền, sau đó nộp tiếp lên văn phòng trường các em đang học. Trường học của các em sẽ chuyển tiếp đơn đăng ký cho chúng tôi.

Tên mới của trường bây giờ là.

Esther Bejarano Schule. Bezirk Altona - Stadtteilschule mit gymnasialer Oberstufe Regerstraße 21 – 25, 22761 Hamburg

Hình: Buổi học tìm hiểu trang phục truyền thống Việt Nam

TIN THẾ GIỚI

Quảng Trực phụ trách

Phi Luật Tân và Nhật ký hiệp định phòng thủ nhằm 'đối trọng' lại Trung Quốc

Phi Luật Tân và Nhật Bản vào ngày 8/7/2024 đã ký hiệp ước phòng thủ cho phép quân đội mỗi bên được bố trí tại nước kia. Đây là thỏa thuận mang dấu mốc quan trọng như là một đối trọng lại sự quyết đoán của Trung Quốc tại Biển Đông. Theo đó thỏa thuận có tên Hiệp định Tiếp cận Tương hỗ (RAA) do Bộ trưởng Quốc phòng Phi Luật Tân Gilberto Teodoro và Bộ trưởng Ngoại giao Nhật Bản Yoko Kamikawa đại diện hai nước ký tại Manila trước sự chứng kiến của Tổng thống Phi Luật Tân Ferdinand Marcos Jr. RAA là khung hợp tác an ninh và huấn luyện giữa hai nước; trong đó có những cuộc diễn tập chung, tuần tra chung tại một số khu vực ở Biển Đông thuộc vùng đặc quyền kinh tế của Phi Luật Tân bị Trung Quốc tuyên bố chủ quyền. Đây là thỏa thuận dạng này đầu tiên mà Tokyo ký với một quốc gia Châu Á. Nhật Bản đã theo đuổi việc ký kết thỏa thuận tiếp cận tương hỗ với một số quốc gia như Vương Quốc Anh, Úc. Theo RAA vừa được ký kết, đây cũng đánh dấu lần đầu tiên quân đội Nhật sẽ được trở lại Phi Luật Tân kể từ khi Quân đội Thiên Hoàng đóng quân tại đó hồi Thế chiến thứ hai. RAA giữa Nhật và Phi Luật Tân được ký kết khi căng thẳng giữa Manila và Bắc Kinh gia tăng tại Biển Đông. Phi Luật Tân cũng có một thỏa thuận tương tự với Hoa Kỳ ký năm 1999 cho phép quân đội Mỹ hoạt động trên đất Phi. Hiện Hoa Kỳ được phép tiếp cận 9 căn cứ quân sự trên khắp đất nước Phi Luật Tân. Hoa Thịnh Đốn cam kết khoản 100 triệu USD để nâng cấp những căn cứ đó.

Cử tri Pháp mang lại chiến thắng cho cánh tả

Pháp vừa phải đối mặt với nguy cơ bế tắc chính trị sau khi cuộc bầu cử vào hôm 7/7/2024, tạo ra một quốc hội treo, với một liên minh cánh tả bất ngờ chiếm vị trí hàng đầu nhưng không có nhóm nào giành được phần đa số. Theo như dự đoán của những người thăm dò ý kiến, các cử tri đã gây ra trở ngại lớn cho đảng National Rally (RN) theo chủ nghĩa dân tộc, hoài nghi châu Âu của bà Marine Le Pen. Reuters cho hay các cuộc thăm dò dư luận dự đoán National Rally sẽ giành chiến thắng trong cuộc bỏ phiếu vòng hai, nhưng đảng này chỉ đứng ở vị trí thứ ba. Kết quả này cũng là một thất bại lớn đối với Tổng thống Emmanuel Macron, người đã kêu gọi cuộc bầu cử đột xuất để làm rõ cục diện chính trị sau khi kế hoạch của ông bị đảng RN hủy hoại trong cuộc bầu cử Nghị viện Châu Âu vào tháng trước. Cuối cùng, ông Macron đã tạo ra một quốc hội cực kỳ chia rẽ, có thể làm suy yếu vai trò của Pháp trong Liên minh Châu Âu và các nơi khác ở ngoại quốc, đồng thời gây khó khăn cho việc thúc đẩy một chương trình nghị sự trong nước. Cuộc bầu cử này sẽ làm quốc hội bị chia thành ba nhóm lớn – cánh tả, trung dung và cánh hữu cực đoan – với những cương lĩnh cực kỳ khác nhau và không có truyền thống làm việc cùng nhau. Những tiến triển tiếp theo tại Pháp đang vô cùng bất định.

Nga không kích làm 11 người thiệt mạng, 47 người bị thương ở Kryvyi Rih tại Ukraine

Ukraine hôm 8/7 cho biết 11 người được xác nhận đã thiệt mạng ở Kryvyi Rih và 47 người bị thương sau khi Nga bắn hỏa tiễn xuống các thành phố trên khắp Ukraine giữa ban ngày. Người đứng đầu chính quyền Kryvyi Rih cho biết trên trang web rằng một cơ sở tư nhân đã bị tấn công. Bộ Quốc phòng Nga cho biết lực lượng của họ đã tiến hành các cuộc tấn công vào các mục tiêu công nghiệp quốc phòng và căn cứ hàng không ở Ukraine. Mạc Tư Khoa nhiều lần phủ nhận việc nhắm mục tiêu vào thường dân và cơ sở hạ tầng dân sự, mặc dù các cuộc tấn công của nước này đã giết chết hàng nghìn thường dân kể từ khi phát động cuộc xâm lược vào tháng 2/2022. Các viên chức cho biết ít nhất 36 thường dân đã thiệt mạng trong các cuộc tấn công vào các thành phố trên khắp đất nước, gây thiệt hại nặng nề cho bệnh viện nhi đồng chính của Kiev. Trong khi đó, một số quận của thủ đô Kiev của Ukraine đã trở thành mục tiêu của một cuộc tấn công lớn của Nga vào sáng thứ Hai (8/7). Một vụ nổ mạnh ở quận Lukyanova đã làm hư hại nghiêm trọng một trung tâm thương mại, một số tòa nhà dân cư gần đó và một khu chợ trên đường phố. Khu vực này nằm gần nhà máy Artem, nhà sản xuất thiết bị hàng không, thường xuyên là mục tiêu tấn công bằng hỏa tiễn của Nga.

Hội nghị Thượng đỉnh NATO tập trung vào những mối đe dọa từ Trung Cộng và Nga

Khi các nhà lãnh đạo Tổ chức Hiệp ước Bắc Đại

Tây Dương NATO tập trung tại Hoa Thịnh Đốn vào tuần tới để kỷ niệm tình đoàn kết lâu dài giữa châu Âu và Bắc Mỹ, Tổng thống Vladimir Putin, ông Tập Cận Bình và ông Donald Trump sẽ là những tiêu đề chính trong các cuộc thảo luận. Một viên chức cao cấp trong chính quyền của Tổng thống Joe Biden, vào hôm 5/7, cho biết các cuộc đàm phán về bản tuyên bố chung cuối cùng của hội nghị thượng đỉnh vẫn đang tiếp diễn, nhưng văn bản trong dự thảo về Trung Cộng là "rất ổn thỏa". Nhắc lại các bằng chứng về vai trò của Bắc Kinh trong việc phục hồi ngành kỹ nghệ quốc phòng của Mạc Tư Khoa, ông nói thêm rằng Trung Cộng không chỉ "thúc đẩy" cuộc chiến ở Ukraine mà còn "tạo ra thách thức lâu dài đối với an ninh Châu Âu mà rõ ràng các đồng minh của chúng ta đều nhận ra". Cuộc họp kéo dài ba ngày, bắt đầu vào hôm 9/7, sẽ diễn ra khi Hoa Kỳ và Châu Âu tìm kiếm những đồng minh mới, cạnh tranh với những đối thủ mới và chuẩn bị cho những chuyển đổi chính trị quan trọng trong nước cùng những tác động lâu dài đối với hiệp ước quốc phòng lâu đời nhất thế giới. Trong một bài viết đăng trên tạp chí Ngoại giao vào hôm 3/7, Tổng thư ký NATO Jens Stoltenberg, cho biết ông Putin đã trở nên "ngày càng liên kết với các cường quốc độc tài khác, bao gồm cả Trung Cộng, vốn tỏ ý muốn nhìn thấy Hoa Kỳ thất bại, Châu Âu rạn nứt và NATO chùn bước".

Ukraine nói Nga đánh mất trung tâm hải quân chính tại Crimea ở Biển Đen

Phó Đô Đốc Oleksiy Neizhpapa, Tư lệnh Hải quân Ukraine, cho biết Hạm đội Biển Đen của hải quân Nga đã buộc phải rút gần như tất cả các chiến hạm sẵn sàng chiến đấu từ Crimea đến các địa điểm khác, và trung tâm hải quân chính của lực lượng này đang bị vô hiệu hóa vì các cuộc tấn công của Kyiv. Ông Neizhpapa nói các cuộc tấn công bằng hỏa tiễn và máy bay không người lái của hải quân Ukraine đã gây thiệt hại nặng nề cho căn cứ Sevastopol, một trung tâm hậu cần để sửa chữa, bảo trì, huấn luyện và lưu trữ đạn dược cùng nhiều chức năng quan trọng khác đối với Nga. Reuters cho hay hơn 28 tháng kể từ cuộc xâm lăng toàn diện của Nga, Kyiv đã giáng một loạt đòn đau vào Mạc Tư Khoa ở Biển Đen mặc dù bộ binh Ukraine đang ở thế yếu trên một mặt trận rộng lớn. Ukraine, quốc gia không sở hữu chiến hạm lớn, đã sử dụng các tàu hải quân không người lái chở đầy chất nổ để nhắm vào các tàu Nga, đồng thời tấn công các cơ sở của hạm đội và các mục tiêu quân sự khác trên Crimea bằng các hỏa tiễn Storm Shadow và ATACM. Ông Neizhpapa nêu rõ căn cứ hải quân Novorossiisk của Nga trên bờ Biển Đen phía đông nước này thiếu cơ sở vật chất rộng lớn như Sevastopol của Crimea, nơi đóng vai trò là kho lưu trữ và khu nạp hỏa tiễn hành trình được các chiến hạm của nước này sử dụng để tiến hành các cuộc không kích vào Ukraine.

Tân Thủ tướng Starmer cam kết tái thiết Anh Quốc sau nhiều năm hỗn loạn

Tân thủ tướng Anh Quốc Keir Starmer hôm thứ Sáu 5/7 cam kết sẽ sử dụng đa số cử tri khổng lồ của mình để xây dựng lại đất nước, nói rằng ông muốn giảm bớt những đấu đá chính trị sau nhiều năm biến động và xung đột. Đứng bên ngoài văn phòng và nơi ở mới tại Số 10 phố Downing, Starmer thừa nhận quy mô của thách thức sau chiến thắng áp đảo của đảng Lao Động trong cuộc bầu cử quốc hội, chấm dứt 14 năm chính phủ Bảo thủ đầy biến động. Ông khuyến cáo rằng bất kỳ sự cải thiện nào cũng sẽ mất thời gian và trước tiên ông cần phải xây dựng lại niềm tin vào chính trị. Tân thủ tướng Starmer được chào đón bởi những tiếng reo hò nồng nhiệt và dành thời gian trước khi phát biểu để bắt tay, ôm các phụ tá và những người chúc mừng xếp hàng ở Phố Downing – những cảnh gợi nhớ đến việc Tony Blair chiến thắng vào năm 1997. Đứng sau bục giảng, ông nói rằng ông hiểu rằng nhiều người Anh đã vỡ mộng về chính trị sau nhiều năm bê bối và hỗn loạn dưới thời đảng Bảo thủ, và đảng này đã chịu một thất bại lịch sử. Starmer cho biết sự từ chối báo hiệu rằng nước Anh đã sẵn sàng thiết lập lại: "Bởi vì cho dù cơn bão trong lịch sử có khốc liệt đến đâu, một trong những sức mạnh to lớn của quốc gia này luôn là khả năng di chuyển đến những vùng nước yên tĩnh hơn".

Xe điện do Trung Cộng sản xuất phải chịu thuế trong vụ tranh chấp thương mại lớn nhất của Liên minh Châu Âu

Giới chức EU cho biết Liên minh châu Âu sẽ áp dụng mức thuế lên tới 37.6% từ ngày 5/7/2024, đối với việc nhập cảng xe điện sản xuất tại Trung Cộng, làm gia tăng căng thẳng với Bắc Kinh trong vụ tranh chấp thương mại lớn nhất của Brussels. Tuy nhiên, mức thuế này sẽ chỉ là tạm thời trong 4 tháng và các cuộc đàm phán chuyên sâu dự trù sẽ tiếp diễn giữa hai bên khi Bắc Kinh đe dọa trả đũa trên diện rộng. Theo Reuters, các mức thuế

tạm thời từ 17,4% đến 37,6% của Ủy ban Châu Âu được thiết kế để ngăn chặn làn sóng xe điện giá rẻ được sản xuất bằng trợ cấp của nhà nước. Mức thuế này, được trình bày trong tài liệu dài 208 trang vừa công bố vào hôm thứ Năm 4/7/2024. Bắc Kinh sau đó khẳng định họ sẽ thực hiện "tất cả các biện pháp cần thiết" để bảo vệ quyền lợi của Trung Cộng. Những biện pháp này có thể bao gồm thuế trả đũa đối với hàng xuất cảng sang Trung Cộng, cụ thể là các sản phẩm như rượu Cognac hoặc thịt heo. Ông Valdis Dombrovskis, Giám đốc thương mại EU, nói Trung Cộng không hề có cơ sở để trả đũa.

Israel thực hiện vụ chiếm đất lớn nhất của người Palestine ở bờ Tây trong 3 thập niên

Một nhóm giám sát chống chiếm đất, chống định cư vào hôm 3/7/2024, cho biết Israel vừa phê chuẩn đợt chiếm đất lớn nhất của Palestine ở Bờ Tây bị chiếm đóng trong hơn ba thập niên. AP cho hay hành động này có thể làm trầm trọng thêm căng thẳng vốn đã ở mức cao liên quan đến cuộc chiến đang diễn ra ở Gaza. Peace Now tuyên bố chính quyền gần đây đã phê duyệt việc chiếm dụng 12,7 km2 đất ở Thung lũng Jordan.

Dữ kiện của nhóm cho thấy đây là đợt chiếm đoạt lớn nhất được phê duyệt kể từ Hiệp định Oslo năm 1993 trong giai đoạn đầu của tiến trình hòa bình. Bạo lực đã gia tăng ở Bờ Tây kể từ khi cuộc đột kích vào ngày 7/10/2023 của Hamas châm ngòi cho cuộc chiến ở Gaza. Israel đã thực hiện các cuộc tấn công quân sự gần như hàng ngày, thường gây ra những cuộc đấu súng chết người với dân quân Palestine. Người Palestine cũng đã thực hiện một loạt các cuộc tấn công vào người Israel. Việc chiếm đất, đã được phê duyệt vào cuối tháng trước nhưng chỉ được công bố vào hôm thứ Tư, 3/7/2024, diễn ra sau vụ tịch thu 8 km2 (khoảng 3 dặm vuông) đất ở Bờ Tây vào tháng 3/2024 và 2.6 km2 (1 dặm vuông) vào tháng 2/2024. Peace Now nêu rõ dữ kiện này đang biến năm 2024 thành năm đỉnh điểm trong việc Israel chiếm đất của Palestine ở Bờ Tây. Các lô đất này nằm liền kề nhau và nằm ở phía đông bắc thành phố Ramallah ở Bờ Tây, nơi đặt trụ sở chính của Chính quyền Palestine được phương Tây hậu thuẫn. Bằng cách tuyên bố chúng là đất của nhà nước, chính phủ Israel đã cho phép người Israel thuê và cấm quyền sở hữu tư nhân lên trên phần đất của người Palestine.

Chiến đấu cơ F-16 được vận chuyển đến Ukraine sau hai năm chiến tranh

Khoảng hai năm sau khi Ukraine bắt đầu yêu cầu các đồng minh cung cấp chiến đấu cơ F-16 để giúp nước này chống lại các lực lượng Nga, những chiếc máy bay đầu tiên sẽ được vận chuyển đến vào tháng tới. Reuters cho hay độ dài của quá trình này, từ việc mua máy bay do Hoa Kỳ thiết kế và huấn luyện phi công Ukraine, đã làm Kyiv thất vọng. Nga đã có thời gian chuẩn bị hàng phòng thủ để cố gắng vô hiệu hóa tác động của F-16, và Ukraine đã phải cố gắng xoay xở với một lực lượng không quân suy kiệt chỉ bằng một phần nhỏ về quy mô và độ tinh vi của đối phương. Một số nhà phân tích cho rằng F-16 sẽ không đơn độc tạo ra bước ngoặt trong cuộc chiến, vốn bắt đầu từ cuộc xâm lăng toàn diện của Nga vào tháng 2 năm 2022. Ông Serhii Kuzan, Chủ tịch Trung tâm Hợp tác và An ninh Ukraine, một nhóm nghiên cứu phi chính phủ, nói Ukraine sẽ cần ít nhất 60 máy bay cho các hoạt động quan trọng khi họ cố gắng đẩy không quân Nga ra khỏi biên giới quốc gia. Nhà lập pháp Oleksandra Ustinova, người đứng đầu Ủy ban Quốc hội về vũ khí và đạn dược của Kyiv, nói rằng Ukraine sẽ cần gần 120 chiếc F-16 để tăng cường đáng kể năng lực không quân. Các chuyên gia tuyên bố trong khi các phi công thu thập kinh nghiệm trên bầu trời Ukraine và quân đội xây dựng cơ sở hạ tầng hàng không, những đợt giao hàng ban đầu ít nhất có thể giúp Ukraine củng cố lá chắn phòng không.

Lực lượng tuần duyên Trung Cộng và Đài Loan đối đầu căng thẳng gần Quemoy

Lực lượng tuần duyên của Trung Cộng và Đài Loan đã vướng vào một cuộc đối đầu căng thẳng gần Quemoy, và đây là một vụ bùng phát mới nhất gần hòn đảo do Đài Loan kiểm soát còn được gọi là Kinmen. Sự việc xảy ra sau khi 4 tàu tuần duyên từ Trung Cộng đang tuần tra ở vùng biển cách Quemoy chỉ 5 hải lý. Họ cho biết các tàu đã đi vào vùng biển bị cấm vào khoảng 6 giờ sáng thứ Ba 25/6/2024. Hai tàu tiếp cận từ phía bắc đảo Beiding, trong khi hai tàu còn lại tiến vào vùng biển phía nam đảo Fuxing. Lực lượng bảo vệ bờ biển Đài Loan đã cử ba tàu tuần tra theo dõi các tàu Trung Cộng và phát đi khuyến cáo vô tuyến để yêu cầu các tàu này rời đi. Họ cho biết đã có sự giằng co trong hai giờ cho đến khi các tàu Trung Cộng rời khỏi khu vực vào khoảng 8 giờ sáng. Bộ trưởng Quốc phòng Đài Loan Wellington Koo cho biết các tàu Trung Cộng đang cố gắng thách thức các yêu sách biên giới của Đài Loan xung quanh Quemoy. Là một tiền đồn phòng thủ, hòn đảo này chỉ cách thành phố Hạ Môn của Trung Cộng 10 km.

Tòa án Hình sự Quốc tế ICC ra phán quyết bắt giữ ông Sergei Shoigu và ông Valery Gerasimov

Tòa án Hình sự Quốc tế ICC vừa ban hành lệnh bắt giữ ông Sergei Shoigu, cựu Bộ trưởng Bộ Quốc phòng Nga, và ông Valery Gerasimov, vị tướng lãnh đạo Nga, vào hôm thứ Ba, 25/6/2024, vì thực hiện các hành vi tội phạm trong cuộc xâm lăng Ukraine. Reuters cho hay sự việc này đã nâng tổng số lệnh bắt giữ được ban hành đối với các nghi can cao cấp của Nga lên 8 kể từ khi Mạc Tư Khoa đưa quân vào Ukraine vào tháng 2 năm 2022. Trong số đó có Tổng thống Nga Vladimir Putin, người đang phải đối mặt với cáo buộc trục xuất trẻ em Ukraine sang Nga. Hành động của tòa đã được Kyiv hoan nghênh, nhưng lại bị Mạc Tư Khoa bác bỏ là vô nghĩa về mặt pháp lý. Tòa án tại Hague nêu rõ ông Shoigu và ông Gerasimov bị tình nghi đã phạm tội ác chiến tranh và tội ác chống lại loài người vì ra lệnh các cuộc tấn công nhằm vào thường dân và các vật thể dân sự ở Ukraine. Trong một thông cáo báo chí, ICC cho biết các Thẩm phán nhận thấy họ có "cơ sở hợp lý để tin rằng hai nghi can này phải chịu trách nhiệm về các cuộc tấn công hỏa tiễn do lực lượng quân sự Nga thực hiện nhằm vào cơ sở hạ tầng điện của Ukraine" trong khoảng thời gian từ ngày 10/10/2022 đến ít nhất là ngày 9/3/2023. Nga, vốn không phải là thành viên của ICC, đã nhiều lần nói rằng cơ sở hạ tầng năng lượng của Ukraine là mục tiêu quân sự hợp pháp và phủ nhận việc nhắm vào thường dân hoặc cơ sở hạ tầng dân sự. ■

TIN VIỆT NAM

Quảng Trực phụ trách

Chiến hạm Hoa Kỳ đến Cam Ranh

Soái hạm USS Blue Ridge (LCC 19) của Hạm đội 7 Hải quân Hoa Kỳ và tuần duyên hạm USCGC Waesche của Lực lượng Tuần duyên Hoa Kỳ vào ngày 8/7/2024 cập cảng Cam Ranh của Việt Nam, bắt đầu chuyến thăm 5 ngày tại đó. Đại sứ quán Hoa Kỳ tại Việt Nam cho biết tin vừa nêu trong thông cáo phát đi cùng ngày. Mục đích của chuyến thăm cảng Cam Ranh của hai tàu Mỹ lần này được nêu rõ nhằm thúc đẩy hơn nữa mối Quan hệ Đối tác Chiến lược Toàn diện giữa hai nước. Thông cáo cho biết các hoạt động trong khuôn khổ chuyến thăm gồm các buổi trao đổi chuyên môn giữa hai phía; ngoài ra thủy thủ đoàn của hai con tàu cùng nhân viên Hạm đội 7 sẽ tham gia vào các hoạt động cộng đồng, giao lưu văn hóa với người dân tỉnh Khánh Hòa. Soái hạm USS Blue Ridge là tàu hoạt động lâu năm nhất còn vận hành của Hải quân Hoa Kỳ và đây là lần thứ hai soái hạm này đến thăm Việt Nam kể từ khi hai nước thiết lập quan hệ ngoại giao hồi năm 1995.

11 tù nhân Thiên Chúa giáo hiện đang mất tích, ICC cảnh báo

Mười một tù nhân là tín đồ Thiên Chúa giáo người dân tộc thiểu số hiện đang mất tích. Tổ chức Phi Chính phủ International Christian Concern (ICC) trụ sở tại Hoa Kỳ, vào ngày 8/7/2024 ra tuyên bố với cảnh báo vừa nêu. Theo tổ chức này việc tù nhân tôn giáo người dân tộc thiểu số mất tích cho thấy một vấn nạn lớn trong hệ thống tư pháp của Việt Nam. Những tù nhân Thiên Chúa giáo hiện mất tích là những người bị kết án theo những cáo buộc liên quan "hoạt động tôn giáo" kể từ năm 2011. Trong số 11 người này, có chín người bị kết án tù theo cáo buộc "phá hoại chính sách đoàn kết dân tộc" vì tham gia vào Tin Lành Đề Ga và Đạo Hà Mòn. Cả hai giáo phái này đều bị cs Hà Nội đặt ngoài vòng pháp luật. Cả 11 tù nhân đều là nam giới; họ bị tuyên án vào những thời điểm khác nhau từ năm 2011 đến năm 2016. Tổng số năm tù cho họ là 90 năm 8 tháng. Hiện nơi họ phải chịu thụ án là một bí mật, theo ICC. ICC nêu rõ danh tính của những tù nhân hiện được cho là mất tích gồm các ông Runh, A Kuin, A Tik, Run, và Dinh Kuh theo đạo Hà Mòn; và các ông Ro Mah Pla, Siu Hlom, Rmah Bloanh, và Rmah Khil theo Tin Lành Đề Ga. Những người này bị án "phá hoại chính sách đoàn kết dân tộc". Hai ông Sung A Khua and Y Hriam Kpa bị án tù do "từ chối bỏ đạo".

Công ty của Việt Nam buôn lậu nhiên liệu máy bay sang Myanmar

Tổ chức Ân xá Quốc tế cáo buộc một công ty của cs VN cùng với một số doanh nghiệp của Trung Quốc và Singapore xuất lậu nhiên liệu máy bay cho chính quyền quân sự Myanmar bất chấp lệnh cấm của Hoa Kỳ và Anh Quốc. Trong báo cáo công bố ngày 08/7, Ân xá Quốc tế nói nhiên liệu máy bay vẫn được nhập lậu vào Myanmar bất chấp những lời kêu gọi ngăn chặn các nguồn cung cần thiết cho quân đội nước này trong việc thực hiện các cuộc không kích bất hợp pháp chống lại quân nổi dậy đang chiến đấu nhằm chấm dứt sự cai trị của quân đội. Theo đó, chính quyền quân sự Myanmar đang lách các biện pháp cấm vận nhiên liệu hàng không bằng cách nhập khẩu nhiên liệu máy bay trực tiếp từ Việt Nam ít nhất bảy lần vào năm 2023. Ân xá Quốc tế nói hình thức nhập lậu này đã tiếp tục với ít nhất hai và có thể là ba chuyến hàng nhiên liệu hàng không đến Myanmar trong sáu tháng đầu năm nay. Theo tổ chức nhân quyền này thì doanh nghiệp Việt Nam tham gia vào việc xuất khẩu lậu nhiên liệu máy bay vào Myanmar là Công ty TNHH MTV Hải Linh có trụ sở ở xã Thi Sơn, huyện Kim Bảng, tỉnh Hà Nam. Ân xá Quốc tế cho biết trong năm nay, một tàu chở dầu có tên HUITONG78 thuộc sở hữu của Trung Quốc đã vận chuyển nhiên liệu máy bay từ Việt Nam đến Myanmar và các nhà kinh doanh nhiên liệu có trụ sở tại Singapore dường như đã đóng một vai trò trong chuỗi cung ứng.

Nhà cầm quyền cs Thành Hồ dự định xây nhà hát ở Thủ Thiêm

Ngày 17/6/ 2024, Phan Văn Mãi, Chủ tịch UBND Thành Hồ đã ký văn bản về phương án thiết kế kiến trúc công trình dự án nhà hát Thủ Thiêm, đồng thời giao cho Sở Văn Hóa và Thể Thao chủ trì, phối hợp với Ban Cai Quản dự án đầu tư xây dựng các công trình dân dụng và công nghiệp, cùng một số cơ quan khác phải nhanh chóng tiếp thu ý kiến của Ban Thường Vụ Thành Ủy về thiết kế kiến trúc dự án. Dự án nhà hát Thủ Thiêm được xây dựng ở gần cầu Ba Son, thuộc khu vực đất mà nhà cầm quyền đã cướp của người dân Thủ Thiêm. Nếu được xây dựng thành công, nhà hát giao hưởng, nhạc và vũ kịch ở khu đô thị mới Thủ Thiêm sẽ là nhà hát có thiết kế hiện đại bậc nhất thế giới theo tuyên truyền cs. Dự án nhà hát Thủ Thiêm được thông qua năm 2018, với tổng mức đầu tư ban đầu là hơn 1.500 tỷ đồng. Nhà hát có quy mô rộng 10.030 mét vuông, với 1.700 chỗ ngồi, nhà hát nằm trên lô đất có ký hiệu 1-21. Theo dự trù, vào năm 2022 nhà hát sẽ hoàn thành, nhưng do ảnh hưởng của đại dịch nên bị đình trệ. Đến nay, UBND thành phố đã lập, và xác định đây là dự án thuộc danh mục các dự án cấp bách cần sớm triển khai, đồng thời tăng tổng mức đầu tư lên gần 2.000 tỷ đồng. Nhà hát sẽ được hoàn thành trước tháng 4/2025, vì được chọn là công trình chào mừng kỷ niệm 50 năm miền Nam thất thủ. Cách đây vài năm, dự án đã gây xôn xao dư luận, nhiều người cho rằng, đây là dự án hát trên nỗi đau của dân oan Thủ Thiêm.

Cs VN lo sợ khi Cambodia xây dựng kênh đào Funan Techo do Trung Cộng hậu thuẫn

Thủ tướng Cambodia Hun Manet vào hôm 30/5, cho biết Cambodia sẽ bắt đầu xây dựng con kênh gây tranh cãi trị giá 1,7 tỷ Mỹ kim nối liền thủ đô Phnom Penh với biển vào tháng 8. Kênh đào Funan Techo do Trung Cộng hậu thuẫn đã làm cs Việt Nam lo sợ bởi các chiến hạm Trung Cộng có thể tận dụng con kênh này để tiếp cận, đồng thời kênh đào Funan Techo cũng làm giảm sự phụ thuộc của Cambodia vào các cảng Việt Nam. Các nhà môi trường cũng lo sợ con kênh dài 180 km này sẽ làm giảm lưu lượng nước chảy vào sông Mê Kông, một trong những con sông đa dạng sinh học nhất thế giới. Cambodia đã nhận được hàng tỷ Mỹ kim đầu tư cơ sở hạ tầng từ Trung Cộng với tư cách là một trong những đồng minh khu vực thân cận nhất của Bắc Kinh dưới thời cựu lãnh đạo Hun Sen. Ông Hun Manet, con trai ông Hun Sen, khẳng định kênh đào Funan Techo chủ yếu sẽ được tài trợ bởi người Cambodia và chính phủ đang đàm phán với một công ty Trung Cộng để đầu tư thêm. Ông Sam Rainsy, lãnh đạo phe đối lập đang sống lưu vong, cáo buộc dự án này sẽ phục vụ lợi ích của Trung Cộng. Tuyến đường thủy này là một phần của Sáng kiến Vành đai và Con đường khổng lồ của Bắc Kinh, một kế hoạch cơ sở hạ tầng khổng lồ trên khắp châu Á, nhưng ông Hun Manet khẳng định nó sẽ chỉ phục vụ Cambodia. Kênh đào này – rộng 100 mét (328 feet) và sâu 5.4 mét (17.7 feet) – sẽ kết nối Phnom Penh với các cảng Cambodia trên Vịnh Thái Lan.

Người di dân VN là nhóm lớn nhất vượt biển sang Anh Quốc

Theo dữ kiện mới của chính phủ Anh Quốc, người Việt Nam hiện là nhóm lớn nhất vượt eo biển bất hợp pháp để vào Anh. Theo ITV, dữ kiện thống kê trong quý đầu năm nay cho thấy 1.060 người Việt Nam đã đến Anh, so với 1.015 người Afghanistan, 610 người Iran, và 562 người từ Syria. Số người Việt vượt eo biển chỉ trong 3 tháng đầu năm nay gần bằng cả năm 2023 và gấp đôi cả năm 2022. Tuy nhiên, một cuộc điều tra của ITV News cho thấy người di dân và các băng nhóm buôn lậu người Việt đã bị ngăn cản đến Anh Quốc- và đây là kết quả trực tiếp của chính sách trục xuất sang Rwanda của chính phủ Anh Quốc. Những người di dân vượt eo biển Manche bằng thuyền nhỏ nhưng không thành công đã thay đổi kế hoạch và đến Đức vì họ "sợ" bị đưa đến Rwanda. Dữ kiện mới sắp được công bố trong tuần này dự kiến sẽ cho thấy hơn 10.000 người di dân bất hợp pháp đã vượt eo biển Manche trong năm nay, nhưng chính phủ Anh hy vọng rằng chính sách Rwanda sẽ có tác dụng giảm bớt những con số đó. Theo dự trù, các chuyến bay trục xuất đầu tiên sẽ được thực hiện vào tháng 7 năm nay. Nạn buôn người đang phát triển mạnh trên toàn cầu, hiện được ước tính trị giá khoảng 5 tỷ bảng Anh mỗi năm cho các băng nhóm tội phạm. Và trong nền kinh tế buôn lậu người, nguồn cung từ những nghi can buôn lậu đang đáp ứng nhu cầu của những người di dân, khi mà họ sẵn sàng mạo hiểm mạng sống và tự do để đến Anh.

Tô Lâm chính thức tuyên thệ nhậm chức Chủ Tịch Nước cs

Đúng 9 giờ sáng 22/5/2024, Tô Lâm đã thực hiện nghi thức tuyên thệ nhậm chức Chủ tịch nước cs. Cũng như những quan chức khác, Tô Lâm đã nhận được 472/473 phiếu bầu của số đại biểu có mặt. Phát biểu trong lễ nhậm chức, Tô Lâm hứa sẽ triển khai có hiệu quả đường lối ngoại giao "cây tre Việt Nam", và kiên quyết, kiên trì đấu tranh phòng, chống tham nhũng, tiêu cực. Đồng thời sẽ cùng với các đồng chí của mình ngăn chặn, đẩy lùi suy thoái, tự diễn biến, tự chuyển hóa.

Sau khi Nguyễn Phú Trọng qua đời vào trưa ngày 19 tháng 7 năm 2024, ông Tô Lâm đang tìm kiếm quyền lực để thừa kế vị trí Tổng Bí Thư Đảng của ông Trọng vào Đại Hội 14.

Trần Thanh Mẫn ngồi vào ghế Chủ Tịch Quốc Hội cs

Chiều 20/5/2024, Quốc hội cs đã công bố thông tin Trần Thanh Mẫn trở thành Chủ tịch Quốc hội khóa 15 nhiệm kỳ 2021-2026, nối tiếp nhiệm kỳ dở dang của Vương Đình Huệ. Trần Thanh Mẫn nhận được 100% tán thành của các đại biểu có mặt với 475/475 tổng số phiếu. Trước khi ngồi ghế mới, Mẫn là Ủy viên Bộ Chính trị khóa 13, Phó Chủ tịch Thường trực Quốc hội điều hành hoạt động của Ủy ban Thường vụ Quốc hội khóa 15. Trần Thanh Mẫn quê ở huyện Châu Thành A, tỉnh Hậu Giang với trình độ chuyên môn là Tiến sĩ Kinh Tế. Việc ông Mẫn ngồi vào một trong bốn chiếc ghế tứ trụ triều đình cs được xem là khá "kín tiếng" so với những vị trí khác. Trong lễ tuyên thệ nhậm chức, Mẫn hứa sẽ cùng Quốc hội tiếp tục đổi mới, nâng cao chất lượng, và hiệu quả hoạt động trong công tác lập pháp, giám sát tối cao.

VN bỏ lỡ các khoản đầu tư của Intel, LG Chem vì thiếu ưu đãi

Trong một tài liệu được Reuters xem qua, Bộ Đầu tư cs VN cho biết nước này vừa bỏ lỡ các khoản đầu tư hàng tỷ Mỹ kim của các công ty đa quốc gia bao gồm Intel và LG Chem vì thiếu các ưu đãi đầu tư. Trong tài liệu ngày 6 tháng 6, Bộ Đầu tư nêu rõ nhà sản xuất Chip Intel của Hoa Kỳ đã đề nghị đầu tư 3,3 tỷ Mỹ kim vào một dự án tại Việt Nam và yêu cầu nước này "hỗ trợ tiền mặt" 15%, nhưng sau đó quyết định chuyển dự án sang Ba Lan. Văn bản này viết rằng LG Chem Ltd của Nam Hàn cũng bỏ qua Việt Nam để đầu tư vào dự án Pin tại Indonesia, sau khi yêu cầu Việt Nam hỗ trợ 30% chi phí đầu tư. Bộ này sẽ trình các kế hoạch về quỹ khuyến khích đầu tư lên nhà cầm quyền trung ương vào hôm thứ Sáu, 5/7, để phê duyệt. Việt Nam, cơ sở sản xuất quan trọng của các công ty như Samsung Electronics, Foxconn và Intel, đang phụ thuộc rất nhiều vào đầu tư ngoại quốc để tăng trưởng. Các công ty có vốn đầu tư ngoại quốc đang chiếm khoảng 70% tổng kim ngạch xuất cảng của Việt Nam. Tài liệu của Bộ Đầu Tư đã xác nhận bài báo vào tháng 11 của Reuters rằng Intel đã hủy bỏ khoản đầu tư theo kế hoạch vào Việt Nam. Kế hoạch này có thể giúp tăng gần gấp đôi hoạt động của nhà sản xuất Chip Hoa Kỳ tại Việt Nam.

Vietnam airlines đối mặt với nguy cơ mất thanh khoản nếu khoản vay nhà cầm quyền không được gia hạn

Vietnam Airlines đang đối mặt với nguy cơ mất thanh khoản ngay từ tháng 7 nếu thời hạn trả nợ tái cấp vốn từ nhà cầm quyền không được gia hạn. Theo Reuters, Vietnam Airlines đã nhận được khoản vay lãi suất thấp trị giá 4.000 tỷ đồng (157 triệu Mỹ kim) từ các ngân hàng thương mại được ngân hàng trung ương tái cấp vốn với lãi suất zero đồng vào năm 2021. Tuy nhiên, công ty vẫn đang gặp khó khăn tài chính kéo dài ảnh hưởng của đại dịch. Tuyên bố của nhà cầm quyền cs Việt Nam cho biết hãng hàng không này vẫn chưa hoàn thành các nỗ lực tái cấp vốn, chẳng hạn như tái cơ cấu các khoản đầu tư không cốt lõi, và bán cổ phiếu mới do các phê duyệt theo quy định. Theo nhà cầm quyền, Vietnam Airlines có thể phải đối mặt với rủi ro đáng kể, kiện tụng, và tổn hại danh tiếng trong trường hợp không được gia hạn trả nợ. Theo tuyên bố của chính phủ, họ đã khuyến nghị các nhà lập pháp cho phép gia hạn trả nợ đến ngày 31 tháng 12 năm 2027 để hãng hàng không có thời gian hoàn tất quá trình tái cơ cấu. Giới chức nước này cho biết đây chỉ là một trong những giải pháp giúp Vietnam Airlines vượt qua khó khăn nhưng là giải pháp khả thi và phù hợp nhất ở thời điểm hiện tại.

Ngân Hàng Nhà Nước cs đã bán 5,5 tỷ Mỹ kim để kìm giá thị trường

Ngày 27/6/2024 trang Stockbiz loan tin, thông tin từ Ngân hàng Á Châu, Ngân hàng Nhà nước cs đã gia tăng tốc độ bán Mỹ kim với số lượng đã bán ra là 5,5 tỷ Mỹ kim để can thiệp thị trường. Vào sáng 27/6, tỷ giá trung tâm do Ngân hàng Nhà nước công bố tăng 6 đồng lên mức 24.264 Việt Nam đồng một Mỹ kim. Nguyên nhân là do tỷ giá của Mỹ kim liên tục tăng mạnh so với tiền đồng, đặc biệt là trên thị trường chợ đen. Cập nhập của Ngân hàng Á Châu, trong hai ngày 24 và 25 vừa qua, Ngân hàng Nhà nước đã bán ra 950 triệu Mỹ kim. Còn lũy kế từ cuối tháng 4 đến nay, cơ quan này đã bán ra khoảng 5,5 tỷ Mỹ kim ở vùng giá 25.450 đồng một Mỹ kim. Hành động này được Ngân hàng Nhà nước bắt đầu thực hiện từ ngày 19/4, khi tiền đồng mất giá khoảng 4,9% so với Mỹ kim, vì vậy, nhà cầm quyền muốn "bung" tiền để kìm giá đồng tiền của Hoa Kỳ. Tính tới thời điểm hiện tại, tỷ giá Mỹ kim trên thị trường đang tăng 4,3% so với cuối năm 2023. Đánh giá của ngân hàng Á Châu cho biết, nhu cầu ngoại tệ trên thị trường gia tăng mạnh vào thời điểm cuối tháng 6, cùng với hiệu ứng tâm lý từ đà tăng của đồng Mỹ kim trên thị trường quốc tế khiến tỷ giá luôn duy trì ở đà tăng.

Nguyên nhân của vụ cháy nhà trọ làm 14 người chết là do xe điện bị chập điện đầu máy

Ngày 26/6/2024, Phó Giám đốc Công an thành phố Hà Nội cho biết, nguyên nhân của vụ cháy nhà trọ làm 14 người chết ở Trung Kính, quận Cầu Giấy là do chập mạch điện ở phần đầu xe gắn máy điện, làm lớp vỏ cách điện bị cháy, rồi cháy lan ra các xe gắn máy xung quanh, và lửa bốc lên các tầng của tòa nhà. Cơ quan cảnh sát điều tra Công an thành phố Hà Nội đã ra quyết định khởi tố vụ án hình sự vi phạm quy định về phòng cháy chữa cháy. Trách nhiệm chính trong sự việc thuộc về bà Nguyễn Thị Thảo, người tổ chức cho thuê trọ, và anh Nguyễn Kim Hùng, con bà Thảo. Tuy nhiên cả hai người đã tử vong trong vụ cháy, nên cơ quan điều tra đang tiếp tục điều tra xem còn có người nào liên quan nữa không. Trước đó, vào lúc hơn 12 giờ khuya 24/5, đã xảy ra vụ cháy trên làm 14 người chết, 3 người bị thương. Đây là vụ cháy gây thiệt hại về người nhiều thứ 2 ở Hà Nội trong thời gian gần đây. Trước đó, vào đêm 12 rạng sáng 13/9/2023, chung cư mini ở phố Khương Hạ, quận Thanh Xuân, Hà Nội đã bốc cháy khiến 56 người tử vong. Nguyên nhân được công an công bố là do chập mạch đường dây dẫn điện vào bình ắc quy thuộc phần đầu xe mô tô sử dụng động cơ xăng.

Phạm Minh Chính đề nghị Trung Cộng giúp cs VN làm hỏa xa

Báo Vietnamnet ngày 24/6/2024 loan tin, trong dịp dự hội nghị Diễn đàn Kinh tế thế giới Đại Liên và làm việc tại Trung Cộng từ ngày 24 đến 27/ 6, Phạm Minh Chính, Thủ tướng cs đã đề nghị công ty Trung Cộng giúp Việt Nam xây dựng ngành công nghiệp hỏa xa, đồng thời chuyển giao kỹ thuật và đào tạo nguồn nhân lực giúp nhà cầm quyền. Phạm Minh Chính cho biết, kế hoạch của nhà cầm quyền cho đến năm 2030 là Việt Nam có khoảng 5.000 km hỏa xa, các tuyến hỏa xa kết nối với cảng biển, hỏa xa đô thị, và hỏa xa tốc độ nhanh Bắc-Nam. Hiện tại, việc xây dựng và phát triển tuyến hỏa xa được nhà cầm quyền cho là cấp bách, khi Việt Nam có hơn 2.000 km hỏa xa với hơn 300 nhà ga nhưng lâu nay chưa khai thác hiệu quả. Cuối năm 2023, hai nhà cầm quyền đã ký Tuyên bố chung về tiếp tục làm sâu sắc và nâng tầm quan hệ Đối tác Chiến lược Toàn diện. Trong đó, hai bên thống nhất kết nối hỏa xa khổ tiêu chuẩn qua biên giới; tuyến hỏa xa khổ tiêu chuẩn các tỉnh miền Bắc. Đây là hệ thống hạ tầng được đánh giá là quan trọng để thúc đẩy hợp tác kinh tế, thương mại giữa hai nước.

Ngồi không nổi, nói không ra hơi nhưng Nguyễn Phú Trọng vẫn ra mắt sách mới

Các video, hình ảnh về Nguyễn Phú Trọng, Tổng bí thư đảng cs tiếp ông Putin, Tổng thống Nga vào ngày 20/6/2024 cho thấy, Trọng không thể ngồi thẳng người trên ghế bên cạnh ông Putin, và một đoạn video khác cũng "tố cáo" sức khỏe của Trọng khi phải cầm tờ giấy đọc thở hắt ra hơi một cách chậm chạp có nội dung rất đơn giản là "chào mừng" cuộc thăm gặp của Tổng thống Nga. Ngoài ra, trong thời gian qua, NP Trọng được dư luận đồn đại là phải liên tục nằm viện điều trị do sức khỏe yếu. Vậy nhưng, vào ngày 21/6/2024, báo Người Lao Động loan tin, Nguyễn Phú Trọng vừa ra mắt cuốn sách mang tên "Xây dựng và phát triển nền văn hóa Việt Nam tiên tiến, đậm đà bản sắc dân tộc". Nội dung của cuốn sách được Trọng gửi thông điệp sâu sắc đến các đội ngũ trí thức, nhà khoa học, văn nghệ sĩ, và những người làm công tác văn hóa. Cuốn sách ra đời nhân dịp kỷ niệm 76 năm Hồ Chí Minh ra lời kêu gọi Thi đua ái quốc, 11/6/1948 đến 11/6/2024, và cũng là ngày 99 năm Báo chí cách mạng cs. Cuốn sách có 92 bài viết, bài phát biểu, bài nói, lược ghi, trả lời phỏng vấn, thư của NP Trọng về xây dựng và phát triển văn hóa Việt Nam trong 60 năm qua, dưới sự chỉ đạo của đảng cs. Việc cho ra đời cuốn sách cho thấy, sự trơ trẽn của một nhóm người trong đội ngũ đảng cs được lập ra suốt nhiều năm qua chỉ để xây dựng hình tượng nhân vật, nhằm lừa bịp người dân từ khi đảng cs ra đời cho đến nay vẫn được duy trì.

Nguyễn Phú Trọng qua đời vào trưa ngày 19 tháng 7 năm 2024 ở tuổi 80 sau một thời gian bệnh tật.

Putin đến Việt Nam tìm kiếm một "kiến trúc an ninh" mới

Tổng thống Nga Vladimir Putin cho biết ông muốn xây dựng một "cấu trúc an ninh đáng tin cậy" ở khu vực châu Á – Thái Bình Dương trong chuyến thăm cấp nhà nước tới Việt Nam hôm 20/6/2024, một phần trong chuyến thăm hai nước tới châu Á được coi là biểu tượng thách thức phương Tây. Một ngày sau khi ký thỏa thuận phòng thủ chung với Triều Tiên, Putin đã nhận được 21 phát súng chào mừng tại một buổi lễ chào mừng ở Việt Nam, được hai nhà lãnh đạo cs ôm hôn và một khen ngợi lẫn nhau hết lời. Chuyến thăm của Putin đã vấp phải sự chỉ trích từ Hoa Kỳ và các đồng minh, những người coi nhà lãnh đạo Nga như một kẻ tội phạm và nói rằng không nên cho ông ta một sân khấu để bảo vệ cuộc chiến của Nga ở Ukraine. Nga và cs VN đã ký các thỏa thuận về các vấn đề trong đó có năng lượng, nhấn mạnh chính sách xoay trục sang châu Á của Moscow sau khi phương Tây áp đặt các lệnh trừng phạt đối với Moscow liên quan đến cuộc chiến ở Ukraine. Truyền thông Nga dẫn lời ông Putin nói rằng "Nga cam kết làm sâu sắc hơn mối quan hệ đối tác chiến lược toàn diện với Việt Nam, đây vẫn là một trong những ưu tiên trong chính sách đối ngoại của Nga". 11 hiệp ước được ký kết tại Hà Nội không cùng đẳng cấp với thỏa thuận mang tính bước ngoặt đạt được ở Triều Tiên. Tuy nhiên, sự chào đón nồng nhiệt dành cho Putin là một thành tựu đối với nhà lãnh đạo Nga, người đang có lệnh bị bắt giữ của Tòa án Hình sự Quốc tế ICC đối với ông ta vì cáo buộc tội ác chiến tranh ở Ukraine. Nga và Việt Nam không phải là thành viên của Tòa án Hình sự Quốc tế ICC.

THÀNH KÍNH PHÂN ƯU

Nhận được tin hiền nội của nhà biên khảo Phạm Xuân Hy ở Pháp là:

Bà Maria ĐÀO BÍCH NGOC
Sinh ngày 29.03.1940
Mất ngày 14.06.2024
Thượng thọ 84 tuổi.

Tang lễ cử hành tại Giáo xứ
Sainte Hypolythe, Paris XIII, Pháp quốc.

Chúng tôi xin thành thật chia buồn cùng
nhà Biên khảo Phạm Xuân Hy và
toàn thể tang quyến.
Nguyện cầu linh hồn bà
Maria Đào Bích Ngọc được thanh thản
an vui nơi nước Chúa

Kính nguyện.

* Hòa Thượng Thích Như Điển, Phương Trượng Tổ đình Viên Giác Hannover, và
* Cư sĩ Nguyên Đạo (Chủ bút) và toàn thể Ban Biên Tập Báo Viên Giác.

** Cùng các thân hữu:*
- Gia Đình Cao Xuân An
- Gia đình Đỗ Ngọc Bách
- Gia đình Mne Đặng-Vũ Thái-Khang
- Gia đình Bùi Đình Dũng
- Gia đình Bùi Mạnh Căn

THÀNH KÍNH PHÂN ƯU

Chúng tôi vô cùng thương tiếc:

Nữ Phật Tử NGUYỄN CÔNG KIM
Pháp danh: Tịnh Huệ
mất ngày 31.05.2024
(nhằm ngày 24 tháng tư Giáp Thìn)
tại Joinville le Pont – Pháp Quốc
Thượng thọ 82 tuổi

Xin chia buồn sâu sắc cùng anh
Đào Quý San và các con, các cháu.
Xin cầu nguyện Hương linh
Phật tử TỊNH HUỆ
vãng sanh cực lạc.

Thành tâm chia buồn:
- Gia đình Bùi Mạnh Căn
- Gia đình Phạm Xuân Hy

hộp thư Viên Giác

Trong thời gian qua VIÊN GIÁC đã nhận được những thư từ, tin tức, tài liệu, bài vở, kinh sách, báo chí của các Tổ Chức, Hội Đoàn, Tôn Giáo và các Văn Thi Hữu khắp các nơi gửi đến.

*** THƯ TÍN**

- Đức: HT Thích Như Điển, Thị Tâm Ngô Văn Phát, Đại Nguyên, Hoa Lan, Nguyễn Minh Hoàng, Nguyễn Song Anh, Tịnh Ý, Nguyên Hạnh, Thi Thi, Hồng Ngọc, Hoàng Quân, Lương Nguyên Hiền, Thu Lý.

- Pháp: Hoang Phong, Chúc Thanh.

- Bỉ: Hồ Thanh Trước.

- Hòa Lan: Hà Bạch Trúc, Thanh Nguyên.

- Thụy Sĩ: Trần Thị Nhật Hưng, Song Thư, Vũ Ngọc Ruẩn.

- Áo: Nguyễn Sĩ Long.

- Ý: Trương Văn Dân, Huỳnh Ngọc Nga, Nguyễn Thị Thanh Thủy.

- Hoa Kỳ: Diệu Minh Tuệ Nga, Lâm Minh Anh, Thu Hoài, Thylanthao, Steven N., Nguyên Giác, Huỳnh Kim Quang, Nguyễn Minh Tiến, Diễm Châu Cát Đơn Sa, Tràm Cà Mau.

- Canada: Thái Công Tụng.

- Úc Châu: Quảng Trực Trần Viết Dung.

- Việt Nam: Nhất Thanh TNH, Đinh Văn Sơn, Tịnh Bình, Nguyễn An Bình, Lê Hứa Huyền Trân.

*** THƯ & SÁCH BÁO**

- Đức: Buddhismus aktuell 3/2024. D+C – E&Z 2/2024. Chân dung Văn học Một góc nhìn - Đỗ Trường.

phương danh cúng dường

(Tính đến ngày 30.06.2024)

Trong thời gian gần đây, Chùa Viên Giác có nhận được tiền của quý Đạo Hữu gửi bằng cách chuyển qua Ngân Hàng hay bằng Bưu Phiếu, nhưng không ghi rõ mục đích. Thí dụ như Cúng Dường, Tu Bổ Chùa, Ấn Tống Kinh, Pháp Bảo v.v...

Ngoài ra có Đạo Hữu nhờ người khác đứng tên chuyển tiền nhưng không rõ chuyển tiền giùm cho ai để Cúng Dường hoặc thanh toán vấn đề gì. Do đó khi nhận được tiền, Chùa không thể nào ghi vào sổ sách được.

Để tránh những trở ngại nêu trên, kính xin quý Đạo Hữu khi chuyển tiền hoặc gửi tiền về Chùa nhớ ghi rõ Họ & Tên, địa chỉ đầy đủ và mục đích để Chùa tiện ghi vào sổ sách.

Ngoài ra khi quý vị xem Phương Danh Cúng Dường xin đọc phần trên cùng là tính đến ngày?... tháng?.... để biết rằng tiền đã chuyển đi ngày nào và tại sao chưa có tên trong danh sách.

Chùa có số Konto mới và Tu Viện Viên Đức cũng đã có số Konto (xin xem phía sau). Kính xin quý vị thông cảm cho.

Thành thật cám ơn quý Đạo Hữu.

Danh sách PDCD của quý Đạo Hữu & Phật Tử, chúng tôi xin phép chỉ đánh máy một lần chữ **ĐH** (Đạo Hữu) ở bên trên.

TAM BẢO

ĐH. Lê-Vũ Hoàng Nam 50€. Liên Tố Linh 20€. Linda Nguyễn 5€. Liu Yuen Sing 10€. Lohing Tei, Aliu Kor & Michelle Kon 10€. Lưu Kim Châu 50€. Lưu Thu Hương & Văn Trí Tài và Văn Huệ Trân 50€. Lý Cẩm Trúc 100€. Lý Khánh Minh (Thích Hạnh Bổn) 4.201,82€. Lý Mỹ Linh 60€. Lý Sơn Hùng 100€. Lý Thập Muội & Trần Xì 20€. Mach-Voeung 10€. Mai Diệu Hồng 50€. Minh Greiff 4€. Ngo Hao Hue 20€. Ngô Lan Hương 5€. Ngô Minh Sáng 200€. Ngô Thị Chinh 40€. Ngô Thị Loan 20€. Đồng Nhi Nguyễn Bạch Yến 300€. Nguyễn Bích Liên 25€. Nguyễn Đình Thọ 10€. Nguyễn Hoài Phượng 50€. Nguyên Hoằng & Thiện Liên 100€. Nguyễn Hồng Hạnh 10€. Nguyễn Huy Thắng & Ngô Huệ Phương 20€. Nguyễn Khoa Giang 50€. Nguyễn Kim Loan 30€. Nguyễn Mạnh Hùng 20€. Nguyễn Minh Hải 50€. Nguyễn Minh Hưng 5€. Nguyễn Minh Nga 10€. Nguyễn Minh Tân 20€. Nguyễn Minh Trí 50€. Nguyễn Minh Tường 50€. Nguyễn Ngọc Minh Tommy, Johny Nguyễn, Nguyễn Ngọc Thạch & Hoàng Thị Mai Hương 30€. Nguyễn Ngọc Thoan 50€. Nguyễn Ngọc Trinh 100€. Nguyễn Quốc Anh 50€. Nguyễn Quốc Ninh & Bùi Thị Thanh Vân 100€. Nguyễn T.T. Nhung 10€. Nguyên Thanh 50€. Nguyễn Thanh Hằng 50€. Nguyễn Thị Bích Hằng 100€. Nguyễn Thị Bích Hoa (Huy) 20€. Nguyễn Thị Bích Thảo 20€. Nguyễn Thị Bích Thủy & Đỗ Khang Tony 10€. Nguyễn Thị Bình 50€. Nguyễn Thị Châu 10€. Nguyễn Thị Hằng 50€. Đỗ Thúy Quỳnh 50€. An Duyên Nguyễn Thị Nhứt 30€. Ban Bảo Trợ GĐPT Tâm Minh 200€. Bathke Ong Thị Minh 50€. Berg 40€. Blumenthal 25€. Bùi Thanh Sơn 10€. Bùi Thị Mỹ Hạnh 20€. Bùi Thị Yến 20€. Cao Thành Tâm 30€. Cáp Trọng Dũng & Cáp Trọng Hiếu Jason 20€. Châu Ngọc Điệp 10€. Chị Mẫn - Tâm Liễu 40€ (đi rải cốt chị Đồng Nhi). Chöling 200€. Choong Leong Seng 80€. Đàm Thị Hoàng Lan 15€. Đặng Kim Thu 20€. Đặng Thị Lý 10€. Đặng Thị Phương Hoài Linh & Võ Văn Thân và Lawin Võ 20€. Đặng Văn Hùng 20€. Đào Thị Phu (Phú) 50€. Đào Thu Thoa 20€. Diệu Cần Nguyễn Thị Tiến 50€ HHHL Diệu Tĩnh & Phúc Bình. Diệu Hạnh Vũ Thị Tú Huyên 50€ HHHL Đỗ Thị Duyên Pd Diệu Luyến (1936-2022 tại Việt Nam). Diệu Lý Nguyễn Thị Thu 200€. Diệu Lý, Đồng Hiếu & Đồng Hòa 50€. Diệu Ngọc & Quảng Tâm 50€. Diệu Thanh Nguyễn Thị Minh 580€. Diệu Thảo & Nguyễn Gia 50€ HHHL Huệ Hiền Đỗ Thị Sáu mất 18.3 Giáp Thìn - Thượng thọ 91 tuổi. Diệu Thủy Trần Thị Kiều Nga 20€. Đinh Văn Thế 50€. Đỗ Đình Bình (Thầy Hạnh Định) 1.633,11€. Đỗ Nhật Linh 20€. Đỗ Thị Hoàng Nga 10€. Đỗ Thúy Quỳnh 50€. Đỗ Triệu Hồng 80€. Đoàn Ngọc Yên & Nguyễn Thanh Hòa 50€. Đoàn Thị Thanh Hương 20€. Đồng An & Trịnh Thị Khỏe 20€. Đồng Anh (Ca) 10€. Đồng Bảo Nguyễn Huỳnh Anh 30€. Đồng Hạnh Bùi Thị Thu Dung 10€. Đồng Hạnh Trần Linda 20€. Đồng Hòa Đỗ Thái An 10€. Đồng Hòa Maximilian Leupold 30€. Đồng Huệ 5€. Đồng Huệ Nguyễn Thị Bích Thủy 20€. Đồng Liên Lê Thị Kim Hoa 50€. Đồng Nhi (Na) 10€. Đồng Như Trần Hải Yến 20€. Đồng Tâm Nguyễn Ánh Hồng & Đồng Liên Phạm Hồng Hương 20€. Đồng Vân Đinh Thu Hương 30€. Đồng Hải Yến & Đồng Yến Nhi 20€. Dương Minh Hạnh 10€. Dương Phụng Hảo 15€. Dương Phụng Hảo Minh Châu 10€. Dương Thanh Sang 50€. Dương Thanh Sang & Hà Minh Nguyệt, Dương Thanh Thanh và Dương Thanh Long 50€. Dương Thanh Sang Pd Tuệ Tâm Trọng 50€. Dương Thị Thu Thảo & Đồng Thuận Phạm Thị Thảo 50€ HHHL Thiện Nam Hoàng Nguyên Hải. Fam Đồng Đạt Lê Ngọc Thành 50€. Fam. Alan Wong, Thu Wong, Kenneth Wong, Sara Wong & Memrice 50€. Fam. Demy 50€. Fam. Lang 20€. Fam. Mac 20€. Fam. Mai 5€. Fam. Nhung Geisler 10€. Fam. Phong Lau 20€. Fam. Phong-Tische 50€. Fam. Thái 15€. Fam. Trương 20€. Fam. Vũ 50€. Familie Sutjipto 10€. Faru Lưu Anh 50€. Gđ. Bảo Ngọc M. Hải 50€. Gđ. Diệu Hòa Trần Thị Hiền 20€ HHHL Ông Bà, Cha Mẹ, Tổ Tiên và chúng sanh. Gđ. Diệu Khanh 100€. Gđ. Đỗ Diệp Mừng 50€. Gđ. Đoàn Tuyết Anh & Đoàn Thanh Phong 100€. Gđ. HL Dương Minh Chí Pd Đồng Thanh 300€. Gđ. HL Hứa Thị Quý 500€. Gđ. Họ Lê 10€. Gđ. Họ Trương 160€. Gđ. Lâm Chánh Văn - Ngũ Nghành 10€. Gđ. Nguyễn & Vương 50€. Gđ. Nguyễn Đức Dũng 50€. Gđ. Nguyễn Minh Phượng & Đồng Tịnh Nguyễn Thị Thanh 20€. Gđ. Nguyễn Thị Lan Anh 20€. Gđ. Nguyễn Thế Cương & Trịnh Ánh Linh và Nguyễn Phú Quý 20€. Gđ. Phạm Quốc Tuân 30€. Gđ. Phạm Thị Thanh Hằng & Gđ. Hoàng Việt Long 20€. Gđ. Phạm Văn Dũng (Thiện Trí & Thiện Hương) 20€. Gđ. Phạm Văn Sơn (Hải) & Đồng Hoa Nguyễn Thị Thu Hương 70€. Gđ. Pt Diệp Hồng Chảy & Phùng Thoại Minh 20€. Gđ. Pt Thu Hiền Wittkowsky 20€. Gđ. Quảng Trí 100€. Gđ. Sư Cô Hạnh Ân 100€. Gđ. Thiện Học & Thiện Thảo 100€. Gđ. Thiện Hữu Đỗ Thái Bằng 100€. Gđ. Thiện Lợi & Thiện Đức 20€. Gđ. Thiện Thịnh Ngũ Thơ Cường 50€. Gđ. Thiện Vinh, Thiện Quý, Thiện Hợp & Thiện Kim 50€. Gđ. Trần Trúc Quỳnh 300€. Gđ. Trí Dũng & Trí Xuân 30€. Gđ. Trí Lan Phạm Thị Hường 50€. Gđ. Trương & Nguyễn 20€. Gđ. Trương Minh Dũng & Đoàn Thị Thúy Nga 30€. Gđ. Vạn Huệ Châu Bảo Phước & Vạn Hoa Châu Như Hương 50€. Gđ. Vạn Phụng Đinh Thị Loan, Vạn Thiện Nguyễn Lâm Sơn Tùng & Vạn Thành Lâm Đức Đạt

Max 100€. Gđ. Võ Văn Dung, Nguyễn Thị Nga, Lena Võ & Leon Võ 100€. Gđ.HL Nguyễn Mạnh Hùng 300€. Gđ.Pt Đỗ Ngọc Cường, Nhuận Loan Hoàng Thị Nhung 50€ HHHL Hoàng Văn Lịch. Gđ.Pt Đồng Giới 20€. Gđ.Pt Đồng Lạc Nguyễn Hùng Anh 40€ HHHL Liễu Đạo La Thị Sinh & HL Huệ Hiền Đỗ Thị Sáu. Gđ.Pt Lê Thị Thanh Hiền 300€ HHHL Lê Văn Dũng 1951-25.05.24. Gđ.Pt Nguyễn Thị Hồng Mận & Nguyễn Văn Kiên và Nguyễn Duy Anh Tim 50€. Gđ.Pt Thiện Lộc Đặng Lâm Quang & Ngọc Cẩn Trần Thị Lan 50€. GĐPT Tâm Minh 100€. Gia Nghi Hồng 100€. Giác Đăng Vũ Thị Thanh Huyền 20€. H.C.T. 10€. Hà Diệu Cơ 20€. Hawas Eizidy 5€. HHHL Bà Vũ Thị Kim Định (1927-2020) 50€. HHHL Cậu Trịnh Quang Tuấn (1965-2019) 50€. HHHL Cô Phùng Thúy Nga ((1959-2018) 50€. HHHL Đỗ An Pd Đồng Sanh (1993-2013) 50€. HHHL Đồng Thành Dương Minh Chí (1965-2024) 150€. HHHL Ông Phùng Đắc Yến (1929-2021) 50€. HHHL Ông Trịnh Quang Tuấn (1929-1987) 50€. HL Lê Vinh Thiện 20€. HL. Phạm-Nguyễn Thị Ngọc Yến 20€. Hồ Đình Tuấn 1€. Hoàng Lê Bình 10€. Hoàng Thị Mơ 10€. Hoàng Văn Chiến 500€. Hoàng Yến 50€. Huan Trang 50€. Hugo Cardenas Krenz 200€. Huyền Chiếu Vũ Thị Huê 70€. Huỳnh Ngọc Hà 115€. Huỳnh Phi Phi 80€. Huỳnh Phước Bình 50€. Huỳnh Thanh Vy & Nguyễn Thiên Hương 10€. Huỳnh Thị Cưu & Mai Ngọc Sáng 10€. Huỳnh Thị Khuyến 20€. Huỳnh Thị Kim Chưởng 10€. Jahn Horst 10€. Jenifer 20€. Jennifer Deres 200€. Kenny Thịnh Nguyễn 10€. Kheng Ong 5€. Kim Chi Hübner Pd Phương Anh 50€. Komm Larry Ngọc 50€. Kryrosher 4,50€. Kỷ Jolie 20€. Lâm Thuận Hi 20€. Lê Đình Thủy Tiên 100€. Lê Hồng Sơn 50€. Lê Lan 20€. Lê Minh Hà 50€. Lê Thanh Tùng & Lý Lê Hiếu 20€. Lê Thị Anh Đào 50€. Lê Thị Hai 50€. Lê Thị Mộng Ngọc 20€. Lê Thị Thanh 50€. Lê Thị Thanh Hiền 20€. Lê Thị Thanh Lịch 60€. Lê Thu Giang 50€. Lều Thị Oanh 20€. Nguyễn Thị Hiền 20€. Nguyễn Thị Hồng 20€. Nguyễn Thị Kim Châu 50€. Nguyễn Thị Phương 20€. Nguyễn Thị Phương Loan 20€. Nguyễn Thị Quỳnh 10€. Nguyễn Thị Thanh Mai 50€. Nguyễn Thị Thu Trang 50€. Nguyễn Thị Vân Anh 40€. Nguyễn Thị Vân Quỳnh 70€. Nguyễn Thu Nga 10€. Nguyễn Thùy Hương & Nguyễn Xuân Mạnh 20€. Nguyễn Thúy Nga 20€. Nguyễn Thùy Trang 20€. Nguyễn Trọng Bình Pd Quang Thiện Thủy 20€. Nguyễn Trọng Nghĩ 50€. Nguyễn Tuyết Minh 20€. Nguyễn Tuyết Nhung 20€. Nguyễn Văn Lắm 20€. Nguyễn Viết Tấn 50€. Nguyễn-Lê Thanh Mai 10€. Nguyễn-Ruffner Thị Sự 50€. Nguyễn Thanh Huyền 20€. Nguyễn Thanh Loan, Ngọc Xuân, Đức Thơm 50€. Phạm Bích Hạnh 20€. Phạm Đức Hiếu 20€. Phạm Thanh Phong 10€. Phạm Thành Vinh 10€. Phạm Thị Bích Vân 20€. Phạm Thị Thu 10€. Phạm Thị Thúy Vân 10€. Phạm Thị Vân Anh & Phạm Nguyễn Bảo Hoàng và Phạm An 40€. Phạm Tiến Hạnh 50€. Phan Hồng Sơn 20€. Phan Ngọc Hùng & Trần Thu Hằng, Phan Ngọc An và Phan Ngọc Đức Denis 20€. Phan Thị Kim Ngân 20€. Phan Thị Sinh 10€. Phan Thị Thu Hà 20€. Phùng Chí An 50€. Pt Nguyễn Văn Hiến 50€. Pt Trần Xuân Bách 5€. Pt Vũ Thị Diệp 20€. Pt. Đồng Giới & Đồng Thanh 20€. Pt. Đồng Hoa 30€. Pt. Đồng Trí & Thiện Liên 30€. Pt. Quảng Hương 20€. Quách Duy Thắng 20€. Quảng Thiện Nguyễn Trọng Bình 20€. Sap, Jaria & Manfred 10€. SC Chân Không 200€. SC Xả Không 200€. Sơn Nguyễn 544,37€. Sử Bửu Châu 50€. Sư Cô Chân Không 300€. Sư Cô TN Thông Chân 200€. Suicu Cheng 50€. Sumitra Komsuwon 20€. Tạ Thu Hiền 50€. Tâm Hữu 50€. Tâm Thảo 50€. Tchen A Cuv 10€. Thai 5€. Thang Kiến Ngọc 200€. Thầy Hạnh Đức 2.000€. Thi Trí Nguyễn Thị Hợi 20€. Thiện Bạch Phạm Thị Bích Ngọc 20€. Thiện Bảo (Nho) 10€. Thiện Chánh & Thiện Hải (Hằng & Mike Seewald) 50€. Thiện Đạt Trần Mạnh Thắng 50€. Thiện Hà & Nguyên Thảo 50€. Thiện Hậu Lâm Thị Diễm 50€. Thiện Hiếu (Lê) 10€. Thiện Học Trần Nguyên Khoa 50€. Thiện Nam & Minh Hải 5€. Thiện Nhật Phạm Thị Thùy Nga 30€. Thiện Phú Lê Bích Lan 20€ HHHL Phạm Văn Cường Pd Đồng Phú Liên Trường. Thiện Tuệ 10€. Thiện Vũ Phạm Thị Kim Oanh 20€. Thúy Henne 60€. Trần Thị Ngọc Thúy & Pawel Malinowski 20€. Trầm Phụng Linh 280€. Tram Tam Tam 100€. Trần Bội Châu 20€. Trần Duyệt Khanh 50€. Trần Kim Ngà 50€. Trần Kinh Hùng 50€. Trần Mạnh Hùng 10€. Trần Mộng Tuyền 10€. Trần Ngọc Thủy 20€. Trần Nguyệt Băng 50€. Trần Thị Lý 10€. Trần Thị Thanh Huyền 50€. Trần Thị Thu Thảo 20€. Trần Thúy Hằng 50€. Triệu Thành 50€. Trương Thanh, Trương Tuyết Nguyệt, Trương Tuyết Thu & Cheah Fook Seng 50€. Trương Thị Bình 50€. Van Dung Diep 200€. Vạn Thiện Nguyễn Lâm Sơn Tùng 100€. Võ Kiều Oanh 50€. Vũ Hồng Minh 100€. Vũ Mạnh Trụ 20€. Vũ Thanh Hằng 50€. Vũ Thị Mai 100€. Vũ Thị Minh Hằng 60€. Vũ Thị Minh Nguyên 20€. Vũ Thu Hà 60€. Vũ Trọng Anh 550€. Vương Tú Quyên 50€. Vương Văn Mạnh 50€. Wan Kai 10€. Quách Thuận Đức (Aachen) 20€. Gđ. Đào Văn Thuấn (Asbach) 50€. Phạm Phương Anh (Aschwnsleben) 60€. Đồng Đức Nguyễn Bảo Việt (Aurich) 50€. Gđ. Quang Linh Đỗ 50€. Hạnh Thắng 50€. Johnnie Vương 10€. Nhật Huy Hoàng, Phi Anh Hoàng, Hồng Phương & Hoàng Công Lộc 20€. Thúy Tre 50€. Thủy-Chiến 50€. Phạm An Thanh (Bad Iburg) 20€. Thiện Anh Ngô Kiêm Hoàng (Bad Kreuznach) 100€. Gđ. Vũ Duy Phong (Bad Laer) 50€. Hoàng Hữu Long & Đỗ Thị Thúy Hà (Bad Oeynhausen) 100€. Nguyễn Thanh Huyên 20€. Lê Thị Hải Yến (Bad Salzdeteupth) 50€. Lê Thị Niên (Bad Zwischenahn) 50€. Ngô Thị Thức (Barsinghausen) 50€. Ẩn Danh (Berlin) 50€. Con Phượng 5€ HHCL Sư Cô Diệu Ngọc. Diệu Bạch 25€. Diệu Bạch Nguyễn Liên Hương 500€. Diệu Thúy 50€. Diệu Tịnh 30€. Diệu Tịnh (Hằng & Tuấn) 200€. Gđ. Vũ Trọng Huy 20€. Huệ Đạt 10€. Lê Quốc Văn 100€. Lương Thị Bích Hà 30€. Ngô Thị Thanh 20€. Quảng An 25€. Quảng Phúc & Diệu Nguyệt 50€. Nguyễn Thị Huyền Trang (Bhomte) 20€. Diệu Lương (Bielefeld) 20€. Gđ. Au Chau 20€. Nguyễn Thị Kim Tuyến 10€. Trương Thị Thúy 10€. Phạm Thị Ngừng (Bitburg) 60€. Trần Thị Hoa (Bochum) 10€. Đào Quỳnh Hoa (Braunschweig) 20€. M. Lan 10€. Nguyễn Thùy Hương 20€. Nguyễn Thị Minh Trang 50€. Thị Phon 10€. Võ Thị Hải Lý 20€. Gđ. Định & Phượng (Bremen) 20€. Gđ. Thiện Hiếu 200€. Gđ. Trần Trúc Quỳnh 1.240€. Lai Cẩm Huy 20€. Nguyễn Hoàng Anh 50€. Nguyễn Thị Mỹ Dung 240€. Nguyễn Thị Mỹ Dung 100€ HHHL Kalbitzer Mike. Phạm Thị Duyên 20€. Thiện Bạch Nguyễn Thị Mai Xuân 20€. Fam. Trịnh Xuân Đản (Bremerhaven) 100€. Hồng Dũng Trần Kim Lang 30€. Đặng Văn Liễu (Bügerburg) 20€. Lê Đức Trung 20€. Nguyễn Thị Hạnh (Burgdorf) 10€. Trịnh Đức Thông 20€. Trương Ngọc Cúc (CA/USA) 100€. Nguyễn Ngữ (Canada) 117,50€. Đồng Tịnh Nguyễn Thị Minh Hạnh (Celle) 50€. Dr. Thoai-Dao Trang 108€. Fam. Dương Hứa 100€. Fam. Lâm Sáng 50€. Ha Ebeling 30€. Lê Thị Lan Hương 20€. Nguyễn Kim Mùi 20€. Nguyễn Thị Thu Thủy 50€. Trần Văn Hoàn 20€. Vũ Minh Huyền 100€. Trương Thị Thu Hồng (Cloppenburg) 20€. Gđ. Nguyễn Minh Hải & Nguyễn Thị Phượng (Delmenhorst) 50€.

Nguyễn Văn Lâm 50€. Đỗ Bá Sự & Nguyễn Thị Kim Thanh (Dresden) 20€. Nguyễn Thị Liễu (Duisburg) 10€. Quách Ngọc Anh (Düren) 10€. Diệu Hiền (Düsseldorf) 50€. Nguyễn Thị Thân 50€. Nguyễn Thị Trường 50€. Nhã Duyên 50€. Thiện Đạo Nguyễn Thị Trượng 50€. Hồ Hưng (Emden) 50€. Hồ Hưng & Nguyễn Thị Thanh Hương 50€. Ngô Thị Hải 50€. Tiêu Mỹ Lan 10€. Thái Nga (Eschborn) 20€. Đỗ Việt Hùng (Essen) 50€. Thiện Nữ Phạm Thị Kim Tiên 10€. Vũ Thanh Tường (Falkensee) 100€. Hà Kiến Hưng (Frankfurt/M) 100€. Nguyễn Ngọc Vi & Nguyễn Đức Bảo 20€. Bình Lê (Fürth) 50€. Gđ. Việt Mai (Garbsen) 20€. Phan Thị Bé (Gifhorn) 10€. Gđ. Trần Tú Ngọc (Gifthorn) 30€. Mai Ngọc Ann-Katrin & Mai Quang Tuyến (Göttingen) 50€. Nguyễn Thị Thương 50€. Phan Thị Hồng Lan 50€. Pt. Diệu Thùy Nguyễn Thị Thúy Ngọc (Großbreitenbach) 10€. Pt. Hanna Nguyễn (Nguyễn Thu Hương) 10€. Pt. Nguyễn Hải An Ernin 10€. Pt. Nguyễn Thùy Dương (Laura) 10€. Phan Quang (Hagen) 60€. HL Pt Vũ Thị Gái (Hải Phòng/Việt Nam) 10€. Pt. Phùng Thị Khuê 10€. Vũ Thị Tách 20€. Fam. Rich Wien (Hall/S) 40€. Pt. Diệu Thành 10€ + 1 lọ hoa. Đặng Phạm Tú Anh (Hamburg) 50€. Fam. Thanh Tiến 50€. Giang Hà & Nhuận Thắng 50€. Götz Nickel 10€. Jenny Hoa Thái 50€. Nguyễn Hoàng Minh 10€. Nguyễn Văn Sang 10€. Thị Muồng 20€. Trần Thúy Diễm & Phan Xo Sung 50€. Vũ Quốc Thinh & Nguyễn Hạnh Nhung 50€. Đào Thị Hạnh (Hameln) 50€. Lê Hải Yến 50€. Hảo & Lê (Hanau) 10€. Bác Quảng Ngộ & Diệu Hiền (Hannover) 100€. Bích Thuận 20€. Bùi Thị Thảo 30€. Cháu Minh Hoàng 5€ HHCL Sư Cô Diệu Ngọc. Đặng Thị Tuyết 10€. Đinh Thanh Thủy 50€. Đinh Thị Phượng 50€. Dương Ngọc Minh 20€. Gđ. Chị Yến Kunde 20€. Gđ. Đồng Kim Ngụy Minh Thúy 50€. Gđ. Nam Phương 20€. Gđ. Trương Thanh 20€. Gđ. Pt Diệu Hải Nguyễn Thị Thủy & Nguyễn Hữu Quyết và con trai Henry Anh Tú Nguyễn 50€. Gđ.Pt Ngọc Cẩn Trần Thị Lan 50€. Hoài Hương 20€. HT. Thích Như Điển 8.000€. Hùng Oanh 50€. Khánh Linh 30€. Lê Minh Tuyên 20€. Lê Thị Hồng & Hoàng Công Khánh 20€. Lê Thị Kim Sa 20€ HHHL Lê Thị Liễu. Lê Thị Lan 10€. Lê Thu Hương & Hoa Anh Tú 30€. Lucy Nguyễn 10€. Ngọc Cẩn Trần Thị Lan & Thiện Lộc Đặng Lâm Quang 50€. Nguyễn Anh Tuấn 20€. Nguyễn Cẩm Vân 20€. Nguyễn Đình Minh 10€. Nguyễn Hoàng Thu Phương 40€. Nguyễn Hữu Hoàng 20€. Nguyễn Thị Thu Hằng 20€. Nguyễn Thúy Ngàn 20€. Nguyễn Văn Ánh 15€. Phạm Thị Thu 20€. Pt Đồng Xuân Hoàng Thị Lợi 10€. Thiện Phú Lê Bích Lan 10€. Trần Hoàng Việt 20€. Trương Bích Hậu 40€. Vũ Thị Phương 30€. Vũ Thị Sinh 50€. Vương Đặng Đức (Harburg/Hamburg) 50€. Nguyễn Phúc Hưng, Hoàng Thị Thanh Hằng, Nguyễn Thùy Linh & Nguyễn Hùng Cương (Harpstedt) 20€. Mạch Gia Lạc (Haßloch) 20€. Gđ. Quách Tuấn (Helmstedt) 50€. Huỳnh Tú Dung 50€. Nguyễn Thụy Thanh Hằng 20€. Đặng Văn Hiền (Hildesheim) 30€. Nguyễn Hương Thủy 10€. Nguyễn Minh Thảo & Philip Ngọc Phước Hoàng 50€. Nguyễn Thị Chi 50€. Nguyễn Thị Kim Nhung 20€. Thiện Hà, Nguyên Thảo & Đồng Anh 50€. Bùi Vi Dan (Hof) 50€. Hồng Paul (Holland) 50€. Phan Thị Thu Ngân (Holzminden) 50€. Đặng Văn Hùng (Höster) 20€. Gđ. Trần Văn Hiện, Trần Jasmin Thùy An & Nguyễn Thị Kim Anh (Ibbenbüren) 50€. Trần Jasmin & Thùy An 20€. Phan Thị Vân Anh, Phạm-Nguyễn Bảo Hoàng & Phạm An (IN) 20€. Bùi Thị Thiệt (Jaderberg) 50€. Thị Bình Drebelow (Jesteburg) 70€. Dr. Đào Trọng Hợp (Karlsruhe) 1.000€. Thiện Mỹ Lưu Hạnh Dung 100€. Nguyễn Lan Phương (Kassel) 50€. Thanh An 20€. Đồng Liên Bùi Thị Lan (Kiel) 50€. Lý Hồng Tiên (Krefeld) 30€. Lý Hồng Tiên, Diệu Phúc Lý Hồng Diễm, Diệu Lý, Diệu Cúc, Diệu Ngọc, Minh Hoàng, Minh Hải & Minh Đức 100€. Gđ. Thị Chơn, Thiện Liên, Tâm Thảo & Thiện Tuệ (Laatzen) 200€. Lê Quang Phi & Võ Thị Thu Hường 40€. Lê Quang Phú Quang & Lê Quang Phú Minh 40€. Lê Quang Phú Quí 20€. Nguyễn Thị Kim Chi 50€. Phan Thị Kim Lan 1.000€. Phan Thị Mai 50€. Tăng Quốc Cơ 50€. Thị Chơn & gia đình 100€ HHHL Cụ Bà Nguyễn Thị Hương (1938 -14.06.24). Trương Mỹ Phương 20€. Pt. Lê Thị Hà & Phan Thị Hồng Vinh (Lachendorf) 10€. Pt. Phan Thị Hồng Vinh 20€. Gđ. Thang (Langenhagen) 50€. Thiện Hà Đặng Thị Hằng Teickner 10€. Phạm Schulz (Leer) 20€. Đặng Thị Thinh (Lehrte) 10€. Đoàn Bích Ngọc 10€. Fam. Đoàn & Mai 10€. Nguyễn Thanh Tính 20€. Thiện Trúc Nguyễn Thị Thanh Thúy 25€. Vũ Phương Anh Nguyễn & Minh Thu Nguyễn 20€. Phạm Quỳnh Hoa (Leverkusen) 100€. Fam. Phạm Thị Thanh Hiển & Võ Công Khanh (Löhne) 100€. Lê Hồng Khan (London/ England) 50€. Royal Nails (Lüdenscheid Schweter) 100€. Hưng & Linh Quách (Lübeck) 50€. Phạm Việt Cường 20€. Lý Quốc Thái (Lüdenshceid) 100€. Pt Triệu Thu Thục 20€. Hương Tuệ (Lüneburg) 100€. Ngọc Huệ 20€. Nguyên-Erhart Thị Bích Lan Pd Thiện Huệ (Lünen) 50€. Dương Thanh Tùng (Meranne) 20€. Ngô Xuân Duyên (Magdeburg) 50€. Bernd Frecse (Meppen) 10€. Fam. Huỳnh Anh Kiệt 100€. Ngọc Bình Ô Thị Hai 50€ HHHL Diệu Thọ Ô Thị Tốt. Thương Đoàn 10€. Châu Ngọc Tám (Minden) 10€. Daniel Trần 20€. Đào Thị Lan Dung 10€. Gđ. Trần Văn Mạnh & Nguyễn Thị Nguyệt 20€. Nguyễn Ngọc Đan 20€. Nguyễn Thị Cúc 20€. Phạm Sĩ Đạt 20€. Phạm Thị Sen 50€. Phan Văn Hòa 150€. Trần Thị Thu 50€. Nguyễn Thị Thanh (Misburg) 10€. Gđ. Trần Thị Lan (Münster) 50€. Lý Kim Phượng 50€. Viên Hảo Hồ Thị Thu Hà (Münster) 100€. Pt. Phạm Thị Mười (Nam Định/Việt Nam) 10€. Trần Ngọc Nga (Neumünster) 50€. Thông Giác Trần Tú Anh (Neuss) 50€. Bùi Thị Minh Thy (Neu-Ulm) 50€. Đoàn Thị Sáu (Neuvied) 20€. Phan Văn Hách (Niederkassel) 50€. Huỳnh Văn Châu (Norden) 20€. Đỗ Văn Viện (Norderney) 20€. Dương Anh Tuấn 20€. Pt. Doãn Nguyễn 20€. Chị Dung (Nürnberg) 650€. Nguyễn Tăng Lộc 30€. Thiện Lạc & Thiện Hiếu (Quầy Hủ tiếu) 200€. Thái Thị Khánh Hồng (Obernkirchen) 50€. Nguyễn-Trần Thị Lương (Offenbach) 20€. Hoàng Thị Nga (Opladen) 20€. Gđ. Trần (Osnabrück) 10€. Huyền My Sandmann 55€. Kim Thị Thúy Huệ 60€. Nguyễn Hoàng Liên 20€. Nguyễn Thị Huyền Trang 20€. Trần Thiện Thông (Paderborn) 50€. Lương Hà Nữ, Lương Miêu & Lương Bá Nhơn (Paderorn) 20€. Hoàng Thị Hiên (Peine) 20€. Nguyễn Thanh Vân 50€. Huỳnh Bá Thuận (Ratingen) 40€. Gđ. Duyên Ngọc Hàng Ngọc Hoa (Rheine) 50€. Nguyễn Thị Hoa 20€. Phạm Văn Anh (Rosdorf) 200€. Lục Bích (Rotenburg) 10€. Trần Khi 20€. August Ziehl (Roxheim) 100€. Fam. Trần & Nguyễn (Salzhemmendorf) 10€. Gđ. Hà & Tạ và Diệu Hảo Tạ Thị Thanh Huyền (Sande) 80€. Võ Quang Châu (Schwabach) 100€. Tô Thanh Thúy (Schweiz) 100€. Gđ. Nguyễn Văn Đống (Seelze) 10€. Gđ. Tuấn Phương 30€. Thiện Phước Nguyễn Phú Đức (Springe) 50€. Phan Thị Thu Hà (Stadthagen) 50€. Nguyễn Minh Nguyệt (Steinhude) 40€. Trần Thị Anh (USA) 213,51€. Fam. Nguyễn (Muoi Lu) (USA/Cali) 100€ HHCL SC Hạnh Ngọc. Bohlmann Thị Thúy Mai (Uslar) 5€. Gđ. Nguyễn David (Vechta) 30€. Lý Anton 50€. Lý Tùng Phu 20€. Nguyễn Franz 20€. Nguyễn Franz 30€. Nguyễn Thị Hoa 20€. Trần Thị

Minh 10€. Lê Quang Phước (Viesmar) 20€. Lê Thị Thủy 50€. Đào Huy Tuấn (Việt Nam) 50€. Văn T.T. Loan 20€. Bành Tâm Sơn (Wiesbaden) 10€. Gđ. Hoàng Văn Vinh (Wilhelmshaven) 50€. Heo công đức số 283- 100€. Nguyễn Thị Liễu 70€. Nguyễn Lê Dân & Nguyễn Thu Thủy (Wittlich) 20€. Bích Liên Kadagies (Wolfsburg) 20€. Đào Thị Thắm 20€. Đỗ Thu Thủy & Nguyễn Thị Phương Lan 40€. Nhu Nguyen 20€. Phan Hoàng Lan 10€. Phan Hoàng Nam 10€. Thiện Điểu Vũ Thị Sáu 20€. Trần Thị Hoài 20€. Fam. Nguyen (Wunstorf) 25€. Quý Đạo Hữu & Phật Tử ẩn danh 682,92€. -Cúng dường Tăng Ni người Đức: Chị Lanh 280€. Lee Lục Nhân Khanh 20€. Nguyên Hằng & Thiện Liên 100€. Nguyên Thanh 50€. Oanh 50€. Phạm Thị Tuyết Mai 100€. Tâm Thảo 50€. Thiện Hà & Nguyên Thảo 50€. Thiện Hoa & Khoa 100€. Thiện Nhật 20€. Nguyễn Hải An Ernin (Großbreitenbach) 10€. Nguyễn Thùy Dương 10€. Nguyễn Thúy Ngọc 10€.

* Chùa Viên Âm (Nürnberg) 800€. Thiện Mẫn & Thiện Nhã (Erlangen) 500€. Nguyên Tịnh (Nürnberg) 50€. Ẩn danh (") 100€. Thiện Hảo & Đồng Phúc (") 100€. Hứa Thu Trang 50€. Nguyễn Thị Chạy (France) 150€ HH chư Hương linh quá vãng thờ tại chùa. Sư Cô TN Chân Không (France) 200€. Sư Cô TN Xả Không (München) 100€. Diệu Hoàng (Frankfurt) 50€. Bảo Nghiêm (Berlin) 50€. Diệu Hải (Việt Nam) 50€. Diệu Tâm (Laatzen) 10€. HHHL Đồng Thành Dương Minh Chí 50€. Gđ. Hằng Tuấn & Diệu Tịnh (Berlin) 200€. An Nghiêm Võ Thị Mỹ Trang (Đài Loan) 50€ HH cầu an Thân phụ Võ Giáp Thân. Sư Cô TN Giác Mãn (Sweden) 100€. Phi Yến Nguyễn (Florida/USA) 925€. Chùa Thiện Minh (Lyon/ France) 1.000€. Quý Phật Tử chùa Thiện Minh (") 350€. Chùa Bảo Quang (Hamburg) 500€. Nguyên Đạo Văn Công Tuấn (Hamburg) 100€ HHHL Thị Minh Văn Công Trâm. Thiện Đạo Khưu Cẩm Vân (Wiesbaden) 50€. Đỗ Thị Cần (Frankfurt) 50€. Hạnh Hải & Đức Tịnh (") 70€. Haag Eveline - Thiện Chư (Berlin) 50€. Haag Sarah - Thiện Dương (Hannover) 50€. Huệ Lương Nguyễn Thị Thu Hiền (Bielefeld) 50€. Thiện Như (Metingem) 50€. Ẩn danh (Hannover) 200€. Khóa tu Bát Quan Trai (") 50€. GĐPT Tâm Minh (") 50€. Diệu Huệ (Erfurt) 50€. Sư Cô Doko Waskönig (Hannover) 20€. Thiện Vũ & Thiện Niệm (USA) 925€. Sư Cô TN Thông Chân (Hamburg) 100€. Thiện Hảo & Thiện Tâm (Lippstadt) 150€. Minh Huệ Becker 100€. Thìn Lưu (England) 500€. Chùa Phổ Hiền (France) 2.000€. Thanh Vân & Sư Vinh (Ludwigshafen) 50€. Dũng (Speyer) 50€. Minh Trọng & Diệu Anh (France) 200€. Đồng Kệ & Thiện Cao (Freiburg) 100€. Tâm Đồng & Tâm Tuyên 100€. Dien Lương 50€. Quảng Huệ 200€. GĐPT Tâm Minh 50€. Quảng Ngộ & Diệu Hiền và Đồng Thuận (Hannover) 100€. Diệu Thanh 100€. Đồng Phước & Đồng Huệ (Heilbronn) 50€. Nguyên Trí & Nguyên Tuệ (Wilhelmshafen) 50€. Thiện Phú (Lan) (Hannover) 50€. Thiện Khang Nguyễn Minh Tuấn (") 100€. Thiện Đạo (") 50€. Đồng Tâm 200€. Chong Chong Hà Ngọc Diệp (Mönchengladbach) 100€. Phạm Phương 50€. Đồng Huệ Nguyễn Bích Thủy 50€. Đồng Phước & Đồng Huệ (Bielefeld) 200€. Sư Cô Hạnh Bình, Thiện Huy, Thiện Hậu, Thiện Đức & Thiện Mỹ (Hannover & Frankfurt) 200€. Thiện Hảo (Hannover) 50€. Sư Cô Giác Hữu (France) 300€. Diệu Hạnh & Đạo Tâm (München) 50€. Thiện Giới Lê Thị Thu Hương (München) 200€. Thiện Lộc Đặng Lâm Quang & Ngọc Cẩn Trần Thị Lan và Mỹ Hiền Đặng Hải Lâm, Thiện Phước Đặng-Trần Nhật Minh (Hannover) 100€. Phạm Văn Sơn (Hải) & Đồng Hoa Nguyễn Thị Thu Hương (Pawel) 50€. Cao Phan Dũng & Nguyễn Thị Thư 100€. Đồng Nhan, Diệu Tịnh, Đồng Lạc, Đồng Giác & Đồng Kim (Ibbenbüren) 100€. Đồng Hạnh (Hannover) 50€. Mỹ Tuyết Trương Ngọc Huệ (München) 300€. Diệu Cẩn (Hannover) 30€. Sư Cô TN Hạnh Trì (USA) 925€. Quảng Kính & Diệu Phụng (Holland) 50€. Đồng Nhi (Hannover) 50€. Huệ Phương 150€. Sư Cô TN Chơn Phương Bảo (USA) 463€. Quý Phật Tử Tịnh Thất Hòa Bình (USA) 278€. Tinh Ngọc (USA) 278€.

Quý Đạo Hữu & Phật Tử cúng dường thực phẩm và bánh phát hành lễ Phật Đản

Đồng Liên (Bremen): Bánh tét chuối 60 đòn. Bánh chưng 57 cái. Bánh Pía 220 cái. Nguyễn Thanh Phương (Seelze) 120 bánh khoai mì. Mai Thị Hoa (Bielefeld) 1.000 cái ba loại bánh. Gđ.Pt Minh Đức Huỳnh Văn Thương, Huỳnh Thị Ngọc Châu Diệu Phương, Diệu Quang Lục Huệ Linh, Thiện An Diệp Hoài Xương, Đồng Vân Diệp Hương Nhi, Đồng Ngân Diệp Hương Thu và Đồng Trí Diệp Hương Loan (Na Uy) 2 bao gạo. Ong Thị Dung (Na Uy) cúng dường gạo.

* BÁO VIÊN GIÁC

Bathke Ong Thị Minh 50€. Fam. Nguyễn Ung 50€. Huỳnh Lai Ban 50€. Mme Ngọc Trân 100€. Nguyễn Văn Công 20€. Nguyễn Văn Lắm 30€. Phạm Văn Đức 10€. Tịnh Thất Bảo Liên 200€. Văn Công Tuấn 20€ (tặng 1 năm báo VG cho Ngu Thoi Trong). Huỳnh Thị Lý (Bad Iburg) 20€. Nguyễn Phi Hùng 30€. Cindy Khanh Nguyễn (Berlin) 20€. Nguyễn Thị Tân 50€. Bùi Xuân Thảo (Bietigheim-Bissingen) 30€. Phạm Thị Ngừng (Bitburg) 40€. Huỳnh Thị Phon (Braunschweig) 20€. Lý Thị Kim Ánh 20€. Nguyễn Quang Nghĩa (Bremen) 50€. Thiện Bạch Nguyễn Thị Mai Xuân 30€. Trần Văn Các 30€. Trần Xuân Đán 50€. Trần Kim Nga (Burgdorf) 20€. Trần Thị Mẫu Đơn (Danmark) 40€. Quách Ngọc Anh (Düren) 20€. Nguyễn Thị Thân (Düsseldorf) 20€. Nguyễn Thị Trường 20€. Vũ Thành Tín (Essen) 20€. Dương Văn Phát & Phan Thị Lưu (Dương & Phan) (Filderstadt) 20€. Fam. Jeanne Bùi (Chúc Thanh) (France) 100€ (2 Phân Ưu). Nguyễn Hoàng Anh 60€. Hà Kiến Hưng (Frankfurt/M) 50€. Trần Ngọc Quan 40€. Lưu Phước Lai (Friedrichshafen) 30€. Nguyễn Thị Thu Thủy (Fürstenfeldbruck) 20€. Gđ. Trần Tú Ngọc (Gifthorn) 20€. Nguyễn Văn Det (Göttingen) 20€. Lê Tấn Lộc (Hamburg) 20€. Trịnh Quang Khánh 10€. Nguyễn Thị Tiến (Hannover) 25€. Phương Thế Hùng 20€. Trương Văn Xuân 30€. Cao Hữu Đức (Haren/Ems) 20€. Mạch Gia Lạc (Haßloch) 40€. Dr. Bùi Thị Hoàng Lan (Italia) 70€. Vũ Thị Minh Hằng (Karlsruhe) 30€. Trần Thị Thu (Minden) 40€. Võ Thị Phương (Mörlenbach) 50€. Nguyễn Ngọc Tuấn (München) 20€. Diệu Thịnh Lương Thị Thủy (Naumburg) 50€. Trình Thị Kim (Nehren) 20€. Tạ Văn Truyền (Nguyễn Thị Thái) (Neuenhaus) 100€. Phan Văn Hách (Niederkassel) 50€. Nguyễn Mạnh Thường (Norderstedt) 50€. Bùi Văn Tân (Nürnberg) 20€. Nguyễn Tăng Lộc 30€. Nguyễn Thái Nam 20€. Võ Thị Mỹ 20€. Lê Thị Hồng Điệp (Obersendling/Mü) 30€. Nguyễn Văn Tú (Oldenburg) 5€. Fam. Huỳnh (Osnabrück) 30€. Nguyễn Ngọc Lan (Schweiz) 40€. Nguyễn Văn Tây (Springe) 30€. Dương Thị Thu Thảo (Stuttgart) 50€. Nguyễn Văn Hòa (Fam. Nguyen - Dang) (Tübingen) 50€.

Phi Yến Nguyễn (Florida/USA) 185€. Thiện Vũ & Thiện Niệm (USA) 185€.

* ẤN TỐNG

Bathke Ong Thị Minh 50€. Đồng Liên Phan Thị Thu Cúc (Thúy Việt) 250€. Tiền phát hành sách & Thư pháp 1.650€. Võ Quang Châu 60€. Nguyễn Phi Hùng (Bad Iburg) 70€. Thị Bình Drebelow (Jesteburg) 30€. Phan Văn Hách (Niederkassel) 50€. Thái Thị Khánh Hồng (Obernkirchen) 20€. Gđ. Hà & Tạ và Diệu Hảo Tạ Thị Thanh Huyền (Sande) 20€. Chi Hội Phật Tử VNTN (Wiesbaden) 90€ (Phát hành kinhsách). Phi Sai Ngươn (Sweden) 44€.

* TƯỢNG PHẬT

-Tượng Quan Âm: Lâm Kim Khánh (Mönchengladbach) 120€. Hồng Dũng Trần Kim Lang (Bremerhaven) 30€.

-Một tượng Phật: Cao Văn Tồn (tự Trần Đa Phi) 200€. Huỳnh Thị Ngọc Hương 200€. Klaus Drecker Herman 200€.

-Một tượng Phật trên tháp:

Gđ.Pt Thiện Như Nguyễn Thị Thanh Kiều 60€. Huệ Hiền Đỗ Thị Sáu 60€. Nguyễn Ngọc Cúc 60€. Nguyễn Ngọc Huệ 60€. Nguyễn Thị Tý 60€. Nguyễn Văn Đời 60€. Trần Văn Thắng 60€.

-Phật Dược Sư: Gđ. Cô Thông Chánh, Thiện Đạo Vương Khánh Thành & Thiện Liên Dương Thị Thùy Dương 1.000€. Trần Thị Mẫu Đơn (Danmark) 67€.

* SỬA CHÙA

Nguyễn Hoàng Anh (France) 40€. Phan Văn Hách (Niederkassel) 50€. Nguyễn Hữu Khánh (Norderstedt) 10€.

* PHẬT ĐẢN

Hue Quan Van, Chi Kieu Dương & Sophie Dương 20€. Ẩn danh (người Hoa) 50€. Blumenthal 25€. Bùi Thị Mỹ Hạnh 10€. Bùi Thị Năm, Bùi Đăng Trình & Ninh Thùy Dương 30€. Cao Phạm Thu Hà 20€. Cao Thị Cúc 10€. Đặng Văn Hùng 20€. Đào Thị Hà 20€. Đh. Tăng Quốc Lương 20€. Đinh Hùng Minh 30€. Đinh Thị Mỹ Linh 10€. Đinh Thị Phương 30€. Đinh Thị Phượng 20€. Đinh Thị Phương Thảo 10€. Đinh Thu Hương 30€. Đinh Văn Hiền 10€. Dirk Buhmann 10€. Đỗ Thị Nhàn 20€. Đỗ Thị Thu Trà 10€. Đỗ Thúy Quỳnh 50€. Đoàn Thúy Hằng 10€. Đồng Giác Nguyễn Văn Bộ & Đồng Huệ Trương Thị Cửu và Nguyễn Thái Hòa 10€. Đồng Quí Võ Thị Kim Quyên 30€. Dương 20€. Dương Kim Oanh 30€. Fam. Au 20€. Fam. Do 40€. Fam. Kou & Lo 10€. Fam. La 20€. Fam. Lê Thị-Eitner 50€. Fam. Thắm Chữ & Hường Vũ 40€. Gđ. Hằng Thoa 20€. Gđ. Minh Thúy 10€. Gđ. Phạm Hoài Yến Linh 20€. Gđ. Thiện Học 100€. Gđ. Tiêu Thị Kim Anh 20€. Gđ.Pt Diệu Hồng 20€. Hiền Anh Nguyễn Ngọc Khanh 10€. Hua Thị Nguyễn 30€. Hương Nguyên 30€. Huỳnh Phi Phi 50€. Huỳnh Thị Đức Nhu 20€. Jerren Van Kempen, Tri Quan Lang & Alwin Van Kempen 20€. Khemporn Theissen 10€. La Tuyết Mai & La Bảo Nghi 10€. Lâm Quốc Quân 20€. Lâm Thành Vu & Thùy Nguyễn 20€. Lê Chi Gruber 500€. Lê Phúc Anh Nguyễn 15€. Lê Thúy Minh 10€. Lều Thị Nguyệt 20€. Lều Thị Oanh 20€. Lôi Thị Thu Cúc 50€ HHHL Bảo Ngọc Lôi Thị Sáu. Ma Be 20€. Mỹ Nga Härtel 20€. Nguyễn Hồng Hạnh 20€. Nguyễn Lisa 10€. Nguyễn Ngọc Lâm 10€. Nguyễn Ngọc Lucky Thuận 20€. Nguyễn Ngọc Trung Thanh 20€. Nguyễn Thanh Tùng 10€. Nguyễn Thị Cẩm Anh 20€. Nguyễn Thị Châu 10€. Nguyễn Thị Dược Lôi 20€. Nguyễn Thị Hải Yến 20€. Nguyễn Thị Hồng Liên 20€. Nguyễn Thị Lan 20€. Nguyễn Thị Lan Hương 20€. Nguyễn Thị Liên 40€. Nguyễn Thị Luân 10€. Nguyễn Thị Luyến 30€. Nguyễn Thị Mai Hương 20€. Nguyễn Thị Nguyệt 50€. Nguyễn Thị Tố Uyên 10€. Nguyễn Thị Xuân Minh 30€. Nguyễn Tuấn Anh & Trần Thị Bích Hồng 10€ HHHL Cha Nguyễn Ngọc Giáp, Cha Trần Văn Thành và Mẹ Trần Thị Quý. Nguyễn Văn Nhâm 100€. Nguyễn Xuân Hồng 20€. Phạm Đức Thọ 10€. Phạm Thị Phương 20€. Phạm Thị Thủy 20€. Phan Thị Nguyệt 10€. Quách Ái Trung 30€. Quản Thị Nhuận 30€. Tạ Thị Phi Nga 50€. Thành Quang Minh 30€. Thiện Thọ 50€ HH Thiện Lộc & Thiện Thanh và Thiệu Hậu. Thông Thuận Trịnh Thị Hoa 30€. Trần Bội Châu 20€. Trần Hải Hòa & Hứa Thị Dục Tú 30€. Trần Kim Mai 10€. Trần Nguyệt Băng 30€. Trần Thị Như Thủy 20€. Trần Thị Thanh Hương 20€. Trần Thị Trúc Mai 20€. Trang Cao, Sen, Johnny & Henry 20€. Trang Thắng 10€. Trịnh Quang Hùng 30€. Trương Thanh Tùng 40€. Urira Ladewig 30€. Văn Đức 20€. Võ Thị Ngọc Yến 10€. Vũ Quang Tú 50€. Vũ Thị Minh Thái 20€. Vũ Thị Phương Thúy 10€. Vũ Thị Thanh Huyền & Vũ Vân Đán 20€. Vương Tuyết Vân 20€. Yangxi Tan 20€. Zhan, Wie Ming 30€. Zhonghui Huang 20€. Gđ. Đào Văn Thuấn (Asbach) 50€. Pt. Vũ Thị Chung (Bắc Giang/Việt Nam) 10€. Văn H. Dương (Bad Bentheim) 30€. Gđ. Phạm Muội (Bad Iburg) 70€. Fam. Giang Trần (Bad Lauterberg) 30€. Nguyễn Daniel (Bad Oeynhausen) 20€. Nguyễn Dennis 20€. Phạm Sỹ Đạt 10€. Phạm Thị Tuất (Garbsen) 10€. Nguyễn Thị Kim Tuyến (Bielefeld) 10€. Chu Hải Thanh (Bochum) 50€. Đặng Văn Liêm (Braunschweig) 20€. Phan Thị Bích Thủy (Bremen) 10€. Trần Thị Kim Phúc (Burgdorf) 10€. Lương Minh Hương & Tạ Hoài Đô (Buxtehude) 10€. Fam. Dương Hứa (Celle) 30€. Hồng Lợi 70€. Minh Fugger 20€. Trần Thanh Huê (Coesfeld) 40€. Trần Vĩnh Cam 50€. Fam. Huỳnh (Delmenhorst) 20€. Helene Antony-Do (Düsseldorf) 50€. Jenny Trần (Elmshorn) 20€. Đồng Nhã Tiêu Mỹ Lan (Emden) 10€. Phạm Chí Huy (Erftstadt Liblar) 30€. Nhựt Hòa Võ Văn Thắng (France) 50€. Cao Mạnh Hải (Frankfurt/M) 30€. Trương Thị Hạnh (Freiburg) 20€. Fam. Nguyễn Anh Tuấn (Garbsen) 30€. Lê Viết Hai (Göttingen) 30€. Nguyễn Thị Thủy 20€. Lưu Thúy Nga (Gütersloh) 30€. Hằng Phúc (Hà Nội/Việt Nam) 30€. Vũ Hồng Thanh (Hameln) 20€. Bohn-Nguyễn My (Hannover) 10€. Đào Tiến Nam 30€. Đồng Hà Phạm Hoàng Hải & Đồng Mỹ Phạm Hoàng Bảo My 30€. Đồng Thuận Vũ Như Hằng 30€. Gđ. Như Thân & Quảng Thái (Hannover) 50€. Gđ. Pt Thiện Dũng 200€. Jens Schach 10€. Joscha 20€. Nguyễn Thanh Hương 10€. Phạm Văn Hiển 10€. Thiện Khang Võ Thị Hoa 50€. Thiện Kiến Hồ Phi Kevin 30€. Cao Hữu Danh (Haren) 50€ HHHL Cao Tay Truyền & Nguyễn Thị Ba. Cao Văn Châu 30€. Trương Văn Nghi 20€. Cao Hữu Đức (Haren/Ems) 20€. Diệu Lộc Huỳnh Thị Bê (Helmstedt) 30€. Trần Lisa (Helmstedter/BS) 50€. Sonja Fincke (Hildesheim) 20€. Trần Thị Tuyết (Isernhagen) 10€. Đồng Liên Bùi Thị Lan (Kiel) 50€. Nguyễn Ngọc Toàn (Laatzen) 50€. Thị Tâm Ngô Văn Phát 50€. Duy Thuận Nguyễn (Langenhagen) 20€. Nam Hằng (Lehrte) 30€. Nguyễn Đình Thăng 20€. Tưởng Thảo 20€. Fr. Kaspar-Nguyễn & Kim Chi Nguyễn (Lindenberg/Allgäu) 20€. Trần Siêu Niên (Lotte) 20€. Gđ. Phùng Cát Dũng (Marburg) 150€. Gđ. Lý Hoa Pd Diệu Liên (Meppen) 40€. Ngọc Bình Ô Thị Hai 50€ HHHL Diệu Thọ Ô Thị Tốt. Siu & Phan (Mettingen) 10€. Dr. Trương Ngọc Thanh & Nguyễn Thị Huyền Linh (Minden) 100€. Quách Huệ Linh 20€. Gđ. Pt Công Ngọc (Münster) 50€. Gđ. Hồ Thị Phải (Neuss) 20€. Gđ. Lục Tô

Hà (Nienburg) 20€. Nguyễn Mạnh Thường (Norderstedt) 20€. La Quốc Dũng (Nordhorn) 20€. Phạm Ngọc Anh & Lê Bạch Yến (Northeim) 20€. Nguyễn Thái Nam (Nürnberg) 30€. Fam. Huỳnh (Osnabrück) 100€. Phùng Phú (Oyten) 10€. Lê Thế Hùng (Pforzheim) 20€. Li-Trần Thúy Phượng 30€. Trần Thúy Lan 30€. Gđ. Trần Chí Lương & Trần Duyệt Thái (Rinteln) 50€. Dương Kim Oanh (Ronnenberg) 20€. Bích Ngọc Rüttiger (Sandberg Langenleiten) 10€. Tan Thanh Dinh (Solingen) 40€. Huỳnh Thị Kiều Liên (Taufkirchen/Mü) 30€. Hạnh Xuân (Troisdorf) 20€. Đặng Thị Hải Vân (Ulm) 10€. Alan Ly Au (Vechta) 20€. Au Nhung 30€. Nguyễn Franz 20€. Trinh Văn Tuấn 20€. Diệu Hải Bùi Thị Thu Hà (Việt Nam) 30€. Nga (Walsrode) 20€. Liêu Vĩnh Đạt (Wolfsburg) 40€. Trần Thị Nhài (Würzelen) 50€. Ẩn danh người Hoa 50€. Quý Đạo Hữu & Phật Tử ẩn danh 100€.

* Đèn Dược Sư

Nguyễn Thị Liễu (Duisburg) 10€.

* An Cư Kiết Hạ

Bathke Ong Thị Minh 50€. Thiện Hải Nguyễn Phan Hoàng Hà (An cư Kiết hạ) (Berlin) 200€.

* TRAI TĂNG

Ẩn danh 50€. Ẩn danh 100€. Bathke Ong Thi Minh 50€. Chúc Lạc Lại Thị Hạnh 50€. Diệu Hương Lý Thị Hoa 10€. Diệu Khánh 50€. Diệu Khai Hà Thị Ngọc Hoa 30€. Diệu Nguyệt 50€. Diệu Nguyệt Hoàng Thị Nga 10€. Diệu Tài Trần Thị Anh 10€. Diệu Trâm - Hoa Bùi 10€. Đỗ Bình An 50€. Đỗ Bình Minh 50€. Đồng Kim Tuyết Trinh 30€. Đồng Ngọc Thái Chinh 50€. Emma 10€. Gđ. Ngọc Cẩn Trần Thị Lan & Thiện Lộc Đặng Lâm Quang 50€. Gđ. Pt Từ Hậu Trương Thị Diệu Linh 50€ HHHL Trương Đình Thành. Gđ.HL Huệ Hiền Đỗ Thị Sáu 200€. Gđ.Pt An Thoát Dương Thu Minh Hằng 50€. Gđ.Pt Cô Lê Thủy Pd Đồng Hải 50€. Gđ.Pt Diệu Cần Nguyễn Thị Tiến 100€. Gđ.Pt Diệu Chiếu & HL Diệu Lạc Hà Thị Sanh 100€. Gđ.Pt Diệu Hòa Trần Thị Hiền & Dennys Strohmann 50€. Gđ.Pt Diệu Hoan Phạm Thị Tố Hoa 50€. Gđ.Pt Diệu Mỹ và các con 20€. Gđ.Pt Đồng Hạnh Lữ Mỹ Phương 30€. Gđ.Pt Đồng Hoa Nguyễn Thị Thu Hương & Phạm Văn Sơn (Hải) 50€. Gđ.Pt Đồng Phước Phạm Thị Lanh, Đồng Hiếu, Đồng Nhã, Đồng Trí & Đồng Huệ 100€. Gđ.Pt Đồng Tâm Lê Thị Ngọc Anh 50€. Gđ.Pt Đồng Thuận Thanh Tuyền Leupold 50€. Gđ.Pt Đồng Vân Mã Lệ Tuyết 50€. Gđ.Pt Hoàng Văn Vinh 50€. Gđ.Pt Lê Thị Ngọc Thủy 20€. Gđ.Pt Liên Hạnh Hồ Thị Lam, Đồng Nghĩa & Tỉnh Hiệp 50€. Gđ.Pt Minh Đức Huỳnh Văn Thương, Diệu Trí Huỳnh Thị Ngọc Hà, Diệu Phương Huỳnh Thị Ngọc Châu, Thiện An Diệp Hoài Xương, Diệu Quang Lục Huệ Linh, Đồng Vân, Đồng Ngàn, Đồng Tú, Huệ Liên Hồng Thị Hóa & Đồng Sanh Diệp Đồng Ngươn 200€. Gđ.Pt Ngọc Cẩn Trần Thị Lan, Thiện Lộc Đặng Lâm Quang, Ngọc Hiền & Thiện Phước 100€. Gđ.Pt Ngọc Phước Quách Thị Chuông 50€. Gđ.Pt Ngụy Minh Thúy 50€ HHHL Dồng Hoa Lâm Thị Huệ. Gđ.Pt Nguyễn Ngọc Châu & Đồng Nhan La Thị Ngọc Dung 20€. Gđ.Pt Nhuận Thanh Trần Thị Thảo, Jörk Becker Đồng Thể & HL Đồng Sanh Võ Thị Lê 100€. Gđ.Pt Tâm Mỹ Trần Thị Mỹ Châu 50€. Gđ.Pt Thiện Đức Huỳnh Lê Diệu Phước, Thiện Hậu & Thiện Huy 50€. Gđ.Pt Thiện Kim & Diệu Liên 30€. Gđ.Pt Thiện Như Nguyễn Thị Thanh Kiều 50€. Gđ.Pt Thủy, Thân Fridrichdof 30€. Gđ.Pt Trần Thị Ngọc Thúy & Pawel 20€. Gđ.Pt Vạn Phụng Đinh Thị Loan, Vạn Thiện & Vạn Thành 100€. Gđ.Pt Viên Trung Nguyễn Trung Thảo 50€. GĐPT Tâm Minh 450€. HL Pt Huệ Hiền Đỗ Thị Sáu 20€. Liên Dung Nguyễn Thị Mai Dung 20€. Nguyễn Thị Kim Nhung 20€. Nguyễn Thu Hương 50€. Nhuận Lành Phạm Thị Hiền 20€. Panea 10€. Pt Đồng Lạc Nguyễn Hùng Anh 20€. Pt Ngọc Hiền Đặng Hải Lâm 20€. Quảng Phúc 50€. Tạ Thu Hiền 50€. Thầy Thông Triêm 200€. Thích Nữ Hạnh Bình 200€ HHHL: Tâm Kỹ Lê Quang Tri, Tâm Đạt Huỳnh Công Thành, Tâm Đạt Ngô Thị Giống và Tâm Lượng Huỳnh Công Cử. Thiện Hiếu Komm Larry Ngọc 20€. Thiện Học 10€. Thiện Nhựt 10€. Thiện Phú Lê Bích Lan 30€. Thiện Phước Đặng Trần Nhật Minh 20€. Trần Hải Hòa & Hứa Thị Dục Tú 50€. Trí Hòa 60€. Viên Trang Hứa Thị Đoan 50€. Đào Văn Thuấn (Aschbach) 20€. Gđ. Thiện Tùng (Aurich) 100€. Khai Ngộ 50€. Thiện Lý 20€. Thiện Mỹ 30€. Thiện Vũ 200€. Diệu Tịnh (Hằng & Tuấn) (Berlin) 200€. Diệu Tịnh Đỗ Thị Minh 50€. Tâm Tịnh 100€. Thiện Giới Hoa Lan 50€. Huệ Lương Nguyễn Thị Thu Hiền (Bielefeld) 30€. Lương Thị Kim Khánh 50€. Thiện An Trần Thanh Tuyết & Trần Thanh Quy (Braunschweig) 10€. Hồng Dũng Trần Kim Lang (Bremerhaven) 30€. Đồng Liên Minh Đức (Bückeburg) 50€. Chị Bền (Burgdorf) 20€. Thiện Nhơn (Burgwedel) 10€. Đào Huyền (Celle) 50€. Helene Antony-Do (Düsseldorf) 50€. Huệ Thông Nguyễn Thị Nhị (Erlangen) 30€. Diệu Nga (Göttingen) 50€. Gđ.Pt Diệu Hòa Trần Thị Diệu Hiền 200€. Nhan Yến (Ha) 10€. Diệu Hoàn Phạm Thị Tố Hòa (Hafenlohr) 10€. Diệu Khai Hà Thị Ngọc Hoa (Hamburg) 10€. Diệu Thiện Nguyễn Thị Hiền (Phương Quỳnh) 50€. Diệp Hồng Chảy & Phùng Thoại Minh (Hannover) 50€. Đồng An Nguyễn Thị Khỏe 20€. Đồng Hạnh Bùi Thị Thu Dung 50€. Đồng Hạnh Khổng Tường Phương 20€. Đồng Huệ & Hải Yến 20€. Đồng Hương Nguyễn Lan Phương 30€. Đồng Kim Ngụy Minh Thúy 20€. Đồng Liên Nguyễn Thanh Thúy & Đồng Nhã 50€. Đồng Ngọc Phạm Trinh 50€. Đồng Thành Hoàng Thị Mơ 50€. Đồng Thành Nguyễn Thị Phương 20€. Đồng Thuận Vũ Như Hằng 20€. Đồng Tịnh Trịnh Thanh Vân 50€. Đồng Vinh 20€. Gđ. Pt Thiện Dũng 100€. Gđ. Thu & Tứ, Nguyễn Hoàng Uyên, Trần Thanh Sơn, Diệu Ngọc & Phúc Tính 50€. Huỳnh Hà Hưng 20€. Lê Thị Như Ý 20€. Lê Thị Thanh Hiền 50€. Lều Thị Oanh 50€. Ngô Trí Băng & Nguyễn Thị Kim Ngân 20€. Ngọc Cẩn & Thiện Lộc 100€. Ngọc Thông Võ Hồng Tiên 20€. Nguyễn Công Minh 20€. Phúc Minh Lý Trường An 20€. Thiện Học Trương Bích Hậu 20€. Trần Hoàng Việt 20€. Đặng Văn Hiền (Hildesheim) 20€. Diệu Loan Nguyễn Thị Thanh Xoan 10€. Đồng Liên 20€. Ngô Ngọc Oanh 30€. Ngô Tú Hoa 10€. Nhất An Duyên 10€. Thị Bình Drebelow (Jesteburg) 50€. Diệu Ngọc Trần Thị Thanh Thúy & Quảng Tâm (Karlsbach) 50€. Thiện Mỹ & Diệu Vân (Karlsruhe) 20€. Đồng Xuyến (Köln) 10€. Diệu Lý (Krefeld) 50€. Lý Hồng Tiên 30€. Tương Nguyệt Phan Thị Nhung 50€. Ngọc Diệp Nguyễn Thị Kim Chi (Laatzen) 100€. Thiện Thủy Dương Minh Ánh 100€. Nguyên Thuận Lê Thanh Hằng (Ludwigshafen) 20€. Trịnh Hồng Anh 10€. Ngọc Huệ (Lüneburg) 30€. Đồng Thanh & Đồng Nghiêm (Mannheim) 50€. Nguyễn Quỳnh Nga 50€. Tổ Bánh Cam 50€. Diệu Hạnh Nguyễn Thị Đức & Đạo Tâm (München) 50€. Viên Hảo Hồ Thị Thu Hà (Münster) 200€. Đồng Thảo (Nienburg) 15€. Đồng Tánh Lee Lục Nhân Khanh (Nienburg) 20€. Phương Hà (Norden) 30€. Minh Đức Hùng & Diệu Hoa

Liên (Nördlingen) 200€. Diệu Hải Lê Thị Hoa (Nürnberg) 50€. Nguyễn Tăng Lộc 50€. Nguyễn Thái Nam 20€. Thái Quang Bình 50€. Thiện Hiếu & Thiện Lạc 50€. Từ Chi 50€. Đồng Đạo (Oldenburg) 50€. Đồng Nghiêm Nguyễn Thị Thu Toàn (Osnabrück) 50€. Đồng Diệp Trần Thị Chi (Potsdam) 50€. Duyên Ngọc Hàng Ngọc Hoa (Rheine) 20€. Thiện Hữu Đỗ Thái Bằng (Seelze) 50€. Chánh Đức Quang Huỳnh Văn Hồng (Springe) 20€. Thiện Nhật Nguyễn Thị Tuyết Anh 20€. Diệu Hoa Chị Cúc (Stuttgart) 20€. Hiếu Ngọc Đỗ Bích Giao 20€. Thị Thiện Phạm Công Hoàng (Tostedt) 20€. Hạnh Xuân (Troisdorf) 50€. Tâm Thủy Nguyễn Thị Nam Dương (Ulm) 100€. Thiện Nhân (Vechelde) 10€. Đồng Tháp Cao Thắng (Vechta) 50€. Diệu Hải Bùi Thị Thu Hà (Việt Nam) 30€. Diệu Hạnh Lê Thị Thu Hà (Wiesbaden) 50€. Diệu Tâm Bùi Trà Mi 100€. Nguyên Trí & Nguyên Tuệ (Wilhelmshaven) 100€. Đồng Nguyên Vũ Thị Chuốt (Wolfsburg) 20€.

* Học viện Phật Giáo Viên Giác

Avi Nail Spa 9.167,77€. Bác Dương Thị Lan Pd Diệu Hoa 200€. Binh Thanh Tran 3.000€. Châu Quang Thanh & Nguyễn Thị Huê 20€. Chöling 3.000€. Đặng Thị Đào 150€. Đh Thiên Kim 50€. Đh Thiện Lý & Diệu Ngọc 100€. Đh Trần Trinh 50€. Đh Vương Thị Mai Quyên 50€. Diệu Bảo Nguyễn Thị Kim Thảo 400€. Diệu Hải Bùi Thị Thu Hà 1.000€. Diệu Hạnh & Đạo Tâm 1.500€. Diệu Hòa Trần Thị Diệu Hiền 450€. Diệu Khánh 50€. Đinh Thị Thu Hương 50€. Đỗ Ngọc Nga 20€. Đồng An Trịnh Thi Khỏe 1.500€. Dr. Bảo Thanh Thúy Châu 5.000€. Fam. Đồng Thuận & Đồng Thắm 1.000€. Fam. Nguyễn Thị Liên Phương 170€. Fam. Xuyen Le Thi & Uwe Manfred Eitner 5.000€. Fam. Lê Thị Xuyến & Uwe Tom und Ida Eitner 5.000€. Gđ. Hứa Hiền Pd Ân Đức 300€. Gđ. Phạm Thị Thanh Hằng & Gđ. Hoàng Việt Long 50€. Gđ. Trần Thị Diễu Hiền Pd Diệu Hòa 450€. Gđ. Vũ Đình Hanh Pd Khánh Đức Thông và Gđ. Ngô Thị Thủy Pd An Đức Diệu 300€. Hà Văn Thành 1.500€. Hồ Trọng Nghĩa 200€. Huỳnh Phước Bình 50€. Huỳnh Thị Mai Phương 50€. Huỳnh Thị Thu Hương 1.500€. Ivonne, Mark Schultabers 50€. Kha Kim Hương 50€. Kha Văn Phát & Uông Phan 200€. Klavierhaus Döll GmbH & Co. 1.000€. Lê Tân Tiến 50€. Lê Thị Kim Loan 1.000€. My-Le Nguyen 400€. Ngọc Phước Quách Thị Chuông 1.500€. Nguyễn Hiếu Anh, Thiện Mỹ & Thiện Đức 1.500€. Nguyên Lộc 909,89€. Nguyễn Thái Nam 100€. Nguyễn Thanh Thủy 100€. Nguyễn Thị Tường Vân 10€. Nguyễn Trung Thảo 1.500€. Nguyễn Văn Hùng 50€. Nguyễn Văn Nhâm 100€. Nhóm Phật Tử Pforzheim 100€. PT ẩn danh 300€. PT Đồng Đạo 500€. Pt. Đồng Trí & Pt. Thiện Liên 20€. Quảng Lộc Nguyễn Gia Phước 50€. Quang Minh Hải & Nhuận Tâm Hương 1.500€. Quảng Minh Minh Hoàng Lucky 500€. Quý Phật Tử ở Ulm 200€. SC Trang Dung (Chùa Phật Huệ) 500€. Sư Cô Hạnh Trang 500€. Sư Cô Huệ Liên (Chùa Pháp Duyên) 1.000€. Thị Hiện 50€. Thiện Chương Châu Đức Văn 200€. Thiện Nghiệp 100€. Thiện Tấn Nguyễn Tuấn Dũng 100€. Thủy Trần & Christian 100€. Tô Long Thư 300€. Trần Jason 50€. Trần Lan Anh 50€. Trần Loan Tiên 50€. Trần Thanh Việt 50€. Trần Thế Thi 50€. Trần Thị Hiền 100€. Trần Văn Thuận 50€. Trương Nam Quang 20€. Trương Thị Lẹ 50€. Tung Huỳnh Giang Tuyết Đoàn 200€. Viên Hảo Hồ Thị Thu Hà (Münster) 200€. Viên Trang Hứa Thị Đoan 50€. Võ Thị Tuyết Thu 10€. Võ Văn Sảnh 40€. Vương Lệ Xuân 10€. Zen Dojo Shobogendo e.V. 500€. Diệu Hòa (Aurich) 100€. Lâm Kim Loan 100€. Nguyễn Thị Thương 30€. Thiện Lý 100€. Nguyễn Chí Thông (Babenhausen) 1.500€. Ẩn Danh (Berlin) 10€. Anna 10€. Chùa Linh Thứu 20.000€. Diệu Tịnh & Hằng Tuấn 1.500€. Gđ. Thị Lộc 100€. Johannes Unbekannt 10€. Thiện Hải Nguyễn Phan Hoàng Hà 2.000€. Lương Thị Kim Khánh (Bielefeld) 30€. Pt. Đồng Phước 1500€. Lý Cúc Phương (Braunschweig) 50€. Lý Trúc Phương 50€. Đồng Giác Lê Hữu Tình (Bremen) 100€. Gđ. Lương & Nguyễn 500€. Gđ. Thiện Hiếu 100€. Lê Minh Sang 50€. Lê Thành Phú 50€. Lê Thành Trâm 20€. Nga Trần 5€. Phu Nguyễn 5€. Thiện Bạch Nguyễn Thị Mai Xuân 30€. Trần Thị Thúy 50€. Tường Thoa 20€. Ý Nhi Nguyễn Trần 5€. Y Vy Nguyễn Trần 5€. Chị Thanh Tâm (Canada) 100€. Vũ Minh Huyền (Celle) 100€. Phật Tử Chùa Bảo Liên (Danmark) 500€. Sa Di Ni Thích Nữ Chơn Tịnh 1.500€. Trương Thị Tuyết Hồng (Chùa Bảo Liên) 1.400€. Gđ. Thiện Lý Tăng Bích Phân (Duisburg) 500€. Phật tử Giới Hương (Eschbach) 250€. Chùa Thiện Minh (France) 1.982,50€. Chùa Thiện Minh (HT Thích Tánh Thiệt) 10.000€. Lâm Thị Kim Hoàng 50€. Ni Sư Diệu Hoa 20.000€. Sư Cô Chân Không 501€. Gđ.Pt Thiện Dũng (Giang Hong Vu) (Frankfurt) 1.500€. Trương Thu Thảo (Frisoythe) 20€. Quang Phan (Hagen) 1.000€. Cẩm Loan & Thuận (Hamburg) 50€. Đàm Thị Bích Liên 30€. Gđ. Họ Vưu & Họ Diệp 15.000€. Huỳnh Văn Đệ 20€. Trần Thị Ngọc Hương 50€. Nguyễn Thị Thanh Hồng (Hameln) 50€. Bác Quảng Ngộ & Diệu Hiền (Hannover) 100€. Đặng Thị Tuyết 10€. David Nguyen 50€. Diệu Tịnh (Hằng & Tuấn) Đồng Tâm 50€. Đinh Thị Phượng 100€. Dona Monika Westphal 5.000€. Gđ. Đồng Kim Ngụy Minh Thúy 150€. Gđ. Quang & Mến 200€. Huỳnh Hà Hưng 20€. Monika Westphal 10.000€. Phùng Minh Khánh 50€. Sophie & Fabian Nguyen 100€. Trần Đam Thanh 100€. Lâm Văn Hoàng (Hemmingen) 100€. Đặng Văn Hiền (Hildesheim) 50€. Kim Chi 9.000€. Thiện Hà, Nguyên Thảo & Đồng Anh 50€. Gđ. Nguyên Hạnh (Holland) 500€. Ẩn danh (Karlsruhe) 100€. Chi Hội Karlsruhe & VPC 1.000€. Đh Vũ Thị Minh Hằng 100€. Gđ. Xuân & Ưng 100€. Gđ.Đh Vũ Cao & Yến 100€. Lê Văn Tiết (Köln) 30€. Vương Viên Châu 1.500€. Lý Hồng Tiên & Lý Hồng Diễm (Krefeld) 50€. Lý Hồng Tiên, Diệu Phúc Lý Hồng Diễm, Diệu Lý, Diệu Cúc, Diệu Ngọc, Minh Hoàng, Minh Hải & Minh Đức 50€. Ngô Văn Phát (Laatzen) 40€. Đh Pha (Landau) 100€. Đh. Bích 300€. Nguyên-Erhart Thị Bích Lan Pd Thiện Huệ (Lünen) 100€. Tổ phát hành Bánh cam Mannheim 50€. Ngọc Bình Ô Thị Hai (Meppen) 1.500€. Đào Thị Lan Dung (Minden) 10€. Gđ. Diệu Khánh Phạm Thị Tuyết Mai (Mönchengladbach) 1.000€. Diệu Hạnh, Đạo Tâm & Thiện Xuân (München) 1.500€. Phúc Anh 200€. Tomy Lương (Münster) 1.000€. Viên Hảo Hồ Thị Thu Hà (Münster) 200€. Thông Giác Trần Tú Anh (Neuss) 200€. Lâm Thị Cẩm Lệ (Norway) 70€. Đinh Tuấn Hồ (Tam Man & Nguyen Thien) (Nürnberg) 5.000€. Gđ. Đồng Tánh Nguyễn Công Qua 500€. Võ Thị Mỹ 1.000€. Ni Sư Tuệ Đàm Châu (Chùa Bảo Đức) (Oberhausen) 3.000€. Chi Hội Phật Tử Odenwald (Odenwald) 1.000€. Lương Dung (Oldenburg) 50€. Lương Kim 20€. Trang Busing 30€. Wang My Phung 100€. Đh Lý Thanh Hương (Pforzheim) 50€. Đh.Diệu Vân & Thiện Mỹ 200€. Gđ. Thái Sến 100€. Kim Phương Lệ 100€. Lý Thị Hoa 50€. Nguyễn Viên Sơn 50€. Chị Nam Dương (Ravensburg) 500€. Gđ. Duyên Ngọc Hàng Ngọc Hoa (Rheine) 500€. Sư Cô Giác Mãn (Sweden) 1.000€. Lộc Nguyễn (Texas/USA) 925€. Đồng Phúc Đào Xuân Phấn & Thiện Hảo Phùng Ngọc

Thúy (Treuchtlingen) 1.500€. Gđ. Tấn Thọ & Kim Chi (USA) 200€. Sư Cô TN Hạnh Trì 9.150,92€. Nguyễn Thị Bích Thủy (Weden) 50€. Bành Tâm Sơn (Wiesbaden) 20€. Fam. Lu 50€. Thị Phạm 20€. Thiện Thủy 500€. Tiền Quỹ Chi Hội PTVNTN Wiesbaden 1.283€. Fam. Võ & Ngô (Wolfsburg) 20€. Nguyễn Hữu Mừng Chi (Wuppertal) 50€. Helen Lương Thomas Fankhawser (Zürich/ Schweiz) 1.500€. Huỳnh Kim Lan (Zycke) 20€. Trương Thu Anh 20€. Quý Đạo Hữu & Phật Tử ẩn danh 1.655€. - Thành Ngọc Huỳnh Lệ Thu (Frankfurt/M) 100€. Nguyễn Thị Mỹ Lan („) 200€. Thiện Hưng Hà Điền Long (Frankfurt) 200€. Đỗ Thị Nam (Offenbach) 50€. Lương Nguyên Hiền (Bad Vibel) 50€. Nguyễn Thị Vân (Offenbach) 50€. Diệu Sáng Hà Thị Ánh Tuyết (Frankfurt) 200€. Diệu Hớn Hà Thị Khánh Linh (") 300€. Đồng Giới Đinh Thị Thanh (Wiesbaden) 100€. Đặng Thị Nguyệt (") 100€. Võ Thị Lệ Sương (Frankfurt) 50€. Lê Hồng (") 5€. Quý Phật Tử ẩn danh (Thùng Phước Sương((Hanau) 415€. Phạm Thị Thùy Dương (Langen/Hessen) 500€. Võ Thị Trang (Frankfurt) 20€. Khưu Cẩm Vân (Wiesbaden) 200€. Phạm Thị Mười (") 50€. Nguyễn Thị Xong (") 20€. Đồng Tân Nguyễn Thị Huyền Tân 20€. Thiện Danh 50€. Thiện Vân (Mainz) 100€. Diệu Tánh Trần Kim Định (Frankfurt) 30€. Ẩn danh 50€.

*** TỪ THIỆN XÃ HỘI**

-Cô nhi, Cùi, Mù & Dưỡng lão: Bathke Ong Thị Minh 50€. Lê Thị Hoe 40€. Lê Thị Hoe 20€. Nguyễn Hữu Hậu 50€. Minikat Liselotte (Bad Pyrmont) 20€. Hồng Dũng Trần Kim Lang (Bremerhaven) 30€. Hoàng Thị Ngọc Bích (Dillingen) 100€. Quách Ngọc Anh (Düren) 10€. Dr. Nguyễn Hoàng Cương & Dr. Nguyễn Thị Minh Ngọc (Hamburg) 50€. Huỳnh Tú Dung (Helmstedt) 30€. Nguyên-Erhart Thị Bích Lan Pd Thiện Huệ (Lünen) 50€. Heo công đức số 283 (Wilhelmshaven) 100€. Nguyễn Lê Dân & Nguyễn Thu Thủy (Wittlich) 25€.

-Giúp người nghèo: Gđ. Mùi Thảo 50€. Hồng Dũng Trần Kim Lang (Bremerhaven) 30€.

-Nồi cháo tình thương: Phạm-Nguyễn Thị Thu Thủy (Belgique) 100€. Hồng Dũng Trần Kim Lang (Bremerhaven) 20€. Nguyễn Thị Thu Thủy (Fürstenfeldbruck) 30€. Kim Sanh Trần Thị Sanh (Nürnberg) 50€.

-Xe lăn: Nguyễn Lê Dân & Nguyễn Thu Thủy (Wittlich) 25€.

-Mổ mắt: Hồng Dũng Trần Kim Lang (Bremerhaven) 30€. Võ Thị Lang (Heidenheim ad Brenz) 50€. Nguyễn Lê Dân & Nguyễn Thu Thủy (Wittlich) 30€.

-Phóng sanh: Lý Hồng Tiên, Diệu Phúc Lý Hồng Diễm, Diệu Lý, Diệu Cúc, Diệu Ngọc, Minh Hoàng, Minh Hải & Minh Đức (Krefeld) 50€.

*** Học bổng Tăng Ni:**

-Ấn Độ: Pt. Đồng Trí & Pt Thiện Liên 20€.

-Việt Nam: Bành Tâm Sơn (Wiesbaden) 20€.

* Ký tự

Gđ. HL Đỗ Thị Sáu Pd Huệ Hiền 70€. HL Bà Đặng Thị Kim Thúy (1930-2024) 100€. HL Hồ Hiệp (10.03.63 - 17.02.24) 65€. HL Tạ Thu Anh 160€. HL. Nguyễn Thị Tuyết 100€. HL Đồng Lan Châu Ngọc Lan 40€. Hoàng Minh Tuấn 50€ HHHL Thiện Nam Hoàng Nguyên Hải. Huỳnh Thị L. (Bad Iburg) 30€ HHHL Helmut Michael Huỳnh. Trần Thị Mẫu Đơn (Danmark) 27€. Đồng Bình Vũ Thị Thái (Hannover) 10€. Gđ. Thu & Tứ, Nguyễn Hoàng Uyên, Trần Thanh Sơn, Diệu Ngọc & Phúc Tính 20€.

* QUẢNG CÁO

Trương Ngọc Đức 280€. Vũ Thị Thảo 280€.

ĐỊNH KỲ (Tháng 5 & 6/2024)

Chöling 600€. Christian Leupold 60€. Đặng Quốc Minh 20€. Đào Thị Hiền 40€. Diệu Khai, Diệu Ngọc & Quảng Tâm 100€. Đỗ Thái Bằng 60€. Đỗ Thị Hồng Hạnh 10€. Đoàn Thanh Vũ Phước 20€ HHHL Đồng Phước Võ Thị Hai. Đồng Giới Nguyễn Thị Thu 20€. Đồng Hoa & Thiện Mỹ 10€. Gđ. Thị Thiện Phạm Công Hoàng 50€. Gđ. Thiện Nam & Thiện Hồng 50€. Hà Ngọc Kim 50€ HHHL Diệu Hạnh Đinh Thị Hợi. Hà-Đoàn Thục Như 1.000€. Hồ Thị Nguyệt 50€. Hoàng Thị Nhung 20€. Hoàng Thị Phúc 20€. Hoàng Thị Tân 120€. Hồng Nghiệp Phan Quỳnh Trâm 10€. Hứa Thiện Cao 10€. Hue Wollenberg 20€. Kim Loan Lâm Thị Maier 20€. Lâm Đức Toàn 10€. Lâm Thị San 20€. Lê Minh Sang 60€. Lê Ngọc Phượng 50€. Lê Thị Ngọc Hân 100€. Lê Thị Tiến 50€. Lê Thùy Dương 20€. Lê Văn Đức 20€. Lý Kiến Cường 50€. Manuela Horn 20€. Ngô Thị Thắng 20,23€. Nguyễn Thị Hồng Anh 500€. Nguyễn Hoàng Vũ & Nguyễn Thị Thanh Phương 20€. Nguyên Huệ & Diệu Mẫn 50€. Nguyễn Hữu Mừng Chi 20€. Nguyễn Liên Hương 40€. Nguyễn Ngọc Đương 10€. Nguyễn Quang Hùng 30€. Nguyễn Quốc Định 30€. Nguyễn Thị Diệu Hạnh 40€. Nguyễn Thị Hiền 20€. Nguyễn Thị Hồng Quyên 20€. Nguyễn Thị Kim Lệ 20€. Nguyễn Thị Kim Phượng 20€. Nguyễn Thị Minh Sáu 40€. Nguyễn Thị Ngọc Thảo (Straubenhardt) 25€. Nguyễn Thị Thắm 10€. Nguyễn Thị Thu Nguyệt 20€. Nguyễn Thiện Đức 30€. Nguyễn Thị Ngọc Thảo 25€. Phạm Thị Mai & Minh Trương 40€. Phạm Văn Dũng & Đỗ Thị Cúc 12€. Phan Đình Du 100€. Phan Thị Dương 26€. Phan Thị Lan 20€. Phùng Văn Thanh 20€. Quách-Lê Thị Kim Thu 50€. Rafael Adam Spyra 20€. Sabine & Phan Trương Trần Vũ 100€. Spyra Tu Binh 40€. Tạ Thị Ngọc Dung 60€. Thái Kim Sơn 80€. Thái Quang Minh 200€. Thị Bích Lan Nguyễn-Erhart 30€. Thiện Chơn Ngô Quang Vinh 40€. Thiện Độ Ngô Quang Đức 80€. Thiện Thủy Vũ Thị Xuyến 30€. Tôn Thúy 40€. Trần Mạnh Thắng 100€. Trần Tân Tiếng 22€. Trần Thị Kim Lệ 10€. Trần Thị Ngọc Anh (Trần Lăng Hía) 20€. Trần Thị Thanh 30€. Trần Thị Thu Thủy 10,11€. Trần Văn Dân 15,50€. Trương Ngọc 100€. Uông Minh Trung 20€. Viên Tú Nguyễn Thị Anh 20€. Võ Thị My 20,46€. Võ Thị Mỹ 20€. Võ Văn Hùng 30€. Vũ Đình Đức 30€. Vũ Quang Tú 100€. Vũ Thị Tường Nhân 20,23€. Young Thị Thanh 30€.

TU VIỆN VIÊN ĐỨC

(01.04.2024 - 30.06.2024)

Tam Bảo

ĐH. Bành Hên 110€. Châu 80€. Diệu Ngọc & Quảng Tâm 60€. Đỗ Văn Vinh 30€. Đoàn Thúy Loan, Trần Anh Phúc và Trần Đức Thanh 100€. Đồng Huệ Huỳnh Thị Đại 200€. Đồng Ngọc Đào Thúy Uyên (Định kỳ) 100€. Dương Thị Ngọc Liên 30€. Gđ. Chị Giới Hương và các cháu Hữu Bảo, Đắc Nhàn và Đạo Duyên 115€. Gđ. Cô Chú Hữu Sơn 200€. Gđ. Diệu Đức, Thiện Hùng, Nguyên Oanh, Thiện Mỹ, Tâm Hạnh Thảo & Diệu Trí 200€. Gđ. Diệu Như Phạm Thị Kim Nhung 50€. Gđ. Giới Hương 50€. Gđ. Hùng & Mỹ và Vinh Hào 50€. Gđ. Huỳnh Văn Mạnh 30€. Gđ. Tâm Mẫn & Nguyên Thiện 50€. Gđ. Vương Thúy Nga 30€. Gđ. Xuân Thương 50€. Giang

Muoi 50€. Hồ & Lê 30€. Hồ Thị Thanh Bình 60€. Hoàng Thị Mai 20€. Kim Loan Lâm Thị Maier 45€. Lã Thị Bình 50€. Lai Trung Việt & Lo Thị Phương 60€. Lê Thị Kim Loan 60€. Lê Thị Ngọc Mai 20€. Lê Thúy Hà 30€. Liêu Thái Hòa 1.500€. Mạch Khánh Mỹ 40€ (Thỉnh Kinh). Ngô Thị Thu Nguyệt 20€. Ngô Văn Chia & Hồ Thị Thu Hồng 30€. Nguyễn Thị Kim Dung 150€ HHHL Thanh Trần Trần Hữu Phúc. Nguyễn Thị Minh Phương 30€. Nguyễn Thị Thúy Hà 30€. Nguyễn Tuyết Xinh 60€. Nhuận Tâm Lưu Kha Thu Hương 30€. Ong Thu Hằng 20€. Phạm 20€. Phạm Thái Hùng 15€. Phạm Thị Oanh 10€. Phan Hiếu Hoa 20€. Phan Thị Thoa & Nguyễn Duy Linh 20€. Quách Thị Phương & Văn Khánh 30€. Thắng Hải 5€. Thanh Hương Bauer 30€. Thiện Vỹ & Thiện Tuệ 50€. Trần Hoàng Minh 30€. Trần Hữu Sơn & Nguyễn Thị Thanh Ta 3.000€. Trần Mạnh Thắng 150€. Trần Minh Hoàng 60€. Trần Thị Hồng 20€. Trần Thị Nga 30€. Trần Thị Nở 60€. Trịnh Ngọc Hải & Nguyễn Thị Trọng Lành và Trịnh Ngọc An 20€. Trưng Vương Füssen 50€. Trương Văn Đức 5€. Tuệ Mạnh & Nguyên Phúc 10€. Vũ Đình Đức 45€. Vương Thúy Nga 20€. Hoàng Sang Lưu (Biberah/Riß) 20€. Gđ. Lê Thị Liệu (Dresden) 30€. Nguyễn Thị Minh Phương (Erbach) 60€. Pt. Lê Thị Oanh (Fridrichshafen) 30€. Nguyễn & Như Thị Chiên (Gossau/ Schweiz) 50€. Sơn & Chiến 50€. Dr. Kim Nguyên (Karlsruhe) 150€. Vũ Cao 100€. Asia Wok (Kempten) 63,78€. Huỳnh Thị Mỹ Dung 20€. Lâm Thế Vy & Tố Nga 40€. Pt. Đinh Thị Ngát 50€. Hằng & Hiếu và Jens (Konstanz) 50€. Jens Nguyen & Nguyễn Thị Hằng 50€. Lương Văn Du 50€. Mai Thị Ngọc 20€. Nguyễn Thị Hoài 40€. Nguyễn Thị Tân 20€. Quách Thúy Hằng 100€. Nguyễn Ngọc Xuân (Kuppemheim) 100€. Fam. Nguyễn (Lindau) 50€. Hương & Hùng 50€. Sương 20€. Gđ. Vũ Văn Hưng (Lindenberg) 10€. Nguyễn Thị Hải Minh 20€. Thị Minh Hà Beck (Mardorf) 10€. Hà Quốc Thanh (Memmingen) 20€. Trương Văn Hoa 20€. Nguyễn Việt Tuyển (Neukirch) 10€. Nguyễn Thị Lan Anh (Neu-Ulm) 30€. Nguyễn Đào Dũng (Nonnenhorn) 50€. Huỳnh Văn Hoài & Nguyễn Thị Kiều Hạnh (Oberotdorf) 50€. Gđ. Phan Thị Nhung (Österreich) 20€. Gđ. Tâm Sơn 50€. Gđ. Lê Tiến Cương (Ravensburg) 50€. Lê Thị Kim Hoa 50€. Phan Thị Hương Trà 10€. Trần Thị Hằng 25€. Fam. Liên Tuấn Vinh (Schweiz) 100€. Fam. To Nhơn Ích & Thị Dung 100€. Fam. Trương Du Hung 100€. Frau Trương-Liên Thị Ngo 200€. Phạm Công & Thị Minh Hà (Süßen) 50€. Trần Thị Tân (Ulm) 30€. Gđ. Bà Vệ (Việt Nam) 30€. Nguyễn Thanh Dung Nonny (Wangen) 60€. Elena Kaffeemühle (Weingarten) 100€. Huyền Thành 50€. Nguyễn Thương Huyền 50€.

Phật Đản

Diệu Hòa Phạm Thị Tiết Hồng 48,63€. Pt. Trí Thạnh Dương Tu Cường 20€. Gđ. Mạch Trước Khung (Friedrichshafen) 50€.

*

* *

Khi chuyển tịnh tài cúng Chùa, xin quý vị vui lòng ghi vào nơi (Verwendungszweck = mục đích cho việc gì) để văn phòng dễ làm việc. Quý vị ở xa ngoài nước Đức cũng có thể gửi tiền mặt hoặc Check trong thư, có thể gửi thường hoặc bảo đảm về chùa. Xin thành thật cám ơn quý vị.

Tất cả mọi sự Cúng Dường định kỳ hoặc những lễ lạc khác cho Chùa, quý vị đều có thể lấy Giấy Khai Thuế lại (bằng tiếng Đức) để cuối năm quý vị có thể khai khấu trừ thuế với Chính Phủ. Quý vị nào cần, xin liên lạc về Chùa qua Email: *pagodevg2020@gmail.de* bằng thư hoặc điện thoại, cho đến cuối tháng 4 mỗi năm; chúng tôi sẽ gửi giấy đến quý vị.

Quý vị chuyển tịnh tài về Chùa Viên Giác, xin chuyển vào Konto mới như sau:

Congr.d.Verein Vietn.Buddh.Kirche Abteilung i.d
Sparkasse Hannover
Konto Nr. 910 403 066
BIC: SPKHDE2HXXX
IBAN: DE40 2505 0180 0910 4030 66

Chùa Viên Giác có số Konto riêng cho
Học Viện Phật Giáo Viên Giác như sau:
Vien Giac Institut
Konto-Nr.: 910 570 655
BIC: (Swift-Code): SPKHDEHXXX
IBAN: DE 90 2505 0180 0910 5706 55
Sparkasse Hannover

Ngoài ra Tu Viện Viên Đức ở Ravensburg có số Konto như sau:
Kloster Vien Duc
BIC: SOLADES1RVB
IBAN: DE53 6505 0110 0111 3020 68
Kreissparkasse Ravensburg

Ngày .... tháng .... năm 20 ....

PHIẾU ỦNG HỘ BÁO VIÊN GIÁC

Số hiệu độc giả (SH): ....

Họ và tên: ....
Địa chỉ: ....
....
Tel./Email: ....
Số tiền: ....
Giấy chứng nhận khai thuế: Có ☐ Không ☐
Độc giả mới ☐ Độc giả cũ ☐

Nếu thay đổi địa chỉ nhận báo, xin ghi rõ địa chỉ cũ dưới đây :
....
....

MƯỜI CÂU HỎI "THĂM DÒ Ý KIẾN BẠN ĐỌC CỦA TẠP CHÍ VIÊN GIÁC - 2024"

Bước vào *Năm Thứ 45*, chúng tôi có nhận được một số các góp ý xây dựng qua các trao đổi trong các dịp Đại Lễ tại Tổ đình Viên Giác; hay qua liên lạc thư từ, Email. Tuy nhiên để có thể tổng hợp hết những góp ý, nhằm định hướng các phát triển trong tương lai, chúng tôi kính mong chư Tôn Đức, quý văn thi hữu và bạn đọc cho biết ý kiến đầy đủ hơn qua 10 câu hỏi gợi ý dưới đây.

Quý vị có thể trả lời bằng thư hay Email qua địa chỉ: *chubut.viengiac@gmail.com*. Kính mong được sự hỗ trợ của tất cả quý vị. *Ban Biên Tập Tạp Chí Viên Giác.*

1. Quý vị đã biết đến Báo Viên Giác (Báo VG) qua nguồn thông tin nào? Và khoảng từ bao lâu rồi? . .

. . . .

. . . .

. . . .

2. Quý vị thường xuyên đọc Báo VG không?
[Đều đặn mỗi số □ / Thỉnh thoảng □ / Lần đầu tiên □]

3. Quý vị thích nhất chuyên mục nào trong Báo VG? Đồng thời có chuyên mục nào cảm thấy chưa hấp dẫn, hay cần cắt bỏ?

. . . .

. . . .

. . . .

4. Quý vị đánh giá chất lượng chung của Báo VG như thế nào?
[Rất tốt □ / Tốt □ / Trung bình □ / Kém □]

5. *Về hình thức:* Quý vị có thấy thiết kế và trình bày của Báo VG có dễ đọc và hấp dẫn không? Và có đề xuất gì để cải thiện hình thức của tờ báo?

. . . .

. . . .

. . . .

. . . .

6. *Về nội dung:* Quý vị có muốn có nhiều bài viết hơn về chủ đề nào trong các số báo tới? Có đề xuất gì để cải thiện nội dung của tờ báo?

. . . .

. . . .

. . . .

. . . .

7. Thói quen của tôi (người góp ý) đọc sách báo nói chung dưới dạng:
[sách báo in □ / trực tuyến (online) □]

8.Quý vị có ý kiến gì khi gần đây báo Viên Giác có một số bài viết song ngữ Việt-Đức?

. . . .

. . . .

9. Quý vị có sẵn sàng giới thiệu báo Viên Giác cho bạn bè và người thân không? Vì sao?

. . . .

. . . .

10. Quý vị có góp ý gì thêm khác? . . . .

. . . .

. . . .

Xin vui lòng cho biết thêm số tuổi và giới tính của người góp ý để chúng tôi dễ dàng thống kê:

- Tôi (người góp ý) có giới tính: [Nam □ / Nữ □]
- Tôi (người góp ý) thuộc nhóm tuổi: [<30 □ / 30-50 □ / 50-65 □ / >65 □]

Ngoài ra, Tạp Chí Viên Giác chúng tôi rất quan tâm tìm kiếm những cây bút trẻ. Quý vị có biết và giới thiệu cho chúng tôi những tài năng có khả năng viết (tiếng Việt hay ngoại ngữ), hội họa, trang trí... hay giúp điều hành tờ báo Viên Giác của chúng ta. Xin vô cùng biết ơn!

www.ingramcontent.com/pod-product-compliance
Lightning Source LLC
LaVergne TN
LVHW082035051026
849532LV00011B/3367